എന്നിലൂടെ

വി കെ മോർഫിയസ്

നമ്മുടെ ഹൃദയത്തിൽ ഒരു തിരി നാളമായ് അണയാതെ നിൽക്കുന്ന
ചില വ്യക്തികളുണ്ടാകും,എനിക്ക് ഏറ്റവും പ്രിയപ്പെട്ട കണ്ണനും
മാളുവിനും സമർപ്പിക്കുന്നു.

ഉള്ളടക്കം

ഉള്ളടക്കം

ആമുഖം

എന്നിലൂടെ

11 വർഷം നീണ്ട പതിനൊന്ന് വർഷത്തെ എന്റെ കാത്തിരിപ്പാണ് ഈ പുസ്തകം, പതിനൊന്ന് വർഷം ഒരു ചെറിയ കാലയളവല്ലല്ലോ പണ്ട് പുസ്തകങ്ങൾ ലൈബ്രറിയിൽ നിന്നും എടുക്കുന്ന കൂട്ടത്തിൽ ഗ്രീക്ക് പുരാണങ്ങളും ചരിത്രവും എന്നിൽ വല്ലാതെ സ്വാധീനം ചെലുത്തിയിരുന്നു അങ്ങനെ ഭാവിയിൽ എന്തെങ്കിലും ഒക്കെ എഴുതാനുള്ള മാർഗ്ഗങ്ങൾ തെളിയുമ്പോൾ ഗ്രീക്ക് പുരാണങ്ങളിൽ ഏറ്റവും കൂടുതൽ താല്പര്യം തോന്നിയ ഒരു കഥാപാത്രത്തിന്റെ പേരിനോട് സാമ്യമുള്ള തൂലികാ നാമം സ്വീകരിക്കണമെന്ന് തീരുമാനിച്ചിരുന്നു അതിൽ നിന്നാണ് " **മോർഫിയസ്** " ഉണ്ടാവുന്നത്.

സോഷ്യൽ മീഡിയയിൽ ചെറിയ വാക്യങ്ങൾ എഴുതുക എന്നല്ലാതെ ഒരു പുസ്തകത്തിലേക്ക് എത്തേണ്ട വഴികൾ അന്നൊന്നും കടന്നുവന്നില്ല, വിദ്യാഭ്യാസവും ജോലികളും പ്രതിസന്ധികൾ നിറഞ്ഞ സാഹചര്യങ്ങളും കഥകളിലേക്കൊ അല്ലെങ്കിൽ അതിന് വേണ്ട സമയം കണ്ടെത്താനൊ സഹായിച്ചില്ല അനുവദിച്ചില്ല എന്ന് വേണം പറയാൻ.ജീവിതത്തിൽ നമ്മുടെ മരണത്തിന് മുൻപ് നമ്മുടേതായ ഒരു അടയാളം ഇട്ട് പോകുക എന്നത് നാളത്തെ തലമുറ കൂടി നമ്മളെ ഓർക്കാൻ ഒരു കാരണമാണ് എന്റേതായ ഒരു അടയാളം അതാണ് ഈ പുസ്തകത്തിലെ രചനകൾ അതിന്റെ ഉള്ളടക്കങ്ങൾ.

ഞാൻ കണ്ട കാഴ്ചകളും ഭാവനകളും ചേർത്ത് എഴുതിയ ഒന്നാണ് അതുപോലെ എന്നും എന്റേതായ ശൈലിയിൽ കഥകൾ എഴുതാനാണ് ഞാൻ ശ്രമിക്കാറ്, അതുപോലെ തന്നെയാണ് ഓരോ കഥകളും അതിൽ ഭാഷ സ്നേഹം മനസ്സിൽ കൊണ്ട് നടക്കുന്ന ഒരുപാട് പഴയ തലമുറകൾ ഉണ്ടാവും ഒരേ രീതിയിൽ, അർത്ഥങ്ങളും വ്യാകരണങ്ങളും നോക്കി സംതൃപ്തിയുടെ അങ്ങേയറ്റം നേടാൻ ശ്രമിക്കുന്നവർ എനിക്ക് അവരിൽ നിന്നും വ്യത്യസ്തനാകാനാണ് താല്പര്യം.

നമ്മുടെ ചിന്തയിൽ വിരിയുന്ന ഓരൊ ആശയങ്ങളും ഒരു പേപ്പറിലേക്ക് പകർത്തി അത് പിന്നീട് വായനക്കാരിൽ എത്തുമ്പോൾ

ചോദ്യങ്ങൾ വീണ്ടും തുടർന്നുകൊണ്ടിരിക്കും അത് എന്നും അങ്ങനെ തന്നെയാണ്.

ഇവിടെ എന്റെ ഒരു സ്വപ്നം അതും നീണ്ട വർഷത്തെ കാത്തിരിപ്പിനൊടുവിൽ പൂർത്തിയാവുമ്പോൾ നന്ദി എന്നോട് തന്നെയാണ് പറയുന്നത്, എന്നിൽ വിശ്വസിച്ചതിന്, ആ സ്വപ്നത്തെ എന്നും ഹൃദയത്തോട് ചേർത്ത് വച്ചതിന് അതുപോലെ ആരുടെയും അഭിപ്രായങ്ങളൊ മാർഗ്ഗ നിർദ്ദേശങ്ങളൊ സ്വീകരിക്കാതെ ഇത് പൂർത്തിയാക്കിയതിന്.

എന്റെ ജീവിതത്തിൽ ഞാൻ ഇന്നും പിന്തുടരുന്ന ഒന്നേ ഒള്ളൂ ലോകത്തിലെ ആർക്കും പ്രതീക്ഷകൾ നൽകാതെ ജീവിക്കുക എന്നത്, ഒരു കുട്ടി ജനിക്കുമ്പോൾ മുതൽ അവനിൽ വീട്ടുകാരും നാട്ടുകാരും സുഹൃത്തുക്കളും വയ്ക്കുന്ന പ്രതീക്ഷകൾ പലപ്പോഴും മാനസ്സിക സമ്മർദ്ദത്തിലേക്ക് നയിക്കുക ഒള്ളൂ അതുകൊണ്ട് തന്നെ ആ ഒരു പ്രതീക്ഷ കൊടുക്കാതെ മുന്നോട്ട് പോവാൻ എന്നും ഞാൻ ശ്രമിച്ചിരുന്നു അത് തുടർന്നുകൊണ്ട് പോകും

കാരണം ഇന്നിന്റെ നേർക്കാഴ്ചകൾ പലപ്പോഴും നമുക്ക് സങ്കൽപ്പിക്കാൻ പറ്റുന്നതിന് അപ്പുറമാണ് അതുപോലെ പ്രിയപ്പെട്ടയാൾക്ക് കൊടുത്ത വാക്ക് പാലിക്കാൻ സാധിച്ചതിനും.തേടിക്കൊണ്ടിരിക്കുന്നത് സന്തോഷമാണ് അത് വിൽപ്പനയ്ക്ക് വച്ചിട്ടുള്ള സ്ഥലങ്ങളിലേക്കാണ് യാത്ര, ഒന്നിലും പൂർണത ഇല്ലാത്ത കാലത്തോളം എന്നിൽ ഇങ്ങനെ തന്നെയാകും.

OUR DREAMS DO NOT ALL COME TRUE
BUT SOME DO, SO TRY TO MAKE THEM COME TRUE

Author

V K (VISHNU KESAVAN) എറണാകുളം ജില്ലയിലെ വരാപ്പുഴ എന്ന ഗ്രാമത്തിൽ 1995 സെപ്റ്റംബർ 5 ന് ജനിച്ചു.MES കോളേജ് ആലുവയിൽ നിന്നും ഡിഗ്രിക്ക് ശേഷം, പ്രൊഫഷനലി അക്കൗണ്ടന്റ് ആയി ജോലി ചെയ്തു. ബാല്യത്തിലെ പുരാണകഥകളും അതുപോലെ പഴയകാലത്തിന്റെ ഓർമ്മകളും അച്ചരൻ പങ്ക് വയ്ക്കുമ്പോൾ കേൾക്കാൻ കൗതുകമാണ്, ആ കൗതുകമാണ് പിന്നീട് ലൈബ്രറി വായനയിലേക്കും ചില ആശയങ്ങൾ സ്വന്തം രീതിയിൽ എഴുതാനും എന്നെ പ്രേരിപ്പിച്ചത്

വായന തുടങ്ങിയത് എന്റെ ഹൈസ്കൂൾ പഠനകാലത്താണ് കൂടുതലും ചരിത്രവും നിഗൂഢതകൾ നിറഞ്ഞ കഥകളോടുമായിരുന്നു. " **മോർഫിയസ്** " എന്ന തൂലികാനാമം സ്വീകരിച്ചത് ഗ്രീക്ക് പുരാണങ്ങളോടും,അവരുടെ ഇതിഹാസങ്ങളോടുമുള്ള ഇഷ്ടത്തിന്റെ പുറത്താണ്.

Other Books : **Relationship Goal, കലാരൂപങ്ങളിലൂടെ,കുട്ടി കഥകൾ**

Email : **vkmorpheuscreator@gmail.com**

1

തനിയെ

ആന്റി വിക്കി അങ്ങ് ഒതുങ്ങി പോയല്ലേ ഒരുപാട്? എന്ത് പാവമാണ് ഇപ്പോൾ?

ജീവിതമല്ലേ മാറി ചിന്തിച്ച് കാണും, പിന്നെ എന്തൊ കുറെയായി ഇങ്ങനെയാണ് ഇപ്പോൾ? ഞങ്ങൾക്കും ഈ ഒരു സ്വാഭാവം തന്നെയാണ് ഇഷ്ടം

അങ്ങനെ പറയല്ലേ ആന്റി പണ്ട് എന്ത് ഔട്ട് ആയിരുന്നു ആള്, ഡാൻസ്, അടി,ഇടി, കലിപ്പ്, ദേഷ്യം, ട്രിപ്പ് ഓ... ഒരു കട്ട കലിപ്പൻ?അത് അങ്ങനെ തന്നെ പോയാൽ മതിയായിരുന്നു, ഇത്?

എടി ഇതൊക്കെ മതി, എന്തൊ ഇപ്പോൾ ഇങ്ങനെയൊക്കെയാണ്, ഡിഗ്രിക്ക് കയറിയപ്പോൾ അതൊക്കെ തന്നെ ആയിരുന്നല്ലോ, പിന്നെ കരുതി മൊത്തം അതുപോലെ തന്നെ പോവുമെന്ന്,ഇന്ന് ഇപ്പോൾ അവസാനവർഷമായപ്പോൾ ഇങ്ങനെ ഒതുങ്ങി നിൽക്കുന്ന ഒരു മോനെ കിട്ടി,ദൈവത്തിന് നന്ദി, ഒതുങ്ങി പോവുന്നുണ്ട്, അച്ചരൻ ഉപദേശിച്ചിരുന്നു, പ്രശ്നങ്ങളിൽ കയറി ഇടപെടാൻ നിൽക്കരുത് എന്നൊക്കെ..

ഈ മാമൻ.. ഞാൻ അവനോട് ഒന്ന് സംസാരിക്കട്ടെ, ഇപ്പോൾ ആരോടും ഒന്നും മിണ്ടാറില്ല ല്ലോ?

അതെ ഞങ്ങളോടും അതൊക്കെ തന്നെയാണ് വാ മൂടി കെട്ടാതെ എന്തെങ്കിലും ഒക്കെ പറയുമായിരുന്നു ഇപ്പോൾ എല്ലാം ഒതുങ്ങി, നീ ചെല്ല്...

ശരി ആന്റി ഞാൻ റൂമിലോട്ട് പോയി നോക്കട്ടെ.......

കുറ്റബോധമായിരുന്നൊ അതൊ ജീവിതം കുമിളകളെപ്പോലെ ആയതാണോ? അറിയില്ല ചുറ്റും ഇരുട്ട് മാത്രമാണ്, ഇന്ന് ഇപ്പോൾ മറ്റുള്ളവർക്ക് വേണ്ടി മാത്രം ജീവിക്കുമ്പോൾ ആ പഴയ എന്നെ ഞാൻ മറന്നുപോകുന്നു, ജീവിതത്തിന്റെ തുടിപ്പുകൾ അണയാതെ സൂക്ഷിക്കണം എന്ന് പണ്ടൊക്കെ കരുതുമെങ്കിലും, ഓർമ്മകളിൽ മുഴുവൻ രക്തത്തിൽ കുളിച്ചു കിടക്കുന്ന അമ്മുവിന്റെ ഓർമകളാണ് അവളുടെ യഥാർത്ഥ പേരിൽ തന്നെയുണ്ടായിരുന്നു അവൾ അമൂല്യമാണെന്ന്, അതെ അമൂല്യ ഷേണായ്

അന്ന് ആ മോമെന്റിൽ പ്രണയം പറഞ്ഞില്ലെങ്കിലും ചോദിച്ച ചോദ്യം

വിക്കി നീ എന്നെ ഇട്ടിട്ട് പോവോ?

എന്താ അമ്മു ഇപ്പോൾ ഇങ്ങനെയൊക്കെ, അത്രയും ആഴത്തിൽ പതിഞ്ഞവരെ എങ്ങനെ ഞാൻ

അതൊര് ചോദ്യമാണ് നമ്മുടെ ബന്ധങ്ങളിൽ സ്നേഹം ഒരുപാട് ഉന്നതിയിൽ എത്തുമ്പോൾ പേടി വരും, പലപ്പോഴും നമ്മൾ അവരോട് പറഞ്ഞു കാണും നിന്നെ ചെറുതായെങ്കിലും എനിക്ക് ഇപ്പോൾ പേടിയാണെന്ന് കാരണം സ്നേഹം അത്രമേൽ ആത്മാർത്ഥമാകുമ്പോൾ അങ്ങനെ ഒക്കെ ചോദിക്കുന്നത് സ്വാഭാവികമാണ്

ചെമ്പരത്തി തൈകൾ മുളച്ചുവരുന്നത് എത്ര വേഗത്തിലാണ്, പൂക്കളുണ്ടായിട്ട് വേണം ഒരെണ്ണം ചെവിയിൽ വച്ച് നടക്കാൻ, അവൾ അന്ന് തന്ന ചലഞ്ചുകളിൽ ഒന്ന്,അവളുടെ പ്രണയം ചെമ്പരത്തിയോടാണ്.ഓർക്കുമ്പോൾ ആ ഒരു നിമിഷത്തിൽ അറിയാതെ ഞാൻ പുഞ്ചിരിക്കുമെങ്കിലും ആ ഹോസ്പിറ്റലിൽ വരാന്തയും, ഓപ്പറേഷൻ തിയറ്ററിൽ കയറ്റുന്നതിന് മുൻപ് ആ കണ്ണുകൾ എന്നെ തേടിയതും വീണ്ടും വീണ്ടും ഓർക്കുമ്പോൾ അറിയാതെ എന്റെ മിഴികൾ നിറയും..

ഹെലോ... വിക്കി...?

ഹായ്..

നിനക്ക് സുഖമാണൊ വിക്കി? പഠിത്തം ഒക്കെ എങ്ങനെ പോവുന്നു?

കുഴപ്പമില്ല.. എന്താ ഇങ്ങോട്ട് വന്നത്?

അത് എന്തടാ എനിക്ക് ഇങ്ങോട്ട് വന്നൂടെ?

വെറുതെ ചോദിച്ചതാ ചേച്ചി

എന്താ നീ ഇങ്ങനെ മാറിപോയെ?നിന്റെ ആഗ്രഹങ്ങൾ, സ്വപ്നങ്ങൾ എല്ലാം എവിടെ?അമ്മുവിന് സുഖമാണോ?ഒത്തിരി ആയല്ലോ നീ അവളെക്കുറിച്ചൊക്കെ പറഞ്ഞിട്ട്? എന്താടാ ബ്രേക്ക് അപ്പ് ആയൊ?

നമ്മൾ ആഗ്രഹിക്കുന്നപോലെ എല്ലാം നടന്നാൽ അത് ഭാഗ്യമാണ് അങ്ങനെയല്ലെങ്കിൽ അത് വിധി, ഹൃദയത്തിൽ നിന്നും ഞാൻ അടർത്തിമാറ്റാൻ ശ്രമിക്കുന്നുണ്ട് അവളെ, എങ്കിലും അതൊന്നും, ഇത്രയും എനിക്ക് പറയാൻ സാധിക്കൂ.

ചേച്ചി ആയത്കൊണ്ട് മാത്രം, ഇപ്പോഴൊന്ന് പുറത്ത് പോകാമോ പ്ലീസ്?

ശരി ശരി.. ഒന്ന് അന്വേഷിച്ചു വന്നതാ അനിയനെ? ഞാൻ അവിടെ കാണും

അവർ പുറത്തേക്ക് പോയി, ഞാൻ വാതിൽ അടച്ചു, ആരോടും പരിഭവമില്ല, ദേഷ്യമില്ല എല്ലാം എന്റെ തെറ്റായിരുന്നു, ഒരിക്കലും അവളെ തനിച്ച് വിടരുതായിരുന്നു, ആ കൈകൾ ചേർത്തുപിടിച്ചുകൊണ്ട് അവളോടൊപ്പം റോഡ് ക്രോസ്സ് ചെയ്യണമായിരുന്നു, ഒരു നിമിഷം കൊണ്ട് എനിക്ക് ജീവിതം തന്നെ നഷ്ടമായ്, ഇനി ഒരിക്കലും അവൾ തിരിച്ചുവരില്ലല്ലോ, മരണത്തെക്കാൾ കൂടുതൽ നമ്മെ വേദനിപ്പിക്കുന്നത് ഓർമ്മകളായിരിക്കണം കാരണം നഷ്ടങ്ങളുടെ കണക്കുകൾ എടുക്കുമ്പോൾ ഓർമ്മകൾക്കാണ് ഒരുപാട് സ്ഥാനം.

പറയാതെപോയ പ്രണയം, പറയാൻ തുടങ്ങിയ നിമിഷം, അവളുടെ മരണം, എല്ലാം എല്ലാം എന്റെ നഷ്ടങ്ങളായിരുന്നു, ഒരിക്കലും ഒരാളെയും ഒരു പരിധിക്ക് മുകളിൽ സ്നേഹിക്കുമ്പോൾ അവരുടെ മൗനം, മരണം എന്നിവ ഒരാളിൽ ഒരുപാട് മാറ്റങ്ങൾ കൊണ്ട് വരാം, ഒരിക്കലെങ്കിലും ജീവിതം അവസാനിപ്പിക്കാൻ തോന്നിയിരിക്കാം, ഇപ്പോൾ ഈ ചിന്തകൾ ഇങ്ങനെ കാട് കയറുന്നത് പതിവാണ്, അതുകൊണ്ട് തന്നെ മുടിയൊക്കെ നരച്ചുതുടങ്ങി.

ഒരു മനുഷ്യൻ ഒരായുസ്സിൽ അനുഭവിക്കേണ്ട വേദനകൾ മുഴുവൻ ഈ ഒരു വർഷംകൊണ്ട് ഞാൻ നേരിട്ടു, അവൾ ദിനംപ്രതി എന്റെ

സ്വപ്നങ്ങളിൽ വന്നുചേർന്നു, വീണ്ടും വീണ്ടും ഈ നീറുന്ന ഓർമ്മകളിൽ ജീവിക്കുമ്പോൾ വീർപ്പുമുട്ടൽ ഉണ്ടാവുന്നുണ്ടെങ്കിലും വേദനകൾ ആസ്വദിക്കാനുള്ള കഴിവ് ഉണ്ടെങ്കിൽ മുന്നോട്ട് പോവും ഒടുവിൽ ആ ഭാരവും താങ്ങാതെയാവുമ്പോൾ എല്ലാം വിധിക്ക് വിടാതെ അവസാനിപ്പിക്കും

ഡോറിൽ ആരൊ മുട്ടുന്ന ശബ്ദം

മോനെ വിക്കി... അച്ചരനാടാ വാതിൽ ഒന്ന് തുറക്ക്?

അച്ചരൻ ഞാൻ അറിയാതെ തന്നെ എന്റെ മനസ്സിനെ വായിക്കാൻ കഴിയുന്ന ഒരേയൊരാൾ

എന്നാ അച്ചരാ... ഞാൻ കിടക്കുവായിരുന്നു

എടാ നിന്നോട് എപ്പോഴും പറയില്ലേ കിടക്കുമ്പോൾ ആ തലയണ അങ്ങനെ മുകളിലേക്ക് കയറ്റി ഇട്ട് കിടക്കരുത് എന്ന്,പിന്നെ ഇങ്ങനെ മുറി അടച്ചിരിക്കല്ലേ, നീ പുറത്ത് പോയിട്ട് എന്തെങ്കിലും കഴിച്ചിട്ട് വാ, ഞങ്ങളോട് മിണ്ടാനും വയ്യാ, നിന്റെ ഫ്രണ്ട്സ് അവരോടും

എനിക്ക് ആരോടും മിണ്ടാൻ പറ്റുന്നില്ല അച്ചരാ, ഞാൻ പഴയ ഓർമ്മകളിൽ നിന്നും ഇന്ന് എന്ന നിമിഷത്തിലേക്ക് വരണ്ടേ? കഴിയുന്നില്ല, ഓരോ നിമിഷവും? ഞാൻ ഒരു കാര്യം ചോദിക്കട്ടെ?

ചോദിച്ചോടാ? ഇടയ്ക്ക് ഇതുപോലെ എങ്കിലും നിന്റെ ശബ്ദം ഒന്ന് കേൾക്കാല്ലോ?

അത്രമേൽ ആത്മാർത്ഥമായി സ്നേഹിക്കുക, സംരക്ഷിക്കുക, സ്നേഹം ഭ്രാന്ത് ആവുന്ന അവസ്ഥ, അങ്ങനെ ഞാൻ സ്നേഹിച്ചിട്ടും എന്തേ എന്റെ വിധി ഇങ്ങനെ ആയപ്പോയി, ഒരായുസ്സ് മുഴുവൻ ഞാൻ അവളെ നോക്കില്ലായിരുന്നോ? ദൈവത്തിന്റെ പുസ്തകത്തിൽ ആത്മാർത്ഥതയ്ക്ക് താളുകൾ ഇല്ലേ?സ്നേഹത്തിന് വിലയില്ലേ?

ഉണ്ടാവും ചിലപ്പോൾ ആ പുസ്തകത്തിൽ അതുപോലെ മറ്റൊര് താളിൽ അവൾക്ക് തുല്യമായ് ഒരാളെ നിനക്ക് വീണ്ടും തരുമായിരിക്കും

ഞാൻ ഒന്ന് പുഞ്ചിരിച്ചു, ഒരുപാട് നാളുകൾക്ക് ശേഷം ആദ്യമായ്, കാരണം അവൾക്ക് തുല്യമാവാൻ ആരുമുണ്ടാവില്ല എന്നെനിക്ക് അറിയാമായിരുന്നു

പിറ്റേന്ന് രാവിലെ കോളേജിലേക്ക് ഇറങ്ങി, ബസ് യാത്രയ്ക്ക് ഇടയിൽ ഇരുന്ന സീറ്റിൽ നിന്നും കണ്ടക്ടർ എഴുനേൽക്കാൻ പറഞ്ഞു, വിദ്യാർത്ഥികൾ നിന്ന് പോണമത്രെ, ഞാൻ ഒന്ന് തലയാട്ടി, എഴുനേറ്റ്

കൊടുത്തു, കോളേജ് ബസ് സ്റ്റോപ്പിൽ ഇറങ്ങി നേരെ അഹമ്മദ് ഇക്കാടെ ചായകുടയിലേക്ക്

ഇക്കാ ഇന്നെന്താ ഉച്ചക്ക് സ്പെഷ്യൽ?

ബിരിയാണി തന്നെ, ഇങ്ങള് വിക്കി ബിരിയാണി അല്ലെ പിടിക്കൂ, വേറെ ഐറ്റംസ് ഉണ്ട്, പിന്നെ ഇഷ്ടം ഉള്ളത് പറഞ്ഞുന്ന് മാത്രം

പതിവുപോലെ ഐഷിത്ത ചായകൊണ്ട് വന്നു തന്നു, ഞാൻ തിരിച്ചൊര് പുഞ്ചിരി നൽകി, കഴിഞ്ഞ പ്രളയത്തിന് വീട് മുഴുവൻ ഭൂമിയുടെ അവകാശികൾ കൊണ്ടുപോയപ്പോൾ കടയും പോയിരുന്നു, പിന്നെ ഐഷിത്തയുടെ സ്വർണം പണയം വച്ചാണ് ഇക്ക കട ത്തട്ടിക്കൂട്ടിയത്

ചായകുടിച്ചുകൊണ്ടിരിക്കുമ്പോഴാണ് മുദ്രാവാക്യം കേൾക്കുന്നത്

KFI സിന്ദാബാദ്, വിദ്യാർത്ഥി ജയിക്കും സിന്ദാബാദ്, പ്രിൻസിപ്പൽ രാജിവെക്കുക, മാനേജ്മെന്റ് നീതി പാലിക്കുക

സമരം പക്ഷേ കോളേജിന്റെ ഗേറ്റ് വരെ കാണൂ എന്ന് മാത്രം അത് കഴിഞ്ഞാൽ പിന്നെ നിശബ്ദ സമരമാണ്, സമരത്തിൽ പങ്കെടുക്കുന്ന വിദ്യാർത്ഥികളെ നോക്കികൊണ്ടിരിക്കുമ്പോഴാണ് അവരുടെ പുറകെ മച്ചാന്റെ എൻട്രി, കൂടപ്പിറപ്പ് എന്നൊക്കെ വിളിച്ചുപോവുന്ന, ഹൃദയം വായിക്കാൻ കഴിവുള്ള,ജാടകൾ ഇല്ലാത്ത വ്യക്തി അക്ഷയ്

എന്നാടാ മോനെ നീ സമരത്തിൽ കയറിയൊ? നിനക്ക് ചായ പറയട്ടെ?

സമരമോ പുറകെ വന്നാൽ പങ്കെടുത്ത് എന്ന് കരുതും അല്ലെ? ഇക്കാ നല്ല പതപ്പിച്ചു ചായ എടുക്ക്..

എങ്ങനെ എടുത്താലും വിക്കി അല്ലെ കാശ് കൊടുക്കുന്നത് അച്ചപ്പൻ മോനെ?

എന്റെ ഇക്കാ ഇങ്ങള് കൂടുതൽ എന്നെ പതപ്പിക്കല്ലേ..

അക്ഷയ് ഒരു ഐറ്റമാണ്, ഒരുപാട് ഐഡിയാസ് ഉള്ള എന്നാൽ അതൊന്നും വർക്ക് ഔട്ട് ചെയ്യാൻ കൈയിൽ പൈസ ഇല്ലാത്ത ഈ എന്നെപോലെ തന്നെ അടാർ ഐറ്റം

എനിക്ക് ആരോടും സ്നേഹമൊന്നുമില്ല, വീട്ടുകാരോട് പോലും സ്നേഹം പ്രകടിപ്പിക്കാൻ പേടിയാണ് ഇപ്പോൾ,ഒരിക്കൽ എന്റെ എല്ലാം എല്ലാം ആയ അമ്മുവിനെ നഷ്ടപ്പെട്ടതും ഈ സ്നേഹത്തിന്റെ പുറത്താകുമ്പോൾ, സുഹൃത്തുക്കളോട് പോലും വേണ്ടന്ന് വച്ചു,

കാരണം എനിക്ക് എല്ലാം നഷ്ടങ്ങൾ മാത്രമായിരുന്നു എന്റെ മാത്രം നഷ്ടങ്ങൾ

എടാ വിക്കി നാളെ പുതിയ ഫസ്റ്റ് ഇയർ പിള്ളേർ വരും, എനിക്കൊന്നും ഇത് വരെ സെറ്റ് ആയില്ല ല്ലോ, എനിക്ക് ഒന്ന് നോക്കണം

നോക്കിക്കോ അതിന് ഇപ്പോൾ ഞാൻ എന്ത് ചെയ്യണം? ഒരു കാര്യം പറയാം എന്നെപോലെ ആവരുത് ഒരിക്കലും അങ്ങനെ സ്നേഹിക്കരുത്

നീ എന്താടാ മൊത്തം നെഗറ്റീവ്, ഈ അടുത്ത് ആയി മൊത്തം നെഗറ്റീവാണ്, ടാ കഴിഞ്ഞത് കഴിഞ്ഞു പുതിയ ഒരാൾ നാളെ നിന്നെ തേടി വരും, ഒരു വാതിൽ അടയുമ്പോൾ മറ്റൊന്ന്

ടാ മൈ അക്ഷയ് ഈ വാതിലിന്റെ കാര്യം ഇനി മേലേൽ എന്നോട് മിണ്ടരുത് കേട്ടോ.. അത് കേൾക്കുമ്പോൾ തന്നെ ഞാൻ അല്ലതെയാവും

ദേഷ്യം വരുന്നുണ്ടോ മോനെ വിക്കി, നിന്റെ കലിപ്പ് ഒക്കെ ഒന്ന് കാണാൻ ഒരുപാട് നാൾ ആയി ആഗ്രഹിക്കുന്നു

ഇല്ല അളിയാ പഴയ ഞാൻ എന്നേ പോയി, ഒരിക്കലും പോവില്ല എന്ന് പറഞ്ഞവരൊക്കെ എന്നെ വിട്ട്പോയി, ആ പഴയ എന്നെ ഇനി കിട്ടില്ല, അത്രമേൽ ഞാൻ

അടുത്ത ദിവസം പതിവ്പോലെ തന്നെ കോളേജിലേക്ക് ഇന്നും പകുതി കഴിഞ്ഞപ്പോൾ കണ്ടക്ടർ വന്ന് എഴുനേൽപ്പിച്ചു.

അങ്ങനെ അക്ഷയുടെ നിർബന്ധത്തിന് വഴങ്ങി ഞാനും പുതിയ പിള്ളേരെ കാത്തിരുന്നു

ടാ അബി ആവരുന്ന ഗ്രൂപ്പിനെ ഇങ്ങ് വിളി?

നിനക്കൊന്നും വേറെ പണി ഇല്ലേ?

വിക്കി നീ അവിടെ ഇരി ഇത് ചേട്ടന്മാർ നോക്കിക്കോളാം

എന്തെങ്കിലും ചെയ്യ്...

എന്നാടി നിന്റെ പേര് ആലീസ്

നിന്റെയൊ? അഭിരാമി, ഗൗരി

ആ പുറകിൽ നിൽക്കുന്ന നിന്റെ പേര് എന്താ?

ശ്രീ... ശ്രീലക്ഷ്മി വി നായർ

ആ പേര് കേട്ടപ്പോൾ ഞാൻ ഒന്ന് മുകളിലേക്ക് നോക്കി,ശബ്ദം കേട്ടല്ല, ഒരു കൗതുകം മറ്റുള്ളവർ പേര് മാത്രം പറഞ്ഞപ്പോൾ

ഇവളെന്തെ വാല് കൂടി പറഞ്ഞു എന്നറിയാൻ

നല്ല കട്ടമുടി, അതും ചെറുതായി ചുരുണ്ടിരിക്കുന്നത് കാണാൻ തന്നെ നല്ല ഭംഗിയാണ്, അതികം ആർഭാടങ്ങളൊ, മോഡിക്കൂട്ടത്തെ സിമ്പിളായ് ഡ്രസ്സ്

പെട്ടന്ന് എന്നിലെ കോഴി ഉണർന്നു എന്ന് കരുതിയൊ നിങ്ങൾ അങ്ങനെ അല്ല അത് ഞാൻ എന്നിൽ കണ്ടെത്തിയ ഒരു നെഗറ്റീവാണ് ഏതൊരാൾ ആയാലും ഒബ്സെർവ് ചെയ്യുക എന്നത് അവർ സംസാരിക്കാതെ സ്വാഭാവത്തെ കുറച്ചു ഒരു പ്രൊഫൈൽ ഉണ്ടാക്കിയെടുക്കുക, എന്നും ആ പ്രൊഫൈൽ ശരിയാകണം എന്നില്ല എങ്കിലും ഒരു പരിധി വരെ ഞാൻ വിജയിക്കാറുണ്ട്, എന്റെ നോട്ടം കണ്ടിട്ടാവണം മച്ചാൻ വിട്ടില്ല

അത് എന്നാടി നിന്റെ പേരിന്റെ കൂടെ ഒരു വാല് ഉള്ളപോലെ പറയുന്നേ? വീട്ടില് ഇങ്ങനെ ഒക്കെ തന്നെ?

അത് ചേട്ടാ ഞാൻ ഒരു ഫ്ളോയിൽ?

അവളുടെ ഒരു ഫ്ളോയും പേരും, എങ്കിൽ ശ്രീലക്ഷ്മി നീ ഒരു ഡാൻസ് കളിക്ക്?

ചേട്ടായി വേറെ എന്തെങ്കിലും പറ, ഇത്രയും ആളുകളുടെ മുന്നിൽ വച്ച് ഡാൻസ് ഒക്കെ?

അല്ലെങ്കിൽ നീ ഒരു കാര്യം ചെയ്യ്, സിമ്പിൾ പരുപാടി, ആ പുളിമരമില്ലേ അതിന്റെ ഒരു കൊമ്പ് ഒടിച്ചിട്ട് അതിലുള്ള ഇല എണ്ണിയിട്ട് വാ

അവളുടെ കണ്ണുകൾ പുറത്തേക്ക് മുഴുവൻ വന്നു, പെട്ടന്ന് അവൾ ഡാൻസ് കളിച്ചു, രണ്ട് മൂന്ന് സ്റ്റെപ്പ് വച്ചുവൊള്ളെങ്കിലും അതിനൊര് ഗും ഉണ്ടായിരുന്നു, എല്ലാം കൈ അടിച്ചു, മച്ചാനും പ്രതീക്ഷിച്ചില്ല ഇങ്ങനെ കളിക്കുമെന്ന്, ഞാനും പഴയ എന്റെ ഡാൻസ് ഓർമ്മകളിലേക്ക് പോയിരുന്നു, ഇനി ഒരിക്കലും കളിക്കില്ല എന്നൊക്കെ പണ്ടേ തീരുമാനം എടുത്ത ഓർമ്മകളിലേക്ക്

ഞാൻ അവളോട് ഒരു ത്യാങ്കു പറഞ്ഞു, എന്നിട്ട് അവിടെ നിന്ന് പോയിരുന്നു ആ നന്ദി എന്തിനാണ് എന്നുപോലും ആർക്കും പിടികിട്ടിയില്ല, അവളും ഓർത്തുകാണും

പിന്നീട് പല തവണ കോളേജിൽ വച്ച് ഞങ്ങൾ കണ്ടുമുട്ടും, അവൾ ഒരു പുഞ്ചിരി തരും, ചിലപ്പോഴൊക്കെ ഓർമ്മകൾ എന്നെ വേട്ടയാടുന്ന

സമയത്താകും ആ പുഞ്ചിരി, തിരിച്ചു ഞാൻ പുഞ്ചിരിക്കാറില്ലെങ്കിലും ഓരോ ദിവസം കഴിയുന്തോറും അത് കാണാൻ മാത്രമായ് കോളേജിൽ വരുന്നത് തന്നെ?

ഒരിക്കലും പ്രണയത്തോടെയല്ല അവൾ പുഞ്ചിരിക്കുമ്പോൾ ചെറിയ കുട്ടികൾ പുഞ്ചിരി തൂകുന്നത് പോലെ കാണാൻ മനോഹരമാണ്, എത്രതന്നെയായാലും അതൊരു വല്ലാത്ത അനുഭൂതിയാണ്

എന്നെ കാണുമ്പോൾ സംസാരിക്കാൻ വരുമെങ്കിലും വേദനകൾ ഇന്നും നിലനിൽക്കുന്നത് കൊണ്ട് ആരോടും ഒന്നും മിണ്ടാൻ പോലും തോന്നില്ല, ജീവിതത്തിൽ പലപ്പോഴും അങ്ങനെയാണ്

അന്നൊര് വെള്ളിയാഴ്ചയായിരുന്നു,പുലിമുരുഗൻ റിലീസ് ഡേ, മച്ചാനും ഫ്രണ്ട്സും ടിക്കറ്റ് ബുക്ക് ചെയ്തു ഉച്ചക്ക് ക്ലാസ്സ് കട്ട് ചെയ്തുപോവാനുള്ള പരുപാടിയാണ്, എന്നെയും വിളിച്ചു, പക്ഷേ എന്റെ ഹൃദയം ആ പുഞ്ചിരിക്ക് വേണ്ടി തുടിച്ചിരുന്നു, ഇന്ന് ശ്രീലക്ഷ്മിയെ കണ്ടതുമില്ല, എന്തൊ ആ ചിരി കാണാതെ പറ്റാതെയായി

ടാ വിക്കി നീ വരുന്നുണ്ടോ? സമയം ആവാറായി

ഞാൻ വരുന്നില്ല, ലാലേട്ടനെ ഞാൻ പിന്നെ കണ്ടോളാം

എടാ എന്തൊക്കെ വന്നാലും അങ്ങേരുടെ സിനിമയൊന്നും വിടാത്തത് അല്ലെ പിന്നെ എന്താ?

പൊന്ന് മൈ** നീ ഒന്ന് പോയി താ, എനിക്ക് ഇവിടെ വട്ടാവുന്നുണ്ട്

ഹരിയെ നമ്മുടെ വിക്കിക്ക് ദേഷ്യം വന്നൂട്ടാ..

ശരിയാ കലി വീണ്ടും... ഞങ്ങൾ പോകുന്നു, വണ്ടി അവിടെ ഉണ്ടാവും, ചാവി ഇന്നാ, ടൈം ഉണ്ട് വരുവണേൽ വണ്ടി എടുത്തൊ

ആ... ശരി.. ഒന്ന് പോയെടാ...

എന്തൊ മൊത്തം ഭ്രാന്ത് ആവുന്നത് പോലെ തോന്നി, ഒരു ബിയറിൽ തീരുമാനം ആവുമെന്ന് അറിയാമെങ്കിലും ചില പ്രോമിസുകൾ എത്രനാൾ കഴിഞ്ഞാലും മാറ്റാൻ സാധിക്കില്ല

പിറ്റേന്നും ഞാൻ അവളെ കണ്ടില്ല, ആകെ എന്തൊക്കെയൊ തോന്നി, ഉള്ളിൽ മറ്റൊന്ന് കൂടി വന്നുകൊണ്ടിരുന്നു ഞാൻ എന്തിനാ അവൾക്ക് വേണ്ടി?നേരെ അവളുടെ ക്ലാസ്സിലേക്ക് പോയി

അഭിരാമി.... ശ്രീലക്ഷ്മി വന്നില്ലേ? ഇന്നലെയും കണ്ടില്ല?

ശ്രീ.....അറിയില്ല ചേട്ടാ, പറഞ്ഞില്ല ഒന്നും

ശരി..

ആകെ വീണ്ടും ഭ്രാന്ത് പിടിക്കുന്നതുപോലെ തോന്നി, ഞാൻ അമ്മുവിനെ മറക്കുന്നത് ആണോ? ഒന്നും..

വൈകുന്നേരം മച്ചാന് വണ്ടിയുടെ കീ കൊടുത്ത് ഞാൻ വീട്ടിലേക്കുള്ള വണ്ടി പിടിച്ചു..

മൊത്തത്തിൽ സ്വാഭാവം അങ്ങ് മാറുന്നപോലെ ഉള്ളിന്റെ ഉള്ളിൽ ഒരു ഫീൽ, ബസിൽ ഞാൻ സീറ്റിൽ ഇരുന്ന് പോവുന്ന ടൈമിൽ അന്നും കണ്ടക്ടർ വന്നു.

ടാ മോനെ എഴുനേറ്റ് പോയെ? ഫുൾ ടിക്കറ്റ് ഒന്നും എടുത്തിട്ടില്ലല്ലോ...?

എടൊ കോപ്പേ താൻ കുറെ നാളായി ഈ പരുപാടി തുടങ്ങിയിട്ട്, തനിക്ക്.. തനിക്ക് എന്താടോ വിദ്യാർത്ഥികളെ കാണുമ്പോൾ ഇത്രയും ചൊറിച്ചിൽ? താൻ സ്കൂളിൽ പോയിട്ടുണ്ടോ? കോളേജിൽ പോയിട്ടുണ്ടോ? എടൊ ഓരോ വിദ്യാർത്ഥിയും മനുഷ്യൻ തന്നെയടോ..?

അയാളെന്റെ ഷർട്ടിന്റെ കോളറിൽ കയറി പിടിച്ചു..

കൈ എടുത്ത് മാറ്റാടോ

ഇല്ലെങ്കിൽ? നീ എന്നാ ചെയ്യോടാ..?

തിരക്കിനിടയിൽ നിന്നും ഒരാളുടെ ശബ്ദം വന്നു,

പൊന്ന് ചേട്ടാ അവന്റെ കൈയിൽ നിന്നും ഇടി മേടിക്കാതെ വിട്ടേര് ഇനി താൻ അവനെ ഇവിടിട്ട് തല്ലിയാൽ നാളെ വിദ്യാർത്ഥികളെ തൊട്ടാൽ എന്താണെന്ന് താൻ അറിയും കമ്മ്യൂണിസ്റ്റ്ക്കാരനാടാ അവൻ കട്ട ചുവന്ന കമ്മ്യൂണിസ്റ്റ്

അളിയാ നീ ഇവിടെ ഉണ്ടായിരുന്നോ? ഡേ നീ കേട്ടല്ലോ കണ്ടക്ടറേ? ഇനിയും വീട്ടില്ലേൽ സഖാവ് പറഞ്ഞതിൽ ഉപരി സംഭവിക്കും..

കമ്മ്യൂണിസമാണോ എന്റെ സിരകളിൽ ഓടുന്നത് എന്ന് ചോദിച്ചാൽ? ഇന്നത്തെ രാഷ്ട്രീയക്കാരുടെ കമ്മ്യൂണിസ്റ്റ് ആശയങ്ങൾ അല്ല, ഒരുവന്റെ ദുഃഖം കണ്ടാൽ ഒരു കൈ സഹായിക്കാൻ ഉള്ള മനസ്സുള്ള, ചങ്കുറപ്പുള്ള കമ്മ്യൂണിസ്റ്റ്

ശ്രീലക്ഷ്മിയോടുള്ള ദേഷ്യമാണോ അവിടെ പ്രതിഫലിച്ചത് എന്നൊന്നും അറിയില്ല എങ്കിലും കലി വീണ്ടും എന്നെ കീഴ്പെടുത്തി..

പിന്നെയുള്ള ദിവസവും അവൾക്ക് വേണ്ടി ഞാൻ കാത്തിരുന്നു, വന്നില്ല, ഞായറാഴ്ച എന്തൊ ഓർമ്മകൾ മാത്രമായ് കടന്നുപോയി, പിറ്റേന്ന് ദേഷ്യത്തിന്റെ അങ്ങേ അറ്റം കണ്ടുകൊണ്ടാണ് വീട്ടിൽ നിന്നും ഇറങ്ങിയത്, ബസിൽ കണ്ടക്ടർ അന്നുമുതൽ പുണ്യാളനായി..

ഞാൻ നേരെ പോയത് അവളുടെ ക്ലാസ്സിലേക്കാണ് അഹമ്മദ് ഇക്കയുടെ ചായ അന്ന് ക്യാൻസലായ്

ദേ ഇരിക്കുന്നു... എടൊ? ശ്രീ....

ചേട്ടാ... എന്നതാ?

നീ ഇങ്ങോട്ട് ഒന്ന് വന്നേ?

അവൾ അവിടെ നിന്ന് എഴുന്നേറ്റു വന്നു..

എടി പുല്ലേ? എത്ര ദിവസമായ് കണ്ടിട്ട് ഞാൻ ഇപ്പോൾ ഈ കോളേജിലേക്ക് വരുന്നത് പോലും നിന്റെ ഈ ചിരി കാണാനാണ്, നിനക്ക് ഒരു റെസ്പോൺസിബിലിറ്റിയില്ലേ? എന്നാൽ ഒന്ന് പറഞ്ഞൂടെ? ഇന്നലെ തേടി പിടിച്ചു ഫ്ബിയിൽ റിക്വസ്റ്റ് അഴച്ചിട്ടും എന്തേ?

വായിൽ തോന്നിയത് മുഴുവൻ വിളിച്ചു പറഞ്ഞിരുന്നു, അവളുടെ കണ്ണുകൾ നിറഞ്ഞു.. കുറച്ചു കൂടിപോയോ എന്ന് എനിക്ക് തോന്നി..

ചേട്ടാ എനിക്ക്.. എനിക്ക് ഈ പീരിയഡ്സിന്റെ പ്രശ്നങ്ങൾ ഉണ്ടായിരുന്നു അതാണ് ഞാൻ, പിന്നെ ഇന്നലെ ഞാൻ റിക്വസ്റ്റ് കണ്ടില്ല, സോറി..

ഇത്രയും ചൂടാവാൻ മാത്രം, എനിക്ക് എന്തൊ കുറ്റബോധം തോന്നി, ഒന്നും മിണ്ടിയില്ല തിരികെ പോന്നു.. കൂടെ ഒരു സോറിയും

പിന്നീട് ഒരുപാട് തവണ അവൾ സംസാരിക്കാൻ വരുമ്പോഴും ഞാൻ ഒഴിഞ്ഞുമാറി, എന്തൊ ആ കുറ്റബോധം എന്നെ വേട്ടയാടുന്നു..

ചെറിയ പനിയോട് കൂടിയാണ് ഞാൻ കോളേജിലേക്ക് പോയത്.. രാവിലെ ക്ലാസ്സിൽ കയറാൻ തോന്നിയില്ല, അങ്ങനെ ആദ്യത്തെ ഇന്റർവെല്ലിന് ക്യാന്റീനിൽ നിന്നും ചായ കുടിച്ചോണ്ട് ഇരിക്കുമ്പോഴാണ് ശ്രീ വരുന്നത്

എടൊ താൻ എന്തിനാ ഇങ്ങനെ അവഗണിക്കുന്നെ? എനിക്ക് സഹിക്കുന്നില്ല കേട്ടോ ഇതൊന്നും, ഞാൻ പറഞ്ഞില്ലേ അതാണ് കാരണം എന്ന്? പിന്നെ എന്താ, എനിക്ക് കൂടി ഒരു ചായ പറ..

അവളുടെ സംസാരത്തിൽ ചിരിക്കാൻ തോന്നിയെങ്കിലും പനി പണി തന്നു..

ഇക്കാ ഇവിടെ ഒരു ചായ...

കൊച്ചേ എന്നോട് ക്ഷമിക്ക് ഞാൻ അറിയാതെ അന്ന് എന്തൊ, ദേഷ്യം ഒരുപാട് ഒരുപാട് വന്നു.. നിന്റെ ചിരി കാണാൻ നല്ല ഭംഗിയാണ്, അത് ഒരു ദിവസം കണ്ടില്ലെങ്കിൽ എന്തൊ

ഞാൻ ചിരിക്കാൻ ശ്രമിച്ചു.. ചായ അവൾ ചുണ്ടോട് ചേർത്ത് ഊതി ഊതി കുടിച്ചുകൊണ്ടിരുന്നു, എന്റെ സംസാരമോ, ബോഡി ബാലൻസ് കണ്ടിട്ടാവണം, അവളുടെ കൈകൊണ്ട് നെറ്റിൽ തൊട്ട് നോക്കി..

ഇയ്യോ ഇത് എന്താ മനുഷ്യാ ഇങ്ങനെ പനിക്കുന്നെ? പിന്നെ എന്തിനാ ഇങ്ങോട്ട് ഇന്ന് വന്നേ?

നിന്റെ ചിരികാണാൻ...

എന്നെകൊണ്ട് ഒന്നും പറയിക്കരുത്, എന്റെ ചിരിക്ക് എന്താ ഇത്രയും ഡിമാൻഡ്..

അവളത് പറഞ്ഞു തീരുന്നതിന് മുൻപ് ചെയറിൽ നിന്നും ഞാൻ താഴേക്ക് വീണിരുന്നു.. കണ്ണ് തുറക്കുമ്പോൾ ഹോസ്പിറ്റൽ ബെഡിൽ കിടക്കുവാണ്, ട്രിപ് ഇട്ടിട്ടുണ്ട്, എന്റെ അരികിൽ താഴേക്ക് നോക്കി അവൾ ഇരിക്കുന്നുണ്ട്

ശ്രീ.. ഞാൻ പതിയെ വിളിച്ചു..

എന്തൊ.. പേടിപ്പിച്ചു കളഞ്ഞല്ലോ ചേട്ടായി നിങ്ങൾ?

വേറെ ആരും വന്നില്ലേ?

പിന്നെ എല്ലാവരും ഉണ്ടായിരുന്നു, ഇത്രയും നേരം, ഞാൻ പറഞ്ഞു വിട്ടു, അക്ഷയ് ചേട്ടൻ ഇപ്പോൾ വരും ചായ മേടിക്കാൻ പോയതാ..

എന്തിനാ മോളെ നീ ഇങ്ങനെ? നിന്റെ ആരുമല്ലല്ലോ ഞാൻ.. I'm sorry..

എന്തിനാ സോറി..?

പെട്ടന്ന് മോളെന്ന് വിളിച്ചത്?

അത് സാരമില്ല.. ഇപ്പോൾ എങ്ങനെയുണ്ട്?

കുഴപ്പമില്ല.. നീ ഒരു കാര്യം ചെയ്യ് അവൻ വരുമ്പോൾ പൊയ്ക്കോളൂ.. വെറുതെ ക്ലാസ്സ്..

ഇല്ല നമ്മൾ ഒരിമിച്ചുപോകുകയൊള്ളൂ...

ഞാൻ ശരിക്കും ചിരിച്ചു..

അയ്യോടാ ആ ചിരി കണ്ടില്ലേ? എവിടെ ആ കലിപ്പ് ഒക്കെ?

എപ്പോഴും അങ്ങനെ അല്ല ദേഷ്യം ഒരുപാട് മുകളിൽ ആവുമ്പോൾ അങ്ങനെ വരും, അത് അത്രയും അടുത്ത ആളുകളോട് പക്ഷേ ചിലരെ അങ്ങനെ ദേഷ്യം വന്നാലും പ്രകടിപ്പിക്കാൻ തയ്യാറാവില്ല.

അത് എന്താ?

അത്രമേൽ സ്നേഹിക്കുന്നുണ്ടെങ്കിൽ ഒരുപക്ഷെ അതിന് സാധിച്ചെന്ന് വരില്ല, എങ്കിലും ചിലപ്പോഴേക്കെ ദേഷ്യം വരും അത് ലിമിറ്റിന് അപ്പുറമാകും, അതുപോലെ അവർ പോവുമ്പോഴുള്ള നഷ്ടം..

ചേട്ടാ.. ഞാൻ ചുമ്മാ, അത് മറന്നേക്ക്.. എന്റെ ചിരിയിൽ എന്താ ഇത്രയും പ്രത്യേകത?

അത്... ആ ചിരിയിൽ ഞാൻ എന്റെ വേദനകൾ മറക്കാൻ ശ്രമിക്കുന്നു, ജീവിതത്തിൽ കുറച്ചു സമയത്തേക്ക് എങ്കിലും സന്തോഷത്തോടെ ഇരിക്കുന്നു.

ഒരു ചിരിയൊ? ഓ മനുഷ്യാ നിങ്ങളുടെ ഒരു കാര്യം..

എന്താണ് ഇവിടെ ഒരു തമാശ...

ആ നീ വന്നൊ? എന്നതായടാ ഹോസ്പിറ്റലിൽ ബിൽ ഒക്കെ?

അത് ഒന്നും ഓർക്കേണ്ട ഞാൻ കൊടുത്തു വിക്കി...

ഞാൻ പറഞ്ഞിട്ടുണ്ട് ഇങ്ങനെ ഉള്ള കാര്യങ്ങൾക്ക്, എത്രയായി? നീ കാഡ് കൊണ്ടുപോയി എടുത്തൊ.. ചെല്ല്, ഇവളെയും കൊണ്ട് പോയി ആക്കൂ.

ഞാൻ പോവൂല... ഞാൻ ഇവിടെ തന്നെയിരിക്കും.

എന്റെ കൊച്ചേ നീ എത്ര ടൈം എന്ന് കരുതിയാണ് ഇങ്ങനെ? ഇവളുടെ ഒരു കാര്യം, എങ്കിൽ എന്തെങ്കിലും ആ ക്യാന്റീനിൽ പോയി കഴിക്ക്.

അത് ഒക്കെ.. നല്ല വിശപ്പ് ഉണ്ട്, ഞാൻ കഴിച്ചിട്ട് വരാം.. ദേ അക്ഷയ് ചേട്ടാ നോക്കികോളണം.

ശ്രീ പോയി കഴിഞ്ഞ്, മച്ചാൻ വന്ന് എന്റെ അടുത്ത് ഇരുന്നു..

പനി കുറവ് ഉണ്ട്, നീ എന്തിനാണ് കാല ഇന്ന് ഇങ്ങോട്ട് വന്നത്?അവന്റെ ഒരു ചിരിയും ശ്രീയും, സത്യം പറ നിനക്ക് എന്താ അതിനോട്? ഇനി വല്ല പ്രേമവും?

അറിയില്ല.. പക്ഷേ അവളിൽ ഞാൻ ഒരുപാട് സന്തോഷം കണ്ടെത്തുന്നുണ്ട്, ശരിക്കും ആ ചിരി, എന്താ ക്യൂട്ട് അല്ലെ?

എനിക്ക് അത്ര ക്യൂട്ട് ആയൊന്നും തോന്നിയില്ല ല്ലോ..

ഞാൻ മനുഷ്യന്മാരുടെ കാര്യമാ പറഞ്ഞേ..

ഞാൻ ചെറുതായി ഒന്ന് പുഞ്ചിരിച്ചു..

എന്നാടാ കഴിഞ്ഞ ഡേ ദേഷ്യം, ദാ ഇപ്പോൾ ചിരി, പതിയെ പഴയ മ്മടെ വിക്കി ആവുകയാണോ?ടാ അവളോട് ഒന്ന് ചോദിക്കട്ടെ നിന്നെ എങ്ങനെയാ കാണുന്നത് എന്ന്?

ടാ കോപ്പേ വേണ്ട കേട്ടോ അതൊന്നും ശരിയാവില്ല,അവൾക്ക് ഒക്കെ നല്ല കിടിലൻ ചെക്കന്മാരെ കിട്ടും പിന്നെയാണൊ?

എന്നാലും.. അവൾ വരട്ടെ..

എന്താണ് ഇവിടെ സംസാരം..?

ശ്രീ ഇത്രയും പെട്ടന്ന് കഴിച്ച് കഴിഞ്ഞോ?സത്യം പറ കഴിച്ചോ?

കഴിച്ചു.. ചേട്ടാ....

ശ്രീ നമ്മുടെ വിക്കിയെ കുറച്ചു എന്താ അഭിപ്രായം?

വിക്ക്സ് നല്ല ഒരു പൈയ്യൻ ആണ്

നിൽക്ക് നിൽക്ക് എന്താ പേര് പറഞ്ഞേ? വിക്ക്സ് ഓ?

അത് ഞാൻ ഒരു ഫ്ളോയിൽ

അവളൊന്ന് ഇളിച്ചു കാട്ടി..

കൊള്ളാം ശ്രീ നല്ലതാ ഇവന് നന്നായി ചേരും.ബാക്കി പറ?

പിന്നെ എന്താ, എനിക്ക് ഒരു ബ്രദറിനെപോലെയാണ് പിന്നെ നല്ലോര് ഫ്രണ്ട്

ശ്രീയുടെ സംസാരം കേട്ട് എനിക്ക് ചിരി വന്നു,എന്തെങ്കിലും ആവട്ടെ എന്ന് ഞാൻ കരുതി,ഞാൻ പതിയെ അക്ഷയിലേക്ക് നോക്കി, അവന്റെ മനസ്സ് തിരിച്ചു വന്നില്ല എന്ന് തോന്നുന്നു, ഏതൊരു പെണ്ണും അവനോട് സഹോദരൻ ആണെന്ന് പറയുന്ന സീൻ ഓർത്തിട്ടാകണം..

ടാ മച്ചാ തിരിച്ചു വാ... നീ പഴയ ഒന്നും ഓർക്കാതെ...

ഒന്നൂല്ലടാ ഞാൻ ഈ ബ്രദർ ഡയലോഗ് ഒന്ന് ഓർത്ത് പോയി..

തോന്നി തോന്നി...

എന്താ ബ്രദർ ആയിക്കൂടെ... അല്ലെങ്കിൽ ഫ്രണ്ട് മതിയൊ?

എന്റെ ശ്രീ എന്തെങ്കിലും ഒക്കെ മതി, ഇവിടെ ആർക്കും പ്രശ്നം അല്ല..

കുറച്ചു സമയം കഴിഞ്ഞു അവളുടെ ഫ്രണ്ട്സ് കൂടി വന്നു, അവരോടൊപ്പം അവൾ യാത്രയായ്, പോകുന്നതിന് മുൻപ് പുഞ്ചിരിക്കാൻ അവൾ മറന്നില്ല

അതിൽ എല്ലാം ഉണ്ടായിരുന്നു എന്റെ ഹൃദയം അത് മാത്രം ആഗ്രഹിച്ചിരുന്നുള്ളൂ..

വിക്കി എന്നാലും അവൾ ബ്രദർ എന്നൊക്കെ, ഞാൻ അവളുടെ കരച്ചിൽ ഒക്കെ കണ്ടപ്പോൾ ശരിക്കും നിന്നോട് പ്രണയം ആണെന്ന് കരുതി..

ടാ ചെക്കാ ഈ പ്രണയത്തേക്കാൾ ഒരുപാട് ബന്ധങ്ങൾ ഉണ്ടടാ അതിൽ ഒന്നല്ലേടാ സൗഹൃദം, സാഹോദര്യം ഒക്കെ?പിന്നെ ശ്രീലക്ഷ്മി അവൾക്ക് ഇഷ്ടംപോലെ കരുതിക്കോട്ടേ? അർഹത ഉണ്ടെങ്കിൽ നമ്മളിൽ എത്തും ഇല്ലേൽ ഇതുപോലെ പോവും അത്ര ഒള്ളൂ, എന്തൊക്കെയായലും സ്നേഹം സത്യമാകണം എന്ന് മാത്രം

അപ്പോൾ വിക്കി എന്നെ സഹോദരൻ ആക്കിയ പെണ്ണുങ്ങൾക്ക് അർഹത?

കൃത്യമായി അവന്റെ ചോദ്യം മനസ്സിലായില്ല എങ്കിലും അതൊക്കെ തന്നെ എന്ന് ഞാനും പറഞ്ഞു..

ഞങ്ങൾ ഒരുപാട് അടുത്തു, തമാശകൾ പറഞ്ഞു,അവളെ എന്നും അതുപോലെ കാണാൻ ആഗ്രഹിച്ചു..

ഏതൊര് ബന്ധത്തിലാണോ കൗതുകം ഇല്ലാത്തത് അത് എന്നും നിലനിൽക്കും അല്ലാത്തത് വെറും വാക്കുകൾ മാത്രമാകും കാരണം ഈ ലോകം വളരെ ചെറുതാണ്

എന്നും ഞങ്ങൾ ഒരുമിച്ചായിരുന്നു, അഹമ്മദ് ഇക്കാന്റെ കടയിലെ നെയ്യ്ച്ചോറും ബിരിയാണിയും, ഇടയ്ക്ക് ഞാൻ ഉണ്ടാക്കികൊണ്ട് വരുന്ന ഉണ്ണിയപ്പവും അവൾ ആസ്വദിച്ച് കഴിക്കുന്നത് എന്റെ കണ്ണ് മുന്നിൽ കാണുമ്പോൾ വല്ലാത്തൊരു ആനന്ദമാണ്

ബിരിയാണി കഴിഞ്ഞാൽ പിന്നെ എന്റെ സ്പെഷ്യൽ ഉണ്ണിയപ്പമാണ് അതും തേങ്ങയുടെ കൊത്ത് ഇങ്ങനെ നെയ്യിൽ പൊതിഞ്ഞ ഉണ്ണിയപ്പത്തിനൊപ്പം കഴിക്കുമ്പോൾ ജീവിതം തന്നെ ഫുഡ് ആക്കണം എന്ന് തോന്നും..

കുറച്ചു നാളുകൾക്ക് ശേഷം പ്രൊജക്റ്റ് ഉം പരുപാടിയുമായ് ഞാൻ അൽപ്പം തിരക്ക് ആയി എങ്കിലും ഇടയ്ക്ക് അവളോട് മിണ്ടും ഒരു

ദിവസം വീട്ടിൽ കൊണ്ട് വന്നപ്പോൾ അമ്മ ചോദിച്ചു, കുട്ടി കൊള്ളാലോ നമുക്ക് ഒന്ന് പറഞ്ഞു വച്ചാലോ?

നല്ല സമയം അച്ഛൻ കയറി വന്നത് കൊണ്ട് ഞാൻ ഒന്നും പറയാതെ പുറത്തേക്ക് പോയി..

ജീവിതം എന്നെ പഠിപ്പിച്ച കാര്യമാണ് അർഹതയില്ലാത്തത് ഒരിക്കലും ആഗ്രഹിക്കാതെ ഇരിക്കുക അത് ഒരിക്കലും നല്ലതിന് അല്ല, എങ്കിലും അവൾ ഇതൊക്കെ എങ്ങനെയെടുക്കും എന്നൊര് ചിന്ത എന്നിൽ വന്നിരുന്നു.

ശ്രീ പോവാം എങ്കിൽ?

അമ്മേ പൊയ്ക്കോട്ടേ ഞാൻ

പോയിട്ട് വാ മോളെ..

വണ്ടിയിൽ അവളെയും കൊണ്ട് ബസ് സ്റ്റോപ്പിൽ കൊണ്ട് പോയി ആക്കി, മനസ്സിൽ ഒരു ചോദ്യം അത് അവളോട് തന്നെ തുറന്നുചോദിച്ചു..

ശ്രീലക്ഷ്മി.....?

അവളെന്നെ സൂക്ഷിച്ചുനോക്കി

അല്ല ശ്രീ... നിനക്ക് എന്നിൽ ഏറ്റവും കൂടുതൽ ഇഷ്ടപ്പെട്ടത് എന്താണ്?

എനിക്ക് അങ്ങനെ ഒന്നും ഇല്ലല്ലോ ചേട്ടായി നോർമൽ ആയി..

ആണോ ശരി, എങ്കിൽ ഞാൻ പോകുവാ.. ബസ് ഇപ്പോൾ വരും കോളേജിൽ കാണാം..

പോവല്ലേ ബസ് വന്നിട്ട് പോ..

ഞാൻ പറയാം....നിങ്ങൾ വളരെ ഓപ്പൺ ടൈപ്പ് ആണ് അതുപോലെ ശബ്ദവും ഇഷ്ടാണ്

കൂടുതൽ ഇഷ്ടമുള്ളവരോട് തുറന്ന് സംസാരിക്കുന്നതല്ലേ നല്ലത്? അതുപോലെ സ്നേഹം പ്രകടിപ്പിക്കാതെയിരിക്കാനും സാധിക്കില്ല, സ്നേഹം മൂടിവയ്ക്കുന്തോറും ആയാളെ നഷ്ടമായാൽ, എനിക്ക് അതൊന്നും സാധിക്കില്ല കൊച്ചെ ഞാൻ ഇങ്ങനെയൊക്കെയാണ്

പിന്നെ ശബ്ദം,എന്റെ ശബ്ദം ഓർക്കുമ്പോൾ ചിരി വരും.. നിനക്ക് അതാണ് ഇഷ്ടം എന്നൊ... സ്പെഷ്യൽ ആണല്ലോ കൊച്ചേ?

അവൾ ഒന്ന് ചിരിച്ചു

അല്ല ചേട്ടാ.. ഈ കൊച്ചേന്ന് എല്ലാവരെയും വിളിക്കുമോ?

ഒരുപാട് സ്നേഹം ഉള്ളവരെ വിളിക്കും പെൺകുട്ടികളെ മാത്രം അല്ലാട്ടോ എന്റെ ബ്രദറിനെയും അങ്ങനെ തന്നെ, അവൻ അത്ര ക്യൂട്ട് ആണ്, ഒരുപാട് എന്നെ കെയർ ചെയ്യും.. അങ്ങനെ ഒരുപാട് ഒരുപാട് സ്നേഹമാണ് അവനോട്..

അപ്പോൾ ഈ എന്നോടും സ്നേഹം ഉണ്ടാവും അല്ലോ അല്ലെ?

പിന്നെ നീ സ്പെഷ്യൽ അല്ലെ...

ഉവ്വാ ഉവ്വാ....ഇത് എന്നും കണ്ടാൽ മാത്രം മതിയെ..

അവൾ വീണ്ടും ചിരിച്ചു.. അത്രയും മനോഹരമായ് തന്നെ..

കോളേജിന്റെ സുവർണ്ണ കാലഘട്ടം അവസാനിക്കാൻ മാസങ്ങൾ മാത്രമായ്, ഒരുപക്ഷെ ഈ ആയുസ്സിൽ ഞാൻ നേടിയ ഏറ്റവും വലിയ ഭാഗ്യങ്ങൾ ആവും മച്ചാനും ശ്രീയും.. ജീവിതം സന്തോഷകരമൊന്നുമല്ല അങ്ങനെ അനാവശ്യമായ് സന്തോഷിക്കാനും എനിക്ക് താല്പര്യം വരാറില്ല, കൂടെ നിൽക്കുന്നയാളുടെ ഉള്ള് ഒന്ന് പിടിയുമ്പോൾ മാറി നിന്ന് മറ്റൊരാളോട് സന്തോഷത്തോടെ പെരുമാറാൻ ഒന്നും ഞാൻ ഇതുവരെ പഠിച്ചിട്ടില്ല..

എന്തെങ്കിലും ഒക്കെ കുത്തികുറിക്കുന്ന കൂട്ടത്തിൽ ഞാൻ ശ്രീക്കായ് ഒരു കവിത എഴുതി ഒരുപക്ഷേ കോളേജ് ജീവിതം അവസാനിക്കുന്നതോടൊപ്പം ആ ചിരി കാണാൻ ഇനി ഭാഗ്യമില്ലാതെ പോവും എന്നത് കൊണ്ടാവും..

അങ്ങനെ അന്ന് രാത്രി ഇരുന്ന് ഹൃദയം തുറന്നു ഒരെണ്ണം എഴുതി..

എന്റെ ചെമ്പരത്തിയ്ക്ക്

കാലം തീർത്ത നൊമ്പരങ്ങൾ പറയുന്ന പനിനീർ പൂക്കളുണ്ട്

വസന്തത്തിൽ വിരിയുന്ന നറുമണമുള്ള പൂക്കളുണ്ട്..

എങ്കിലും ഒടുവിൽ ഞാൻ കണ്ടെത്തിയത് ചെമ്പരത്തി പൂക്കളെയാണ് കാരണം ഭ്രാന്തമായ് ചിന്തിക്കുന്നവർക്കും പ്രണയിക്കുന്നവർക്കും ഒരുപോലെ ഇഷ്ടം തോന്നുന്നത് നിന്നോട് തന്നെ

പണ്ട് വീടിന്റെ ഉമ്മറത്തെ അതിർത്തിയിൽ വേലിയോട് ചാഞ്ഞവൾ ഇങ്ങനെ നിൽക്കും, മനസ്സ് നിറഞ്ഞ് ചിരിച്ചുകൊണ്ട് തന്നെ എങ്കിലും ഉള്ളിര് തോന്നലാണ് അമ്പലത്തിൽ മാലക്കോർക്കാനും നേദിക്കാനും അല്ലാതെ പെൺകുട്ടികൾക്ക് മുടിയിൽ ചൂടാൻ അനുവാദമില്ലാത്ത ഗന്ധമില്ലാത്ത പൂക്കൾ

ചെവിയിലൊ ഈറനണിഞ്ഞ മുടിയിലൊ ആരെങ്കിലും വച്ചു നടന്നാൽ കാണാൻ കൗതുകമുള്ള പൂക്കൾ

കിണറ്റിൻ കരയിലും ഒട്ടുമിക്ക അയൽവാസികളുടെയും വേലികളിൽ ആരെയൊ തേടിയവൾ ഇങ്ങനെ നിൽപ്പുണ്ടാകും എങ്കിലും പ്രണയത്തെ പനിനീർപ്പൂക്കളും വാകയും കൊണ്ടുപോകുമ്പോൾ ദുഃഖം മാത്രം ബാക്കിയാക്കി അവൾ ഇങ്ങനെ നിൽക്കും

പറയാതെ പോയ അവളുടെ ഭ്രാന്തമായ ആ പ്രണയം കണ്ടില്ലെന്ന് നടിക്കുവാൻ എനിക്ക് കഴിയില്ല ല്ലോ ഇനിയും,കാരണം ഭ്രാന്തമായ് പ്രണയിക്കാൻ നിന്നെക്കാൾ ഉപരി ഇവിടെ മറ്റൊര് പൂവിനാവില്ല

മഴ തകർത്തു പെയ്യുന്ന നേരത്ത് എന്റെ ജനലിലൂടെ ഞാനൊന്ന് കണ്ണോടിക്കും എന്റെ ചെമ്പരത്തിപൂക്കൾ അവിടെ മഴയുടെ താളത്തിനനുസരിച്ച് നൃത്തം വയ്ക്കുന്നുണ്ടാവും അത് കണ്ടുകൊണ്ട് ഇരിക്കാൻ തന്നെയൊര് സുഖമാണ്

അങ്ങനെ ആസ്വദിച്ചുകൊണ്ടിരിക്കുമ്പോൾ കാണാം തൊട്ടടുത്ത് നിൽക്കുന്ന മൊട്ടുചെമ്പരത്തികൾ പാതിയൊ അതിൽ താഴെയൊ മാത്രം വിടരുന്നവ, പാതിയിൽ നഷ്ടമായ അല്ലെങ്കിൽ അപ്രത്യക്ഷമായ ചിലരുടെ ഓർമ്മകൾ വീണ്ടും വന്നെത്തും അവയെ കാണുമ്പോൾ

എങ്കിലും എന്റെ ചെമ്പരത്തി നിന്നെ ഞാൻ പ്രണയിച്ച് തുടങ്ങിയിരിക്കുന്നു നറുമണമില്ലെങ്കിലും ലോകം കീഴടക്കിയില്ലെങ്കിലും ഭ്രാന്തമായ് പ്രണയിക്കാൻ നീ തന്നെയാണ് ഏറ്റവും **അനുയോജ്യം**

തരക്കേടില്ലെന്ന് തോന്നുന്നു എങ്കിലും അവളെപോലെയൊരാളെ സ്നേഹിക്കാനുള്ള യോഗ്യതയൊന്നും ഇല്ലെന്ന് തോന്നി, പലപ്പോഴും ഇത്രയും അടുപ്പം കാണിക്കുമ്പോൾ പറയാതെ പോയ എന്റെ പ്രണയം ഒരു നിമിഷംകൊണ്ട് ഇല്ലാതയാൽ?

യഥാർത്ഥ പ്രണയം പ്രതിബദ്ധതയുള്ളതായിരിക്കണം എന്നൊക്കെ തോന്നിതുടങ്ങിയത് അവളോട് ഒരുപാട് അടുക്കുമ്പോഴാണ്, അങ്ങനെ കോളേജ് അവസാനിക്കുമ്പോൾ ബാക്കിയായത് ആ പറയാതെ പോയ പ്രണയം മാത്രം

വലിയ ബാധ്യതകൾ ഒന്നും ഇല്ലാത്തതുകൊണ്ട് ഒരു ജോലിയായിട്ട് എന്തായാലും പറയാമെന്ന് കരുതി, കാരണം അവളുടെ മുന്നിൽ ഒന്നും

അല്ലാതെ പറയുന്നതിനേക്കാൾ നല്ലതാണ് ഇതെന്ന് തോന്നി

ഹലൊ ചേട്ടായി എന്തായി ജോലിക്കാര്യം?

ഇന്ന് പോയത് റെഡി ആയില്ല കൊച്ചെ, എന്നാടി പരുപാടി?

ഞാൻ ഒരു ഹെഡ്സെറ്റ് നോക്കുവായിരുന്നു, എന്റെ പഴയത്പോയി

ബുക്ക് ചെയ്തൊ എന്നിട്ട്?

ഇല്ല വാങ്ങണം, വിഷമിക്കണ്ടട്ടൊ അടുത്ത ജോബ് ഒക്കെ ആവും, ഞാൻ ഇല്ലേ പിന്നെന്താ?

നീ ഉണ്ടാവുമൊ എന്നും എന്റെ കൂടെ?

ഇട്ടിട്ട് ഒന്നും പോവില്ല എന്തൊക്കെയുണ്ടായാലും,എന്റെ ചേട്ടായി അല്ലെ?

മുഖത്ത് വീണ്ടും പുഞ്ചിരി വിരിയുന്നതിന് പകരം സങ്കടമാണ് വന്നത്, ഒരിഷ്ടം വന്ന് പോയത് അഭിമാനമൊ, യോഗ്യതയൊ കാരണം പറയാതെപോകുന്നത് നഷ്ടമായ് മാറുമൊ എന്നൊര് ചിന്ത

പിന്നീട് അവൾ വിളിക്കുമ്പോഴും, മെസ്സേജ് ചെയ്യുമ്പോഴും ആ ഇഷ്ടം പറയാൻ വേണ്ടി മനസ്സ് തുടിക്കുമ്പോൾ പലകാരണങ്ങൾകൊണ്ട് അതൊക്കെ വേണ്ടന്ന് വച്ചു,അവളെപോലെ ഒരാളെ വേറെ കാണാൻ കിട്ടില്ലെന്ന് നന്നായി അറിയാമായിരുന്നു,

മനസ്സിൽ വീണ്ടും പറഞ്ഞു " പെണ്ണെ നിന്റെ സൗന്ദര്യമൊ ജാതി ജാതകമൊ അല്ല എന്നെ സ്നേഹിക്കാൻ പ്രേരിപ്പിച്ചത് മറിച്ച്, പൂർണ്ണമായ് അല്ലെങ്കിൽ കൂടി ഒരുപാട് മനസ്സിലാക്കാൻ ശ്രമിച്ചതാണ്.

അങ്ങനെ ഒരു ജോലി റെഡിയായി, അവൾക്ക് വേണ്ടി, കാരണം എന്നേക്കാൾ കൂടുതൽ അത് ആഗ്രഹിച്ചത് എന്റെ ശ്രീയാവും

അളിയാ അക്ഷയ് നിന്നെ ഒന്ന് കാണണം, കോളേജിന്റെ അടുത്ത് വന്നാൽ മതി, നാളെ രാവിലെ ഞാൻ അവിടെ ഉണ്ടാവും

എന്താടാ സീരിയസ് ആയി എന്തെങ്കിലും?

നീ വാ വന്നിട്ട് പറയാം

പിറ്റേന്ന് കോളേജിന്റെ അടുത്ത് ഞാൻ മച്ചാനെയും നോക്കിനിന്നു, ഈ ബസ്സിൽ കാണുമായിരിക്കും

അളിയാ വിക്കി?

എന്തൊക്കെയുണ്ട് വിശേഷം? നിനക്ക് തടിയൊന്നും വയ്ക്കുന്നില്ലേ?

അത് വിട് മോനെ, നീ വിളിച്ച കാര്യം പറ?

എടാ ശ്രീയെ എനിക്ക് ഒരുപാട് അങ്ങോട്ട് ഇഷ്ടമായ്, ഒരു ജീവിതം ഉണ്ടെങ്കിൽ അവൾക്കൊപ്പം ജീവിച്ചാൽ മതി എന്നൊര് തോന്നൽ, കാരണം അവൾ പൊളിയാടാ, ഇപ്പോൾ ഒരു ജോലിയുമായി, ഇഷ്ടം പറഞ്ഞാലൊ?

നിന്നോട് ഞാൻ എത്രനാൾ കൂടി പറയുന്നതാ, ഇന്ന് തന്നെ പറയണം എങ്കിൽ?

ടാ നാളെ ഞാൻ ഒരു ചെറിയ യാത്രപോവുന്നുണ്ട് ജോലിക്ക് കയറി ഇനി എപ്പോഴാ, നീ വരുന്നൊ?

ഞാൻ ഇല്ല എറണാകുളം മുഴുവൻ കറങ്ങി എനിക്ക് മടുത്തു ഈ മാർക്കറ്റിങ് ജോലി, നീ പോയിട്ട് വാ, ലോക്കൽ തന്നെയല്ലേ?

അറിയില്ല നാളെ വണ്ടി പോവുന്നത്പോലെ

ഒരൊ കാര്യങ്ങൾ പറഞ്ഞു പറഞ്ഞു സമയം ഒരുപാട് പോയിരുന്നു തിരിച്ചു അവനെ സ്ഥാൻഡിൽ ആക്കിയിട്ട് ഞാൻ വീട്ടിലേക്ക് വണ്ടി തിരിച്ചു.

ചിലപ്പോഴൊക്കെ ജീവിതം നമ്മൾ വിചാരിക്കുന്നത് പോലെ എല്ലാം നടക്കണം എന്നില്ല എങ്കിലും ഒരു ജനനം തുടങ്ങുന്നതും ഒടുങ്ങുന്നതും ഒറ്റയ്ക്ക് തന്നെയല്ലേ?അങ്ങനെ ഒരു യാത്രയായിരുന്നു അത്

വിക്കി നീ എങ്ങോട്ടാ പോവുന്നെ?

എറണാകുളം വരെ ഒന്ന് പോവാ, വൈകുന്നേരം എത്തും, മനസ്സ് ഒരു സ്ഥലത്ത് ഉറയക്കാതെ നിൽക്കുമ്പോൾ യാത്രകൾ നല്ലതാണ്, ശരി ഞാൻ പോകുന്നു

നിനക്ക് എന്താ പ്രശ്നം? വീട്ടിൽ പറഞ്ഞാൽ എന്താ?

എനിക്ക് തോന്നണ്ടേ? അത് ഇതുവരെ ഉണ്ടായിട്ടില്ല, അങ്ങനെ ആരെങ്കിലും വരുമ്പോൾ അവരോട് പറഞ്ഞോളാം എന്റെ മാത്രമായ്, എന്റെ സ്വപ്നങ്ങൾ, ഇഷ്ടങ്ങൾ ഒന്നും തന്നെ നിങ്ങൾ അന്വേഷിച്ചിട്ടില്ല എങ്കിലും ഒരിക്കലും ഞാൻ ജീവിതത്തോട് തോറ്റുകൊടുക്കില്ല ഒറ്റയ്ക്ക് ജീവിതം മുഴുവൻ കടന്നുപോവേണ്ടി വന്നാലും.

കൂടുതൽ ഒന്നും പറയാൻ നിന്നില്ല എറണാകുളം അടുത്താണ് അൽപ്പം അകലേക്ക് പോവണം എന്ന് വിചാരിച്ചു, നേരെ പാലക്കാട് അങ്ങോട്ടുള്ള റൂട്ട് പിടിച്ചു

ആലുവ കഴിഞ്ഞപ്പോൾ ചെറിയ ചാറ്റൽ മഴ അടിച്ചു, നേരെ റെയിൻ കോട്ട് എടുത്തിട്ടു, അത് ഇട്ടാലും നനയും എങ്കിലും ശീലങ്ങൾ മാറ്റാൻ പറ്റില്ലല്ലോ

പാലക്കാട് എത്തുന്നതിന് മുൻപ് ഒരു ക്ഷേത്രം കണ്ടു, മറ്റുള്ളവർക്ക് വേണ്ടി ഒരുപാട് പറയാൻ ഉള്ളത് കൊണ്ട് വണ്ടി സൈഡ് ആക്കി ഞാൻ ഇറങ്ങി.

അകത്തേക്ക് കയറിയില്ലെങ്കിൽ കൂടി നടയിൽ നിന്നും പ്രാർത്ഥിച്ചു, അമ്പലത്തിന് വെളിയിൽ ഒരുപാട് ആളുകൾ ഇരിക്കുന്നുണ്ട് കൈ നോക്കാനായി, ആളുകളുടെ ഭാവി കാര്യങ്ങൾ ഇങ്ങനെ പറയുന്നവർക്ക് സ്വന്തം ഭാവി എന്തേ കണ്ടെത്തി മുന്നോട്ട് പൊയ്ക്കൂടാ എന്ന് ചിന്തിച്ചുപോയി, ഓരോരുത്തരായി എന്നെ വിളിക്കാൻ തുടങ്ങി

മോനെ ഐശ്വര്യം നിന്റെ അടുത്ത് തന്നെയുണ്ട് ഇങ്ങോട്ട് വരൂ

ഉടനെ തന്നെ കല്യാണം നടക്കാൻ ഉള്ള സാധ്യതയുണ്ട്

സുന്ദരിയായ പെണ്ണിനെ തന്നെ കിട്ടാൻ യോഗ്യതയുണ്ട്

നിന്റെ മരണം അടുത്തു

അത് പറഞ്ഞപ്പോൾ ഞാൻ ഒന്ന് നിന്നു, മരണം? അങ്ങനെ പറഞ്ഞ ആ വ്യക്തിയെ ഞാൻ നോക്കി മറ്റുള്ളവരെപോലെ ഭക്തിയുടെ അങ്ങേയറ്റമാണ് എന്ന് തെളിയിക്കുന്ന ഒന്നും തന്നെ അയാളിൽ കണ്ടില്ല, ഇവിടെ നെഗറ്റീവ് ആയ ഒരു സംഭവം കേൾക്കാനുള്ള കൗതുകം അത് എന്നെ അയാളിലേക്ക് അടുപ്പിച്ചു

നിങ്ങൾ എന്താ പറഞ്ഞെ ചേട്ടാ?

പറഞ്ഞത് നീ കേട്ടില്ലേ നിന്റെ മരണം അടുത്ത പത്ത് വർഷത്തിനുള്ളിൽ ഉണ്ടാവുമെന്ന്, നിന്റെ മുപ്പത്തിയഞ്ചാമത്തെ വയസ്സിൽ പൂർണമായും ജീവിതം നിനക്ക് മടുക്കും, ഒന്നിലും സംതൃപ്തി ഇല്ലാത്ത അവസ്ഥയാവും

ജീവിതം ഇപ്പോഴേ മടുത്തു തുടങ്ങി സാമിജി, എനിക്ക് ഈ ഭാവി, ജ്യോതിഷം എന്നതിൽ ഒന്നും വിശ്വാസമില്ല, എന്റേതായ ചില ഭാവന ശാസ്ത്രമുണ്ട് അതിൽ വിശ്വസിക്കാനാണ് താല്പര്യം അതുപോലെ എന്റെ വിധിയും ജീവിതവും തീരുമാനിക്കുന്നത് ഞാൻ തന്നെയാണ്

ആശയപരമായി നിന്നെ തോൽപ്പിക്കാൻ എനിക്ക് ആവില്ലടൊ എങ്കിലും ഇനി അങ്ങോട്ടുള്ള ഒരൊ വർഷവും വിലപ്പെട്ടതായി തന്നെ കാണുക, സംഭവിക്കാനുള്ളത് സംഭവിക്കുക തന്നെ ചെയ്യും, നിന്റെ

ആത്മവിശ്വാസം നിന്നെ രക്ഷിക്കും, നീ സ്നേഹിക്കുന്നവരെ നീയായിട്ട് തന്നെ അകറ്റി നിർത്തുന്ന സാഹചര്യങ്ങൾ ഉണ്ടാവാം, ആരോഗ്യം നഷ്ടപ്പെടാം, വെറുപ്പ് സമ്പാദ്യമാവും, വരാനിരിക്കുന്നത് ശനിയുടെ താണ്ഡവമാണ്, പാപജാതകമാണ് മകനെ

ഇത് ഒരുപാട് ഉണ്ടല്ലോ സാമിജി ഇന്നത്തെ കമ്മ്യൂണിസ്റ്റ് നേതാക്കളെ ഇഷ്ടം അല്ലെങ്കിൽ കൂടി പലപ്പോഴും ശാസ്ത്രം അതൊക്കെ തന്നെയാണേ, ഇത്രയും പറഞ്ഞത് അല്ലെ ഇത് വച്ചോളൂ

ഞാൻ ഒരു 100 രൂപയെടുത്ത് കൈയിൽ കൊടുത്തു, എന്നാൽ അയാൾ വാങ്ങിയില്ല, എന്നെ അനുഗ്രഹിച്ച് പറഞ്ഞു വിട്ടു

ഞാൻ ഇതിൽ വിശ്വാസിച്ചാലും ഇല്ലെങ്കിലും എന്നായാലും മരണം ഉറപ്പാണ്,എങ്കിലും ഇങ്ങനെ ഒരു ചിന്ത വച്ച് ശ്രീയെ കൂടെ നിർത്തണ്ട എന്ന് തോന്നി തുടങ്ങി, പിന്നീടുള്ള ദിവസങ്ങളിൽ അൽപ്പം വേദനിച്ചാലും അവളെ ഒന്ന് അകറ്റി നിർത്തണം എന്ന് തോന്നി, ഈ പറഞ്ഞ ജ്യോതിഷത്തിലൊന്നും കാര്യമില്ലായിരുന്നു, ഞാൻ ചിന്തിച്ചത് ഇപ്പോൾ കിട്ടിയ ജോലികൊണ്ട് അവളെ, അവൾ ജീവിച്ചിരുന്ന ചുറ്റുപാടിനേക്കാൾ മുകളിൽ ചിലപ്പോൾ നോക്കാൻ കഴിഞ്ഞില്ലെങ്കിൽ അത് എന്റെ പരാജയം ആവുമെന്ന ചിന്ത എത്രയൊക്കെ പറഞ്ഞാലും അവൾ വല്യ വീട്ടിലെ കുട്ടിയാണ് അതുപോലെ നോക്കിയില്ലെങ്കിൽ ശരിയാവില്ല എന്നും തോന്നി,അത്രയേറെ ജീവനായി മാറിയിരുന്നു അവൾ

അങ്ങനെയിരിക്കുമ്പോഴാണ് ഒരുപാട് നാളായി പുറകെ നടന്നിരുന്ന ദിയ വീണ്ടും പ്രണയം പറയുന്നത്, ഉള്ളിൽ ശ്രീയെ ജീവനായി കണ്ടിട്ട് മറ്റൊരാളെ ആത്മാർത്ഥമായി സ്നേഹിക്കാൻ ഒന്നും എനിക്ക് സാധിക്കുമായിരുന്നില്ല

ദിയ എനിക്ക് ഇതൊന്നും താല്പര്യമില്ല, പിന്നെ ഒരിക്കലും ഇതൊന്നും ആരും നടത്തിതരാനും പോവുന്നില്ല, എനിക്ക് അങ്ങനെ ആരോടും പ്രണയം ഒന്നും ഇല്ല, ഇങ്ങനെ ഇമോഷണൽ ആയി മെസ്സേജ് ഒന്നും അഴക്കാതെയിരിക്കൂ, എനിക്ക് താല്പര്യമില്ല

ഒരുപാട് തവണ ഞാൻ കണ്ടില്ലെന്ന് നടിച്ചു, എങ്കിലും ശ്രീയെ ഒന്ന് അകറ്റി നിർത്താൻ ആ ഒരു ബന്ധം എപ്പോഴും നല്ലതാണെന്ന് തോന്നി, കാരണം ദിയയ്ക്ക് ഉള്ളത് ഒരു കൗതുകം മാത്രമായിരുന്നെന്ന് മുന്നേ ഞാൻ മനസ്സിലാക്കിയിരുന്നു

ദിയ നമുക്ക് പ്രണയിക്കാം പക്ഷേ സമയംപോക്ക് അല്ലെങ്കിൽ നിനക്ക് ഒരു ആലോചന വരുന്നത് വരെ മാത്രം ഞാൻ കാരണം ആരും വേദനിക്കണ്ട, ഒരിക്കലും സീരിയസ് റിലേഷൻ എന്നിൽ നിന്നും പ്രതീക്ഷിക്കരുത് എങ്കിലും സ്നേഹം അത് സത്യമാകാം

മതി വിക്കി അത് മതി.. നീ ശ്രീയെ സ്നേഹിക്കുന്നത് കാണുമ്പോൾ എനിക്ക് അസൂയ വരും അത്രയും ആഴത്തിൽ, ഒരു തോന്നൽ ആ സ്നേഹം കിട്ടാൻ

മുപ്പത്തിയഞ്ച് വയസ്സിൽ ഞാൻ ഒതുങ്ങി പോവും പെണ്ണെ..

എന്താ ഓർക്കുന്നെ വിക്കി?

ഇല്ല ഈ ബന്ധം സീരിയസ് ആയെങ്ങാനും പോയാലും ഞാൻ തേടി വന്നത് അല്ല നിന്നെ, നീ ആയിട്ട് വന്നതാണ് എന്ന് ഓർത്തോണം, എനിക്ക് ജീവിതത്തിൽ മറ്റാരും ആവശ്യം ഇല്ല

എന്നാലും ഒരു ആലോചന വരും വരെ എനിക്കും ആ സ്നേഹം തന്നൂടെ?

നമുക്ക് പിന്നെ സംസാരിക്കാം എനിക്ക് പ്രിയപ്പെട്ട ഒരാളോട് സംസാരിക്കാനുണ്ട് കാണാം

പിന്നീട് ഒരുപാട് സംസാരിച്ചുവെങ്കിലും പലപ്പോഴും എന്റെ കാര്യങ്ങൾ പോലും അന്വേഷിക്കാൻ താല്പര്യം കാണിക്കാഞ്ഞത് വീണ്ടും മനസ്സ് തമ്മിൽ ഒരു തരിപോലും ദിയയോട് അടുക്കാൻ സമ്മതിച്ചില്ല, എന്റെ കാര്യങ്ങൾ കൂടി ശ്രദ്ധിക്കാത്ത ഒരാൾ എങ്ങനെ എന്റെ വീട്ടുകാരെ കൂടി നോക്കും എന്നൊക്കെ ചിന്തയിൽ കടന്നു വന്നിരുന്നു അതുകൊണ്ട് തന്നെ ഒരു ബ്രേക്ക് അപ്പ് ഉണ്ടായാലും ഒരു തൈര് പോലും ഉണ്ടാവില്ലെന്ന് എനിക്ക് അറിയാമായിരുന്നു

ശ്രീയെ ഓൺലൈൻ കണ്ടപ്പോൾ മെസ്സേജ് ചെയ്തു

ശ്രീ എവിടെയാ ഇത് ആളെ കാണാനില്ല

ഞാൻ ഇവിടെയുണ്ട്, ഇന്ന് കുറച്ചു ബിസി ആയി പോയി, വിക്കിക്ക് എന്നാ പരുപാടി?

ജോബ് എങ്ങനെ?

കുഴപ്പമില്ല അങ്ങനെ പോവുന്നു, എടി എനിക്കൊര് കാര്യം പറയാൻ ഉണ്ട്

പറയൂ.. എന്താ?

ഒരു മിനിറ്റ് കാൾ വരുന്നു

എന്നാടാ മച്ചാ?

ടാ നീ ദിയയോട് യെസ് പറഞ്ഞൊ? അപ്പോൾ ശ്രീ?

ദിയ അവൾക്ക് സമയംപോവാൻ ഒരാളെ മതിയടൊ, ശ്രീയ്ക്ക് ഞാൻ മെസ്സേജ് ചെയ്യുവാ, ഇന്ന് ഞാൻ പറയും ഞാനും ദിയയും തമ്മിലുള്ള റിലേഷൻ, വേദനിക്കും എന്നറിയാം എങ്കിലും അളിയാ അവൾക്ക് നല്ലോരാളെ കിട്ടില്ലേ?

നിനക്ക് വട്ടാടാ പുല്ലേ? നിന്നെ പൊന്നുപോലെ നോക്കുന്ന ഒരു പെണ്ണിനെ വേണ്ടെന്ന് വയ്ക്കാൻ നിന്റെ ഒരു യോഗ്യതയും സ്ഥാനവും

എന്തായാലും ഞാൻ ഇന്ന് അത് പറയും കുറച്ചു അകന്ന് നിൽക്കണം എങ്കിൽ അങ്ങനെ ചെയ്യട്ടെ, നീ ഫോൺ വച്ചോടാ

ശ്രീ...

ആ വിക്കി എന്താ പറയാൻ ഉള്ളെ?

എടി ഞാനും ദിയയും റിലേഷനിൽ ആണ് എല്ലാം ഒക്കെ ആയിട്ട് പറയാമെന്ന് കരുതി

എന്താ വിക്കി പറഞ്ഞേ? ഉള്ളതാണൊ?

അതെ പക്ഷേ ജാതി ജാതകം ഒക്കെ പറയുന്നത് എന്നെ വേദനിപ്പിക്കുന്നടി, നിന്നോട് ഇത് പറയാതെയിരുന്നത് എന്റെ തെറ്റാണ് എങ്കിലും

വേണ്ട വിക്കി, എന്നോട് ഒന്നും പറയണ്ട എന്നെ വിളിക്കാനൊ, കാണാനോ, മെസ്സേജ് ചെയ്യാനൊ നിൽക്കണ്ട, മടുത്തു ഈ ശ്രീയ്ക്ക് എല്ലാംകൊണ്ടും പൊയ്ക്കോ, എന്നെ വിട്ടേക്ക്

ആ വാക്കുകൾ എനിക്ക് നിയന്ത്രിക്കാൻ കഴിഞ്ഞില്ല ശ്രീയുടെ നന്മയെ കരുതിയാണ് പറഞ്ഞത് എങ്കിലും അവളെ നഷ്ടമാവുന്നതിന്റെ വേദന വളരെ വലുതായിരുന്നു

എങ്കിലും വീണ്ടും എന്നെ വേദനിപ്പിച്ചത് അന്ന് ഗുഡ് ബൈ പറഞ്ഞുപോയിട്ടും ഇങ്ങോട്ട് വന്ന് ക്ഷമ ചോദിച്ചതാണ്, അത്രയും വേദനിപ്പിച്ചിട്ടും അങ്ങനെ വീണ്ടും വന്ന് മിണ്ടാൻ ആർക്കാണ് സാധിക്കുന്നത് എന്നോർത്ത് പോയി, എന്റെ ശ്രീ അത്രയും എന്നെ സ്നേഹിക്കുന്നുണ്ടോ?

ഞാൻ ആദ്യമേ ഇഷ്ടം പറയണമായിരുന്നൊ? സ്വന്തം ആവശ്യങ്ങൾ കഴിഞ്ഞപ്പോൾ ദിയപോയി അതും നൂറ് നൂറ് കള്ളങ്ങളുടെ പുറത്ത്, കെട്ടുന്നവന്റെ ഭാഗ്യം എന്ന് ഞാനും കരുതി

എങ്കിലും ജാതി മത വർഗ്ഗ വെറി പിടിച്ച ആളുകളോട് അടുക്കാൻ പലപ്പോഴും എനിക്ക് വിയോജിപ്പാണ് അതുകൊണ്ട് തന്നെ എല്ലാം അവിടെ അവസാനിപ്പിച്ചിരുന്നു, ഞാൻ അയാളുടെ മാത്രമാണ് ഇനി എന്ന് പറയുന്ന ദിനം മുതൽ, എന്നിൽ അവൾ കണ്ട കൗതുകം തീർന്നുപോയിരുന്നു

എന്തൊ ചില കാരണത്താൽ ശ്രീയും അകന്നു തുടങ്ങി , അവൾക്ക് എന്നോട് ഇഷ്ടം ഉണ്ടായിരുന്നോ അല്ലെങ്കിൽ ഞാൻ പ്രണയം പറഞ്ഞാൽ ഉള്ള പേടികൊണ്ടാണോ അറിയില്ലായിരുന്നു എനിക്ക്..

അകറ്റി നിർത്താൻ വേണ്ടി കുറച്ചു ദിവസത്തേക്ക് എന്നെ ദിയയ്ക്ക് വിറ്റപ്പോൾ ഓർത്തിരുന്നില്ല ശ്രീ പോയാൽ ഇത്രയും വേദനിക്കുമെന്ന്, ഈ വേദന ജീവിതം മുഴുവൻ വേട്ടയാടുമെന്നും, ആ കരഞ്ഞ മുഖം അല്ലാതെ ഒന്നും മനസ്സിൽ നിൽക്കുന്നതേയില്ല

ഞാൻ വീണ്ടും ഓർമ്മകളിലേക്ക് മടങ്ങി

അന്ന് ശ്രീയുമായി അവസാനകൂടി കാഴചയിലേക്ക്

ശ്രീ നീ ഒന്ന് ആലോചിച്ച് നോക്ക്, നിനക്ക് പോവാതിരുന്നൂടെ? നിന്നെ വേദനിപ്പിക്കാൻ വേണ്ടി അല്ല ഞാൻ ഒന്നും

വേണ്ട വിക്കി നീ ഒന്നും പറയേണ്ട, ആ ഒരു സംഭവത്തോടെ ഞാൻ എടുത്ത തീരുമാനമാണ് ഇനി എന്റെ ജീവിതത്തിൽ ഞാൻ മാത്രം മതിയെന്ന്, എടൊ ഞാൻ തനിക്ക് അത്രയും വാല്യൂ തന്നിരുന്നടൊ അറിയൊ? മാറ്റാർക്കും, ഇല്ല ഇനി ഇല്ല

ശ്രീ ഞാൻ പറയുന്നത് ഒന്ന് കേൾക്കാൻ?ഞാൻ ഇപ്പോൾ നിന്റെ ആരും അല്ലെന്നാണൊ?

ഞാൻ ആരുടേയും ആരുമല്ല വിക്കി, ഇനി ആർക്കും എന്നിൽ ഒരു സ്ഥാനവും ഇല്ല, ആർക്കും, എല്ലാം ശരിയാവും ഞാൻ അങ്ങ് മാറിക്കഴിയുമ്പോൾ എല്ലാം ശരിയാവും.

എന്തൊക്കെയാടി നീ ഈ പറയുന്നേ? പക്ഷേ ഒന്നുണ്ട് ശ്രീ എനിക്ക് അത്രയും പ്രിയപ്പെട്ട എല്ലാവരെയും ഞാൻ തോൽപ്പിക്കുന്ന ഒരു ദിവസം വരും അന്നും നിന്റെ മുഖത്ത് പുഞ്ചിരി തന്നെ വേണം.എങ്കിലും പോവാനയുള്ള നിന്റെ തീരുമാനത്തെ എതിർക്കുന്നില്ല ഞാൻ കൂടി നിന്റെ തീരുമാനങ്ങൾക്ക് വില നൽകിയില്ലെങ്കിൽ? ഞാൻ എന്നും നിന്റെ മാത്രം ആയിരിക്കും എന്നെങ്കിലും ഞാൻ പറയാതെപോയ ചിലതൊക്കെ നീയും

അറിയിക്കുമായിരിക്കും.

അവൾ വേദനിച്ചുകൊണ്ട് നടന്നുനീങ്ങിയപ്പോൾ വീണ്ടും തനിച്ചായിരുന്നു.. വണ്ടി എടുത്ത് നേരെ റിഗാ ബാറിന്റെ മുന്നിൽ ചവിട്ടി..

വണ്ടി പാർക്ക് ചെയ്ത് അകത്തേക്ക് പോവാൻ നേരം ചിരിക്കുന്ന അവളുടെ മുഖം തെളിഞ്ഞപ്പോൾ തിരിച്ചു വീട്ടിലേക്ക് പോന്നു.

ഇടയ്ക്ക് വന്നുപോവുന്ന ഒരാളായി മാത്രം ആവാൻ ആയിരുന്നു ആഗ്രഹം, പുതിയ നാടും ആളുകളും മാത്രമല്ല, ഇനി എന്നും തനിച്ചായിരിക്കും എന്നുള്ള ബോധ്യത്തെ മുൻനിർത്തി.

നീ എന്താ വിക്കി പറയാതെപോയത്? എവിടെ ആണെങ്കിലും ഇവിടെ ഒന്ന് പറഞ്ഞൂടെ? ഞങ്ങളോട് എന്തിനാ ദേഷ്യം?ദിയ അത് പോട്ടെടാ നിന്നെപോലും മനസ്സിലാക്കാൻ, ശ്രദ്ധിക്കാൻ കഴിഞ്ഞില്ലെങ്കിൽ പിന്നെ? എന്റെ മോന് ഒന്ന് ആലോചിച്ചാൽ മതിയായിരുന്നു.

അതിന് അവൾ പോയാൽ എനിക്ക് എന്താ? എന്റെ സ്നേഹം സത്യായിരിക്കും പക്ഷേ ഹൃദയത്തിൽ സ്ഥാനമൊന്നും കൊടുത്തിട്ടില്ല അതുപോലെ എന്നിൽ നിന്നും പിടിച്ചുവാങ്ങിയതാണ് അതുകൊണ്ട് തന്നെ ആ കാര്യം ഓർക്കാറുപോലും ഇല്ല

പിന്നെ എന്താടാ? നീ ഇത്രയും ദേഷ്യത്തോടെ?

എനിക്ക് ദേഷ്യം എന്നോട് തന്നെയാണ്, അമ്മേ എനിക്ക് ശ്രീയെ ഒരുപാട് ഇഷ്ടമായിരുന്നു പലകാരണങ്ങൾ കൊണ്ടും ഞാൻ അവളോട്.

ശ്രീയോട് ഇഷ്ടം ഉണ്ടായിരുന്നോ? അവൾ നല്ല കുട്ടിയായിരുന്നു, പിന്നെ എന്താടാ പറയാതെ ഇരുന്നേ? അവൾക്ക് ദിയയുടെ കാര്യം അറിയൊ?

അവൾക്ക് വേണ്ടി തന്നെയാണ് ഞാൻ ദിയയോട് അടുത്തത്, ശ്രീയൊര് വല്യ വീട്ടിലെയാണ് അതുപോലെ എന്നെ ഒരുപാട് മനസ്സിലാക്കിയിട്ടും ഉണ്ട്, അവൾ ഉണ്ടായിരുന്നെങ്കിൽ ഞാൻ പൊന്നുപോലെ നോക്കിയേനെ എന്നാൽ?

ഇനി എന്താടാ?

അമ്മേ നിങ്ങൾക്ക് എന്തറിയാം? ജാതി ജാതകം ഒന്നും എനിക്ക് പ്രശ്നം അല്ല, ,പക്ഷേ അവളുടെ വീട്ടുകാർ അറിഞ്ഞുകൊണ്ട് എന്റെ

കൈകളിൽ ഏല്പിച്ചു തരും എന്നൊന്നും വിശ്വാസമില്ല, അമ്മയ്ക്ക് അറിയില്ലേ ഇന്ന് അച്ഛൻ അങ്ങനെ മദ്യപാനം ഒന്നും ഇല്ലെങ്കിൽ കൂടി, പണ്ട് എങ്ങനെ ആയിരുന്നു എന്നൊക്കെ? ഒരു ചെക്കനെ പറ്റി അന്വേഷിക്കുമ്പോൾ ഇവിടെ ഇവിടെ പൊളിയും എല്ലാം

എടാ അത് കഴിഞ്ഞകാലമല്ലേ? ഇത്തിരി കുടിക്കുമ്പോൾ അന്നൊക്കെ പ്രശ്നമായിരുന്നു പക്ഷേ അദ്ദേഹത്തേപോലെ ഒരാൾ വേറെയില്ലല്ലോ, അത്രയും സ്നേഹം ഇല്ലേ നിങ്ങളോട്

നമ്മുടെ അനിയ്ക്ക് അവൻ സ്നേഹിച്ച പെണ്ണിനെ ആലോചിച്ച് ചെന്നപ്പോൾ എടുത്തിട്ട വിഷയം ഇതായിരുന്നു, ഇനി എനിക്ക് അങ്ങനെ ഒരു ജീവിതം വേണ്ട, ഞാൻ എല്ലാംകൊണ്ടും മടുത്തു.ഞാൻ ഈ ചെയ്തത് ഒക്കെ തെറ്റായിരുന്നൊ എന്നൊന്നും അറിയില്ല ആരോടും പരാധിയില്ല കാരണം ഞാൻ ഇന്ന് ഇങ്ങനെ സംസാരിക്കാൻ കാരണം എന്റെ അച്ഛന്റെ അവതാര്യം തന്നെയാണ് അതുപോലെ എന്നെ സ്നേഹിച്ചത് പോലെ അമ്മയെയൊ അവനെയൊ ആ മനുഷ്യൻ സ്നേഹിച്ചിട്ടില്ല എന്ന സന്തോഷവും..

അവളുടെ കൈ പിടിച്ചു നടക്കുമ്പോൾ കിട്ടുന്ന ഒരു ശക്തിയുണ്ട് അത് ആരിൽ നിന്നും എനിക്ക് കിട്ടില്ല, ഇനി ഒരാൾ പുതുതായി വേണമെന്നും തോന്നില്ല, നിങ്ങൾ ഇപ്പോൾ എന്താ ഞാൻ കല്യാണം കഴിച്ചില്ലേലും അവനുണ്ട് പാരമ്പര്യം അങ്ങനെ നിലനിന്ന് പോവും

അമ്മയ്ക്ക് ഈ സോൾമേറ്റ് എന്താണെന്ന് അറിയൊ? നമ്മുടെ പാസ്റ്റും അറിയണ്ട, ജാതിയും വേണ്ട മതവും വേണ്ട അതിന് പകരം ഭാവിയും ഇപ്പോഴുള്ള കാലഘട്ടവും കളറാക്കാൻ ഞാൻ കൂടെ ഇല്ലേ എന്ന് പറഞ്ഞുകൊണ്ട് ചേർത്ത് പിടിക്കില്ലേ? അവരാണ് യഥാർത്ഥ സോൾമേറ്റ്, അങ്ങനെ ഒരിക്കൽ എങ്കിലും ശ്രീ പറഞ്ഞിരുന്നെങ്കിൽ എന്ന് ഓർത്തുപോയിട്ടുണ്ട്.പക്ഷേ പറയാതെ പോയത് എന്റെ ഭീരുത്തമല്ല വേറെ ഒന്നും ഞാൻ പറയാനും ഇല്ല.

പോവുന്നതിന് മുൻപ് കുറച്ചുകാര്യങ്ങൾ ചെയ്യാനുണ്ട് ഞാൻ എന്നും കൂടെ ഉണ്ടാവും എന്ന് പറഞ്ഞവർക്ക് ഒരുപാട് നല്ല നിമിഷങ്ങൾ കൊടുക്കാനുണ്ട്.

നീ എങ്ങോട്ട് പോവുന്ന കാര്യമാണ് ഈ പറയുന്നത്?

ഇല്ല പുറത്തേക്ക് വല്ലതും നോക്കുന്നതേ

മറ്റൊന്നും ഞാൻ പറഞ്ഞില്ല,ചിലപ്പോഴൊക്കെ നമ്മുടെ ജീവിതത്തിൽ സ്നേഹിച്ചവരുണ്ടാവാം വിശ്വസിച്ചവരുണ്ടാവാം എങ്കിലും ജീവിതത്തിൽ ഏറ്റവും കൂടുതൽ സ്വാധീനിക്കുന്നത് അവഗണിച്ചവരാകാം.

ഉള്ളിൽ ശ്രീയെന്ന വേദന ഒതുക്കിയിട്ട് സന്തോഷമില്ലാത്ത സന്തോഷത്തിലേക്ക് പോവാൻ ഞാൻ തീരുമാനിച്ചു..

മച്ചാ ശ്രീ ബൈ പറഞ്ഞുപോയി, നീ എറണാകുളം വരുന്നുണ്ടോ?

കോപ്പേ ഞാൻ പറഞ്ഞില്ലേ, നീ നല്ല തെണ്ടിത്തരം കാണിച്ചേ? അത്രയും സ്നേഹം ഉണ്ടേൽ പറയാമായിരുന്നില്ലേടാ?ഇനി അവളെപോലെ ഒരാളെ?

അവളെപോലെ ഒരാളെ കിട്ടില്ല എന്നാലും അതിലും താഴെ ഒരുപാട് പേരെ കിട്ടും, അതിനുള്ള കോൺഫിഡൻസൊക്കെ എനിക്കുണ്ട്, സമയം കടന്നുപോവാൻ ഒരു ബ്രേക്ക് അപ്പിന് ശേഷം മറ്റൊര് റിലേഷൻ നല്ലതാ എങ്കിലും വേണ്ട, ഇനി അവളെക്കാൾ ഉപരി സ്നേഹമുള്ള ആര് വന്നാലും വേണ്ട, ഞാൻ സന്തോഷത്തോടെ അല്ലെങ്കിൽകൂടി മുന്നോട്ട് പോവുന്നുണ്ട് അത് മതി.

എടാ ഇപ്പോഴുള്ള വീട്ടുകാർ ഒന്നും പിന്നെ ഇല്ലാതെ വരും, നിന്റെ ബ്രദറിനും ഒരു ഫാമിലി ആവുമ്പോൾ നീ തനിച്ചാവും, ഭാവി കൂടി ഓർക്കണം

അങ്ങനെ ആയാൽ അതിനും ഒരു പ്ലാൻ ഉണ്ട്, എന്തായാലും ഇനി അങ്ങോട്ടുള്ള വർഷങ്ങളിൽ ഞാൻ ആർക്കും ബാധ്യതയാവില്ല,താമസിക്കാൻ ഒരു കൊച്ചുമുറിയും ഒരു വൃത്തിയുള്ള ബാത്രൂമും അങ്ങനെ ഒരു സ്പേസ് മതിയടാ എനിക്ക് അല്ലാതെ ഒരുപാട് സമ്പാദ്യം ഉണ്ടാക്കിയിട്ട് നമ്മൾ ഒന്നും കൊണ്ടുപോവുന്നില്ലല്ലോ? ഒരു ആവശ്യം വന്നാൽ വീട്ടുകാർക്കും കുഞ്ഞോൾക്കും ഉള്ളതുപോലെ ശ്രീക്കും ഞാൻ ഉണ്ടാവും.എനിക്ക് മടുത്ത് തുടങ്ങിയാൽ എത്ര സ്നേഹിക്കുന്നവർ ആയാലും അകലം പാലിക്കും എന്നൊന്നും പറയാൻ കഴിയില്ലല്ലോ,ജീവിതം വളരെ ചെറുതാടാ ചേർത്ത് പിടിക്കണം എന്ന് തോന്നുന്നവരെ ചേർത്ത് തന്നെ പിടിക്കും

ഞാൻ ഒന്നും പറയുന്നില്ല വിക്കി മറ്റെന്തെങ്കിലും കാരണം ഉണ്ടോ എന്ന് പോലും സംശയമാണ് എനിക്ക്

ഒന്നും ഇല്ലടാ.. എനിക്ക് ശ്രീയെ ഒന്ന് കാണണം അകലെ നിന്നെങ്കിലും നാളെ അവളുടെ നാട്ടിലേക്ക് ഒന്ന് പോവുന്നുണ്ട്

ഓ.. പോയൊന്ന് സംസാരിച്ച് നോക്കടാ

ഏയ് അതിന് എനിക്ക് അർഹതയൊന്നും ഇല്ല, ടാ മച്ചാ ഒരു പെൺകുട്ടി ഇങ്ങോട് വേദനിപ്പിച്ചിട്ട് പോയാലും എനിക്ക് ഇത്രയും ഫീൽ ആവില്ല, മുന്നിൽ പോയി നിൽക്കാനും പ്രശ്നം ഇല്ല, എന്നാൽ ശ്രീ അവളെ ഞാൻ മാത്രം അല്ലേ?

നീ എന്നതാന്ന് വച്ചാൽ ചെയ്യ്, വന്നിട്ട് വിളിക്ക്

പിറ്റേന്ന് രാവിലെ അങ്ങോട്ടേക്ക് ഒരു യാത്ര പുറപ്പെട്ടു, പോവുന്ന വഴിയിൽ ഓർമ്മകൾ വീണ്ടും കടന്നുവന്നു, വേണ്ട ഒരു തരത്തിലും അവളെ ബുദ്ധിമുട്ടിച്ചൂടാ, അവൾക്ക് എന്നും aa സ്ഥാനം കൊടുത്താൽ പോരെ, ഞാൻ നാട്ടിലേക്ക് തന്നെ വണ്ടി തിരിച്ചു.

ദിനങ്ങൾ ഇങ്ങനെ പൊയ്ക്കൊണ്ടിരുന്നു,ഓർമ്മകളിൽ കൂടി സഞ്ചരിച്ചുകൊണ്ട് ജീവിതം മുന്നോട്ട് കൊണ്ട് പോവാൻ ഒരു സുഖമാണ്.

രാവിലെയുള്ള നടത്തം കഴിഞ്ഞ് വീട്ടിൽ തിരിച്ചെത്തി, ഫോൺ എടുത്തിരുന്നില്ല ഫോണിൽ മച്ചാന്റെ രണ്ടു മിസ്സ് കാൾ ഉണ്ടായിരുന്നു, ഞാൻ തിരിച്ചു വിളിച്ചു.

ഹലൊ എന്നാടാ രാവിലെ തന്നെ?

എന്തൊ സ്വപ്നം കണ്ടു, അത് പറഞ്ഞൂടാ, അങ്ങനെ വിളിച്ചു. ടാ പോയിട്ട് നീ വിളിച്ചില്ലല്ലോ എന്തായി കണ്ടോ ശ്രീയെ?

ഞാൻ തിരികെ പോന്നു, അവൾക്ക് അത് എന്തെങ്കിലും തരത്തിൽ ബുദ്ദിമുട്ട് ആയാലോന്ന് കരുതി.

നിന്റെ ഒരു കാര്യം വിക്കി

അളിയാ എനിക്ക് ഒരു കാര്യം പറയാൻ ഉണ്ട്, ഞാൻ തീരുമാനം എടുത്തു, നിന്റെ അഭിപ്രായം ഒന്ന് അറിയാൻ

തീരുമാനിച്ചാൽ പിന്നെ എന്ത് അഭിപ്രായം, കാര്യം പറ എന്നാലും

എടാ ഇന്ന് ഞാൻ വീട്ടിൽ സ്ഥലവും വീടൊക്കെ അവന്റെ പേരിൽ മാത്രം മതി എന്ന് തീർത്തുപറയും എനിക്ക് ഇവിടുന്ന് ഒന്നും വേണ്ട എന്നും, ഈ വീട് പോലും അവന് വേണ്ടിയല്ലേ ഞാൻ

എടാ ഇതൊക്കെ ശരിയാണ് നിന്റെ മനസ്സും അറിയാം നിനക്കും ഒരു ജീവിതം ഇല്ലേ? അതുംകൂടി നോക്കണ്ടേ?

ഞാൻ അതിന് എനിക്ക് വേണ്ടി തന്നെയാണ് ജീവിക്കുന്നത്, എന്തായാലും ഇന്നലെങ്കിൽ ഉടനെ ഇതിനെ കുറിച്ച് സംസാരിക്കണം വീട്ടിൽ

അത് കഴിഞ്ഞു നീ എന്ത് ചെയ്യാൻ പോവുന്നു?

ഇനിയും പലതും ബാക്കിയുണ്ട് അതൊക്കെ ചെയ്യണം, പിന്നെ അളിയാ ഞാൻ പറഞ്ഞിട്ടില്ലേ ഞാൻ ഇല്ലെങ്കിൽ കൂടി വരുന്ന തലമുറയിലെ ആളുകൾ വരെ എന്നെ ഓർമ്മിക്കും അങ്ങനെ ചില അടയാളങ്ങളിൽ കൂടി മടങ്ങുന്നത് ഒരു മോഹമാണ്,നിന്നെപ്പോലെ ചിലർ ആഗ്രഹിക്കുന്നത് എന്താണ് മുന്നോട്ടുള്ള ജീവിതം?

സാധരണപോലെ കുടുംബം, കുട്ടികൾ അങ്ങനെ ഒരു ജീവിതം അതുപോലെ സാമ്പത്തികവും അതൊക്കെയല്ലേ ജീവിതം

അതാണ് ജീവിതമെങ്കിൽ അവിടെ ഒരുപാട് സ്വാതന്ത്ര്യമൊന്നും ഉണ്ടാവില്ലടൊ, നമ്മുടെ ആഗ്രഹങ്ങൾ, പല സ്വപ്നങ്ങളൊക്കെ ചിലപ്പോഴൊക്കെ കുടുംബം കുട്ടികൾ അവരുടെ കാര്യങ്ങൾ എന്നിവയിൽ കുഴിച്ച് മൂടേണ്ടി വരും, നാളെ ചിലപ്പോൾ നിന്നെയും മറ്റുള്ളവരെപോലെയും ഉള്ള ആളുകൾ ഇല്ലാതെയാവുമ്പോൾ ഈ കുടുംബം കുട്ടികൾ അവരൊക്കെ മാത്രം ഓർമ്മ ദിവസങ്ങളിൽ ഒരു ചടങ്ങ് നടത്തി പിരിയാനുള്ള കാരണം മാത്രമാകും,അതിലും നല്ലത് സമൂഹത്തിൽ നമ്മൾ ഉദേശിക്കുന്ന കാര്യങ്ങൾ ചെയ്തിട്ട് കുടുംബ ബന്ധങ്ങൾക്ക് അപ്പുറം ആളുകൾ ഓർക്കുന്നതാവില്ലേ?നീ ഈ ഭൂമിയിൽ ജീവിച്ചിരുന്നു എന്ന് ഒരു അടയാളമെങ്കിലും ഇട്ടിട്ട് പോവുക അപ്പോഴല്ലേ ആ ജീവിതത്തിന് എന്തെങ്കിലും അർത്ഥമുണ്ടാകൂ, തിന്നുക, ഉറങ്ങുക, കല്യാണം കഴിക്കുക, പൈസ ഉണ്ടാക്കുക വീണ്ടും തിന്നുക, ഉറങ്ങുക ഇവിടെ ജീവിതത്തിന് എന്ത് അർത്ഥമാണുള്ളത്?

ചിലതൊക്കെ ആളുകളുടെ വ്യക്തിപരമായ അഭിപ്രായങ്ങൾ അല്ലെ വിക്കി? ആശയപരമായി നിന്നോട് ഞാൻ യോജിച്ചെന്ന് വരാം പക്ഷേ എന്റെ ജീവിതത്തിൽ ഇതൊക്കെ ഉൾകൊള്ളാൻ ബുദ്ധിമുട്ടാണ്, സത്യത്തിൽ വിക്കി നീ ജീവിതത്തിൽ ആരെയെങ്കിലും വിശ്വസിക്കുന്നുണ്ടോ?

അതെ ബുദ്ദിമുട്ടാണ് അത്രയും ഒള്ളൂ നീ, വിശ്വാസം, ഒരു കഥ പറയാം ഒരിക്കൽ എന്റെ ഒരു സുഹൃത്ത് മൾട്ടി ലെവൽ മാർക്കറ്റിങ് ആശയമായിട്ട് എന്റെ അടുത്ത് വന്നു, മൂന്ന് ലക്ഷം രൂപ ഇറക്കിയാൽ

മതിയടാ ലൈഫ് സെറ്റ് ആണെന്ന്,കൂടെ ഈ ഡയലോഗും വിശ്വാസമാട എല്ലാം നമ്മൾ തമ്മിലുള്ള വിശ്വാസം, താല്പര്യമില്ലെന്ന് പറഞ്ഞ് ഫോൺ ഞാൻ കട്ട് ചെയ്തു, ഒടുവിൽ കുറച്ചുനാൾ കഴിഞ്ഞപ്പോൾ ഒരു വാർത്തകേട്ടു, ആ ഒരു സംരംഭത്തിൽ നിക്ഷേപിച്ചവരുടെ പൈസയൊക്കെ പോയി കൂടെ സുഹൃത്തിന്റെയും അവൻ പലരുടെയും വാക്ക് വിശ്വസിച്ചു ഇറക്കി അത് അങ്ങനെ പോയി, ഇവിടെ എനിക്ക് അവനെ വിശ്വാസമാണ് എന്നുകരുതി എന്റേതായ ജീവിതത്തിൽ ഞാൻ അവനെ വിശ്വസിക്കുന്നില്ല കാരണം ഇതിന്റെയൊക്കെ അവസാനം ഇങ്ങനെയാണെന്ന് എപ്പോഴെങ്കിലും ആരെങ്കിലും പറഞ്ഞും കേട്ടും വസ്തുതകൾ വായിച്ചും അറിഞ്ഞിരിക്കുമല്ലോ? അപ്പോൾ ദൈവമായാലും മനുഷ്യനായാലും കണ്ടും മനസ്സിലാക്കിയും വിശ്വാസം ഉണ്ടാക്കിയെടുത്താൽ പോരെ?

നിന്റെ ഇഷ്ടംപോലെ ചെയ്യ്, ഞാൻ പറഞ്ഞു എന്നെ ഒള്ളൂ, ഈ വാദങ്ങൾക്ക് അവസാനമുണ്ടാകുമൊ എന്ന് നമുക്ക് നോക്കാം

മാസങ്ങൾ കടന്നുപോയി, അങ്ങനെ ഒരു ദിവസം ഏതൊ ഒരു പത്രത്തിൽ ക്യാൻസർ രോഗിയുടെ മരണ വാർത്ത കാണാൻ ഇടയായി, ആ രോഗിയൊര് കുട്ടിയായിരുന്നു

അതിൽ നിന്നാണ് ഒരു ചിന്തയുണ്ടാകുന്നത്, പലരും പല വഴിയിൽ എനിക്ക് നഷ്ടങ്ങൾ ഉണ്ടാക്കിപോയവരാണ്, തിരിച്ചുവരുമെന്ന് ഒരു കുട്ടിയെപോലെ നോക്കിനിന്നിട്ടുണ്ട് ഞാൻ എങ്കിലും നിഴൽപോലും മാഞ്ഞുപോയിരുന്നു.

ഞാൻ തേടി പിടിച്ച് ഒരു ക്യാൻസർ സെന്റർ കണ്ടുപിടിച്ചു അവിടെ തുടങ്ങി കുറച്ചു വർഷങ്ങൾക്ക് ഉള്ളിൽ ജീവിതം അവസാനിക്കുമെന്ന് ഡോക്ടർ വിധിയെഴുതിയ ഒരു കുഞ്ഞിനെ തേടി.

അങ്ങനെ പല സെന്ററിലും കയറിയിറങ്ങി ഒരു മാലാഖയെ കിട്ടി, മുന്നോട്ട് മരണമാണെന്ന് അറിഞ്ഞിട്ടും ചിരിച്ചുകൊണ്ട് കാണുന്ന എല്ലാത്തിലും ഭംഗി കണ്ടെത്തുന്ന മാലാഖകുട്ടി.

ഡോക്ടർ അവളെ കുറിച്ച് ഓരൊ കാര്യങ്ങൾ പറയുമ്പോൾ ദയ എന്നതിൽ ഉപരി ആ കുഞ്ഞിനോട് തോന്നിയ സ്നേഹം അളവറ്റതായിരുന്നു.

ഡോക്ടർ ഞാൻ അവൾ മടങ്ങുന്നത് വരെ വന്നു കണ്ടോട്ടെ?

അതിനെന്താ വിക്കി പക്ഷേ ദയയോടെ ഒരിക്കലും നോക്കാതിരിക്കുക അവൾ കുഞ്ഞാണേലും അങ്ങനെ ഒന്നും ഇഷ്ടമല്ല.

ഒരിക്കലും ഒരിക്കലും ഞാൻ അവളെ അങ്ങനെ കാണില്ല പക്ഷേ ഒരുപാട് സ്നേഹിക്കും.

ശരി വിക്കി ഞാൻ ഓഫീസിൽ ചെല്ലട്ടെ പോയി കണ്ടോളൂ അവളെ, ആ അടുത്ത് ഇരിക്കുന്നതാണ് അവളുടെ അച്ഛൻ അമ്മ.

ശരി ഡോക്ടർ.

ഡോക്ടർ നടന്ന് നീങ്ങിയതും ശ്രീ എന്നോട് ഇടയ്ക്ക് ഇടയ്ക്ക് പറയാറുള്ള ഒരു കാര്യം മനസ്സിലേക്ക് കടന്നു വന്നു.

വിക്കി ഒരിക്കലും ആരെയും ഒരുപാട് അങ്ങ് സ്നേഹിക്കരുത്, എന്നെയും ഞാൻ ചിലപ്പോൾ നഷ്ടമായാലൊ?

നീ എന്താ പറയുന്നത് ശ്രീ നഷ്ടമൊ? നമ്മൾ പരസ്പരം ഇട്ടിട്ട് ഒന്നും പോവില്ലല്ലൊ? പിന്നെ എന്നാടി? എനിക്ക് സ്നേഹിക്കാതെയിരിക്കാൻ പറ്റില്ല

ഇട്ടിട്ട് പോവുന്നത് ഒന്നും അല്ല എങ്കിലും, കൂടുതൽ ഒന്നും ഞാൻ പറയുന്നില്ല

അവൾ ഈ പറഞ്ഞ വാക്കുകൾ ഇപ്പോൾ ഒരുപാട് എന്നെ വേദനിപ്പിക്കുന്നുണ്ടെങ്കിൽ കൂടി ഞാൻ ഇന്ന് ഈ കുഞ്ഞിന്റെ കാര്യത്തിൽ സന്തോഷവനാണ് ഒരുപാട് ഞാൻ സ്നേഹിക്കുമ്പോൾ ഇവിടെ എനിക്ക് നഷ്ടമാവുന്നില്ല കാരണം അവളുടെ ആയുസ്സ് എന്നേക്കാൾ കുറവാണെന്നുള്ള ബോധ്യവും പിന്നെ ദൈവത്തിന്റെ കൈയ്യൊപ്പൊന്നും ഇനി ഉണ്ടാവില്ല എന്ന സത്യവും.

ഞാൻ സ്വാർത്ഥത കാണിക്കുവാണോ ഇല്ല ഒരിക്കലും ഇല്ല മരണത്തിലേക്ക് അടുക്കുന്ന ഒരാളെ ഒരുപാട് സ്നേഹിക്കാൻ പോവുന്നു അതിലും വലുത് മറ്റെന്തുണ്ട് എങ്കിലും ആ കുഞ്ഞ് യാത്രയാവുമ്പോൾ വേദനിക്കുന്നുണ്ടാവും എന്നാലും എന്തുകൊണ്ടും ജീവനോടെ ഉള്ളപ്പോൾ അകന്ന് നിൽക്കുന്നതിലും വലുതല്ലല്ലൊ

ഞാൻ ആ കുഞ്ഞിന്റെ അടുത്തിരുന്നു, തമാശകൾ പറഞ്ഞു, അതിലും അവൾ ഒരുപാട് സന്തോഷം കണ്ടെത്തുന്നുണ്ടെന്ന് ഞാൻ കണ്ടു.

കുറച്ചു ദിവസങ്ങൾക്ക് ശേഷമാണ് ഞാൻ അവൾക്ക് കഥകൾ പറഞ്ഞുകൊടുക്കുന്നത്, പാട്ട് പാടി കൊടുക്കുന്നത് എന്റെ ഹൃദയത്തിൽ അലിഞ്ഞു ചേരുന്നവർക്കെ ഞാൻ അതൊക്കെ പാടിയും പറഞ്ഞും കൊടുക്കാറൊള്ളൂ.

Zaya മോൾ എന്നാടാ ആലോചിക്കുന്നേ?

വിക്കിയുടെ കണ്ണ് എന്താ നിറഞ്ഞത്?

എന്റെ കണ്ണോ? നിനക്ക് തോന്നിതാ കുട്ടി, എന്റെ കണ്ണിൽ എന്താ?

അല്ല അല്ല വിക്കി കള്ളം പറയുവാ, എന്നോട് കള്ളം പറയല്ലേ? കൂട്ട് വെട്ടും

വീണ്ടും എന്റെ കണ്ണുകൾ നിറയാൻ തുടങ്ങി, അവിടെ നിന്ന് വാഷ് ചെയ്യുന്ന സ്ഥലത്തേക്ക് പോയി, മുഖം കഴുകി മുന്നിൽ കാണുന്ന കണ്ണാടിയിലേക്ക് നോക്കി, മുഖത്ത് പുഞ്ചിരി നിറച്ചു, അവളുടെ അടുത്തേക്ക് നടന്നു

വിക്കി എവിടെ പോയതാ?

വീണ്ടും കരഞ്ഞത് എന്താ? ഞാൻ കൂട്ട് ഒന്നും വെട്ടില്ലാട്ടോ, ചുമ്മാ പറഞ്ഞതാ

എടി കുറുമ്പി അങ്ങനെ ആയിരുന്നോ? അതെ വിക്കി ഒരാളെ ഓർത്തുപോയതാ നിനക്ക് പാട്ട് പാടിതന്നപ്പോഴും അതിന് ശേഷം ഉള്ള വർത്താനത്തിലും

ആരാ അത്? ഒന്ന് പറയൂ, ഈ വിക്കി മൊത്തം സസ്പെൻസ് ആണ് ദേ സായമോൾക്ക് അതികം ദിവസങ്ങൾ ഇല്ലേ? വേഗം പറ.

അങ്ങനെ ഒന്നും പറ്റില്ല, അത് ശ്രീ അവളെ കുറിച്ചോർത്തു. ചിലരില്ലേ നമുക്ക് നാം മാത്രം മതി എന്ന് ജീവിതം മുന്നോട്ട് പോവുമ്പോൾ അപ്രതീക്ഷിതമായി കടന്നുവരുന്ന ആളുകൾ അങ്ങനെ ഒരാൾ ആയിരിക്കാം ഞാനും അവളും

ഓഹോ അങ്ങനെ എന്നിട്ട് ഇപ്പോൾ ശ്രീ എവിടെ?

അറിയില്ല, അത് പോട്ടെ നിനക്ക് ഉറങ്ങണ്ടേ?

ഒരു കഥ പറഞ്ഞു താ

പിന്നെ എന്താ കൊച്ചെ, എന്റെ കഥകൾ നിനക്കും എനിക്കും ശേഷം നിലനിൽക്കുന്നതാവും എന്റെ ഭാവി എന്റെ കൈയിലാണ്.

കഥ പറഞ്ഞു തരൂ വിക്കി ചേട്ടായി

അങ്ങനെ അവൾക്ക് ഞാൻ ആ കൂട്ടിനുള്ളിൽ അകപ്പെട്ട മാലാഖയുടെ കഥ പറഞ്ഞുകൊടുത്തു.

അവളുടെ മാതാപിതാക്കൾ വന്നതിന് ശേഷം ഞാൻ അവിടെ നിന്നും ഇറങ്ങി.

നേരെ റൂമിലേക്ക് പോയി,കുളിച്ചിട്ട് രാത്രിക്ക് ഉള്ള ഭക്ഷണം ഉണ്ടാക്കാനുള്ള തയ്യാറെടുപ്പിലായിരുന്നു, ചെറിയ പനിയുടെ ലക്ഷണവും,അപ്പോഴേക്കും വീട്ടിൽ നിന്നും കാൾ വന്നു.

ഹലൊ എന്താ അമ്മേ?

നീ വരുന്നില്ലേ ഈ ആഴ്ച? ഫുഡ് കഴിച്ചോ?

ഇല്ല, അടുത്ത ആഴ്ചയിൽ വരുന്നുണ്ട്, ചപ്പാത്തി ഉണ്ടാക്കണം, കറിയും കുറച്ചു ടൈം പോരെ? ചില ശീലങ്ങൾ മാറ്റാൻ ഞാൻ തയ്യാറല്ല

ഞാൻ ഒന്നും പറയുന്നില്ല, നിന്നെ നിയന്ത്രിക്കാൻ ആർക്കും സാധിക്കാത്തതാണല്ലൊ നിന്റെ ധൈര്യം, അടുത്ത ആഴ്ച വന്നിട്ട് പോടാ, ശബ്ദം എന്താ മാറിയിരിക്കുന്നെ?

പനിപോലെ, എങ്കിൽ ശരി അമ്മേ ഫുഡ് കഴിക്ക്, അവനോടും അച്ഛനോടും അന്വേഷണം പറ, ഇനി സംസാരിക്കാൻ നിന്നാൽ ശരി ആവില്ല, വിശന്ന് തുടങ്ങി.

ഭക്ഷണം കഴിച്ച് കിടന്നിട്ട് ഉറക്കം വന്നില്ല പനി വീണ്ടും അതിന്റെ തീവ്രതയിലേക്ക് എത്തിയിരുന്നു

ശ്രീ ഞാൻ അറിയാതെ വിളിച്ചുപോയി

ഒരു നിമിഷം അവളുടെ ഓർമ

വിക്കി ഹോസ്പിറ്റലിൽ പോയൊ? ഫുഡ് കഴിക്കുന്നുണ്ടോ? മരുന്ന് സമയത്തിന് കഴിക്കണം എന്നാലെ വേഗം പനി മാറൂ

ഞാൻ കഴിച്ചോളാം ശ്രീ, നന്ദി

എന്തിനാ നന്ദിയൊക്കെ? ഇതൊക്കെ എന്റെ കടമയല്ലേ?

അതേടി കടമയാണ്.

അങ്ങനെ ഓർമ്മകളിലൂടെ ഉറങ്ങിപോയി.

രാവിലെ ഫോൺ റിങ് ചെയ്യുന്നത് കേട്ടാണ് ഉണർന്നത് ഡോക്ടർ ആയിരുന്നു

ഹലൊ ഡോക്ടർ എന്തായി രാവിലെ തന്നെ?

അത് വിക്കി സായ

സായ? എന്താ ഡോക്ടർ ഞാൻ ഇന്നലെ രാത്രി അവിടെ നിന്ന് പോന്നതാണല്ലോ?

അവൾ കുറച്ചു മുൻപ് പോയി വിക്കി നമ്മളെ വിട്ട്

എന്ത്? ഞാൻ ഞാൻ ഇത് വിശ്വസിക്കില്ല അങ്ങനെ ഒന്നും അവൾക്ക് പോവാൻ പറ്റില്ല, അവളുടെ പേരിന് അർത്ഥം തന്നെ പ്രതീക്ഷ എന്നാണ്

വിക്കി ഞാൻ നുണ പറയുമെന്ന് കരുതുന്നുണ്ടോ?

ഇല്ല ഡോക്ടർ പെട്ടന്ന് ഇമോഷണൽ ആയി, ഞാൻ വന്നേക്കാം ഡോക്ടർ ഫോൺ വച്ചോളൂ.

ഫോൺ ബെഡിലേക്ക് ഇട്ട് നേരെ കണ്ണാടിയുടെ മുന്നിലേക്ക് പോയി

Zayaaaaa.......

ഞാൻ വീണ്ടും വേദനിച്ചിരിക്കുന്നു അതും ഹൃദയത്തിൽ നിന്നുള്ള വേദന

കാലങ്ങൾ കഴിഞ്ഞുപോയി, സായ ഇന്നും എന്റെ കൂടെ തന്നെയുണ്ടാകും,ഇന്ന് എനിക്ക് മുപ്പത്തിയഞ്ച് തികയും, നോക്കാം എന്ത് വന്നാലും

അന്ന് രാത്രി പതിവ് പോലെ വീട്ടിലേക്കും കുഞ്ഞോളെയും വിളിച്ചു, ഭക്ഷണം കഴിച്ച് കിടന്നുറങ്ങി.

എങ്ങനെയാണ് ഈ മരണം ഉണ്ടാവുന്നത്? അതിന് ശേഷമുള്ള ജീവിതമുണ്ടോ?

ഞാൻ കണ്ണുകൾ പതിയെ തുറന്നു.

മരണം ഒന്നും നടന്നതേയില്ല, ചില വിധികൾ ഇങ്ങനെയാവുമൊ?

ഞാൻ ബെഡിൽ നിന്നും എഴുനേറ്റ് കണ്ണാടിയിൽ ഇങ്ങനെ എഴുതി

അംബേദ്കർ-അദ്ധ്യാപനം-സന്യാസം

ഇതാണ് ആരംഭം, ഒരു വാക്ക് കൊണ്ട് പോലും വേദനിപ്പിക്കാത്ത അവളെ ഞാൻ എത്രത്തോളാം വേദനിപ്പിച്ചെന്ന് തിരിച്ചറിയാൻ തുടങ്ങിയപ്പോൾ ജീവിതം ഇനി ഇങ്ങനെ പോയാൽ മാത്രം മതിയെന്ന് തീരുമാനം എടുക്കേണ്ടതായി വന്നു കാരണം വർഷങ്ങൾക്ക് ശേഷം ഒരു പെൺകുട്ടിയെ ഓർത്ത് കണ്ണ് നിറഞ്ഞിട്ടുണ്ടെങ്കിൽ അത് ശ്രീയെ ഓർത്താകും ജീവിനായിരുന്നു.

ഞാൻ ഫോൺ എടുത്ത് മച്ചാനെ വിളിച്ചു കാര്യങ്ങൾ പറഞ്ഞു

നിനക്ക് ജീവിതത്തോട് ഭ്രാന്താണ്, നീ തന്നെയൊര് ഭ്രാന്താണ്, നീ ഇത് എപ്പോഴെടുത്ത തീരുമാനമാണ്?

ശ്രീ അവളെ വേദനിപ്പിച്ചത് മാത്രമല്ല, എല്ലാം ഒരു തോന്നലിൽ നിന്നല്ലേ ഉണ്ടാവുന്നത് പിന്നെ അൽപ്പം ഭ്രാന്ത് ഇല്ലെങ്കിൽ ജീവിതം നിങ്ങളെപോലെയാവില്ലേ? എനിക്ക് എന്നും വ്യത്യസ്തയിൽ കൂടി സഞ്ചരിക്കാനാണ് ഇഷ്ടം.

അപ്പോൾ ശ്രീ, ഇനി ആ ഓർമ്മകൾ?നിനക്ക് നഷ്ടം അല്ലേടാ ജീവിതത്തിൽ എല്ലാം? എന്തിനാ വിക്കി ഇങ്ങനെ സ്വയം ജീവിതം ഇരുട്ടാക്കുന്നെ?

ഞാൻ ഒന്ന് ചിരിച്ചു എനിക്ക് ശ്രീയുടെ കാര്യത്തിൽ ഉത്തരമില്ലായിരുന്നു,എന്നാൽ അവളെ തടയാനും താല്പര്യമില്ലായിരുന്നു,തമ്മിലുള്ള ഒരു ഫോട്ടോപോലും എടുത്തിട്ടില്ല എങ്കിലും അവളോളം ഓർമ്മകൾ ഇന്നെനിക്കില്ലെന്നതാണ് സത്യം.

ഇന്നും ചില സായാഹ്നങ്ങളിൽ ബൈക്കുമെടുത്ത് ബീച്ചിലേക്ക് ഒരു യാത്രയുണ്ട്.. വണ്ടി പാർക്ക് ചെയ്തുകൊണ്ട് കടൽ തീരത്തിലൂടെ നടക്കുമ്പോൾ എന്റെ ജീവിതത്തിൽ ഞാൻ നായകനായിരുന്നൊ അതൊ വില്ലേനായിരുന്നൊ എന്ന് ഓർത്ത് പോകും ആ സമയം ചുണ്ടിൽ ഒരു പുഞ്ചിരി വിരിയും മുണ്ട് മടക്കി കുത്തിയിട്ട് ഞാൻ വീണ്ടും നടക്കും തനിയെ.

END

2

ഇത് ഞങ്ങളുടെ ലോകം

മുറ്റത്തെ ചെടിത്തോട്ടത്തിൽ നിന്നും ഒരു ചെറിയ കുഞ്ഞിക്കിളി പുറത്തേക്ക് വരുന്നത് കണ്ടാണ് എന്തൊ ചിന്തയിൽ നിന്നും ഞാൻ ഉണർന്നത്.

പുറകിൽ നിന്നും ചേട്ടായി എന്നൊര് വിളിയിലൂടെ എന്റെ തലക്കിട്ട് കൊട്ടിയിട്ട് അവൾ എന്റെ കൊച്ചുപെങ്ങൾ ചെടിത്തോട്ടത്തിലേക്ക് ഓടി.

കൊച്ചു പതുക്കെ ഓട് നീയ്, എവിടെയെങ്കിലും തട്ടി വീഴും

ഞാൻ വീണുപോയാൽ എന്നെ എഴുനേൽപ്പിക്കാൻ ചേട്ടായി ഉള്ളപ്പോൾ ഞാൻ ഓടും

ഓടരുത്...

ഓടും..

അവൾ അങ്ങനെയാണ് എന്നും എന്റെ കുട്ടികുറുമ്പി, വേണ്ട എന്ന് പറഞ്ഞാൽ അത് മാത്രം പറയൂ ചെയ്യൂ.. എങ്കിലും സ്നേഹമാണ് എന്നും, ഇങ്ങനെ ഒരാളെ കിട്ടിയത് എന്റെ ഭാഗ്യമാണ് കാരണം ഒരുപാട് വേദനകൾ വരുമ്പോൾ അത് മനസ്സിനെ ശൂന്യതയിലേക്ക് കൊണ്ടുപോകുമ്പോൾ അവൾ അടുത്തേക്ക് ഓടിവരും, ചിരിച്ചുകൊണ്ട് എന്നോട് പറയും " എന്റെ ചേട്ടായി വിഷമിക്കണ്ട കേട്ടോ, ചേട്ടായിക്ക് ഈ കൊച്ചു ഉള്ളപ്പോൾ എന്തിനാ വിഷമിക്കുന്നെ? ചിലതൊക്കെ കിട്ടാതെ പോകുമ്പോൾ ഒരുപാട് സങ്കടം തോന്നും എങ്കിലും തളർന്നുപോയാൽ ജാനകി ചേച്ചി പറഞ്ഞുപോയ കാര്യങ്ങൾ ചെയ്യാതിരിക്കാൻ പറ്റുമോ, ചേട്ടായി നന്നായി ജീവിച്ചില്ലെങ്കിൽ ചേച്ചിയും വിഷമിക്കില്ലേ? "

ഈ വാചകങ്ങൾ എന്നെ ഒരുപാട് ചിന്തിപ്പിക്കുന്നുണ്ട് എന്നും കാരണം ശരിയാണ് കിട്ടില്ല അർഹതയില്ലെന്ന് അറിഞ്ഞപ്പോഴും ഹൃദയത്തോട് പറയണമായിരുന്നു ആഴത്തിൽ പതിക്കുന്ന മുഖമായി ഒരിക്കലും മാറാൻ അനുവദിക്കരുത് എന്നൊക്കെ.. കേട്ടില്ല ഞാൻ തന്നെ...

ചേട്ടായി... ചേട്ടായി ഈ കിളികുഞ്ഞിനെ നമുക്ക് കൂട്ടിൽ ആക്കിയാലോ? എന്നിട്ട് ഫുഡ് ഒക്കെ കൊടുക്കാം? മ്മ്....മ്മ്...എന്തേ പറ പറ?

അച്ചോടാ അതൊന്നും വേണ്ട, കൂട്ടിൽ അടച്ചു വളർത്തിയാൽ അതിന് സ്വന്തമായ് ഒന്നും ചെയ്യാൻ സാധിക്കില്ല അതുപോലെ എനിക്കും കൊച്ചുവിനും പറക്കാൻ ചിറകുകൾ ഉണ്ടായിരുന്നെങ്കിൽ അത് എല്ലാം ആരെങ്കിലും വെട്ടി മാറ്റിയാൽ ശരിയാകുമോ?

അത് ശരിയാണ് എന്നാലും?

ഇടയ്ക്ക് വീണ്ടും എന്റെ കുഞ്ഞു മാലാഖ ചിന്തയിലേക്ക് പോകും പെട്ടന്ന് തട്ടി വിളിച്ചില്ലെങ്കിൽ പിന്നെ അത് തന്നെ ചിന്തിച്ചു ചിന്തിച്ചു അന്നത്തെ ദിവസം പോവും..

മതി മതി നിന്റെ ആലോചന.. വല്ലപ്പോഴും ഞാൻ പറയുന്നത് ഒക്കെ അനുസരിക്കാം കേട്ടോ, എന്തായാലും ചേട്ടൻ അല്ലേ?

അത് പറയേണ്ട താമസം തലക്കിട്ട് ഒരു കൊട്ട് തന്നിട്ട് മുഖവും വീർപ്പിച്ചു ഒരു പോക്കുണ്ട്, പെട്ടന്ന് വന്നുപോയത് ആണെങ്കിലും വല്ലാതെ നോവിച്ചെന്ന് തോന്നുമ്പോൾ മുറിയിലേക്ക് ഞാൻ ഓടി ചെല്ലും.

എടി നീ ഇവിടെ കിടക്കുവാണോ? വാ എഴുനേൽക്കാൻ നോക്ക് നമുക്ക് ഒരു ചെറിയ റൈഡ് പോവാം..

ഞാൻ വരുന്നില്ല.. ഞാൻ.. ഞാൻ എപ്പോഴാ ചേട്ടായിയെ അനുസരിക്കാതെ ഇരുന്നത്? പറ? എന്നോട് സ്നേഹം എന്തെങ്കിലും ഉണ്ടെങ്കിൽ അങ്ങനെ പറയോ?

ആ കണ്ണുനിറഞ്ഞു തുളുമ്പുന്നത് കാണുമ്പോൾ കുറച്ചു കൂടി പോയി എന്ന് തോന്നും, വീണ്ടും ഓർമ്മകൾ ജാനകിയിലേക്ക് കൊണ്ട് പോവും

എന്റെ കൊച്ചു കരയല്ലേ, ചേട്ടായി ഒരു തമാശ പറഞ്ഞത് അല്ലേ? ഇത്രയും സീരിയസ് ആവാൻ നീ ആരാ മമ്മൂട്ടിയൊ?

മമ്മൂട്ടി അല്ല മോഹൻലാൽ എന്തേ? മിണ്ടണ്ട പൊയ്ക്കോ? പോ...

ഞാൻ പോകുമേ... ബീച്ചിന്റെ അടുത്തുള്ള ദാമോദരേട്ടന്റെ കടയിൽ ഇന്നലെ ആ വഴി പോയപ്പോൾ ഞാൻ ഒരു കോലുമിട്ടായി കണ്ടു... ഇന്ന് നിന്നെ അങ്ങോട്ട് കൊണ്ട് പോയി വാങ്ങി തരാം എന്നൊക്കെ വിചാരിച്ചു... എവിടെ? നിനക്ക് വേണ്ടേൽ വേണ്ട...

എന്നേക്കാൾ നാലഞ്ചുവയസ്സ് വ്യത്യാസം കാണുകയൊള്ളൂ എങ്കിലും കോല്മിട്ടായി എന്ന് കേൾക്കുമ്പോൾ അവൾക്ക് ജീവനാണ്...

കൈകൾ കൊണ്ട് മുഖം പൊത്തി ഇരിക്കുന്ന അവളെ ഒന്നുകൂടി ഞാൻ നോക്കി കൈ വിരലുകൾ നീക്കി ഇടം കണ്ണിട്ട് ഒരു നോട്ടം...

വാ പോകാം... വേഗം റെഡി ആയിട്ട് വാ ഞാൻ പുറത്ത് ഉണ്ടാകും...

റൂമിന് വെളിയിലേക്ക് പോവാൻ വേണ്ടി തുനിഞ്ഞ എന്നെ അവൾ ഓടി വന്നു കെട്ടിപിടിച്ചു..

ഇനി ചേട്ടായി ഇങ്ങനെ പറയോ? പറയോ? കൊച്ചൂന് സങ്കടം ആവില്ലേ...?

എന്റെ മോളെ ചേട്ടായി ഇനി സങ്കടപ്പെടുത്തില്ലാട്ടോ? പോരെ...?

മോളെ എന്ന് വിളിക്കണ്ട.. വിളിക്കണ്ട.. വേണ്ട....

അയ്യോ ഇനി അത് പറഞ്ഞു വീണ്ടും ദേഷ്യപെടേണ്ട.. ഞാൻ ഇനി സൂക്ഷിച്ചു കൊള്ളാം... പുറത്ത് ഉണ്ടാകും.. റെഡി ആവ്..

എന്നാൽ ഒകെ...

ആ കണ്ണുകൾ തുടച്ചുകൊണ്ട് അവൾ ചിരിക്കും, ഒരിക്കലും ആ കണ്ണുകൾ നിറയാൻ ഞാൻ അനുവദിക്കില്ല എന്നൊക്കെ നൂറു തവണ മനസ്സിനെ പറഞ്ഞു പഠിപ്പിച്ചുകാണും എങ്കിലും മനസ്സ് വേറെ ഏതോ ചിന്തയിലേക്ക് പിടിവിട്ട് പോകുമ്പോൾ വാക്കുകളിൽ അറിയാതെ പലതും കടന്നുവരും...

ചേട്ടായി പോവാം.. ഇത് ഇട്ടാൽ പോരെ..? എങ്ങനെ ഉണ്ട്..

നീ എന്ത് ഇട്ടാലും എന്നാ... ഇത് മതി.. വാ വേഗം വന്ന് കയറിക്കൊ....

ഇരുന്നോ...

മ്മ്.. പോവാം....

നിനക്ക് ഇത്തിരി വെയിറ്റ് കൂടിയൊ?

പിന്നെ പിന്നെ.. ഇവിടെ ഉള്ള ഫുഡ് മൊത്തം ചേട്ടായി അല്ലേ കഴിക്കുന്നേ? ഞാൻ പാവം.. രണ്ടു ദോശ തിന്നാൽ ആയി...

ഇനി ഞാൻ ഒന്നും തിന്നുന്നില്ല.. നീ തിന്നു കഴിഞ്ഞു ബാക്കിയുണ്ടെങ്കിൽ ഞാൻ കഴിച്ചോളാം പോരെ...? പോരെന്ന്?

ദേ മനുഷ്യാ വണ്ടി എടുക്കാൻ നോക്ക്... ബ്ലാ ബ്ലാ പറയുന്നു... വേഗം പോ...

എടി അമ്മ അച്ചരൻ എപ്പോൾ വരുമെന്നാണ് പറഞ്ഞത്?

വൈകുന്നേരം ആവും എന്ന്... എന്താ?

ചോദിച്ചെന്നൊള്ളൂ... ഞാൻ ഉറക്കം ആയിരുന്നില്ലേ... പോയപ്പോൾ...

പിന്നെ പിന്നെ രാത്രി മൊത്തം ജാനകി ചേച്ചിയെ മാത്രം ആലോചിച്ചിരുന്നാൽ എങ്ങനെയാ ഉറക്കം വരുന്നേ...

പിന്നെ ഞാൻ അതൊന്നും ആലോച്ചില്ല..

എന്നോട് കള്ളം പറയല്ലേ...? കാര്യം പറ അത് തന്നെയല്ലേ?

എന്തൊ കള്ളമൊന്നും പറയാൻ എനിക്ക് കഴിയില്ല അവളോട്.. എന്തെങ്കിലും ഒക്കെ മറച്ചു വയ്ക്കാറുണ്ടെങ്കിലും കള്ളം പറയില്ലെന്ന് പണ്ടേ തീരുമാനം എടുത്തതാണ്, എന്നാൽ പറഞ്ഞിട്ടുണ്ട് ഒരിക്കൽ അതോർത്ത് ഇന്നും ഞാൻ ആരും കാണാതെ കരയാറുണ്ട്.

ബൈക്ക് പോലും അത് ഇനി തനിയെ ആയാലും പതുക്കെ ഓടിക്കാനേ പറയൂ അവൾ കാരണം എന്നെ ഇനിയും ഇതുപോലെ എന്നും കാണാൻ ആഗ്രഹിക്കുന്ന, ഞാൻ സന്തോഷത്തോടെ, പഴയ ഓർമ്മകളെ മറന്നുകൊണ്ട് സ്വപ്നങ്ങളെ കൈയെത്തി പിടിക്കുന്നതും കാത്തിരിക്കുന്ന എന്റെ കൊച്ചു..

ബീച്ച് സൈഡിൽ വണ്ടി പാർക്ക് ചെയ്യേണ്ട താമസം ഓടി കടയിലേക്ക്... ഞാൻ ചെന്നപ്പോഴേക്കും കോലുമിട്ടായി ഒക്കെ വായിൽ ആക്കിയിരുന്നു...

അമ്പടി... എനിക്ക് എവിടെ മിട്ടായി...

ദേ...

നാലഞ്ച് മിട്ടായിയുടെ കൂടെ അവൾ എന്റെ നേരെ ഒന്ന് നീട്ടി...

പൈസ കൊടുത്തോ നീ?

അതിന് എന്റെ കൈയിൽ എവിടെ പൈസ.. ചേട്ടായി കൊടുത്തോ...ഞാൻ അവിടെ കാണുമേ...

നടന്നുപോയാൽ മതി... എടി ഓടി പോവല്ലേ എന്ന്..

ഓടും...

അല്ല വിച്ചു കൊച്ചിന് ഒരു ആലോചന കൊണ്ട് വരട്ടെ...

കടയിലെ ദാമോദരേട്ടന്റെ ഭാര്യയാണ് ചോദിച്ചത്...

എന്റെ ചേച്ചി.. അവൾ കുട്ടിയല്ലേ.. ഒത്തിരി ഇനിയും സ്വപ്നങ്ങൾ ബാക്കിയാണ് പിന്നെ കല്യാണം? അതൊക്കെ ഞങ്ങൾ മുന്നേ തന്നെ അവൾക്ക് വിട്ടിരിക്കുന്നതാണ്.. ഇനി ഇപ്പോൾ കെട്ടണ്ട എന്ന് പറഞ്ഞാലും എന്റെ ജീവൻ ഉള്ള കാലം വരെ ഞാൻ നോക്കും എന്റെ മകളായി തന്നെ... മേലേൽ ഇത് എന്നോട് പറയരുത്.. ദേഷ്യം ഇല്ല ട്ടോ ചേച്ചി.. അവൾക്ക് ഇഷ്ടം ഉള്ളത് പോലെ ചെയ്യാൻ ഞാൻ സമ്മതിച്ചു കൊടുത്തെ പറ്റൂ.. പഴയ ചിലമുറിവുകൾ എന്നെ വേദനിപ്പിക്കുന്നുണ്ടാകും അതൊക്കെ തന്നെ...

അല്ല വിച്ചു... ജാനകി ഇപ്പോൾ?

അവളുടെ കല്യാണം ഒക്കെ കഴിഞ്ഞു.. ഒരു കുട്ടിയുണ്ട്.. സുഖമായിരിക്കുന്നു, ഇടയ്ക്ക് വിളിക്കും.

ചേട്ടാ പിന്നെ കാണാം എങ്കിൽ... അവൾ എന്താ കാട്ടുന്നത് എന്ന് നോക്കട്ടെ...

ശരി മോനെ...

കൂടുതൽ അവളെ കുറച്ചു പറയാൻ എനിക്ക് കഴിയില്ല..കാരണം നഷ്ടങ്ങൾ എന്റെ മാത്രമാണ് അത് എന്നിൽ തന്നെ ഉണ്ടാവുന്നത് തന്നെയാണ് നല്ലത് എന്ന ചിന്ത..

പതിയെ കൊച്ചുവിന്റെ അടുത്തേക്ക് നടന്നു.. കടലിന്റെ ഓളങ്ങൾ കരയോട് അടുക്കുമ്പോൾ തിരകളിൽ ചെറിയ പതകൂടിയുണ്ടാകും അത് കൈയിൽ കോരിയെടുത്ത് കളിക്കുന്ന അവളും, എന്നെ കണ്ടതും ഹൃദയം നിറഞ്ഞ പുഞ്ചിരി കൂടി സമ്മാനിച്ചപ്പോൾ വിഷാദ മനോഭാവം എന്നിൽ നിന്നും അകന്നുപോയിരുന്നു..

ആ നീ ഇവിടെ കളിച്ചോണ്ട് ഇരിക്കുവാണോ? വാ അൽപ്പം നടക്കാം..

ഇല്ല വരില്ല ഞാൻ...

എന്നുപറഞ്ഞുകൊണ്ട് കൈയിൽ കരുതിയ പതയോട് കൂടിയ വെള്ളം എന്റെ മുഖത്തേക്ക് ഒഴിച്ചു..

പിന്നെ പരസ്പരം അങ്ങോട്ടും ഇങ്ങോട്ടും അടിയും ഇടിയും ഒക്കെയായ്... ഒടുവിൽ രണ്ടുപേരും ഷീണംകൊണ്ട് തൊട്ടടുത്ത കടൽ ഭിത്തിക്ക് താഴെയിരുന്നു...

ചേട്ടായി... ചേട്ടായി....

എന്നാടി? വല്ലതും വാങ്ങണൊ തിന്നാൻ?

അത് അല്ല... അത് പിന്നെ...

പറ കേൾക്കട്ടെ... ജാനകി ചേച്ചിയെ പറ്റി പറ.. ആരായിരുന്നു? എന്തായിരുന്നു എങ്ങനെ നിങ്ങൾ അടുത്തു... എന്നോട് പറയാന്ന് പറഞ്ഞത് അല്ലേ...

ഉവ്വ് പറഞ്ഞിരുന്നു...

ജാനു എനിക്ക് ഏറ്റവും പ്രിയപ്പെട്ടവൾ.. നിന്നോട് ഞാൻ പറഞ്ഞിട്ടുണ്ട് എന്നും പണ്ടേ മുതൽ ഞാൻ കാണുന്ന ഒരു സ്വപ്നത്തെ പറ്റി.. ഒരു ക്ഷേത്രം.. ഞാൻ അന്ന് വരെ പോവാത്ത ക്ഷേത്രവും പരിസരവും അവിടെ വച്ചു ഞാൻ ഒരു പെൺകുട്ടിയുടെ കഴുത്തിൽ താലി ചാര്ത്തുന്നതും....

ആണോ? ഞാൻ ഓർക്കുന്നില്ല ല്ലോ...

അങ്ങനെ ഒന്നുണ്ടായിരുന്നു.. സ്വപ്നങ്ങളിൽ ഞാൻ കണ്ട ആ ക്ഷേത്രത്തെ ചിത്രങ്ങൾ വരയ്ക്കാൻ അറിയാത്ത ഞാൻ വരച്ചു നോക്കി... ഡിഗ്രി ടൈം കഴിഞ്ഞ സമയത്തൊക്കെ ഞാൻ ഇതൊക്കെ കണ്ടെത്താനുള്ള ശ്രമത്തിലായിരുന്നു ഒടുവിൽ ഞാൻ നേരിൽ കാണാത്ത ക്ഷേത്രത്തെ കണ്ടെത്തി.. ആദ്യമായിട്ട് ആയിരിക്കണം ഒരു ക്ഷേത്രത്തിന്റെ പേര് പോലും എന്നിൽ സ്വപ്നമായ് മാറുന്നത്...

മാഹിവിഷ്ണുവിന്റെ ക്ഷേത്രം, ഒരിക്കൽ അക്ഷയ് ഒരുമിച്ചു ഞാൻ അവിടെ വരെ പോയിരുന്നു... ക്ഷേത്ര നടയിലേക്ക് കാലെടുത്തു വയ്ക്കുമ്പോഴാണ് ജാനകിയെ ആദ്യമായ് കാണുന്നത്.ഒന്ന് മൈൻഡ് പോലും ചെയ്യാതെ എന്നെ കടന്നുപോയ അവളെ കണ്ടതും ശ്വാസം നിലച്ചപോലെയായിരുന്നു എനിക്ക്.. പിന്നീട് ഒരുപാട് തവണ അങ്ങനെ അവളറിയാതെ അവളെ കണ്ടിരുന്നു ഞാൻ.

പിന്നീട് അടുക്കാൻ ശ്രമിക്കുകയായിരുന്നു ഞാൻ.ഒരുപാട് നാളുകൾക്ക് ശേഷം അവളെ കണ്ടപ്പോൾ ഉണ്ടായ സന്തോഷം പറഞ്ഞറിയിക്കാൻ പറ്റാത്തതായിരുന്നു.

ആദ്യം ഒരുപാട് തവണ അവഗണന കിട്ടിയെങ്കിലും ഏതോ മുന്ജന്മ ബന്ധം പോലെ ഞങ്ങൾ അടുത്തു, പരസ്പരം സൗഹൃദം പങ്കിട്ടു..

നീണ്ടു പോയ സൗഹൃദം എന്നിൽ എങ്ങനെ പ്രണയമായ് മാറി എന്നറിയില്ല.. എന്തൊ ഇഷ്ടമായ്.. ഹൃദയത്തിൽ

സ്നേഹമുള്ളവൾ..പുറമെ ആരോടും മിണ്ടാതെ എന്നാൽ ഏറ്റവും കൂടുതൽ സ്നേഹം ഉള്ളവരോട് മനസ്സിൽ തോന്നിയത് ഒക്കെ വിളിച്ചു പറയുന്ന പ്രകൃതം.

എങ്കിലും അറിയുകയായിരുന്നു അവളെ, അവൾ പോലും അറിയാതെ.. ആ വാശിയും ദേഷ്യവും സ്നേഹവും, തീരുമാനങ്ങളും എല്ലാം എല്ലാം.ആരായിരുന്നു അവളുടെ പ്രചോദനമെന്ന് അവളിലൂടെ തന്നെ അറിഞ്ഞപ്പോൾ കൗതുകം ആയിരുന്നില്ല, എന്തൊ നിരാശകളെ അതിജീവിച്ചു മുന്നോട്ട് നീങ്ങിയ ഒരു കൂട്ടുകാരി കാലുകൾക്ക് സ്വാധീനം പോലും ഇല്ലാതെ എന്നാൽ അതൊന്നും വകവയ്ക്കാതെ ജീവിതം മുന്നോട്ട് കൊണ്ടുപോയ ഒരു സുഹൃത്ത്...അങ്ങനെ ഒരു സുഹൃത്തിന്റെ സൗഹൃദം കിട്ടിയിരുന്നെങ്കിൽ ജീവിതം മുഴുവൻ നിരാശ മാത്രമായി കാണുന്ന പലരിലും പുതിയ പ്രതീക്ഷകൾ തളിർത്തേനെ , ആ ഭാഗ്യം കിട്ടിയത് അവൾക്കാണെന്ന് മാത്രം..

ഒരു ചെറുകൂടിനുള്ളിൽ അകപ്പെട്ട കിളിയെ പോലെയായിരുന്നു ജീവിതം തുടങ്ങിയത് തന്നെ.എല്ലാം സ്വന്തം ഇഷ്ടത്തോടെ, ഞാൻ എന്റെ കൊച്ചുവിന് തരുന്ന സ്വാതന്ത്ര്യവും മറ്റും അവൾക്കും കിട്ടിയിരുന്നെങ്കിൽ പേടിയോടെ ഒരിക്കലും ജീവിതത്തെ നോക്കി കാണില്ലായിരുന്നു..

സ്നേഹിച്ചു ഒരുപാട് സ്വന്തമാകില്ല എന്നറിഞ്ഞിട്ടും, ജീവിതവും സാഹചര്യവും എല്ലാവർക്കും ഒരുപോലെ ആവില്ല ല്ലോ, പ്രത്യേകിച്ച് പെൺകുട്ടികൾക്ക് ജാതിയുടെയും മതത്തിന്റെയും ചങ്ങലകൾ തീർത്ത വേലിക്കെട്ടുകൾ പൊട്ടിച്ചെറിയാനൊ, ഇതുവരെ പോറ്റിവളർത്തിയ കുടുംബത്തെ തോൽപ്പിക്കാനൊ അവൾക്കാകില്ലായിരുന്നു അതൊന്നും ഞാനും ആഗ്രഹിച്ചിരുന്നില്ല..

ഒരുപാട് വൈകിപോയിരുന്നു പ്രണയം തുറന്നുപറയാൻ അതിനുള്ളിൽ മറ്റൊരാൾക്ക് അവൾ ഹൃദയം കൈമാറിയിരുന്നു..അത് അങ്ങനെയാണല്ലോ എന്നും ലോകം ഏറ്റവും കൂടുതൽ സ്നേഹിക്കുന്ന ആളിലേക്ക് ചുരുങ്ങുമ്പോൾ മറ്റ് സൗഹൃദങ്ങൾക്കൊ ബന്ധങ്ങൾക്കൊ നാം നൽകുന്ന സ്ഥാനം വളരെ ചെറുതായിരിക്കും, പതിയെ ജാനുവിന്റെ ലൈഫിൽ നിന്നും ഒഴിഞ്ഞു മാറിയിരുന്നു ഞാൻ,അതാണ് ശരി എന്ന് ഉള്ളിൽ നിന്നും ആരോ പറയുന്നുണ്ടായിരുന്നു, കാണുമ്പോൾ ചിരിക്കുന്ന ഒരു മുഖം ഞാൻ

ബാക്കി വച്ചിരുന്നു ദേഷ്യത്തോടെ പോവാതെ സന്തോഷത്തോടെ ഒഴിഞ്ഞു കൊടുത്തു.

വാകപൂത്തുനിൽക്കുന്ന ഇടനാഴിയിലൂടെ അവൾ നടന്നുവരുന്നതും നോക്കി ഞാൻ നിന്നിട്ടുണ്ട്,കാത്തിരിപ്പ് തുടർന്നുകൊണ്ടിരിക്കെ ഇടനെഞ്ചിൽ നിന്നൊര് ശബ്ദം അതെ അവളുടെ കൊലുസുകളുടെ ശബ്ദം തന്നെ..ഇരുട്ട് കാഴ്ചയെ വിഴുങ്ങും മുൻപ് തിരികെ വരുമായിരിക്കും അവൾ എന്നൊന്നും പിന്നീട് തോന്നിയില്ല, അറിഞ്ഞോ അറിയാതെയൊ പറഞ്ഞുപോയ കാര്യങ്ങൾ ഉണ്ട് അത് ഒരുപക്ഷെ മനസ്സിൽ നിന്നും മായ്ച്ചു കളയാൻ ശ്രമിച്ച രീതികൾ മാറിപോയിരുന്നു..

ഒരുപാട് സ്നേഹമുണ്ടെന്ന് പറയുമ്പോഴും നിനക്ക് അതൊക്കെ പ്രകടിപ്പിച്ചാൽ എന്തെന്നൊക്കെ ചോദിച്ചുപോയിട്ടുണ്ട്, ഒരു തരം വാശി, നഷ്ടപെടുമെന്നതോന്നലിൽ നിന്നുണ്ടായ വാശി.. എങ്കിലും ഞാൻ അന്നേ പടിച്ചൊര് പാഠമുണ്ട് മനുഷ്യർ എല്ലാം വ്യത്യസ്തരാണ് ചിലർക്ക് സ്നേഹം പ്രകടിപ്പിക്കാൻ സാധിക്കും, ചിലർക്ക് ദേഷ്യം വരുമ്പോൾ ഉള്ളിലുള്ള സ്നേഹം ഒരു പുഴപോലെ ഒഴുകിയിറങ്ങും അത് തന്നെയായിരുന്നു അവൾ, ഏതൊര് പെൺകുട്ടിയും " NO " എന്ന് പറഞ്ഞാൽ അത് " NO " എന്ന് തന്നെയെന്ന് ജീവിതംകൊണ്ട് കാണിച്ച് തന്ന ജാനു.

രണ്ട് മൂന്നുവർഷം കഴിഞ്ഞെങ്കിലും എന്നെ തളർത്തുന്ന ഒന്നേ ഉള്ളിൽ ഒള്ളൂ, ഏതോ ഒരു നിമിഷത്തിൽ പറഞ്ഞുപോയ വാക്കുകൾ അത് ജാനകിയെ എന്നിൽ നിന്നും പലതും സ്വകാര്യമാക്കി വയ്ക്കാൻ പ്രേരിപ്പിച്ചിരുന്നു, കുഞ്ഞു, കുഞ്ഞു പേടികളും അതൊന്നും പെട്ടെന്നൊന്നും പോവില്ലെങ്കിലും എന്തൊ സ്നേഹമുണ്ട് അവൾക്ക് ഞാൻ അറിയാതെ എനിക്ക് വേണ്ടി മനസ്സുരുകി പ്രാർത്ഥനയും നേർച്ചയും ഒക്കെ നടത്തിയവൾ, എത്ര ആമൂല്യമായ ബന്ധം,ആ ഒരു സൗഹൃദം ഇന്നും നിലനിൽക്കുന്നത് അവളിലെ നന്മയിലൂടെ തന്നെയാണ് അത്രയും സ്നേഹമുള്ളവൾ എങ്കിലും ഒന്നിക്കാൻ സാധിക്കാതെ പോയി..

തീരാത്ത നഷ്ടമാണെന്ന് ഓരോ തവണ ഞാൻ ഉള്ളിൽ പറയുമ്പോഴും സന്തോഷം തോന്നിയിരുന്നു, അവളുടെ വട്ടുകളെ തിരിച്ചറിയുന്ന, സ്നേഹമുള്ള ഒരാൾ, അവളെ പോലെ തന്നെ

കുറുമ്പുകളും സ്നേഹവും ഉള്ള മകൾ, ഒരുപക്ഷെ കൊച്ചു നീയും,കുടുംബവും ഇല്ലായിരുന്നു എങ്കിൽ ഇന്ന് ഞാൻ ഇങ്ങനെ സന്തോഷമായ് ഇരിക്കുമായിരുന്നൊ?

ചേട്ടായി ഒകെ അല്ലേ? ഞാൻ ആയിട്ട് ഓരോന്ന് ചോദിച്ചു.. ചുമ്മാ.. Sorry..

ഇല്ലടാ എന്റെ കൊച്ചു അല്ലേ? നീ തന്ന സ്നേഹത്തിനും എന്റെ അനിയത്തികുട്ടിയായ് പിറന്നതിനും ഞാൻ അല്ലേ നന്ദി പറയേണ്ടേ? ഇപ്പോൾ എന്നാ ജാനു സന്തോഷമായ് ഇരിക്കുന്നു, നമ്മളും അങ്ങനെ അല്ലേ... ഓരോ സ്വപ്നങ്ങൾ ഇല്ലേ എനിക്കും നിനക്കും എന്നും ചേട്ടായി ഉണ്ട് എല്ലാത്തിനും..

പിന്നെ പിന്നെ എന്റെ ചേട്ടായിയെ എനിക്കറിയില്ലേ ? പക്ഷേ കഥയിൽ അൽപ്പം സാഹിത്യം കൂടിയോ എന്ന് സംശയം? ചിലതൊക്കെ എനിക്ക് മനസ്സിലായെ ഇല്ല..

എത്ര സീരിയസ് ആയി പറഞ്ഞതാ? നിന്നെ ഞാൻ.....

ചേട്ടായി വേണ്ട, എന്റെ ചെവി... വേണ്ട.. വേദന എടുക്കുന്നു... ചൂപ്പേർ ആയിരുന്നു കഥ... എന്നെ വിട്..

വേദനിച്ചോ? ഞാൻ അതിന് പതുക്കെ ഒന്ന് പിടിച്ചു? ഇങ്ങനെ മോങ്ങല്ലേ നീ...

പോ.. കൂട്ടില്ല... കൂട്ട് വെട്ടി...

എന്റെ തലയിൽ ഒരു കൊട്ട്കൂടി തന്നിട്ട് ഒരോട്ടം.മുന്നിൽ കണ്ട കല്ലിൽ തട്ടി താഴെ..

നിന്നോട് പറഞ്ഞതാ.. ഓടല്ലേ എന്ന്...? ഇപ്പോൾ കണ്ടോ...? എവിടെ കാല് നോക്കട്ടെ? വേദനയുണ്ടോ? വാ കൈയിൽ പിടിച്ചൊ..

എന്റെ കൈകളിൽ ചേർത്ത് പിടിച്ചുവൾ പതിയെ എഴുന്നേറ്റു.കൈകൾ ചേർത്തുപിടിച്ചപ്പോൾ മുഖത്ത് കണ്ട ചിരിയിൽ ഉണ്ടായിരുന്നു ഞാൻ തളർന്നാൽ അവളും, അവൾ വീണുപോയാൽ ഞാനും കൂടെയുണ്ടാകും എന്നും എപ്പോഴുമെന്ന്..

സഞ്ചാരം ഒക്കെ കഴിഞ്ഞു വീട്ടിൽ തിരിച്ചെത്തിയപ്പോൾ അച്ഛനും അമ്മയും കൂടിയെത്തിയിരുന്നു.

എടാ വിച്ചു ഇന്ന് കല്യാണത്തിന് വച്ച് ഒരു കുട്ടിയെ കണ്ടിരുന്നു നല്ല കുട്ടിയാണ് പേര് അപർണ, ഇവിടെ അടുത്ത് ഒരു കമ്പനിയിൽ തന്നെയാ ജോലി ചെയ്യുന്നത്.. ഒന്ന് ആലോചിച്ചാലോ?

ചേട്ടായിക്ക് കല്യാണം.. അടിപൊളി അമ്മാ

അമ്മേ അതൊന്നും എന്നെ കൊണ്ട് പറ്റില്ല, താല്പര്യവും ഇല്ല..

പിന്നെ നിന്റെ ഉദ്ദേശം എന്താണ്? ഞാൻ പറഞ്ഞേക്കാം കുറെ നാൾ കഴിഞ്ഞു ആരും ഇല്ലാതെ വരും അന്ന് എന്തുകൊണ്ട് ഒരു കൂട്ട് കണ്ടെത്തിയില്ല എന്നൊക്കെ തോന്നും, ജീവിതം പലപ്പോഴും അങ്ങനെയാണ് എല്ലാം ആഗ്രഹിക്കുന്നത് കിട്ടണം എന്നൊന്നും ഇല്ല പലതും വിട്ടുകൊടുക്കേണ്ടി വരും, ജാനകി ഇപ്പോൾ സന്തോഷമായിട്ട് ജീവിക്കുന്നില്ലേ അങ്ങനെ നിനക്കും പോയാൽ എന്താ?

ഞാൻ സന്തോഷത്തോടെ അല്ലെന്ന് ആരാ അമ്മേ പറഞ്ഞേ? നിങ്ങളുണ്ട്, പിന്നെ എന്തിനും ഏതിനും എന്റെ കൂടെ നിൽക്കുന്ന കൊച്ചുവുണ്ട്, കുഞ്ഞു കുഞ്ഞു സ്വപ്നങ്ങൾ ഉണ്ട്.. ഞാൻ ഒരുപാട് ഹാപ്പിയാണ്.പക്ഷേ അമ്മ ചിന്തിക്കേണ്ട ഒരു കാര്യമുണ്ട് ഒരാളും ഒരാൾക്കും പകരമാവില്ല, ജാനകിയെ പോലെ ഒരു കുട്ടിയെ എനിക്ക് കിട്ടിയിട്ട് കാര്യമില്ലല്ലോ ഇനി അതിനു മുകളിൽ ആരെങ്കിലും വരണ്ടേ.. എനിക്ക് തോന്നുന്നില്ല അങ്ങനെ ഒരാൾ ഉണ്ടാവും എന്ന്, തല്ക്കാലം അമ്മ ഇത് ഇവിടെ നിർത്തൂ..

കൊച്ചു വാടി നല്ല മഴ വരാൻ സാധ്യതയുണ്ട് ഉള്ളിവട എന്തെങ്കിലും ഉണ്ടാക്കാം...

ഞാൻ കൊച്ചുവിന്റെ കൈയിൽ പിടിച്ചുകൊണ്ട് അടുക്കളയിലേക്ക് പോയി എന്തൊ അവൾക്കും ഇഷ്ടമാണ് ഞാൻ ഉണ്ടാക്കുന്നത് ഒക്കെ...

വലിയ മൂന്നു സവാള നീളത്തിൽ അരിഞ്ഞെടുത്ത് കുറച്ചു ഉപ്പ് കൂട്ടി തിരുമി വച്ചതിന് ശേഷം, കുറച്ചു മുളകുപൊടി, മഞ്ഞൾപൊടി, മൂന്നോ നാലോ പച്ചമുളക് വട്ടത്തിൽ അരിഞ്ഞെടുത്തു, ഇതെല്ലാം കൂടി സവാളയുടെ കൂടെ മിക്സ് ചെയ്തുകൊണ്ട് അൽപ്പം ചിക്കൻ മസാല കൂടി ചേർത്തു ഒരു അഞ്ചു മിനിറ്റ് മാറ്റിവച്ചു, ചട്ടിയിൽ എണ്ണ ചൂടാക്കി, സവാളയുടെകൂട്ട് ചെറു പത്തിരി രൂപത്തിൽ പരത്തി അൽപ്പം വെള്ളമൊഴിച്ചു കലക്കിയ അരിമാവിൽ മുക്കി ചട്ടിയിലേക്ക് കൂടെ ഒരു സൈഡിൽ ഒരു തണ്ട് കറിവേപ്പില കൂടിയിട്ട് തിരിച്ചും മറിച്ചും ഇട്ട് കോരിയെടുത്തു..

എന്റെ ഈ ചെറിയ കലാപരുപാടിയൊക്കെ കൗതുകത്തോടെ നോക്കി നിൽക്കുന്ന കൊച്ചുവിനെ കാണുമ്പോൾ തന്നെ എന്തൊ ഒരു സന്തോഷമാണ്..

മഴ തകർത്തു പെയ്യുന്നതിനിടയ്ക്ക് കട്ടിപാലിൽ പതപ്പിച്ച പാൽ ചായയും ഉള്ളിവടയും കൊണ്ട് സിറ്റ് ഔട്ടിൽ പോയിരിക്കും.ചൂട്ചായ ഞാനും കൊച്ചുവും ഊതിയൂതി കുടിച്ചും ഉള്ളിയുടെയും മസാലയുടെയും, വേപ്പിലയുടെയും ഗന്ധം നിറഞ്ഞു നിൽക്കുന്ന ഉള്ളിവടയും കൊതിയോടെ തിന്നുകൊണ്ട് പരസ്പരം ഒരു പുഞ്ചിരി സമ്മാനിക്കും, ആ പുഞ്ചിരി എന്നെനും അതുപോലെ നിലനിൽക്കണേയെന്ന് ഉള്ളിൽ പറയുന്നുണ്ടാകും അപ്പോഴും..

ചേട്ടായി എനിക്ക് ഒരു പാട്ട് പഠിത്തരൊ ?

ഇപ്പോഴൊ ?

അതെ... അല്ലേൽ കൂട്ട് വെട്ടും...

...

ആരോ വിരൽ മീട്ടി.....

ച്ചൂപ്പർ.......... പിന്നെ അതില്ലെ ചേട്ടായി ?

എന്നാടി?

കോളേജിൽ നിന്നും ടൂർ പോവുന്നുണ്ട് ഈ തവണ ബാംഗ്ലൂർ പിന്നെ വേറെ ഏതോ ഒരു സ്ഥലം ഒക്കെയുണ്ട്..

ആണോ എത്ര ദിവസത്തെ ടൂറാണ്?മൂന്നോ നാലൊ... എന്നാൽ എനിക്ക് താല്പര്യം കുറവാ..

അത് എന്നാടി? ഞാൻ നിന്നോട് പറഞ്ഞിട്ടില്ലേ ആഘോഷിക്കേണ്ട സമയത്ത് ഒക്കെ അതൊക്കെ ആഘോഷിക്കണമെന്ന്, പിന്നെ എന്താ പോയാൽ? ചേട്ടായിയും പോയിട്ട് ഉള്ളത് അല്ലേ? പൊയ്ക്കോടാ, വീട്ടിൽ ഞാൻ പറഞ്ഞോളാം..

അത് അല്ല ചേട്ടായി... അത്

എന്നാടി?

അത്ര ഡേയ്സ് ചേട്ടായിയെ മിസ്സ് ചെയ്യില്ലേ കൊച്ചു, അത് എനിക്കും ചേട്ടായിക്കും സങ്കടം ആവില്ലേ? അതാണ്..

കൊച്ചു.. അതൊക്കെ ശരിയാണ്, എന്നാലും നിനക്ക് വരുന്ന അവസരങ്ങൾ ആണ് ചിലപ്പോൾ ലൈഫിലെ നല്ല നിമിഷങ്ങൾ എന്നും ഓർത്തുവയ്ക്കാൻ പറ്റുന്ന കാര്യങ്ങൾ അങ്ങനെയൊക്കെ ഉണ്ടാവാം അതൊക്കെ വേണ്ടേ? എന്നുകരുതി ചേട്ടായിക്ക് കുറച്ചു ഡേയ്സ് ആണെങ്കിലും നീ പോവുന്നതിൽ വിഷമം ഇല്ലെന്ന് അല്ല, എന്നാൽ നിന്റെ ഈ നിമിഷങ്ങളെ ഇല്ലാതാക്കാനും സാധിക്കില്ല.

പേര് ഒക്കെ കൊടുത്തൊ കേട്ടോ?

എന്നാൽ ചേട്ടായിടെ ഇഷ്ടം പോലെ.. എന്റെ ചേട്ടായി ചൂപ്പർ...

യാത്ര പോവുന്ന ഡേ ഞാൻ തന്നെകൊണ്ടുപോയി ആക്കി കോളേജിൽ..

എന്നാൽ കൊച്ചു കയറിക്കൊ ബസിൽ.. പിന്നെ അവിടെ എത്തിയിട്ട് ആദ്യം എന്നെ വിളിക്കണം.നന്നായിട്ട് ഫുഡ് കഴിക്കണം, സന്തോഷത്തോടെ ഇരിക്കണം.. പറഞ്ഞത് കേട്ടോ?

ഉവ്വ് ചേട്ടായി.. ഞാൻ വിളിക്കാന്നെ.. മിസ്സ് യു ചേട്ടായി..

എന്തിനാ നിന്റെ കണ്ണു നിറയുന്നേ? ഞാൻ കൂടെ തന്നെയില്ലേ? പോയിട്ട് വാ..

അപ്പോൾ ചേട്ടായിടെ കണ്ണ് നിറഞ്ഞതൊ? അതൊ?

ഏയ് എന്റെ കണ്ണൊന്നും നിറഞ്ഞില്ല എന്തൊ പൊടി കണ്ണിൽ പോയതാണ്.. അകത്തേയ്ക്ക് കയറിക്കൊ..ഞാൻ പോവാ.. പുറകിൽ നിന്നും വിളിക്കരുത് കേട്ടോ...

കുറച്ചു ദിവസത്തേക്ക് ആണെങ്കിൽ പോലും അവൾ മാറി നിന്നപ്പോൾ ആ സ്പേസിൽ ഉണ്ടായ ശൂന്യത മറ്റാർക്കും നികാത്തൻ പറ്റില്ല കാരണം അവളെന്നും ഹൃദയത്തിലാണ് ഞാൻ ഉണ്ടാക്കിയ ആ കൊച്ചുലോകത്തിലെ കുഞ്ഞി..

അവിടെ എത്തിയപാടെ തന്നെ എന്നെ വിളിച്ചു.. എന്തൊ രണ്ടു പേരും പരസ്പരം ആദ്യം ഒന്നും മിണ്ടിയില്ല എങ്കിലും അവളിലെ ആ നിശബ്ദത ഞാൻ ഒരിക്കലും ആഗ്രഹിക്കുന്നില്ലായിരുന്നു ഞാൻ തന്നെ കുഞ്ഞു കുഞ്ഞു തമാശകൾ പറഞ്ഞുകൊണ്ട് സന്തോഷിപ്പിക്കാൻ ശ്രമിച്ചു.. ഞങ്ങളുടെ ആദ്യത്തെ ഒരു വലിയ വേർപിരിയൽ.

ടൂർ ഒക്കെ കഴിഞ്ഞു ആളെത്തി പിന്നെ പഴയത് പോലെ അടിയും ഇടിയും ഒക്കെയായ്..

ദിനങ്ങൾ കൊഴിഞ്ഞുകൊണ്ടിരുന്നു വേനലാവധിയായ്, വിഷു പുലരിയിൽ നാട്ടിൽ കെട്ടുമഹോത്സവം നടക്കും..

ഓരോ ചെറുതും വലുതുമായ കണ്ടങ്ങൾ,അവിടെ ഓരോ കണ്ടങ്ങളും പലരും പാട്ടത്തിനെടുക്കും അതിൽ കരീമിൻ, ചെമീൻ അങ്ങനെ പലതരം മീൻ കൃഷികൾ, ഓരോ കെട്ടിനും ഒന്നൊ രണ്ടോ കാവൽക്കാരുണ്ടാകും, രാത്രിയും പകലും മാറി മാറി അവർ കാവലിരിക്കും, വെള്ളത്തിന്റെ ഒഴുക്ക് കുറയ്ക്കുകയും, അത്യാവശ്യം

വന്നാൽ വെള്ളം കെട്ടുകളിലേക്ക് കയറ്റുകയും ചെയ്യുന്നത് ഇവരൊക്കെ തന്നെയാണ്..

വിഷു ദിനം കെട്ടുകലക്കൽ മഹോത്സവമാണ്, നാടിന്റെ പല ഭാഗത്തു നിന്നും ആളുകൾ വരും, ഓരോ മീൻ കെട്ടും കെട്ടിന്റെ ഉടമസ്ഥർ പൊട്ടിക്കുകയും ആവശ്യമുള്ളത്ര മീനുകൾ അവർ തങ്ങളുടെ കൊട്ടകളിലും വലകളിലും ആക്കും അതിന് ശേഷം എല്ലാവർക്കും ആ മീൻ കെട്ടുകൾ ഒരാഴ്ചത്തേക്ക് തുറന്നുകൊടുക്കും, ജാതി മത, പ്രായ ഭേദമന്യേ ഒരുത്സവം തന്നെയാണ് അത്..

കെട്ടിൽ നിന്നും പിടിക്കുന്ന മീനുകൾ കൊണ്ടുള്ള വിഭവങ്ങൾ നാട്ടിലെ പാചകറാണിമാർ ഒരുക്കും ഓരോ ടർപ്പായക്ക് ചുവിട്ടിൽ.. രാത്രി ശിങ്കാരിമേളവും, ഗാനമേളയും, അന്ന് വരെ കാണാത്ത ഒട്ടനവധി സ്വപ്ന സുന്ദരിമാരും ഉത്സവത്തിന് മാറ്റുകൂട്ടും..

കണിയൊക്കെ ഒരുക്കി കൊച്ചു വിന് വിഷു കണിയും കൊടുത്തുകൊണ്ട് ഇരിക്കുന്ന സമയത്താണ് പാച്ചു വന്ന് വിളിക്കുന്നത്..

വിച്ചു... ടാ കെട്ടിൽ പോവണ്ടേ അവിടെ ഓരോ കെട്ടും പൊട്ടിച്ചു തുടങ്ങി.. വേഗം വാ..

ആ നിൽക്കടാ.. വരുന്നു..

ഡ്രസ്സ് മാറി റൂമിന് വെളിയിലേക്ക് വന്നപ്പോൾ കണ്ടത് എന്തൊ കാര്യം സാധിക്കാൻ വേണ്ടി കൊച്ചു നിൽക്കുന്നതാണ്.

എന്നാടി? എന്താ ഇങ്ങനെ നിക്കുന്നെ? പോരുന്നോ എന്റെ കൂടെ?

അച്ചോ ചേട്ടായിക്ക് എങ്ങനെ മനസ്സിലായി ഇതൊക്കെ? ഞാൻ എങ്ങനെ ചോദിക്കും എന്നൊക്കെ ആലോചിച്ചു..

നീ എന്റെ കൊച്ചു അല്ലേ, നിന്നെ അറിയാതെ പിന്നെ എങ്ങനെ? വാ..

അമ്മേ ഞാൻ ചേട്ടായിടെ കൂടെ പോകുന്നു.

അൽപ്പം വാശി അല്ല ഒരുപാട് വാശി കൂടുതൽ ആയത്കൊണ്ട് എല്ലാവരും അവളുടെ മുന്നിൽ ഒന്ന് താന്നുകൊടുക്കും ഞാനും.

അങ്ങനെ കെട്ടിലേക്ക് ഒന്ന് ഇറങ്ങി മീനുകൾ കുടത്തിൽ ആക്കുന്ന സമയത്താണ് കൊച്ചുവിന്റെ ചോദ്യം

ചേട്ടായി ഞാൻ ഇവിടെ.. ഇവിടെ ഒന്ന് ഇറങ്ങി കോട്ടെ?

എടി ചെളിയാണ് മൊത്തം, ആ ഡ്രസ്സ് ഒക്കെ ചീത്തയാവും അത് വേണോ?

കണ്ടോ കണ്ടോ എല്ലാം ചുമ്മാതെയാ? ചേട്ടായിക്ക് കൊച്ചുനോട് ഒരു സ്നേഹവും ഇല്ല, എന്റെ ആഗ്രഹങ്ങൾക്ക് വില തരും എന്നൊക്കെ പറഞ്ഞിട്ട്?

മതി മതി.. വാ എന്റെ കൈയിൽ പിടിച്ചോ.. സൂക്ഷിച്ചോണെ.. അങ്ങനെ കിട്ടിയ മീനും ചെളിയും ഒക്കെയായ് ഞങ്ങൾ വീട്ടിൽ എത്തി.. കണ്ടപാടെ അമ്മയുടെ വക കണക്കിന് കിട്ടി.. എനിക്കിട്ട് പിണക്കം കിട്ടുമ്പോൾ ചെറിയ ഒരു ചെറിയ ഒരു ഇളി പാസാക്കി കൊച്ചു സ്കൂട്ടായ്.

മാസങ്ങൾ കടന്നുപോയി,എന്റെ ഒരു ആഗ്രഹമായിരുന്നു അവളെ ഒരു അഡ്വക്കേറ്റ് ആയി കാണമെന്ന്, ഉള്ളിലെ ഇഷ്ടം പറഞ്ഞപ്പോൾ അവൾക്കും അതിനോട് താല്പര്യമുണ്ടെന്ന് മനസ്സിലായി.ഓരോ തലക്കിട്ട് കൊട്ടും, അടിയും ഒക്കെയായ് എൻട്രൻസ് കടന്നുകിട്ടി..

ഇനിയും കുറച്ചു വർഷങ്ങൾ വേണ്ടിവരും ഉണ്ണിയേട്ടന്റെ കടയിൽ ഒരു കോട്ട് മുന്നേ പറഞ്ഞു വച്ചിരുന്നു പഠിപ്പ് ഒക്കെ കഴിഞ്ഞു അവൾ വരുമ്പോൾ ആ കോട്ട് ഇടീച്ചുകൊണ്ട് അഭിമാനത്തോടെ ഒരു ഫോട്ടോ എടുക്കണം, കാരണം എന്നൊ ഞാൻ പാലക്കാരണങ്ങൾ കൊണ്ട് നഷ്ടപ്പെടുത്തിയ വക്കീൽ പഠനം അവളിലൂടെ സാധിച്ചതിൽ..

സ്വന്തം ആഗ്രഹങ്ങൾ ഉണ്ടെങ്കിലും അത് മറ്റുള്ളവരുടെ കൂടി ആഗ്രഹങ്ങളായി മാറുമ്പോൾ ജീവിതം കളറാവും എന്ന് മോർഫിയസ് പറഞ്ഞതായി ഞാൻ ഓർക്കുന്നു ഇന്ന്.

ജാനകിയിലൂടെ കടന്നുപോയപ്പോൾ ഞാൻ ഓർമകളിൽ സൂക്ഷിച്ചോര് കാര്യമുണ്ട് അവളുടെ ചില വാചകങ്ങൾ

ഇഷ്ടത്തേക്കാൾ വലിയ സ്വപ്നങ്ങൾ നിനക്കില്ലേ? അതിനെ തേടി പൊയ്ക്കൂടേ നിനക്ക്? കിട്ടില്ല എന്നറിഞ്ഞിട്ടും സ്നേഹിച്ചു നീ, എന്നെ സ്നേഹിക്കാൻ പാടില്ല എന്നല്ല, നിന്റെ സ്നേഹം സത്യമാണ്,, നീ എന്നെ ജീവന് തുല്യം സ്നേഹിക്കുന്നുണ്ടെന്നും അറിയാം എങ്കിലും വിച്ചു നീ നന്നായി ജീവിക്കണം ഒരുപാട് നാൾ, ഒരുപാട് സ്വപ്നങ്ങൾ ഒന്നും നേടിയില്ലെങ്കിലും ജീവിതം മുന്നോട്ട് കൊണ്ട്പോണം സന്തോഷത്തോടെ സമാധാനത്തോടെ....ഓർമ്മയിൽ നീയുണ്ടാകും അത് എന്നും..

അന്ന് അങ്ങനെ പറഞ്ഞവൾ നടന്നുനീങ്ങിയപ്പോൾ ചുറ്റും ഇരുട്ട് മൂടിയിരുന്നു എങ്കിലും ഒരു നല്ല സുഹൃത്തുക്കളെപോലെ കൈയെത്തും ദൂരത്ത് അവൾ ഉണ്ട്, അവളുടെ സന്തോഷമുണ്ട്..

മുന്നോട്ട് എന്തെന്നുള്ള ചിന്തയിൽ കാൽവഴുതി വീണപ്പോൾ ഒരു താങ്ങായ് എന്നും കൂടെ നിന്നത് എന്റെ കൊച്ചുവാണ്, ചേട്ടായി സന്തോഷത്തോടെ എന്നും മുന്നോട്ട് പോണമെന്നും, കൈയെത്തിച്ച് പിടിക്കാൻ പറ്റുന്നത് ഒക്കെ സാധിക്കണമെന്നും എന്നിൽ ഉപരി ആഗ്രഹിക്കുന്ന എന്റെ കൂടപ്പിറപ്പ്, ഒരുപക്ഷെ അവളെ സ്വന്തം അനിയത്തിയായ് കിട്ടിയത് തന്നെയാവണം ജീവിതത്തിൽ ഞാൻ നേടിയ ഏറ്റവും വലിയ വിജയം, എന്നും അതൊക്കെ മുന്നോട്ട് പോവും എന്നുള്ള വിശ്വാസത്തിൽ.

പുതിയൊര് വിഷു പുലരിയിൽ എന്റെ കൈകൾകൊണ്ട് ആ കുഞ്ഞികണ്ണുകൾ പൊത്തി കണ്ണനെ കണികാണിക്കുമ്പോൾ പുറക്കോട്ട് തിരിഞ്ഞു നിന്ന് എന്റെ മുഖത്തേക്ക് നോക്കിയവൾ ചിരിക്കും ആ ചിരിയിൽ ഞാനും മറുപടിയെന്നോണം ഒരു ചിരികൂടെ കൊടുക്കും അതിൽ എല്ലാമുണ്ട് അവളോടുള്ള എന്റെ സ്നേഹം, വാത്സല്യം എല്ലാം കാലം എന്നെ ഇങ്ങനെ എന്നും ഈ സന്തോഷത്തിൽ അവൾക്കൊപ്പം മുന്നോട്ട് കൊണ്ടുപോവാണേ എന്നെ പ്രാർത്ഥനയൊള്ളൂ..

വർഷങ്ങൾക്ക് അപ്പുറം സ്വന്തം കാലിൽ നിൽക്കാറാവുമ്പോൾ അവളെ ഒരു രാജകുമാരന്റ കൈകളിൽ ഏൽപ്പിച്ചു കൊടുക്കണം, ഒന്നിനും ഞാനായ് നിർബന്ധം പിടിക്കാതെ അവളായ് ഒരാളെ കണ്ടെത്തുമെങ്കിൽ അന്ന് ചിലപ്പോൾ ജാനകി പറഞ്ഞപോലെ ലോകം അയാളിൽ ചുരുങ്ങിയേക്കാം എങ്കിലും അവളുടെ നിഴലായ് ഞാൻ കൂടെയുണ്ടാകും കാരണം അവൾ എനിക്ക് സ്വന്തം മകൾ തന്നെയാണ്, എന്റെ കാലുകൾ ഇടറുമ്പോൾ അവൾ കൈകൾ നീട്ടുകയും അവൾ വീണുപോകുമ്പോൾ ഞാൻ ഉയർത്തികൊണ്ടുവരുകയും ചെയ്യും.

പുതിയ പ്രതീക്ഷകളും പുതിയ വസന്തവും ഒക്കെയായ് ഞങ്ങൾ ഒരുമിച്ച് തന്നെ മുന്നോട്ട് പോകും ഇതായിരുന്നു " ഞങ്ങളുടെ ലോകം "

ടാ................

ഡോറിൽ ആരൊ കൊട്ടുന്നത് കേട്ടാണ് എഴുന്നേറ്റത്

ഓ സ്വപ്നം ആയിരുന്നൊ?

ആ എഴുനേൽക്കുവാ അമ്മേ, ഡോർ തല്ലി പൊളിക്കല്ലേ

ഡോർ തുറന്നു ഞാൻ പുറത്തേക്ക് ഇറങ്ങി

ടാ ഇന്ന് ഒരു ഇന്റർവ്യൂ ഉണ്ടെന്ന് പറഞ്ഞിട്ട് പോവുന്നില്ലേ?

ആ അത് ഉച്ചയ്ക്കാണ് അമ്മേ... ചായ ഇങ്ങോട്ട് താ..

അമ്മേ? ഒരു പെങ്ങൾ ഉണ്ടായിരുന്നെങ്കിൽ അടിപൊളി ആയിരിക്കും അല്ലെ? അവനും എനിക്കും ഒരു കൂട്ടായ് അതുപോലെ സ്വന്തം എന്നൊര് സ്വാതന്ത്ര്യം എടുക്കാനൊക്കെ? ഞങ്ങൾക്ക് അതൊര് നഷ്ടമാണ്..

കണ്ട സ്വപ്നത്തെ കുറിച്ചൊന്നും പറഞ്ഞില്ല, ചിലപ്പോൾ മറ്റൊര് രീതിയിൽ അതൊക്കെ സാധ്യമായാൽ.

END

3

ഉറുമ്പുകളുടെ തോഴൻ

ചോരുന്ന ഓട് മേഞ്ഞ വീടിന്റെ ചാണകം മെഴുകിയ തിണ്ണയിൽ ഇരുന്നുകൊണ്ട് അമ്മയ്ക്കൊപ്പം സദ്യ നാമം ചൊല്ലുക പതിവാണ് അച്ചു...

രാമ രാമ രാമ രാമ രാമ രാമ പാഹിമാം
രാഘവാ മനോഹരാ ഹരേ മുകുന്ദ പാഹിമാം
രാക്ഷസാന്തകാ മുകുന്ദ രാമ രാമ പാഹിമാം
ലക്ഷ്മണ സഹോദര ശുഭാവതാര പാഹിമാം

മംഗളം കൂടി പാടികഴിഞ്ഞുകൊണ്ട് പ്രാർത്ഥിച്ചു അവിടെ നിന്ന് എഴുനേറ്റ് പോയി മുറ്റത്തേക്ക് നോക്കി നിൽക്കും.. അത് അച്ചുവിന്റെ പതിവ് നോട്ടമാണ്.. എന്തിനെന്നോ? അച്ചു അവന്റെ അച്ഛനെ നോക്കി നിൽക്കുന്നതാണ് എന്നും അച്ഛൻ വരുമ്പോൾ അവന് കഴിക്കാൻ ഉണ്ണി മാഷിന്റെ കടയിൽ നിന്നും ചൂടുള്ള പരിപ്പുവട വാങ്ങി വരും.. കൊതിയോടെ അവനും ആ പൊതി കൈനീട്ടി വാങ്ങും.. അമ്മയ്ക്കും അച്ഛനും ഒപ്പം ഒരു കട്ടൻചായയൊക്കെ കുടിച്ചുകൊണ്ട് അങ്ങനെ ഇരിക്കും.

ഉറക്കം വന്നുതൂങ്ങിയാലും അച്ചനെ വിട്ട് അവൻ പോകില്ല... കാരണം എത്രയൊക്കെ റോൾ മോഡൽ ഉണ്ടെന്ന് പറഞ്ഞാലും ഒരു കാര്യത്തിൽ എങ്കിലും സ്വന്തം പിതാവിനെ അനുകരിക്കാൻ ശ്രെമിക്കാറുണ്ട് നമ്മളിൽ പലരും.

അന്നത്തെ ദിവസം അച്ചുവിന്റെ കാത്തിരിപ്പ് നീണ്ടു... പുറത്ത് തിണ്ണയിൽ ഉറക്കം തൂങ്ങി വീഴുന്നത് കണ്ടാണ് അമ്മ അവനെ കൊണ്ടുപോയി കിടത്തിയത്.

ചണത്തിൽ നെയ്ത പുല്ലുപായയിൽ അവൻ അങ്ങനെ സുഖ നിദ്രപൂണ്ട് കിടക്കുമ്പോഴാണ് തോഴനായ ഉറുമ്പിന്റെ വരവ്... അച്ചുവിന്റെ കൈവിരലിൽ കൂടി കയറി തോഴൻ അവന്റെ യാത്ര തുടങ്ങും... ഒരുപാട് സഞ്ചരിക്കാൻ ഉള്ളത് കൊണ്ട് അൽപ്പം സ്പീഡിലാകും അവന്റെ പോക്ക്.

അങ്ങനെ പോയി പോയി ചെവിക്ക് ഒരു സലാം പറഞ്ഞുകൊണ്ട് കഴുത്തിലേക്ക് കയറും... അവിടെ എത്തുമ്പോൾ അച്ചു എഴുന്നേൽക്കും.

അമ്മി ഉറുമ്പ്... ഉറുമ്പ്....

അവന്റെ നിലവിളി കേട്ടുകൊണ്ട് തന്റെ പ്രിയനെയും കാത്തിരിക്കുന്ന അവൾ ഓടിയെത്തും....

എന്താ അച്ചൂസേ? എന്താ പറ്റിയെ...?

അമ്മി ഇവിടെ നറച്ചു ഉറുമ്പാണ്... എനിച്ചു ഉറക്കം വരുന്നില്ല... ഇങ്ങനെ എപ്പഴും എപ്പഴും ഉറുമ്പുകൾ വന്നാൽ എങ്ങനെ ശരിയാവും, നമ്മൾ ഉറങ്ങുന്നപോലെ ഇവയ്ക്കും ഉറങ്ങിക്കൂടെ?

അവന്റെ സംസാരം വലിയ ചിന്തകളുടെ രാജകുമാരെ പോലെ തോന്നും... അമ്മിക്ക് പുതിയ ഉത്തരങ്ങൾ അറിയില്ലെങ്കിലും എങ്ങോ കേട്ടകഥകൾകൊണ്ട് പറയും..

അവയ്ക്ക് ഉറക്കം ഒക്കെ ഉണ്ട് എന്നാലും അതിനും ജീവിക്കണ്ടേ.. ആഹാരം തേടി വന്നതാവും...

ഈ അമ്മിക്ക് ഒന്നും അറിയില്ല... അവയ്ക്ക് ആഹാരം വേണമെങ്കിൽ എന്റെ തലയിൽ ആണോ കയറുന്നെ? വേറെ എന്തോരം സ്ഥലങ്ങൾ ഉണ്ട്...

വീണ്ടും സംശയം ആയി വരുമ്പോൾ അമ്മി പറയും അച്ചരൻ വരുമ്പോൾ ചോദിച്ചുനോക്ക് ഇങ്ങനെ ഉള്ള കാര്യങ്ങൾക്ക് അച്ചരനാണ് അറിവ് കൂടുതൽ എന്ന്.... ഇതൊക്കെ പറഞ്ഞുകൊണ്ടിരിക്കുന്ന സമയത്താണ് ഫോൺ റിംഗ് ചെയ്യുന്നത്...

ഹലൊ... മാധവേട്ടാ... അശോകേട്ടൻ എത്തിയിട്ടില്ല.... വിളിച്ചിരുന്നോ ചേട്ടനെ... അതെയോ... എന്നെ വിളിച്ചു പറഞ്ഞില്ലല്ലോ....? ഇങ്ങ് വരട്ടെ... ഇവിടെ അച്ചു നോക്കിയിരിക്കാൻ തുടങ്ങിയിട്ട് ഒരുപാട് നേരമായി.... ശരി ചേട്ടാ...

അമ്മാവൻ എന്താ വിളിച്ചത്? അച്ചരൻ എവിടെ?

അച്ചൂസേ അച്ചരൻ ഇന്ന് വരില്ലടാ... തോട്ടത്തിൽ പണി കൂടുതൽ ഉള്ളത് കൊണ്ട് നാളെ ഉച്ചയോടെ വരും എന്ന്.. റേഞ്ച് കുറവായത്കൊണ്ട് ഇങ്ങോട്ട് വിളിച്ചിട്ട് കിട്ടുന്നില്ല എന്ന്...

അച്ചരൻ ഇങ്ങോട്ട് വരട്ടെ... എനിച്ചു ഒരുപാട് ദേഷ്യം ഉണ്ട്....

അവന്റെ മുഖം കടന്നൽകൂട് ഇളകിയത് പോലെ ഇരിക്കുന്നത് കാണുമ്പോൾ അമ്മിക്ക് ചിരി വരും...

എന്താ അച്ചൂസേ നിനക്ക് അച്ചരൻ വരാത്തതിലോ അതൊ പരിപ്പട കിട്ടാത്തതിലോ ദേഷ്യം...

അതുപറയേണ്ട താമസം അച്ചുവിന്റെ സൗണ്ട് കൂടും പിന്നെ കരച്ചിലായി, പിഴിച്ചിലായി... അങ്ങനെ അവനെ പുന്നാരിപ്പിച്ചുകൊണ്ട് പായയിൽ കൊണ്ടുപോയി കിടത്തും...

അമ്മി കിടക്ക്...

അമ്മിക്ക് ഇത്തിരി ജോലി ഉണ്ട് മോന് ഉറങ്ങിക്കോ......

അവന്റെ നെറുകയിൽ തലോടികൊണ്ട് അവന്റെ കണ്ണുകൾ അടയുന്നത് വരെ ഇങ്ങനെ നോക്കിയിരിക്കും...

പിന്നെ അമ്മി പണികളിൽ മുഴുകും... നമ്മുടെ തോഴൻ അപ്പോഴും വേറെ കൂട്ടുകാരെയും വിളിച്ചുകൊണ്ട് വന്നിട്ടുണ്ടാകും... വീണ്ടും അച്ചുവിന്റെ ഉറക്കം കളയും..

തേപ്പ് ഒന്നും നടക്കാത്ത, ചെങ്കലുകൊണ്ട് നിർമിച്ച വീടായതിനാൽ ഭൂമിയിൽ ഉള്ള സകല ചെറിയ ജീവികൾ എല്ലാം തന്നെ അച്ചുവിന്റെ വീട്ടിൽ ഉണ്ടാവും.....

അങ്ങനെ രാത്രി അമ്മയുടെ മടിയിൽ കിടന്നുകൊണ്ട് നേരം വെളുപ്പിക്കും...

അപ്പോഴും ഉറുമ്പുകളോട് ദേഷ്യം ഒത്തിരി ആയിക്കാണും... നാളെ എല്ലാത്തിനും ശരിയാക്കണം എന്നൊക്കെ ഓർത്തുകൊണ്ട് അങ്ങനെ കിടക്കും...

അച്ചു... അച്ചു മോനെ എഴുനേൽക്കാൻ നോക്ക്.. സമയം ഒരുപാട് ആയി... ശനിയാഴ്ചയാണ് സ്കൂളിൽ പോവണ്ട എങ്കിലും രാവിലെ എഴുന്നേറ്റു കുളിക്കണ്ടേ നല്ല കുട്ടികൾ....

ഉറക്കം നഷ്ടപ്പെടുത്തിയതിന്റെ ദേഷ്യം ഉണ്ടാവുമെങ്കിലും ഒരു നല്ല കാര്യം അല്ലേ എന്ന് തോന്നിയിട്ടാകും ആശാൻ എഴുനേൽക്കുന്നത്...

കുളിയൊക്കെ കഴിഞ്ഞു, ദോശയും സാമ്പാറും കഴിച്ചുകൊണ്ട് അച്ചു കളി തുടരും.. എങ്കിലും മനസ്സിൽ അച്ചരൻ പെട്ടന്ന് വരണേ എന്നാവും ചിന്ത... ഒരു കുഞ്ഞു സൈക്കിൾ മേടിച്ചു കൊടുത്തിട്ടുണ്ട് അവന്...

രാവിലെ പങ്കജാക്ഷൻ ചേട്ടൻ, നമ്മുടെ മീൻകാരൻ പങ്കു... പുള്ളിയെ ഡെയിലി മുറ്റത്ത് കാണുന്നത്കൊണ്ട് പുള്ളിയുടെ ശൈലിയിൽ ആവും പിന്നെ സൈക്കിൾ ഓടിക്കൽ...

എങ്ങനെയാണെന്നോ? ഏതെങ്കിലും ഒരു പാത്രം എടുത്തു.. കുറച്ചു ചെമ്പരത്തിയുടെയും, താഴെ പഴുത്തു വീഴുന്ന മാവിലെയും പ്ലാവിലെയും കൂടി ചേർത്തുകൊണ്ട് പാത്രം നിറയ്ക്കും.. എന്നിട്ട് സൈക്കിളിൽ വച്ചുകൊണ്ട് വീടിന് ചുറ്റും ഇങ്ങനെ വിളിച്ചുകൊണ്ടു നടക്കും...

ചാള ചാള.. അയല അയല.. ഒരുകിലോ പത്ത്... ഒരു കിലോ പത്ത്... കൂയ്...

ആ കൂയ് നിർബന്ധമാണ് അവന്... അങ്ങനെ ഒറ്റയ്ക്ക് കളിച്ചു ഷീണം കൊണ്ട് ഇരുന്നുപോകും... ചുറ്റും കൂട്ടുകാർ ഇല്ലാത്തത് അവനെ വല്ലാത്ത ഒറ്റപ്പെടുത്തലിലേക്ക് നയിക്കാറുണ്ട്.. അങ്ങനെ ഓരോന്ന് ആലോചിച്ചു ഇരിക്കുമ്പോൾ ആണ്... ദാ ബിത്തി പൊളിച്ചുകൊണ്ട് നമ്മുടെ തോഴന്റെ വരവ്..

ഇന്ന് ഒരുപാട് പാഠം പഠിപ്പിക്കണം എന്നൊക്കെ വിചാരിച്ചുകൊണ്ട് അവന് പോകുന്ന വഴിയെ അച്ചുവും പോകും.. പുറത്തെ ഭിത്തിയോട് ചേർന്നുകൊണ്ട് താഴെ മണ്ണിൽ ഒരു വലിയ ഉറുമ്പുകളുടെ സമ്മേളനം നടക്കുന്നത് അവൻ കണ്ടു...

ചെറിയ രീതിയിൽ നമ്മുടെ സൂര്യ ഭഗവാൻ വെയിൽ തന്നിട്ട് പോയപ്പോൾ... ഉറുമ്പിനോട് ഉള്ള ദേഷ്യം ഒക്കെ പോയി... എന്താണെന്നോ.. ഈ വെയിൽ ഒക്കെ കൊണ്ട് ഇവരിങ്ങനെ വീടില്ലാതെ അല്ലെങ്കിൽ മേൽക്കൂരയില്ലാതെ നിക്കുന്നത് ഒരുപാട് സങ്കടം ആക്കി അച്ചുവിന്റെ കുഞ്ഞു മനസ്സ്...

പിന്നെ ചിന്തകൾ ഇങ്ങനെ ഒന്നും രണ്ടുമായി അവന്റെ മനസിലേക്ക് വന്നു.. ഈ ഉറുമ്പുകൾക്ക് ഒരു വീട് പണിത് കൊടുക്കാം.... ഈറിക്കിലും, പഴയ പേപ്പറും വച്ചുകൊണ്ട്... നിഷ്കളങ്കമായ അവന്റെ മനസ്സ്...

ഓടിപ്പോയി അങ്ങനെ പണി സാധങ്ങൾ ഒക്കെയായി വീടുപണി ആരംഭിച്ചു... ഈർക്കിലി രണ്ടായി ഒടിച്ചു ഒടിച്ചു വച്ചു... പിന്നെ ഓരോ വശത്തും കുത്തി നിർത്തി.. പിന്നെ പേപ്പർ കീറിയങ്ങനെ മേൽക്കൂര പണിത് വച്ചു....

അടിപൊളിയായി... അച്ചുവിന് സന്തോഷം... അവൻ തുള്ളിചാടി... പിന്നെ അവയോടായി അവന്റെ കൂട്ട്... അവയെ ശാസിക്കുകയും അവയോട് തമാശകൾ പറയുകയും ചെയ്തുകൊണ്ട് അങ്ങനെ ഒരുപാട് സന്തോഷം..... ഓരോ ഉറുമ്പുകളും അവൻ ഉണ്ടാക്കികൊടുത്ത വീടിന് പുറത്തേക്ക് വരുമ്പോൾ അതിനെ പിടിച്ചു അകത്തേക്കാകും...

അങ്ങനെ ആദ്യമായ് അവൻ ഉറുമ്പിനെ വിളിച്ചു.. എന്റെ തോഴൻ... ആ സൗഹൃദം പെട്ടന്ന് വളർന്നു തലയിൽ കയറി...വീട്ടിൽ ഇരുന്നിരുന്ന അരിപൊടി കുറച്ചു കുറച്ചായി അവയ്ക്ക് ഇട്ടുകൊടുത്തു...

തിന്നോ തിന്നോ അമ്മി ഷീലാമ്മയുടെ വീട്ടിൽ നിന്നും വരുന്നതിന് മുൻപ് തിന്നോ തിന്നോ....

അച്ചു അങ്ങനെ പറഞ്ഞുകൊണ്ടിരിക്കുന്ന

സമയം പുറകിൽ നിന്നും ഒരടി.. അതും നല്ല തുടയിൽ...

ടാ കുറുമ്പാ എന്ത് പരുപാടിയാണ് കാണിക്കുന്നേ... മാവ് എടുത്താണോ നീ ഉറുമ്പിന് തീറ്റ കൊടുക്കുന്നെ..? ഞാൻ ഇപ്പോൾ വന്നിലേൽ നീ ഇത് തീർത്തു കളയുനായിരുന്നല്ലോ...? അച്ചരൻ ഇങ്ങോട്ട് വരട്ടെ.. ഈ കുറുമ്പ് ഇത്തിരി കൂടുന്നുണ്ട്..

അലാറം മുഴങ്ങുന്നത് പോലെ അവന്റെ കരച്ചിൽ അങ്ങോട്ട് കൂടി.... അമ്മിയുടെ കൈ തട്ടിമാറ്റി ഓടുന്നതിന് ഇടയിലാണ് ഒരു വിളി...

അച്ചുമോനെ.....? അച്ചരന്റെ കൊച്ചെവിടെ?

അച്ചരനെ കണ്ടതും കള്ള കണ്ണുനീർ ഒക്കെ തുടച്ചുകൊണ്ട് അച്ചരന്റെ അടുത്തേക്ക് ഓടി... ആദ്യം ആ കവിളിൽ ഒരുമ്മ കൊടുത്തു... അച്ചരൻ തിരിച്ചും...

അച്ചരാ.. അമ്മി എന്നെ തല്ലി.... അമ്മിക്ക് ഇപ്പോൾ അച്ചൂനോട് ഒരിഷ്ടോം ഇല്ല..മുഖം വീണ്ടും വീർക്കും...

ഓ എത്തിയോ മനുഷ്യ നിങ്ങൾ...? നിങ്ങൾക്ക് എന്നെ ഒന്ന് വിളിച്ചു പറഞ്ഞൂടായിരുന്നോ?

അന്നമ്മോ ക്ഷമിക്കടി.... നീ ഈ സഞ്ചിയും സാധനങ്ങളും അകത്തേക്ക് വച്ചേ...

അച്ചേ... അച്ചേ.. അമ്മിയോട് ചോദിക്ക് ചോദിക്ക്...

ആ എടി നീ എന്തിനാടി എന്റെ കൊച്ചിനെ തല്ലിയത്?

പുന്നാര മോന് നാളെ പുട്ട്ഉണ്ടാക്കാൻ വച്ചിരുന്ന പൊടി എടുത്തുകൊണ്ട് ഉറുമ്പിന് ആഹാരം കൊടുക്കുന്നു... പിന്നെ ഇവനെ അടിക്കാതെ.... ഉമ്മ കൊടുക്കണോ...?

അതിന് അടിക്കണോ.. അവന് ഇത് വല്ലതും അറിയോ.. അച്ചൂസേ നമുക്ക് ഇന്ന് അമ്മിക്ക് വെളിച്ചെത്ത് ഭക്ഷണം കൊടുത്തിട്ട് ഇരുട്ടിൽ കിടത്താം.. എന്തേ...?

ആ മുഖം വീണ്ടും വാടി... കണ്ണിൽ നിന്നും ഒരു കുഞ്ഞു ജലപ്രവാഹം... അമ്മി പാവമാണ്.. അച്ചുവാണ് തെറ്റ് ചെയ്തത്... അമ്മി പാവമാണ്....

അച്ചോടാ... അമ്മിടെ പൊന്നൂസ് കരഞ്ഞോ... ഈ മനുഷ്യൻ....

അതിന് എനിക്ക് അറിയോ ഇവൻ ഇത് പറഞ്ഞാലും കരയും എന്ന്...?

അമ്മി അവനെ എടുത്തിട്ടും കരച്ചിൽ നിന്നില്ല... അച്ചരൻ തൊട്ടടുത്ത് ചാരി വച്ചിരുന്ന സഞ്ചിയിൽ നിന്നും ഒരു പൊതി എടുത്തു...

അച്ചൂസേ നോക്കിക്കേ...?

പരിപ്പുവടയുടെ പൊതി കണ്ടതും അവന്റെ കരച്ചിൽ ഒക്കെ പമ്പ കടന്നു... അങ്ങനെ അമ്മിക്കും അച്ചരനും ഒപ്പം ഒരു കടുപ്പം കുറഞ്ഞകട്ടനും കുടിച്ചുകൊണ്ട് ഉമ്മറത്ത് ഇങ്ങനെ ഇരുന്നു.. അപ്പോഴാണ് തോഴനെ ഓർമ വന്നത്...

അച്ചരാ... അച്ചരാ ഞാൻ ഇതിൽ നിന്നും ഇത്തിരി തോഴന് കൊടുത്തോട്ടെ...?

തോഴനോ? ഏത് കൂട്ടുകാരൻ ഇവിടെ..?

അശോകേട്ടാ... ഉറുമ്പിനെ ഇപ്പോൾ തോഴൻ

ആക്കിയിരുക്കുകയാണ് കക്ഷി...

അമ്പടാ കേമാ... ചെല്ല് ചെന്ന് കൊടുക്ക്.....

അച്ചു ഒന്ന് ഇടം കണ്ണിട്ട് അമ്മിയെ നോക്കി...

വേണ്ട വേണ്ട എന്നെ നോക്കണ്ട.. ചെന്നുകൊടുക്ക് നിന്റെ തോഴന്...

അച്ചു സന്തോഷത്തോടെ അത്കൊണ്ട് പോയി ഉറുമ്പിന്റെ കൂട്ടിലേക്ക് ഇട്ടിട്ട് കൊടുത്തുണ്ടിരുന്നു...

ഏട്ടാ നമുക്ക് ഈ വീട് ഒന്ന് തേക്കണ്ടേ? രാത്രി അച്ചു ഉറങ്ങാറ് കുറവാണ്... ഭിത്തിയിൽ നിന്നും താഴേക്ക് വരുന്ന കുഞ്ഞു ഉറുമ്പ് പോലും അവന്റെ ഉറക്കം കെടുത്തുന്നു...

മ്മ്.. എനിക്ക് അറിയാടി... അടുത്ത ഓണത്തിന്റെ ലോൺ ഇല്ലേ അത് അങ്ങ് വയ്ക്കാം... ഇരുപത്തിയഞ്ച് എങ്കിൽ അത് അതുകൊണ്ട് ചെയ്യാൻ നോക്കാം...

അപ്പോഴേക്കും അച്ചു എത്തി....

അച്ചൂസേ അച്ചരൻ ഒരു കാര്യം പറയട്ടെ...

ഉവ്വ്....

ഈ ഉറുമ്പുകൾ ഇല്ലേ അവ സ്വയം ഇങ്ങനെ കണ്ടുപിടിച്ചോളും ആഹാരം ഒക്കെ... അതുപോലെ ചില ഉറുമ്പുകൾ അവയുടെ മാളത്തിലേക്ക് കുഞ്ഞു കുഞ്ഞു ഇലകളുമായ് പോവുന്നത് കണ്ടിട്ടില്ലേ...?

മ്മ് ഞാൻ കണ്ടിട്ടുണ്ട്....

പിന്നെ അച്ചരന്റെ മോൻ കാണാതെയിരിക്കോ.. അവ അങ്ങനെ അതുമായി പോയി മാളത്തിൽ ഈ ഇലകൾ നിഷേപിക്കും.എന്തിനാണെന്നോ ഈ ഇലകൾ എല്ലാം അവയുടെ ആഹാരത്തിന് വളമാണ്...

അപ്പോൾ ഇവയുടെ ആഹാരം... അരിമണി ഒക്കെ കൊണ്ടുപോകുന്നതോ...?

അതൊക്കെ ഉണ്ട്.. എന്നാലും ഈ പൂപ്പൽ ഇല്ലേ... ഇപ്പോൾ ഇവിടെ... ആ തെങ്ങിന്റെ ചുവട്ടിൽ കണ്ടോ? അതുപോലെ ഇങ്ങനെ അവയും ഉണ്ടാക്കുന്നുണ്ട്... അച്ചു ചെയ്തത് തെറ്റല്ല എന്നാലും ഇതൊക്കെ മനസ്സിൽ വേണം എന്നും... എന്തേ കൊച്ച് ഓർക്കുമോ?

ഉവ്വല്ലോ.. ഓർക്കുമല്ലോ......

അച്ചരന്റെ മോൻ ഇങ്ങോട്ട് വാ.... ഉമ്മ...

രാത്രിയായി.. അച്ചരനെ മടിയിൽ ഇങ്ങനെ കിടന്നു തൂങ്ങിയപ്പോൾ അച്ചുനെ കൊണ്ട്പോയി പായയിൽ കിടത്തി...അച്ചു ഉറക്കമായ്... ശബ്ദം ഒന്നും കേൾക്കാത്തത് കാരണം അമ്മി പോയി അവനെ നോക്കി... തോളിലൂടെ ഒരു ഉറുമ്പ് അവന്റെ തലയിലേക്ക് കയറുന്നു...

അമ്മിക്ക് അതിശയം ഇവൻ എഴുനേൽക്കാത്തത് എന്താണെന്ന് കരുതി... ആ ഉറുമ്പിനെ തട്ടി മാറ്റി അമ്മിക്ക് അപ്പുറത്തേക്ക് പോയി

അമ്മി പോയ ഉടനെ അച്ചു കണ്ണുതുറന്നു... അവൻ ഉറങ്ങിയില്ല.. ഉറങ്ങാൻ പറ്റുന്നെയില്ല എങ്കിലും അവന്റെ തോഴനെ അവൻ തട്ടി മാറ്റിയില്ല അകറ്റി നിർത്തിയില്ല.

END

4

കാത്തിരിപ്പ്

വാർദ്ധ്യക്യം സുകുമാരനെ തളർത്തി തുടങ്ങിയ കാലത്താണ് തന്റെ പാതിയായ ഭാര്യയുടെ മരണം, അവളയായിരുന്നു എല്ലാം ജാതിയുടെയും മതത്തിന്റെയും വേലിക്കെട്ടുകൾ തകർത്തുകൊണ്ട് ഒരു വിപ്ലവം തന്നെയായിരുന്നു സുകുമാരനും ശാരദയും തമ്മിലുള്ള വിവാഹം..

അവർക്ക് രണ്ട് ഓമന പുത്രന്മാർ.ശാരദയുടെ മരണം പല മാനസിക പിരിമുറുക്കങ്ങളിലേക്കും അയാളെ കൊണ്ടുപോയി,ഓരോ വർഷം കഴിയുന്തോറും കറ പറ്റിയ പല്ലുകൾ കൊഴിഞ്ഞുവീണു, ഓർമ്മകൾ മങ്ങി തുടങ്ങി, കേൾവിക്കുറവ് അനുഭപ്പെട്ടുതുടങ്ങി.

" നോക്ക് രാഹുൽ ഇങ്ങനെ ഒരച്ചരൻ നിങ്ങൾക്ക് എന്തിനാണ്? "

ഓർമ്മയും ഇല്ല പിന്നെ ഈ അവസ്ഥയിൽ എനിക്ക് നിന്റെ അച്ചരന്റെ മലവിസർജ്യമൊന്നും കോരൻ വയ്യാ"

"അശ്വതി ഞാൻ ഇപ്പോൾ എന്താ ചെയ്യേണ്ടേ , കിരണിനോട് കൂടി ആലോചിക്കാതെ "

"ഏട്ടാ കിരണിനോട് ഞാൻ പറഞ്ഞോളാം, ഞാനും അശ്വതി ചേച്ചിയും കൂടി ചേർന്നാണ് ഇങ്ങനെ ഒരു ഡിസിഷൻ എടുത്തത് "

കിരണിന്റെ ഭാര്യ ലക്ഷ്മി പറഞ്ഞു..

ഉള്ളിൽ ഒരു ചെറു നൊമ്പരം ഉണ്ടായിരുന്നു എങ്കിലും രാഹുൽ അത് പുറത്ത് കാട്ടിയില്ല, തലയണ മന്ത്രത്തിന്റെ ശക്തി അത്രത്തോളം വലുതായിരുന്നു... ആരുടെയോ കോൺടാക്ട് നമ്പർ ഒപ്പിച്ചുകൊണ്ട് പീസ് എന്ന ശരണാലയത്തിലേക്ക് വിളിച്ചു ചോദിച്ചു, എല്ലാം ഒക്കെ ആക്കി തൊട്ടടുത്ത ദിനം മക്കൾ എല്ലാവരും സന്തോഷത്തോടെ

സുകുമാരനെ പുതിയ വസ്ത്രങ്ങൾ ഇട്ട് കൊടുത്തു, മുല്ലപ്പൂവിന്റെ ഗന്ധമുള്ള പെർഫ്യൂം വസ്ത്രങ്ങളിൽ പൂശി....

" അശ്വതി അച്ഛനെ കണ്ടാൽ ഇപ്പോൾ ഒരു നാല്പത് അത്ര അല്ലേ തോന്നൊള്ളൂ അല്ലെ?

"പിന്നെ ഗ്ലാമർ ആയിട്ടുണ്ട് "

"എന്താ മക്കളെ നമ്മൾ എങ്ങോട്ട് പോകുവാണ് യാത്ര വല്ലതും ആണോ ?"

കൊഴിഞ്ഞ് വീഴുന്ന പല്ലുകളുടെ അകമ്പടിയോടെ സുകുമാരൻ അവരെ നോക്കി ചോദിച്ചു..

" അതേ അച്ഛാ ചെറിയ യാത്ര, അച്ഛൻ ഒരുപാട് കാലം ആയില്ലേ യാത്ര ഒക്കെ ചെയ്തിട്ട് നമ്മുക്ക് ഒന്ന് കറങ്ങാം "

കിരൺ പറഞ്ഞു...

" സന്തോഷമായി മക്കളെ, നിങ്ങൾ അച്ഛനെ ഇത്രേം സ്നേഹിക്കുന്നുണ്ടെന്ന് അച്ഛന്... അച്ഛന് അറിയില്ലായിരുന്നു "

ആ കണ്ണുകളിൽ നേർത്ത നനവ് പതിച്ചു

അങ്ങനെ രണ്ട് മക്കളും അച്ഛനും കൂടി കാറിൽ യാത്ര തിരിച്ചു, പോകുന്നതിന് ഇടയിൽ പഴയ ദാസേട്ടന്റെ ഗാനങ്ങളും, രുചികരമായ ഭക്ഷണവും വാങ്ങികൊടുത്തു.. ശാരദ പോയതിൽ പിന്നെ സുകുമാരൻ ഇങ്ങനെ സന്തോഷിച്ചിട്ടില്ല.

നീണ്ട യാത്രയ്ക്ക് ഒടുവിൽ ശരണാലയത്തിന്റെ ഇംഗ്ലീഷ് ബോർഡ് മുന്നിൽ കണ്ടുവെങ്കിലും നാലാം ക്ലാസ്സിൽ പഠിത്തം നിർത്തി പണിക്ക് പോയി തുടങ്ങിയ സുകുമാരന് അതൊന്നും മനസിലായില്ല

പാർക്കിംഗ് ഏരിയയിൽ വണ്ടി നിർത്തി, അവർ ഓഫീസിലേക്ക് നടന്നു.. സുകുമാരനെ പുറത്ത് നിർത്തി അവർ കാര്യങ്ങൾ പറഞ്ഞു കുറെ പണവും നൽകി

എന്നിട്ട് ഓഫീസിലെ സ്റ്റാഫുമായി പുറത്തേക്ക് ഇറങ്ങി

" അച്ഛാ ഇത് മനോജ് സാർ... അച്ഛൻ ഇനി ഇവിടെയാണ് കഴിയേണ്ടത്, അച്ഛന് പുതിയ കൂട്ടുകാരെ കിട്ടും, നല്ല ആഹാരം, സന്തോഷം, അടുത്ത് ഡോക്ടർ അങ്ങനെ എല്ലാം... പിന്നെ ഇടയ്ക്ക് ഞങ്ങൾ വന്ന് കണ്ടോളാം "

സുകുമാരൻ തളർന്നു തൊട്ടടുത്ത കസേരയിൽ ഇരുന്നു, എന്തൊക്കെയാ ഇവര് പറയുന്നേ... ഞാൻ ഇവർക്ക് ഒരു ബാധ്യത

ആയുന്നോ.... എന്റെ കൃഷ്ണാ....

" ശരി മക്കളെ നിങ്ങൾ പൊയ്ക്കോളൂ, നിങ്ങളുടെ ഇഷ്ടം അതാണെങ്കിൽ അച്ഛൻ... അച്ഛൻ ഇവിടെ കൂടിക്കോളാം "

ഹൃദയ വേദന ഉള്ളിൽ നിർത്തിക്കൊണ്ട് സുകുമാരൻ ചെറു പുഞ്ചിരി മുഖത്ത് കാട്ടി,

അത് കണ്ടതും മക്കൾക്ക് സന്തോഷമായി...

എല്ലാം പറഞ്ഞതിന് ശേഷം അച്ഛനെ രണ്ട് പേരും സ്നേഹത്തോടെ പുണർന്നു..ഇനിയും നിന്നാൽ അച്ഛന്റെ മനസ്സ് മാറും എന്ന് കരുതിയിട്ടാകണം അവർ തിടുക്കപ്പെട്ടുകൊണ്ട് അവിടെ നിന്ന് ഇറങ്ങി....

തന്നെ തനിച്ചാക്കി മുറ്റത്ത് കിടന്ന ചുവന്ന മാരുതി ഓടിച്ചുപോകുന്ന മക്കളെ നോക്കികൊണ്ട് സുകുമാരൻ ഗേറ്റിന്റെ അടുത്ത് ചെന്ന് നിന്നു.... അവർ പോയി പിന്നോട്ട് തിരിഞ്ഞുനോക്കിയപ്പോൾ ചിരിച്ചുകൊണ്ട് ശാരദ നിൽക്കുന്നു..

"നിങ്ങൾ എന്തിനാ വിഷമിക്കുന്നെ?

" നിങ്ങൾക്ക് ഞാൻ... ഞാനില്ലേ?"

അയാൾ കണ്ണുകളിൽ സൂക്ഷ്മത വരുത്തി വീണ്ടും അങ്ങോട്ടേക്ക് നോക്കി അതുമൊര് തോന്നലായിരുന്നു എങ്കിലും അയാൾ ആ നിമിഷത്തിൽ അത് ആഗ്രഹിച്ചിരുന്നു...

ആ അച്ഛൻ നിന്നും മക്കളെയോ അല്ലെങ്കിൽ മരണത്തിന് അപ്പുറം ജീവിക്കുന്ന തന്റെ ശാരദയെയും കാത്തിരിക്കുന്നു...

ഒരിക്കൽ അവരും തിരിച്ചറിയാൻ തുടങ്ങും അച്ഛനോടൊപ്പമുള്ള നല്ല നിമിഷങ്ങളും അവർക്കായി ഒഴിഞ്ഞു വച്ച ജീവിതവും അന്ന് ചിലപ്പോൾ അയാൾ മറ്റൊര് ലോകത്ത് സന്തോഷവാനായിരിക്കും.

END

5

ചേച്ചിയമ്മ

ഏതോ വാർമുകിലിൻ കിനാവിലെ...

മോളെ അവൻ ഉറങ്ങിയില്ലേ? നീ വാ കഴിക്കാൻ,, അമ്മാവൻ അന്വേഷിക്കുന്നുണ്ട്

അമ്മായി പതുക്കെ..... മോൻ ദാ ഇപ്പൊ കണ്ണുകൾ അടച്ചുള്ളൂ, ഞാൻ വരാം,, അമ്മായി പൊയ്ക്കോളൂ

ഈ പെണ്ണിന്റെ ഒരു കാര്യം, എന്റെ ദേവി കല്യാണം കഴിഞ്ഞാൽ ഇവൾ കണ്ണനെ അങ്ങോട്ടേക്ക് കൊണ്ട് പോകോമോ എന്നാവോ....? ഓമന എന്തൊക്കെയൊ പറഞ്ഞുകൊണ്ട് മുറിക്ക് വെളിയിലേക്ക് പോയി.

കണ്ണന്റെ മുടിയിൽ തഴുകികൊണ്ട് സവിത പതുക്കെ ചെവിയിൽ പറഞ്ഞു,, "എന്റെ മോനെ വിട്ട് ചേച്ചിയമ്മ എങ്ങോട്ടും പോകില്ലാട്ടോ "അവന്റെ നെറ്റിയിൽ ഒരു ഹൃദയ ചുംബനം നൽകികൊണ്ട് അവൾ പതുക്കെ എഴുന്നേറ്റു.

അല്ല വേലായുധേട്ടാ ഈ കുട്ട്യേ ഇനി ഇങ്ങനെ നിർത്തണൊ, കണ്ണന് ഇപ്പൊ ഏഴുവയസ്സ് ആയില്ലേ? ഇനി അവനു സ്വയം എല്ലാം ചെയ്യാലൊ?

ഞാൻ കണ്ണനെ വിട്ട് എങ്ങോട്ടേക്കും പോവില്ല ഓമന പുറകിലോട്ട് തിരിഞ്ഞ് നോക്കിയപ്പോൾ അതാ സവിത നിൽക്കുന്നു

അല്ല മോളെ അമ്മായി പറയുന്നതിലും ഇത്തിരി കാര്യമില്ലേ? നീ ഇങ്ങനെ നിന്നാൽ ഞങ്ങളുടെ കാലം കഴിഞ്ഞ് ആരുണ്ട്?ശരിയാണ് കണ്ണനെ പ്രസവിച്ചപ്പാടെ ചേച്ചി പോയി, പിന്നെ നീ ആണ് അവനെ അമ്മയെപ്പോലെ നോക്കിയത്, എങ്കിലും മോളെ ഇങ്ങനെ നിന്റെ

ജീവിതം വെറുതെ ഇല്ലാണ്ടാക്കിയാൽ പറഞ്ഞേക്കാം...

എനിക്ക് മനസ്സിലായി അമ്മാമ്മേ നിങ്ങൾ എന്റെ നന്മയ്ക്കു വേണ്ടി പറയുന്നത് ആണെന്ന്, എങ്കിലും എന്റെ കുഞ്ഞിനെ തനിച്ചാക്കി എനിക്ക് ഒരു ജീവിതം വേണ്ട.

പിന്നെ അമ്മാമ പറഞ്ഞത് കേട്ടില്ലെന്ന് വേണ്ട, കണ്ണനെ കൂടി സംരക്ഷണക്കാൻ മനസ്സുള്ള ആൾ ആണെങ്കിൽ എനിക്കും സമ്മതം.

എന്റെ കുട്ടി അതൊക്കെ ഈ കാലത്ത് നടക്കൊ? ഓമന ചോദിച്ചു..

ഉം... ഞാൻ ആ രാമനോട് നാളെ ഇത്രേടം വരാൻ പറഞ്ഞിട്ടുണ്ട്.... നമ്മുക്ക് നോക്കാം... നീ ചെന്ന് ഭക്ഷണം കഴിക്ക് കുട്ടി അമ്മാവൻ സവിതയോടായി പറഞ്ഞു, അവൾ അകത്തേക്ക് കയറിപ്പോയി

അല്ല ഏട്ടാ ഇതൊക്കെ? ഓമന സംശയം പ്രകടിപ്പിച്ചു

എടൊ..തനിക്ക് അറിയാലൊ അവളെ? കണ്ണനെ വിട്ട് അവൾ എങ്ങോട്ടും പോകില്ല, നമ്മൾ ഇങ്ങനെ പറയുക അല്ലാണ്ട്

ഇനി ഈ ഒരു വഴി കൂടി നോക്കാം.....നീയും ചെല്ല്..... ചെന്ന് കഴിക്കാൻ നോക്കൂ.

അവരും അകത്തേക്ക് കയറിപ്പോയി

വേലായുധൻ ഒരു ദീർഘശ്വാസം വിട്ട്, കസേരയിൽ ഇരുട്ടിലേക്ക് നോക്കിയിരുന്നു

പിറ്റേന്ന്

അല്ല അമ്മാമെടാ മോൻ നേരത്തെ എഴുന്നേറ്റൊ ? ഓ ഇന്ന് ഉസ്കൂളിൽ പോകണ്ടല്ലൊ, അമ്പട കുറുമ്പാ..

വേലായുധൻ കണ്ണന്റെ കവിളിൽ നുള്ളി

അമ്മാമേ ചേച്ചിയമ്മ എവിടെ? കണ്ണൻ ചുറ്റും നോക്കി

ചേച്ചിയമ്മ അടുക്കളയിൽ ഉണ്ട്, മോൻ ഇങ്ങോട്ട് വന്നേ അമ്മാമാ ഒരുകാര്യം പറയട്ടെ

എന്താ? കണ്ണൻ കൗതുകത്തോട് കൂടി ചോദിച്ചു

കുട്ടി......ചേച്ചി അമ്മക്ക് തെക്കേലെ സുറുമി ചേച്ചിയെ പോലെ ഒരു കുഞ്ഞിനെ വേണം എന്ന് മോൻ അന്ന് പറഞ്ഞില്ലേ മോന് ഒരു കൂട്ട്

"ആ പറഞ്ഞു പറഞ്ഞു "

ചേച്ചിയമ്മ സുറുമി ചേച്ചിയെ പോലെ ഒരു കല്യാണം കഴിക്കണം, പക്ഷേ നിന്റെ ചേച്ചിയമ്മ അതിന് സമ്മതിക്കുന്നില്ല, എന്താ ഇപ്പ ചെയ്യാ, കുട്ടി പറയോ?

ഈ ഞാനൊ? ഞാൻ പറയാട്ടോ, ഇന്ന് അമ്പലത്തിൽ പോവുമ്പോൾ പറയാം

എങ്കിൽ മോനു ചെല്ല്..

"ഉവ്വ് "

കണ്ണൻ കൈകൊണ്ട് വണ്ടി ഓടിച്ചുകൊണ്ട് നേരെ അടുക്കളയിലേക്ക്, അവിടെ ദോശ ചുട്ടുകൊണ്ടിരിക്കുകയായിരുന്നു സവിത, കണ്ണൻ ഓടിച്ചെന്നു കെട്ടിപിടിച്ചു.

ആ ചേച്ചിമ്മയുടെ കുട്ടി എഴുന്നേറ്റൊ ? ഇന്ന് നേരത്തെ ആണല്ലൊ .... എന്തുപറ്റി?

അവന്റെ കവിളിൽ ഒരു ഉമ്മ നൽകികൊണ്ട് ചോദിച്ചു

ചേച്ചിമ്മ പറഞ്ഞില്ലേ ഇന്ന് കാവിൽ തൊഴാൻ പോകാന്നു.... അതാണ് ഞാൻ എഴുന്നേറ്റത്.... പോകണ്ടേ?

ആ പോകാടാ കണ്ണാ ദോശ ഒന്ന് ചുട്ട് കഴിഞ്ഞോട്ടെ, മോനു പോയിട്ട് ഉമ്മറത്ത് അമ്മാമേടെ കൂടെ ഇരിന്നൊ.

ഞാൻ ഇവിടെ ഇരുന്നോളാം ചേച്ചിമ്മേ

അവനൊന്ന് ചിരിച്ചിട്ട് അവിടെ കണ്ട പലകയിൽ സ്ഥാനം ഉറപ്പിച്ചു

ഓ എന്റെ മോൻ അവിടെ ഇരുന്നോടാ

അല്ല ഇത് ആര്.... നീ ഇത് നേരത്തെ ആണല്ലൊ മോനെ? ഓമന അവനെ തലോടികൊണ്ട് പറഞ്ഞു

ആ അമ്മായി... ഞാൻ ഇന്ന് അവധി ആയത് കൊണ്ട് കാവിൽ പോവാന്ന് പറഞ്ഞിരുന്നു, അതാണ് വേഗം

സവിത കണ്ണനെ നോക്കി ചിരിച്ചു

ആ......അതെയൊ..എങ്കിൽ നീ ചെല്ല് മോളെ ദോശ ഒക്കെ ഞാൻ ചുട്ടോളം

അമ്മായി ഇത് കുറച്ചുകൂടി ഒള്ളൂ

നീ ചെല്ലടി മോളെ

എങ്കിൽ വാടാ കണ്ണാ..... പല്ലുതേപ്പിച്ചു തരാം

എടി അവൻ ഇനി ഇതൊക്കെ ഒറ്റയ്ക്ക് ചെയ്യും, അല്ലേടാ മോനെ....?

ആ.... ക്ലാസ്സിൽ വിനോദും ബിനും ഒക്കെ ഒറ്റയ്ക്കാ തേക്കുന്നെ

അത് കേട്ടതും സവിത കണ്ണനെ ഒന്ന് സൂക്ഷിച്ചു നോക്കി

പക്ഷെ ശരിക്കും വെളുക്കണം എങ്കിൽ, ചേച്ചിമ്മ പല്ല് തേപ്പിക്കണം

അവൻ സവിതയുടെ കയ്യിൽ പിടിച്ചുകൊണ്ടു മുറ്റത്തേക്ക് ഇറങ്ങി, അവളും അവന്റെ വാർത്തമാനത്തിൽ ചിരിച്ചിരുന്നു

പത്തായത്തിന് ഒരു വശത്ത് വച്ചിരുന്ന കലത്തിൽ നിന്നും ഉമിക്കിരി എടുത്ത് സവിത അവന്റെ പല്ലുതേപ്പിച്ചു, എന്നിട്ട് നേരെ കുളിമുറിയിലേക്ക്, തണുത്ത വെള്ളം മേത്തുവീണപ്പോൾ അവനൊന്നു വിറച്ചു

കുളിരുന്നുണ്ടോ അമ്മേടെ മോന്?

ഉവ്വ്.... എന്തൊരു തണുപ്പാ എങ്കിലും ചേച്ചിമ്മയുടെ കൈക്ക് നല്ല ചൂണ്ടുണ്ട്, അത് മതി

അവൾ കുറച്ച് കുറച്ച് വെള്ളം ഒഴിച്ച്, പിന്നെ തല തോർത്തി കയറ്റി നേരെ മുറിയിലേക്ക്കൊണ്ട് പോയി

കണ്ണാ മോന് ഏതു ഡ്രസ്സ് വേണം?

ചേച്ചിമ്മ എടുത്തേക്കുന്ന സാരികളർ ഷർട്ട് എനിക്ക് ഉണ്ടല്ലൊ അത് മതി

അത് അല്പം പഴയത് അല്ലേടാ? ഇത് ഇട്ടാൽ മതി

അവൾ നീല കളർ ഷർട്ട് എടുത്ത് കാട്ടി, അപ്പോഴേക്കും കണ്ണന്റെ മുഖം വാടിയിരുന്നു

ശരി ശരി ഇനി ചിണുങ്ങാൻ ഒന്നും നിൽക്കണ്ട...ഉം ഇത് ഇട്ടൊ

അത് കേട്ടതും അവന്റെ ഓടി ചെന്ന് സവിതയെ കെട്ടിപിടിച്ചു, അങ്ങനെ ഡ്രസ്സ് ഒക്കെ ഇട്ട് ഒരുങ്ങി അവർ ഉമ്മറത്തേക്ക് ചെന്നു

ഉമ്മറത്ത് മൂന്നാൻ രാമൻ വന്നിരിക്കുന്നുണ്ടായിരുന്നു, എന്തൊ കാര്യമായ ചർച്ചയിലാണ് അമ്മാവനുമായി

ആ നിങ്ങൾ പോകാൻ ഇറങ്ങിയോ? രാമ ഇതാണ് കുട്ടി.... അത് കണ്ണൻ, എങ്കിലും മക്കൾ പോയിട്ട് വരൂ

അമ്മാമേ ഉമ്മ

കണ്ണൻ വേലായുധനു ഒരു മുത്തം നൽകി, അവന്റെ ഒരു കൈ സവിതയുടെ കൈയിൽ മുറുകെ പിടിച്ചിരുന്നു,അവർ പടികടന്നു പോയി

രാമ തനിക്ക് അറിയാലൊ എനിക്ക് മക്കളില്ല, അങ്ങനെ പറയാനും പറ്റില്ലല്ലൊ?ദാ ആ പോയവരാണ് എന്റെ മക്കൾ, പിന്നെ ഞാൻ പറഞ്ഞുലൊ സവിത അവനെ വിട്ട് എങ്ങോട്ടും വരില്ല അതുകൂടി നോക്കി വേണം ചെറുക്കനെ നോക്കാൻ,അവനെകൂടി നോക്കുന്ന ആൾ

അല്ല മൂപ്പിനെ ഈ പെൺകൊച്ച് എന്താ ഇങ്ങനെ? ഇതൊക്കെ പിന്നീട് ദോഷമായി മാറുമെ? എന്നാലും നിങ്ങൾ പറഞ്ഞപോലെ നോക്കാം എങ്കിലും ചേട്ടാ?

എടൊ തനിക്ക് അറിയാലൊ അവന്റെ അമ്മ പ്രസവത്തോട് കൂടി മരിച്ചിരുന്നു എന്ന്, പിന്നീട് അവനെ നോക്കിയത് മുഴുവൻ അവളാണ്, ഒരു പക്ഷി തന്റെ കുഞ്ഞിനെ ചിറകിനടിയിൽ വച്ച് സംരക്ഷണം നൽകി വളർത്തുന്നത് പോലെയാണ്, ഞങ്ങൾ പറഞ്ഞ് നോക്കി അവൾ അടുക്കുന്നില്ല, താൻ ഒന്ന് നോക്ക്

ശരി ഞാൻ ഒന്ന് നോക്കട്ടെ, അപ്പൊ ഞാൻ ഇറങ്ങുന്നു " അയാൾ തലയിൽ കൈവച്ചു ചൊറിയാൻ തുടങ്ങി "

ദാ ഇത് വച്ചോളൂ...ചായകുടിക്കാം

ശരി എന്നാൽ..

അടുത്ത വരവിന് ഞാൻ ഒരു ചെറുക്കനെ കൊണ്ട് വരും ഉറപ്പാണ്

അയാളും പടികടന്നു പോയി

വേലായുധൻ അകത്തേക്ക് നടന്നു

പാടവരമ്പിലൂടെ ആണ് അവരുടെ നടപ്പ്, അങ്ങ് കുന്നിൻ ചെരുവിൽ കാണാം കാവ്

ചേച്ചിമ്മേ? ചേച്ചിമ്മ..എപ്പോഴാ കല്യാണം കഴിക്കുന്നേ? സുറുമി ചേച്ചിടെ കുഞ്ഞിനെ പോലെ എനിക്കും കളിപ്പിക്കാൻ വാവ എപ്പൊ വരും

അവന്റെ ചോദ്യം കേട്ട് അവൾ ഒന്ന് പതുങ്ങി എങ്കിലും, ഒരു പുഞ്ചിരി തൂകി അവനോട് ചോദിച്ചു

കണ്ണൻ മോനെ വിട്ട് എങ്ങിട്ടും ഈ ചേച്ചിമ്മ പോകില്ല....ചേച്ചിമ്മേടെ കുഞ്ഞു നീയാണ് എന്നും

അപ്പൊ അമ്മാമാ പറഞ്ഞൂലോ ചേച്ചിമ്മക്ക് കല്യാണം നോക്കുവാന്ന്..... എനിക്കും അതുപോലെ ഒരു കുഞ്ഞു വാവയെ വേണം

ഉവ്വ്.... നിന്റെ ഒരു അമ്മാമ്മ..... ഞാൻ ആലോചിക്കട്ടെ, കണ്ണൻമോനെ കൂടി നോക്കുന്ന ആളുവേണ്ടേ? അല്ലെങ്കിൽ നീ ഇവിടെ നിൽക്കുമൊ ഞാൻ പോയാൽ തനിയെ?

അത് കേട്ടതും കണ്ണൻ കരയാൻ തുടങ്ങി, വെറുതെ പറഞ്ഞതാണെങ്കിലും അവന്റെ കുഞ്ഞു മനസ്സ് വേദനിക്കാൻ അത്

മതി ആയിരുന്നു, അവന്റെ കരച്ചിൽ കണ്ടതും സവിതയ്ക്ക് സഹിച്ചില്ല,അവൾ അവനെ ചേർത്തു പിടിച്ചു

അയ്യേ ചേച്ചിമ്മ ഒരു തമാശ പറഞ്ഞതല്ലേ? മോൻ കരയാതെ, എവിടെ പോയാലും കണ്ണൻ മോനും എന്റെ ഒപ്പം ഉണ്ടാകും, ആർക്കും എന്റെ മോനെ വിട്ടുകൊടുക്കില്ല

അവൾ അവന്റെ കണ്ണുനീർ തുടച്ചു, ആ വാക്കുകൾ മതിയായിരുന്നു അവന്റെ മനസ്സിനേറ്റ മുറിവ് ഉണങ്ങാൻ, അവൻ സവിതയുടെ കൈയിൽ പിടിച്ചു അങ്ങനെ നടന്നു

അങ്ങനെ മൂന്നാൻ രാമൻ പറഞ്ഞത് പോലെ ഒരു ചെക്കൻ വന്നു " മഹി " വീട്ടിൽ അമ്മ മാത്രം, കൃഷി ഓഫീസിൽ പണി എല്ലാം അറിഞ്ഞുകൊണ്ട് തന്നെ സവിതയെ മഹി താലി ചാർത്തി, വീട്ടിൽ നിന്നും ഇറങ്ങാൻ നേരം അവൾ രണ്ടുപേരെയും വാരി പുണർന്നു.. അമ്മയും അച്ഛനും ഇല്ലാത്ത കുറവ് നികത്തിയതിന്, അങ്ങനെ അവർ പുറപ്പെടാൻ ഒരുങ്ങി, അവരെ കാറിലേക്ക് കയറ്റി

കണ്ണൻ ചെന്നു പുറകിൽ സവിതയുടെ അടുത്ത് ഇരിക്കാൻ ചെന്നപ്പോൾ മഹിയുടെ അമ്മാവൻ അവനെ മുന്നിലെ സീറ്റിൽ ഇരുത്തി, അവനും സവിതയ്ക്കും അതു ഒട്ടും ഇഷ്ടപ്പെട്ടില്ല എങ്കിലും ഒരു മുഷിച്ചിൽ ഇപ്പോൾ തന്നെ ഉണ്ടാക്കേണ്ടല്ലോ എന്നോർത്ത് അവളിൽ മൗനം വന്നുപോയി

അന്നത്തെ രാത്രി പതിവിലും വിപരീതമായി മഴയും ശക്തമായ ഇടിമിന്നലും,കണ്ണൻ മഹിയുടെ അമ്മ ശാരദയുടെ മുറിയിൽ കിടന്നിരുന്നു, അങ്ങനെ അവന്റെ ആദ്യത്തെ ചേച്ചിയമ്മ ഇല്ലാത്ത രാത്രി, ഇടിവെട്ട് കേൾക്കുമ്പോൾ തന്നെ അവന്റെ ചെവിപൊത്തും. ശാരദ നല്ല ഉറക്കത്തിൽ ആയിരുന്നു,വീണ്ടും ശക്തമായ ഇടിവെട്ട് ഉണ്ടായപ്പോൾ കണ്ണൻ കട്ടിലിൽ നിന്നും താഴെ ഇറങ്ങി, കട്ടിലിന് അടിയിൽ ഒളിച്ചു.

പെട്ടെന്ന് പുറത്ത് വാതിലിൽ ശക്തമായ കൊട്ട്, കണ്ണൻ ശബ്ദം തിരിച്ചറിഞ്ഞു ചേച്ചിമ്മ.... മുകളിലത്തെ വാതിലിന്റെ കുറ്റി അവനെക്കാൾ ഉയരത്തിൽ ആയതിനാൽ കണ്ണൻ ശാരദയെ വിളിച്ചുണർത്തി

എന്താടാ മോനെ?

എന്തുപറ്റി?

പുറത്ത് ചേച്ചിമ്മ വിളിക്കുന്നു " അവർ വാതിൽ തുറന്നു"

കണ്ണനെ കണ്ടതും അവൾ ഓടിച്ചെന്ന് കെട്ടിപിടിച്ചു

മോനെ..

ചേച്ചിമ്മടെ മോൻ പേടിച്ചുപോയൊ? കൈകൾ ഒക്കെ തണുത്തല്ലൊ എന്റെ കുഞ്ഞിന്റെ?

ആ വലിയ ഇടിവെട്ട് വന്നപ്പോൾ ഞാൻ ശരിക്കും പേടിച്ചു " കണ്ണൻ സവിതയെ കെട്ടിപിടിച്ചുകൊണ്ട് പറഞ്ഞു "

സവിത പുറത്ത് നിൽക്കുന്ന മഹിയെ നോക്കി, അയാൾക്ക് കാര്യം പിടികിട്ടി

സവിത അവന്റെ കൂടെ കിടന്നോളൂ അവന്റെ ആദ്യായിട്ടല്ലേ ഇവിടെ

ആ വാക്കുകൾ കേക്കണ്ട താമസം ഉണ്ടായുള്ളൂ, അവൾ വീണ്ടും കണ്ണനെ ചേർത്ത് പിടിച്ചു

എങ്കിൽ മോളെ അമ്മ അപ്പുറത്തെ മുറിയിൽ ഉണ്ടാകും, നീ വാതിൽ അടച്ചോളൂ

അങ്ങനെ പറഞ്ഞുകൊണ്ട് ശാരദയും പോയി... മഹി മുകളിലേക്കും

ചേച്ചിമ്മേ എനിക്ക് മടിയിൽ കിടക്കണം

എന്റെ മോൻ കിടന്നോളൂ.... എന്നിട്ട് കണ്ണടച്ച് ഉറങ്ങിക്കോളൂ

അവൾ അവന് പാട്ടുപാടി കൊടുത്തു,

അങ്ങനെ അവൻ ഉറങ്ങി

എന്തൊക്ക പറഞ്ഞാലും മഹിയോട് അങ്ങനെ ചെയ്തതും ശരിയായില്ല എന്ന് തോന്നി, കണ്ണനെ നോക്കിയതും ഒരു നിമിഷം കൊണ്ട് അവൾ ശരി തന്നെ ആണെന്ന് മനസ്സിൽ ഉറപ്പിച്ചു.

അങ്ങനെ മാസങ്ങൾ കടന്നുപോയി

മഹിയുടെയും കണ്ണന്റെയും അടുത്ത് മാറി മാറി അവൾ കിടന്നു, അങ്ങനെ ഇരിക്കെ സവിതയ്ക്ക് ഒരു ഛർദ്ദി, അവൾ ഛർദ്ദിക്കുന്നത് നോക്കി ശാരദ ചിരിക്കുന്നത് എന്തിനാണെന്ന് കണ്ണന് പിടികിട്ടിയില്ല

അവന്റെ നോട്ടം കണ്ടതും ശാരദ അടുത്ത് വന്നു പറഞ്ഞു

കണ്ണൻമോന് കളിക്കാൻ കൂട്ടിന് ഒരു വാവ വരാൻ പോകുന്നു

അവന്റെ സന്തോഷത്തിന് അതിർവരമ്പുകൾ ഉണ്ടായില്ല, അങ്ങനെ സവിത ഒരു പെൺകുട്ടിയെ പ്രസവിച്ചു,കുഞ്ഞിന് കീർത്തി എന്ന് പേരിട്ടു.

വേലായുധന്റെ വീട്ടിൽ നിന്നും ചടങ്ങുകൾ എല്ലാം പൂർത്തിയാക്കി അവർ മഹിയുടെ വീട്ടിലേക്ക് പോയി, ചേച്ചിയമ്മയിൽ ചില മാറ്റങ്ങൾ ഉണ്ടായതായി കണ്ണന് തോന്നിയിരുന്നു.

എന്തൊ കുഞ്ഞിനോടുള്ള സ്നേഹം കൊണ്ട് അവന്റെ അത് മറന്നു, പിന്നീടുള്ള ദിവസങ്ങളിൽ സവിത അവന്റെ കൂടെ വന്നു കിടന്നതേ ഇല്ല..... ശക്തമായ ഇടിവെട്ടിൽ അവന്റെ ചെവി പൊത്തി കട്ടിലിന്റെ അടിയിൽ ഒളിക്കുമ്പോൾ അവന്റെ ചേച്ചിയമ്മ വരും എന്ന് കരുതി പക്ഷേ വന്നില്ല.

അങ്ങനെ അടുത്ത ദിനം അവൻ രാവിലെ പല്ലുതേക്കുന്നതിടയിൽ ഒരു കമ്പെടുത്ത് കാക്കയെ ഓടിക്കുന്നതിനടിയിൽ കൈയിൽ ഒന്ന് ഉളുങ്ങി, ആരോടും അവൻ മിണ്ടിയില്ല, സ്കൂളിൽ പോകാൻ ഒരുങ്ങവെ അവന് ബെൽറ്റ് പൂട്ടാൻ കൈയിൽ വേദന കൊണ്ട് പറ്റാത്ത അവസ്ഥ,നേരെ ചേച്ചിയമ്മയുടെ അടുത്തേക്ക് ഓടി

ചേച്ചിമ്മ ഈ ബെൽറ്റ് ഒന്ന് പൂട്ടി തരുമൊ? അവൾ കുഞ്ഞിനെ കളിപ്പിച്ചുകൊണ്ട് ഇരിക്കുകയായിരുന്നു

അവനെ കണ്ടതും ഡോറിലേക്ക് നോക്കി

കണ്ണാ ഇതൊക്കെ നിനക്ക് തന്നെ ചെയ്തൂടെ? ഇപ്പോൾ കുറച്ചുകൂടി വലിയ കുട്ടി ആയില്ലേ..... നീ തന്നെ ഇട്ടുപടിക്ക്, അവൾ അങ്ങനെ പറഞ്ഞുകൊണ്ട് കുഞ്ഞിന്റെ അടുത്തേക്ക് തിരിഞ്ഞു

ചേച്ചിമ്മ എന്റെ കൈയിൽ വേദന ഉണ്ട് അതാണ്

എന്നെ ദേഷ്യം പിടിപ്പിക്കാതെ പോകുന്നുണ്ടോ നീയ്?

കുളികഴിഞ്ഞു മഹി ഇറങ്ങി വരുമ്പോൾ ചെറിയ ദേഷ്യത്തിൽ ഇരിക്കുന്ന സവിതയെയാണ് കാണുന്നത്

എന്താടി എന്താ പ്രശ്നം?

ചേട്ടാ ആ ബെൽറ്റ് ഒന്ന് ഇട്ടുകൊടുക്കാൻ, അവന് തന്നെ ചെയ്തൂടെ ഇതൊക്കെ?

കണ്ണാ ഇങ്ങിട്ട് വാ, ഞാൻ ഇട്ടു തരാം, മഹി അവന്റെ ബെൽറ്റ് ഇട്ടുകൊടുത്തു

കുഞ്ഞിനെ ഒന്ന് നോക്കിയിട്ട് കണ്ണൻ മുറിവിട്ട് ഇറങ്ങി

നീ എന്തിനാ സവിത അവനോട് ഇങ്ങനെ കാണിക്കുന്നേ?

ഏട്ടാ അവൻ സ്വയം കാര്യങ്ങൾ ചെയ്തുപടിക്കട്ടെ

നിന്നെ എനിക്ക് മനസ്സിലാകുന്നില്ല സവിത

അത് പറഞ്ഞുകൊണ്ട് അയാൾ താഴേക്ക് പോയി

പിറ്റേന്ന് മഹിയും അമ്മയും കൂടി ഒരു കല്യാണത്തിന് പോയി, കണ്ണന് കുഞ്ഞിനെ കളിപ്പിച്ചുകൊണ്ടിരിക്കുന്നു

കണ്ണാ ടാ നീ പോയിട്ട് ഈ ലിസ്റ്റിൽ എഴുതിയ സാധങ്ങൾ വാങ്ങിവാ.... ഒന്നും മറക്കരുത്, പൈസ ബാക്കി സൂക്ഷിച്ചു കൊണ്ടുവണം.

ചേച്ചിമ്മേ ഞാൻ പോണൊ ? ആ പറമ്പിൽ കൂടി പോകുമ്പോൾ എപ്പോഴും ഒരു കറുത്ത നായ ഉണ്ടാകും, ഒരിക്കൽ എന്നെ ഓടിച്ചിട്ട്.... കണ്ണന് പേടിയാ പോകാൻ

അവൻ സങ്കടത്തോടെ പറഞ്ഞു

ഇപ്പൊ അതൊന്നും ഉണ്ടാകില്ല,നീ പോയിട്ട് വാ.... വേഗം..... പൈസ ബാക്കി സൂക്ഷിച്ചു കൊണ്ടുവരണം

മനസില്ലാമനസ്സോടെ അവൻ കിറ്റും പൈസയും ആയി കടയിലേക്ക് പോയി

അവൻ പോയിട്ട് കുറേ ആയല്ലൊ? കണ്ണൻ മോനെ കാണുന്നില്ലല്ലൊ? കുറച്ച് പുന്നാരം മാറിക്കിട്ടാണ് ഞാൻ ഇതൊക്കെ ചെയ്തത്, അവനെ കാണാണ്ടിരിക്കുമ്പോൾ മനസ്സിൽ ആദി കയറുന്നു,അമ്മ മനസ്സിൽ പറയുന്നത് പോലെ നീ അവനെ തനിച്ചാക്കിയില്ലേ എന്ന്

അവൾ ഉമ്മറത്തേക്ക് ഇറങ്ങിയതും മഹിയുടെ കാർ വന്ന് നിന്ന്

ഇവർ വൈകും എന്ന് പറഞ്ഞല്ലൊ?പിന്നെ എന്താ ഇത്ര പെട്ടെന്ന്? അവൾ ഉമ്മറത്ത് കുഞ്ഞിനേയും പിടിച്ചുകൊണ്ട് മഹിയെയും നോക്കി നിന്നു

എന്താ മഹിയേട്ടാ എന്താ പെട്ടെന്ന് പോന്നത്?

എടി കണ്ണൻ മോൻ എവിടെ?

അവനെ ഞാൻ ഒന്ന് കടയിൽ പറഞ്ഞുവിട്ടതാ... ഇപ്പൊ വരും

എടി നാട്ടിൽ ഒരു പേപ്പട്ടി ഇറങ്ങുയിരുന്നു, നാട്ടുകാർ അതിനെ പിടിക്കാൻ ഉള്ള പണികളിൽ ആയിരുന്നു.... ആ വളവിൽ വച്ച് കണ്ണനെ പട്ടി

മഹി പറഞ്ഞ് തീരുന്നതിന് മുൻപേ അവളുടെ മുഖം ചുമന്നു, കുഞ്ഞിനെ അമ്മയുടെ കൈയിൽ കൊടുത്തു

എന്റെ മോൻ എവിടെ...എവിടെ?

നീ വേഗം റെഡി ആവ്...അവന് ചെറിയ കടിയേറ്റിട്ടുണ്ട്.... സമയത്ത് ആരൊ ഹോസ്പിറ്റലിൽ എത്തിച്ചു.... വേഗം വാ....പോവാം

അവൾ ഒരു പാവ പോലെ മാറിയിരുന്നു

എടി ഈ ഡ്രസ്സ് ഒന്ന് മാറിയിട്ട് വാ

അവൾ മഹിയെ സൂക്ഷിച്ച് നോക്കി, ആ ദഹിപ്പിക്കുന്ന നോട്ടത്തിൽ മഹി ഒന്ന് പുറകോട്ട് മാറി, അവൾ നേരെ കാറിൽ കയറി, മഹി കാർ എടുത്തു

പോകുന്നതിനടയിൽ അവൾ പറഞ്ഞുകൊണ്ടിരുന്നു, അമ്മ പറഞ്ഞതാണ് മോനെ തനിയെ വിടരുത് എന്ന്, ഞാൻ കേട്ടില്ല.... ഇന്ന് എന്റെ മോന് ഈ ഗതി വന്നല്ലൊ

മഹിയേട്ടാ എന്റെ കുഞ്ഞിന് എന്തെങ്കിലും പറ്റിയാൽ ഞാൻ ജീവനോടെ ഉണ്ടാകില്ല,

അവളുടെ വിഷമത്തിൽ മഹിയുടെയും കണ്ണ് നിറഞ്ഞിരുന്നു

ഹോസ്പിറ്റലിൽ വണ്ടി നിർത്തിയപാടെ അവൾ ഡോർ തുറന്നു അകത്തേക്ക് ഓടി

അമ്മാമ്മയും, അമ്മായിയും ഒരു മുറിക്ക് മുന്നിൽ നിൽപ്പുണ്ട്, അവൾ അങ്ങോട്ട് ചെന്നു.

അമ്മായി എന്റെ കുഞ്ഞ്..... അവൻ എവിടെ?

മോളെ സമാധാനിക്ക്, അവന് ഒന്നും വരില്ല, ഡോക്ടർ ഇപ്പൊ വന്നിട്ട് പോയതേ ഒള്ളൂ

എനിക്ക് എന്റെ കുഞ്ഞിനെ കാണണം ഇപ്പോൾ? അവൾ വാശിപിടിക്കാൻ തുടങ്ങി

മോളെ കുറച്ച് കഴിഞ്ഞ് കാണാം,വല്യ സാരമായ പരിക്കല്ല..നീ സമാധാനിക്ക്

അവർ അവളെ അവിടെ ഒഴിഞ്ഞ കസേരയിലേക്ക് ഇരുത്തി, തൊട്ടടുത്തുള്ള കസേരയിൽ മഹിയും ഇരുന്നു,അവൾ മഹിയുടെ തോളിൽ ചാരി മഹിയോടായി പറഞ്ഞു

മഹിയേട്ടാ ഞാൻ ഈ ഇടയായി സ്വന്തം കാര്യങ്ങൾ മാത്രം നോക്കിയിരുന്നുള്ളൂ അല്ലെ? എന്റെ മോനെ ഞാൻ അകറ്റി നിർത്തി, എനിക്ക് ഇതൊന്നും കാണാൻ ദേവി....... ഞാൻ എന്തൊരു പാപിയാണ്

അവനു വേണ്ടിയാണ് ഞാൻ ജീവിച്ചത്, എന്നിട്ടും ഞാൻ എന്റെ താല്പര്യം മാത്രം നോക്കി

അവൾ അങ്ങനെ പറഞ്ഞുകൊണ്ടിരിക്കെ അകത്ത് നിന്നും നേഴ്സ് വന്നു

കുട്ടിക്ക് ബോധം വന്നു.... ആരാ ഈ ചേച്ചിമ്മ....... അവർ ഒന്ന് അകത്തേക്ക് വരൂ..

അവൾ മുഖം തുടച്ചുകൊണ്ട് അകത്തേക്ക് ചെന്നു....കാലിലാണ് കടി കിട്ടിയത്

നിങ്ങൾ സംസാരിച്ചുനോക്ക്.... വന്നപ്പോൾ മുതൽ ചേച്ചിമ്മ വരും വരും എന്ന് പറഞ്ഞുകൊണ്ടിരിക്കുകയായിരുന്നു

നേഴ്സ് അത് പറഞ്ഞു പുറത്തേക്ക് പോയി

മോനെ..... അമ്മേടെ മോനെ " സവിത അവന്റെ നെറ്റിയിൽ തലോടി കൊണ്ട് വിളിച്ചു "

ആ വിളിയിൽ അവൻ പതിയെ വീണ്ടും കണ്ണുതുറന്നു

ചേച്ചി.... ചേച്ചിമ്മേ?

മോനെ ചേച്ചിമ്മയോട് പൊറുക്കടാ, അമ്മ ഒരിക്കലും മോനോട്

ചേച്ചിമ്മേ ഇതാ..കണ്ണൻ മോൻ പൈസ ഒന്നും കളഞ്ഞില്ല, പട്ടി ഓടിച്ചിട്ടത് കൊണ്ട് ഒന്നും മേടിച്ചില്ല, ഞാൻ പിന്നെ വാങ്ങി തരാം, എന്നെ വഴക്ക് പറയല്ലേ ചേച്ചിമ്മേ.. എനിക്ക് എനിക്ക് ചേച്ചിമ്മ മാത്രം ഒള്ളൂ

മോന് ..... ചേച്ചിമ്മ പിണങ്ങുമ്പോൾ സങ്കടമായി, പിന്നെ എന്റെ കൈയിൽ കണ്ടോ ഇവിടെ?

അവൾ കൈയിൽ പിടിച്ചു നോക്കി

മോനെ ഇത്?

ഞാൻ ബെൽറ്റ് ഇടാൻ പറ്റണില്ല എന്ന് പറഞ്ഞില്ലേ? അതു ഇതാണ്... ചേച്ചിമ്മക്ക് ഇപ്പൊ എന്നെ ഒരിഷ്ടവും ഇല്ല... ചേച്ചിമ്മ ആകെ മാറി..... ചേച്ചിമ്മക്ക് എന്നെ വേണ്ടെങ്കിൽ കൊണ്ടുപോയി കളഞ്ഞേക്ക്

എന്റെ പൊന്നുമോനെ ചേച്ചിമ്മയോട് ക്ഷമിക്കടാ, മോൻ ഇല്ലാത്ത ഒരു ലോകം ചേച്ചിമ്മക്ക് എന്തിനാണ്

അവൾ അവന്റെ മുഖത്താകെ ഉമ്മകൾ കൊണ്ട് മൂടി

അങ്ങനെ ദിവസങ്ങൾ കഴിഞ്ഞ് പോയി

കണ്ണൻ മോൻ പഴയതിലും ഉഷാറായി, എങ്കിലും അവനെ ഒറ്റയ്ക്ക് ഒരു സ്ഥലത്തും സവിത വിടില്ല

ഒരു ദിവസം രാത്രി

" ചേച്ചിമ്മേ ഒരു പാട്ടു പാട് " സവിതയുടെ മടിയിൽ കിടന്ന് കണ്ണൻ മോൻ പറഞ്ഞു, അവന്റെ നെറ്റിൽ ഒരു മുത്തം നൽകി അവൾ പാടി തുടങ്ങി.

ഏതോ വാർമുകിലിൻ കിനാവിലെ...

END

6

കറുമ്പൻ

ഓപ്പറേഷൻ റൂമിന് പുറത്ത് അങ്ങോട്ടും ഇങ്ങോട്ടും നടക്കുകയായിരുന്നു പ്രകാശൻ, പിറക്കാൻ പോകുന്ന കുഞ്ഞിനെ പറ്റിയുള്ള ചിന്തകളെക്കാളും അയാൾക്ക് ആദി കുഞ്ഞു കറുത്തതോ വെളുത്തതോ എന്ന ചിന്താഗതിയായിരിന്നു... തന്റെ നിറമാണെങ്കിൽ കറുപ്പാണ് ഈ കറുപ്പ് അയാൾക്ക് ജീവിതത്തിൽ ഒരുപാട് വെറുപ്പും അവഗണയും സമ്മാനിച്ചിട്ടുണ്ട് അതുകൊണ്ട് താൻ കെട്ടിയത് വെളുത്ത നിറമുള്ള പെൺകുട്ടിയെ ആയിരുന്നു, തനിക്ക് ജനിക്കുന്ന ഒരു മകനോ മകളോ വെളുത്തിരിക്കണമെന്ന് ഉള്ളിൽ ചെണ്ട കൊട്ടിക്കൊണ്ടിരുന്നു ആരെക്കയോ..

അങ്ങനെ ജനിച്ചു ഒരു ആൺകുട്ടി.. അയാൾ ഒന്നു കയറികാണാൻ ചെന്നു.. ചുറ്റും നേഴ്സും കൂട്ടരും അത്ഭുത കണ്ണുകളുമായി ആ കുഞ്ഞിനെ നോക്കുന്നത് അയാളുടെ ആത്മവിശ്വാസം വർദ്ദിപ്പിക്കുന്നതിന് കാരണമായി..

മുന്നോട്ട് ചെന്ന് ആ കുഞ്ഞിലേക്ക് മുഖം കൊടുക്കുമ്പോൾ അടിത്തറ ഇളകിയ പോലെ അയാൾക്ക് തോന്നി,, കറുപ്പ് കട്ട കറുപ്പ് അതിന്റെയൊപ്പം ചുണ്ടുകൾ പാതി മുറിഞ്ഞിരിക്കുന്നു അയാൾ ഒന്നുകൂടി അതിനെ സൂക്ഷിച്ചുനോക്കി ചുണ്ടുകൾ മാത്രമല്ല മോണയും കൂടി കീറി കിടക്കുന്നു, തൊട്ടടുത്ത് കിടന്ന ഭാര്യയെ നോക്കി അയാളുടെ വെറുപ്പ് പ്രകടിപ്പിച്ചുകൊണ്ട് ആ മുറി വിട്ടിറങ്ങുമ്പോൾ കനൽ കാറ്റേറ്റപോലെ അയാൾക്ക് തോന്നി,വെറുപ്പ് കറുപ്പിനോടുള്ള വെറുപ്പ്...

മുറിഞ്ഞ ചുണ്ടുകൾ ഡോക്ടർമാർ കൂട്ടിയോജിപ്പിച്ചു, പാതി മുറിഞ്ഞ ചുണ്ടുമായി എങ്ങനെ ചിരിക്കും.... ചിന്തിച്ചിട്ടുണ്ടോ?

കാലങ്ങൾ കൊഴിഞ്ഞുപോയി, പ്രകാശന് അഴകുള്ള വെളുത്ത പെൺകുട്ടി ഉണ്ടായി.. അയാളുടെ സ്നേഹം മുഴുവൻ അവളിൽ നിറഞ്ഞു.. കറുത്ത കുഞ്ഞിനെ ഒരു നോക്ക് കാണാൻ കൂടി അയാൾ മുതിർന്നില്ല മുറ്റത്തെ പൂന്തോട്ടത്തിൽ വളരുന്ന സൗന്ദര്യമില്ലാത്ത പുല്ല് പോലെ അവനും വളർന്നു ഉണ്ണികൃഷ്ണൻ..

അഞ്ചാം വയസ്സിൽ പള്ളികൂടത്തിൽ ചേർത്തു, പുത്തൻ ഉടുപ്പും ബാഗും കുപ്പിവെള്ളവും ആയി സന്തോഷത്തോടെ അവന്റെ ആദ്യ ദിവസം.. എന്നാൽ അതിലും വിപരീതങ്ങൾ കണ്ട് തുടങ്ങി...മറ്റുകുട്ടികൾ അവനെ അത്ഭുതത്തോടെ നോക്കി നിൽക്കുന്നു ഓരോ പള്ളിക്കൂടത്തിന്റെ ഇടനാഴിയിലൂടെ സഞ്ചരിക്കുമ്പോഴും മറ്റുള്ളവർ അവനെ പരിഹാസ മനോഭാവത്താൽ നോക്കുന്നതാണെന്ന് ഉണ്ണിക്ക് മനസ്സിലായില്ല..

അന്നൊര് തിങ്കളാഴ്ച ആയിരുന്നു പതിവുപോലെ ഉച്ച കഴിഞ്ഞ് കളിക്കാൻ വിടുന്ന സമയം..

"ഇന്ന് എല്ലാവരും ഒരുമിച്ച് കളിക്കണം കേട്ടോ"

രാധിക ടീച്ചർ നിറഞ്ഞ പുഞ്ചിരി സമ്മാനിച്ചുകൊണ്ട് കുട്ടികളോട് പറഞ്ഞു... അങ്ങനെ ഇരു ടീമുകളായി അവർ പിരിഞ്ഞു അവസാനം ഉണ്ണിയും ഒരു സുന്ദരി കുട്ടിയും....

"അപ്പോൾ ഉണ്ണിയും ഗൗരിക്കുട്ടിയും ടീം"

ഉണ്ണിക്കുട്ടൻ ഗൗരിയെ നോക്കി.. അവളുടെ മുഖംവാടി കരയാൻ തുടങ്ങി രാധിക ടീച്ചർ അടുത്ത് വന്ന്കൊണ്ട് അവളുടെ നേരെ മുട്ടുകുത്തി നിന്നു..

"എന്തിനാ സുന്ദരികുട്ടി കരയുന്നെ?"

"അത് അത്.... എനിക്ക് ഈ കറുത്ത ഉണ്ണിയെ വേണ്ടാ.. എനിക്ക് പേടിയാ, ചീത്ത മുഖവും എനിക്ക് വേണ്ടാ ഇഷ്ടല്ല "

ഗൗരി വീണ്ടും ചിണുങ്ങി...

എങ്കിലും രാധിക ടീച്ചർ നോക്കിയത് ഉണ്ണിക്കുട്ടനെയാണ് അവന്റെ കുഞ്ഞുമനസ്സ് എത്ര വേദനിച്ചുകാണും, അവർ ഉണ്ണിയെ കണ്ണുകളാൽ തിരഞ്ഞു , ഗ്രൗണ്ടിൽ നിന്നും വാഷ് റൂമിന്റെ അങ്ങോട്ട് ഓടിപ്പോകുന്ന ഉണ്ണിയുടെ മുഖം അവർ കണ്ടില്ല...

ഉണ്ണി ഏന്തി ഏന്തി കരഞ്ഞു വീട്ടിൽ അച്ഛനും കൂടപ്പിറപ്പുകളും ഇപ്പോൾ അമ്മയും അവനെ ഒരു പുല്കൊടിയായി കാണുന്ന

സാഹചര്യം മറക്കാൻ വേണ്ടി സ്കൂൾ പടികൾ കയറിയപ്പോൾ അതുപോലെ തന്നെ ഇവിടെയും....

ഉണ്ണി കരയുന്നതിനിടയിൽ അവനെക്കാൾ മുതിർന്ന ചേട്ടന്മാർ അങ്ങോട്ടേക്ക് വന്നു.. പെട്ടന്ന് അവന്റെ രൂപം കണ്ടതും അവർ പിന്നോട്ടായി...

"അയ്യേ ഈ ചെക്കൻ എന്തിന്റെ കുഞ്ഞാ?"

" മോനോജേ ഇതാടാ മുയലും കുഞ്ഞ്, അവന്റെ മുഖവും പല്ലും ആ നിറവും നോക്ക്..ഓട്രാ....

ഉണ്ണിയുടെ പേടിയും അതോടൊപ്പം അവന്റെ സങ്കടവും വർദ്ദിച്ചു.. തനിക്ക് പുതിയ ഒരു പേര് കൂടി വീണിരിക്കുന്നു..

അവന്റെ കുഞ്ഞ് മനസ്സിൽ ഒരുപാട് കനൽ പാടുകൾ നിറഞ്ഞു ചുറ്റും അന്ധകാരം മാത്രം..വീട്ടിലും സ്കൂളിലും ഒറ്റപ്പെടൽ എല്ലാവരുമുണ്ട് എന്നാൽ ആരുമില്ലാത്ത അവസ്ഥ... ഓരോ കാലഘട്ടങ്ങൾ കഴിയുന്തോറും ഉണ്ണിയുടെ മനസ്സിന്റെ താളം തെറ്റികൊണ്ടിരുന്നു തന്നെ സ്നേഹിക്കാൻ ആരും ഇനി വരില്ല എന്ന ചിന്ത അവനിൽ വേരുറപ്പിച്ചു..

സ്കൂൾ കഴിഞ്ഞ് പതിവുപോലെ വീട്ടിലേക്ക് വരുന്ന ഉണ്ണി കണ്ടത് വീട്ടിൽ ടിവിയിൽ ഒരു സിനിമ കണ്ടുകൊണ്ട് വീട്ടുകാരെല്ലാം ആർത്ത് ചിരിക്കുന്നതാണ്..മുന്നിൽ കണ്ട കസേരയിൽ ബാഗ് വച്ചുകൊണ്ട് അവൻ ടിവിയിലേക്ക് കണ്ണോടിച്ചു,അമ്മു ഉണ്ണിയുടെ പെങ്ങൾ അവനെ കണ്ടതും വീണ്ടും ചിരിയുടെ വോളിയം കൂട്ടി...

"അമ്മേ ദേ ഇയാളെ നോക്കിയേ നമ്മുടെ ഉണ്ണികുരങ്ങനെ പോലെ ഇല്ലേ....?"

അവൾ വീണ്ടും ചിരിച്ചു... അവളുടെ വാക്കുകളെ അതേപടി സ്വീകരിച്ചുകൊണ്ട് വീട്ടുകാരും..

ഉണ്ണി അവിടെ നിന്നും ഓടി കട്ടിലിൽ പോയി കിടന്നു.. അവനെ ആശ്വാസിപ്പിക്കാൻ ആരെങ്കിലും വരുമെന്ന് കരുതി എങ്കിലും അതുണ്ടായില്ല... കല്യാണം, പാലുകാച്ചൽ അങ്ങനെയുള്ള പരുപാടികളിൽ ഉണ്ണിയെ അവർ കൊണ്ടുപോകാറില്ല മകനാണെന്ന് പറയാൻ അവർക്ക് ബുദ്ദിമുട്ടായിരുന്നു...

വീണ്ടും കുത്തി നോവിക്കുന്ന മുറിവുകൾ..

അവന്റെ കണ്ണുനീർ കാണാൻ ആരുമുണ്ടായില്ല..

സ്കൂൾ കാലം കഴിഞ്ഞു....

" പ്രകാശേട്ടാ ഉണ്ണിയെ ഇനി ഡിഗ്രിക്ക് വിടണ്ടേ ?

" ഇവനെ എന്തിനാ പഠിപ്പിക്കുന്നെ അടുത്ത വർഷം നോക്കാം,,ആ പിതാമ്പരന്റെ കൂടെ കൃഷിപ്പണിക്ക് ആക്കിക്കൊടുക്കാം."

രണ്ട് വർഷങ്ങൾ അങ്ങനെ കഴിഞ്ഞു..വിദ്യ നേടണം എന്നുള്ള മോഹം ഉണ്ണിയിൽ ഉടലെടുത്തിരുന്നു എങ്കിലും തന്റെ മുഖം അത് അവനെ വീണ്ടും നിരുത്സാഹപെടുത്തി..

അമ്മുവിന്റെ ഡിഗ്രി പ്രവേശനം കൊഴുക്കുന്ന വേളയിൽ ഉണ്ണിയും അമ്മയെ നിർബന്ധിപ്പിച്ചുകൊണ്ട് ഒരു അപ്ലിക്കേഷൻ ഇട്ടു... എന്തൊ എങ്ങനെയൊ ഒരേ കോളേജിൽ അവർക്ക് അഡ്മിഷൻ രണ്ടു വിഷയങ്ങളിൽ..

ആദ്യ ദിനം കോളേജിൽ പോകുന്നതിന് മുൻപ് അമ്മു ഉണ്ണിയുടെ അടുത്തേക്ക് വന്നു...

"ഉണ്ണി ചേട്ടാ അവിടെ എത്തിയിട്ട് ആരോടും ഞാൻ ചേട്ടന്റെ പെങ്ങൾ ആണെന്ന് പറയരുത് എനിക്ക് അത് ഇഷ്ടമല്ല.. നിങ്ങളുടെ പെങ്ങൾ ആകുന്നതിലും നല്ലത് പഠിക്കാൻ പോകാതിരിക്കുന്നതാണ്.."

അവളുടെ വാക്കുകൾ ഉണ്ണിയുടെ ഹൃദയത്തെ മുറിച്ചുവെങ്കിലും അവൻ പറഞ്ഞു..

"ഇല്ല മോളെ ഏട്ടൻ ശ്രദ്ദിച്ചോളാം... "

തന്നെ വീണ്ടും നൊമ്പരപെടുത്തുന്ന ദൈവത്തെ വീണ്ടും ശപിച്ചു...

അങ്ങനെ കോളേജിൽ പോയിത്തുടങ്ങി.. സുഹൃത്തുക്കൾ തങ്ങളുടെ ഫോണുകളിൽ ചിത്രങ്ങൾ പകർത്തികൊണ്ടിരിക്കുന്നു..

അമ്മുവും കൂട്ടുകാരികളും ആ വഴി വരുന്നത് ഉണ്ണി കണ്ടു... തൊട്ടടുത്ത് മാറിയിരിക്കുന്ന ആ സുന്ദരനായ സഹപാഠിയുടെ അടുത്തേക്ക് അവർ നടന്നു..

"വിവേക് നീ എന്നാ ഗ്ലാമർ ആടാ നമുക്ക് ഒരു ഫോട്ടോ എടുക്കാം....
"

പിന്നെ എന്താ ഫ്രണ്ട്സ്...

ടാ ഉണ്ണി വാടാ ഇവരുമൊത്ത് ഒരു കിടിലൻ സ്നാപ് എടുക്കാം..

" അയ്യേ ഞങ്ങൾ ഒന്നും നിൽക്കില്ല അയാളുടെ കൂടെ, എന്ത് കോലമാ.... വൃത്തികേട്.. "

അമ്മുവും കൂട്ടുകാരും പൊട്ടിച്ചിരിച്ചു തന്റെ ഏട്ടനാണെന്ന ബോധം അവളിൽ ഉണ്ടായതേ ഇല്ല... അവർ ഫോട്ടോകൾ എടുത്ത് കൂട്ടി...

ഉണ്ണി വീണ്ടും തളർന്നു... പിന്നീട് അവന്റെ ജീവിതം നിശബ്ദ നിറഞ്ഞതായി എല്ലാവരും ഒരുപോലെയാണ് തന്നെ ഒറ്റപെടുത്തുന്നു എന്ന തോന്നൽ മനസ്സിൽ പ്രവഹിച്ചു.....

മനസ്സിൽ കാത്ത് വച്ചിരിഷ്ടം തുറന്നുപറഞ്ഞപ്പോൾ...

"അയ്യേ പ്രേമിക്കാൻ പറ്റിയ ഒരു മുതൽ, ഒന്നുപോയെടോ...

തനിക്ക് എങ്ങനെ തോന്നി എന്നോട് ഇതൊക്കെ പറയാൻ മം.. ശല്യം...

ഇതും കൂടി ആയപ്പോൾ ഉണ്ണി ജീവിതം പഠിച്ചു... ആരൊക്കെ എന്തൊക്കെ പറഞ്ഞാലും മുഖം അത് ഒരാളുടെ ഉയർച്ചയിൽ അതും സാധരണ ഒരു വ്യക്തയിൽ ഉണ്ടാക്കുന്ന പ്രശ്നങ്ങൾ തരണം ചെയ്യാൻ സാധിക്കാത്ത അവസ്ഥകൾ..

മനസ്സിന്റെ തട്ട് അങ്ങോട്ടും ഇങ്ങോട്ടും ആടികൊണ്ടിരിക്കുമ്പോൾ ആളുകളിൽ ഓർമ്മക്കുറവ് ഉണ്ടാകാറുണ്ട് വീണ്ടും മനസ്സിനെ പിടിച്ചുലയ്ക്കുന്ന സംഭവങ്ങൾ ഉണ്ടാകുമ്പോൾ ഉണ്ണിയിലും മാറ്റങ്ങൾ ഉണ്ടായി...

പിന്നെയും കാലങ്ങൾ കടന്നു.. അവനോട് സ്നേഹത്തോടെ പെരുമാറിയിരുന്ന ചേച്ചിയുണ്ടായിരുന്നു അമ്മാവന്റെ മകൾ..

അവളുടെ കല്യാണ ദിനം..

ഉണ്ണി ആയിരുന്നു എല്ലാത്തിനും മുൻപിൽ പന്തല് കെട്ടാനും, അടുപ്പ് കൂട്ടാൻ കുഴിയെടുക്കാനും, അങ്ങനെ അവൻ നിറഞ്ഞുനിന്ന്.. അമ്പലത്തിലെ താലി കെട്ട് കഴിഞ്ഞു ഫോട്ടോ എടുപ്പ് തുടങ്ങി... ഉണ്ണി മായ ചേച്ചിയെ നോക്കി... ചെറുക്കന്റെ കൂടെ നല്ല മാച്ച്... ചേച്ചിയെ ഹൃദയംകൊണ്ട് അവൻ അനുഗ്രഹിച്ചു...

"ഇനി ഫോട്ടോ എടുക്കാൻ ഉള്ളവർ വരൂ.."

ഉണ്ണി മുന്നോട്ട് നീങ്ങി... തന്റെ ചേച്ചിയല്ലേ ഹൃദയം,മുഖം നോക്കാതെ തന്നെ സ്നേഹിച്ച ചേച്ചി.. ഉണ്ണി അവർക്ക് നേരെ അടുത്തു...

ഉണ്ണിയുടെ വരവ് കണ്ടതും മായ തൊട്ടടുത്ത് നിന്ന അച്ഛനോടായി എന്തൊ പറഞ്ഞു..

അയാൾ ഉടനെ ഉണ്ണിയുടെ അടുത്തേക്ക് ചെന്നു...

" ഉണ്ണി നീ എങ്ങോട്ടാ "

അമ്മാവാ ഞാൻ ഫോട്ടോ എടുക്കാൻ ചേച്ചിക്കൊപ്പം " അവന്റെ ചുണ്ടിൽ പുഞ്ചിരി വിടർന്നു...

"" ഉണ്ണി മോനെ മായ പറഞ്ഞു അത് വേണ്ട എന്ന്... പിന്നെ ഈ പൈസ നിന്റെ കൈയിൽ ഇരിക്കട്ടെ "

അയാൾ അഞ്ചോ ആറോ അഞ്ഞൂറിന്റെ നോട്ടുകൾ ഉണ്ണിയുടെ പോക്കറ്റിൽ ഇട്ടു..

എന്തൊ ഉണ്ണി തകർന്നുപോയി.

താൻ താനൊര് പണിക്കാരൻ മാത്രമായിരുന്നോ??

അവൻ നടന്നുനീങ്ങി പിന്നീട് ഒരു ഫോട്ടോയ്ക്ക് പോലും നിന്നുകൊടുക്കാതെ ഒരുതരം മനസ്സ് മരവിച്ചവന്റെ യാത്ര തുടങ്ങി....

എങ്ങോ കറങ്ങി അന്ന് സമയം തീർത്തു.. എന്തൊ തിരിച്ചുപോരുന്ന വഴിയിൽ കണ്ണിലേക്ക് ഇരുട്ട് കയറുന്ന പ്രതീതി ഉണ്ടായി.. എല്ലാം മറക്കുന്നു... മുന്നിൽ കണ്ട പാർക്ക് ചെയ്തിരിക്കുന്ന ബൈക്കിന്റെ സീറ്റിൽ പോയിരുന്നു...

"ഹലോ മിസ്റ്റർ ഒന്ന് മറാമോ വണ്ടി എടുക്കാനാണ്?"

"സുഹൃത്തെ എന്നെ വീട്ടിൽ ഒന്ന് എത്തിക്കാമോ എനിക്ക് തല പൊളിയുന്നത് പോലെ.. "

ഉണ്ണിയുടെ മുഖഭാവം അത്ര പന്തിയല്ല എന്ന് തോന്നിയ അയാൾ അവനെ കൂടെകൂട്ടി, വീട്ടിൽ എത്തിച്ചു..

"ശരി സുഹൃത്തെ നന്ദി.. "

എടോ ഞാൻ അകത്തേക്ക് കൊണ്ടുപോയി ആക്കണോ?

"വേണ്ടാ, ഞാൻ പൊയ്യ്കോളാം."

"താൻ വണ്ടിയിൽ ഇരുന്നുപറഞ്ഞ കാര്യങ്ങൾ എനിക്ക് മനസ്സിലാകും നാളെ നമുക്ക് ഒരിടം വരെ പോകാം.. ഞാൻ രാവിലെ ഇങ്ങോട്ട് വരാം..."

ശരി ബ്രദർ, അങ്ങനെയെങ്കിലും എന്റെ പ്രശ്നമെല്ലാം തീരുമെങ്കിൽ ഞാൻ വരാം, താൻ രാവിലെ വായോ.... "

"ശരി "

ഉണ്ണിക്ക് ഒരു പുഞ്ചിരി തൂകി അയാൾ കടന്നുപോയി...

വീടിന്റെ കാളിങ് ബെൽ അടിച്ചു... അമ്മു വാതിൽ തുറന്നു...

" ദേ അമ്മേ തോറ്റുതുന്നംപാടി വരുന്നു അമ്മേടെ മോൻ... "

ഉണ്ണിയുടെ നിയന്ത്രണം നഷ്ടപ്പെട്ടു...

" നിർത്തടി, നീ അധികം നെഗളിക്കല്ലേ?"

"എന്താടാ അവൾ പറഞ്ഞതിൽ എന്താ തെറ്റ്. നിന്നെ ആരും കൂടെ കൂട്ടില്ലടാ മണ്ടാ, നീ എനിക്ക് ഇന്നും തീരാ വേദനയാണ്... "

"നിങ്ങളുടെ പ്രവർത്തിയിൽ ഒരിക്കലും അച്ഛൻ നിലനിന്നിരുന്നില്ല.. നിങ്ങൾക്കൊക്കെ ആരായിരുന്നു ഞാൻ,, വെറും മുറ്റത്തെ പുല്കൊടി,, എനിക്കും ഒരു മനസ്സുണ്ടെന്ന വിചാരം നിങ്ങൾക്ക് എന്നെങ്കിലും ഉണ്ടായിട്ടുണ്ടോ? പുറമെയുള്ള പരിഹാസങ്ങളും കുത്ത് വാക്കുകളും സഹിക്കാം വീട്ടിൽ നിന്നും അതൊക്കെ കിട്ടിയാലോ.. ജനിച്ചപ്പോൾ മുതൽ നിങ്ങൾ എന്നെ സ്നേഹത്തോടെ മോനെ എന്ന് വിളിച്ചിട്ടുണ്ടോ?"

അവൻ തുടർന്നു..

"എടി മായേ നിന്റെ ഏട്ടനായിട്ട് എന്നെങ്കിലും നീ എന്നെ കണ്ടിട്ടുണ്ടോ.. എന്റെ അദ്ധ്വാനം നിനക്ക് വേണം ഗ്രാഫ് വരയ്ക്കാനും, നോട്ട് എഴുതാനും,, എങ്കിലും എങ്കിലും പൊതുവെ നീ എന്നെ അംഗീകരിച്ചിട്ടുണ്ടോ? ഓരോ ഏട്ടൻമാരും അനിയത്തിമാരെ സ്നേഹിക്കുന്നത് കാണുമ്പോൾ ഞാനും കൊതിച്ചട്ടുണ്ട്, എനിക്ക് അതൊന്നും വിധിച്ചില്ല.. ഇവിടെ ആകെ ഇഷ്ടമുള്ളത് അമ്മയ്ക്ക് ആയിരുന്നു....... ഒടുവിൽ അമ്മയും.."

"അച്ഛാ എല്ലാം ദൈവം തരുന്നതാണ്, ഞാനും ദൈവത്തിന്റെ കുഞ്ഞാണ് എന്റെ മനസ്സും നീറും.. നിങ്ങൾ ഇനിയെങ്കിലും മനസ്സിലാകണം കൂടെ കൂട്ടണം എല്ലാവരും ഉണ്ടായിട്ടും ഒറ്റപെട്ട് പോകുന്നവന്റെ വേദന നിങ്ങൾക്ക് മനസ്സിലാകില്ല.."

അത്രയും പറഞ്ഞുകൊണ്ട് ഉണ്ണി മുറിയിലേക്ക് പോയി.. അവന്റെ പുറകെപോയ അമ്മുവിനെ അമ്മ തടഞ്ഞു..

"വേണ്ട മോളെ അവനോട് ഒന്നും ഇപ്പോൾ സംസാരിക്കാൻ നിൽക്കണ്ട എന്റെ മോൻ ആകെ തകർന്നിരിക്കുകയാണ് "

"അമ്മേ ഏട്ടനെ ഞാൻ ഒരുപാട് സങ്കടപെടുത്തി അല്ലേ?"

അമ്മയെ കെട്ടിപിടിച്ചുകൊണ്ട് മായ കരഞ്ഞു... ഇതൊക്കെ കണ്ടുനിന്ന പ്രകാശൻ തൊട്ടടുത്ത ചാരുകസേരയിൽ ഇരുന്നു ആ മിഴികളും അറിയാതെ നിറഞ്ഞിരുന്നു...

" അമ്മൂ "

എന്താ അച്ചാ "

ഇങ്ങോട്ട് വാ, നീയും വാടി ...

അമ്മയും അമ്മുവും പ്രകാശന്റെ അടുത്തേക്ക് ചെന്നു..

"എടി നമുക്ക് തെറ്റ് പറ്റി അത് തിരുത്തണം നാളെ മുതൽ നമ്മുടെ കുഞ്ഞിനെ സ്നേഹിച്ചുതുടങ്ങണം "

"അതേ ചേട്ടാ ഇനിയും വൈകികൂടാ"

അങ്ങനെ ആ രാത്രി അവർ തള്ളിനീക്കി പിറ്റേന്ന് അച്ഛനും അമ്മയും സഹോദരിയും രാവിലെ അവൻ മുറി തുറന്നുവരുന്നത് കാണാൻ കാത്ത്നിന്നു പുതിയൊര് തുടക്കത്തിനായി

ഡോർ തുറന്നകൊണ്ട് ഉണ്ണി പുറത്തേക്ക് വന്നു, അവൻ ചോദിച്ചു..

നിങ്ങളൊക്കെ ആരാ?

അവന്റെ ചോദ്യം ആദ്യം തമാശയാണെന്ന് കരുതി അവർ ചിരിച്ചു.. അച്ഛൻ അവന്റെ അടുത്തേക്ക് ചെന്ന് കൈകളിൽ വാത്സല്യത്തോടെ പിടിച്ചു...

നിങ്ങൾ ആരാ, എന്തിനാ എന്റെ കൈകളിൽ പിടിക്കുന്നത്?

എന്നെ നിങ്ങൾക്ക് അറിയാമോ?

അവന്റെ ചോദ്യം വീണ്ടും ആവർത്തിച്ചപ്പോൾ അവർക്ക് എന്തൊ പന്തികേട് തോന്നി...

മുറ്റത്തേക്ക് ബൈക്കിൽ ഇന്നലെ വീട്ടിൽ എത്തിച്ച കൂട്ടുകാരനും ഓട്ടോയിൽ അവൻ സ്നേഹം പറഞ്ഞ പെൺകുട്ടിയും വന്നുനിന്നു...

അവർ അകത്തേക്ക് കയറി ഒരാൾക്ക് തെറ്റുകൾ തിരുത്തി അവനെ പങ്കാളിയായി സ്വീകരിക്കാൻ തയ്യാറായി വന്നപ്പോൾ മറ്റൊരാൾ സൗഹൃദം കൂടാൻ തേടിയടുത്തു.. എങ്കിലും വിധി അതൊക്കെ മാറ്റിമറിച്ചു..

ഉണ്ണി ആരെയും തിരിച്ചറിയുന്നില്ല, അവൻ ആരാണെന്ന്പോലും അറിയാത്ത അവസ്ഥ.. ഇനിയും വച്ചുകൊണ്ടിരുന്നാൽ ഇതിനൊന്നും പരിഹാരം ഉണ്ടാവില്ല എന്ന് തോന്നിയട്ടാകണം അവർ അവനെ ഹോസ്പിറ്റലിലേക്ക് കൊണ്ടുപോയത്...

" ഡോക്ടർ എന്റെ മകന് എന്താണ്? അവൻ ആരെയും തിരിച്ചറിയുന്നില്ല.."

"നോക്ക് മിസ്റ്റർ നിങ്ങളുടെ മകൻ മറവി രോഗത്തിന്റെ രണ്ടാംഘട്ടം താണ്ടി കഴിഞ്ഞു.. ചിലർക്ക് മനസിക പിരിമുറുക്കങ്ങളും,അതുപോലെ

തുടരെയുള്ള ദുഃഖങ്ങളും ഈ അവസ്ഥയിൽ കൊണ്ടെത്തിക്കാം.. ചെറിയ മറവിയിൽ നിന്നും തുടങ്ങി വലുതിലേക്ക്.. "

"ഡോക്ടർ ഇനി എന്ത് ചെയ്യും എന്റെ മകൻ അവൻ ഇനി തിരിച്ചുവരില്ലേ..."

"നമുക്ക് നോക്കാം... ചിലപ്പോൾ അടുത്ത ദിനം അല്ലെങ്കിൽ ഒരു മാസം എല്ലാം അവന്റെ കൈയിൽ കൂടി നിൽക്കുന്ന കാര്യങ്ങളാണ്...."

എല്ലാവരുടെയും മനസ്സിൽ അതൊരുവിങ്ങലായ് മാറി... ആർക്കും മനസ്സുറക്കുന്നില്ല, ഒരു കാര്യത്തിനും അവന്റെ മുഖം ഓർക്കാത്ത അവർക്ക് ഓർമ്മകളിൽ മുഴുവൻ അവൻ നിറഞ്ഞു..

ചിലപ്പോൾ അവന് ദൈവം കൊടുത്ത വരാമാകാം ഇതൊക്കെ..ആരുടേയും ഓർമ്മകൾ മനസ്സിൽ ഇല്ലെങ്കിൽ അവനെ പഴിച്ച വാക്കുകളും, പരിഹാസങ്ങളും ഒന്നും ഉണ്ടാകില്ലല്ലോ... ശൂന്യം എങ്ങും....

END

7

അവളിലൂടെ

വിക്കി ഈ ബന്ധം ഒരുപാട് നീട്ടികൊണ്ട് പോവാൻ സാധിക്കില്ല എനിക്ക്

എന്തേ ഇപ്പോൾ ഒരു തോന്നൽ? ഇത്രയും നാൾ ഈ സൗഹൃദത്തിന് അപ്പുറം എന്തൊക്കെയൊ നിന്നോടുണ്ട് ഞാൻ പറഞ്ഞിരുന്നു, പിന്നീട് മറുപടി തരാമെന്ന് നീ പറയുകയും ചെയ്തു.ഇനി കുറച്ചു ഡേയ്സ് കൂടി കഴിഞ്ഞാൽ ഈ കോളേജ് ജീവിതം അവസാനിക്കും, ഒരു ജോലി കൂടി ആയിട്ട് ഞാൻ വീട്ടിൽ വന്ന്?

എന്നോടൊന്നും തോന്നരുത് വിക്കി, എനിക്ക് ഇത് ഇനി തുടർന്നുപോകാൻ പറ്റില്ല, ആഗ്രഹമില്ലാഞ്ഞിട്ട് അല്ല, എന്റെ ജീവിതം ഇങ്ങനെയാണ്, ചുറ്റും ഇരുട്ട് മാത്രം,ആദ്യം ഞാനും അങ്ങനെയൊക്കെ സ്വപ്നങ്ങൾ കണ്ടിരുന്നു എന്നാൽ എനിക്ക്

നീ എന്താ ലച്ചു ഇങ്ങനെ? നീ എന്തേ എന്നോട് ഫാമിലി അവരെ പറ്റിയൊന്നും പറയുന്നില്ല, നീ ഒക്കെ അല്ലെ?

വിക്കി അതൊക്കെ വേറെ പലരുടെയും മുന്നിൽ തുറക്കാൻ മടിക്കുന്ന താളുകളാണ്, നിനക്ക് മുന്നിലും എനിക്ക് അത്, പോവാ ഞാൻ ഇനി നിന്നാൽ

ലച്ചു ഞാൻ ബസ് സ്റ്റോപ്പിൽ കൊണ്ടോയി ആക്കാം, വാ കയറിക്കൊ

വേണ്ട, നീ പൊയ്ക്കോളൂ.. ഞാൻ നടന്നോളാം

നീ ഒഴിവാക്കുവാണൊ എന്നെ? ഈ സ്നേഹം

അങ്ങനെ ആവാം.. ഇനി തമ്മിൽ ഇങ്ങനെ ഒരു കൂടികാഴ്ച്ച ഉണ്ടാവില്ല, നമ്മൾ രണ്ടു പേരും മാത്രമുള്ള ഇങ്ങനെയൊന്ന്

അവന്റെ കണ്ണുകൾ നിറഞ്ഞിരിന്നു, എനിക്ക് പ്രേമിക്കാൻ കൂടി സ്വാതന്ത്ര്യമില്ലാത്ത അവസ്ഥ, എന്റെ പ്രാണൻ ദാ പോവുന്നു, ഇരുട്ടായിരുന്നു ജനിച്ചപ്പോൾ മുതൽ, ഒരുപാട് വെളിച്ചം കണ്ടത് വിക്കിയുടെ സൗഹൃദമായിരുന്നു,എന്റെ ഇരുണ്ട ജീവിതത്തെ കുറെ നാൾ മറച്ച് പിടിച്ചുകൊണ്ട് അവനോടൊപ്പം കോളേജ് കാലഘട്ടം പങ്കിടാൻ കഴിഞ്ഞത് തന്നെ ജീവിതത്തിലെ ഏറ്റവും നല്ല മൂഹൂർത്തങ്ങളിൽ ഒന്നാണ്

എന്റെ ജീവിതം അവന് മുന്നിൽ തുറക്കാൻ ഞാൻ മടിച്ചത് പോലും, പാവകളി പോലെയുള്ള ജീവിതത്തിലെ ഘട്ടങ്ങൾ ഒരിക്കലും അറിയാതിരിക്കാൻ ആയിരുന്നു

കോളേജിൽ നിന്നും എത്തിയപാടെ അമ്മായിയുടെ ചോദ്യങ്ങൾ തളർത്തികളയുന്നതായിരുന്നു

എടി അസത്തേ... നീ പ്രണയം അത് ഇതൊന്നും പറഞ്ഞുകൊണ്ട് ഈ തറവാട്ടിൽ വന്ന് പോകരുത് കേട്ടോ? നിന്റെ അച്ഛന്റെ, നമ്മുടെ കുടുംബത്തിന്റെ അഭിമാനം നോക്കി മാത്രം ജീവിച്ചാൽ മതി, അവൾ പ്രേമിക്കാൻ നടക്കുന്നു, നിന്റെ ചേച്ചിമാരെ കെട്ടിപിടിച്ചു വിട്ടില്ലേ നല്ല അന്തസ്സായി അതുപോലെ നിന്നെയും ഒരാളുടെ കൈയിൽ ഏല്പിക്കാൻ ഞങ്ങൾക്ക് അറിയാം

അമ്മായി വിക്കി അവൻ നല്ലയാളാണ് എന്നോട് ഒരുപാട് സ്നേഹമാണ്, എന്റെ ജീവിതമല്ലേ എനിക്ക് കൂടി സ്വാതന്ത്ര്യമില്ലേ? എന്ത് തിരിഞ്ഞെടുക്കണം, എന്ത് വേണ്ട എന്നൊക്കെ?

ഇങ്ങോട്ട് വാടി...അവളുടെ ഒരു സ്വാതന്ത്ര്യം, കണ്ടവന്മാരുടെ കൂടെ കൂട്ടുകൂടി അമ്മായിയോട് ഒക്കെ തർക്കുത്തരം പറയാറായൊ നീ? എനിക്ക് ഒരു തുണയായ് ഒരു ആൺകുട്ടി വേണമെന്ന് തന്നെയായിരുന്നു ചിന്ത, ആദ്യത്തെ രണ്ടും പെൺകുട്ടികൾ അല്ലെ? എനിക്ക് ഒരു തുണയായിട്ട്, എന്റെ അവസ്ഥ നോക്കണേ? ഒന്ന് ഞാൻ പറഞ്ഞേക്കാം പ്രേമം മണ്ണാകട്ട എന്നൊക്കെ പറഞ്ഞുകൊണ്ട് കൺമുന്നിൽ വന്നുപോകരുത്

അച്ഛനോട് ഒരു വാക്കുപോലും മറുത്തുപറയാതെ റൂമിലേക്ക് ഓടി ബെഡിൽ മുഖം താഴ്ത്തി കിടന്നു.. അച്ഛന്റെ വാക്കുകൾ എന്നെ വല്ലാതെ മുറിവേല്പിച്ചിരുന്നു, അവിടെ അപ്പോൾ പ്രണയിക്കുന്ന ആൾക്ക് വേണ്ടി സംസാരിക്കാൻ പോലും എനിക്ക് സാധിച്ചില്ല,

ജനിച്ചപ്പോൾ മുതൽ കേൾക്കാൻ തുടങ്ങിയതാണ് ഈ തരംതാഴ്ത്തൽ ആണ് പെണ്ണ് അങ്ങനെ? ഞാൻ ഈ ഭൂമിയിൽ ജനിക്കാനേ പാടില്ലായിരുന്നു, ആട്ടം കഴിയുമ്പോൾ എടുത്തുവയ്ക്കുന്ന പാവയെ പോലെ ഒരു ജീവിതം മടുത്തു..

മോളെ..

പുറകിൽ നിന്നും അമ്മയുടെ വിളിയാണ് എന്നെ ആലോചനയിൽ നിന്നും ഉണർത്തിയത്

അമ്മേ ഞാൻ.. സാരമില്ലടി.. ചിലതൊക്കെ ഇങ്ങയാണ് കുട്ടി, അവനെ മറന്നുകള, ഇനിയും ഒരുപാട് ജീവിതം ബാക്കിയാണ്, ഞങ്ങളുടെ സങ്കടം കണ്ടുകൊണ്ട് നിനക്ക് പടിയിറങ്ങി പോകാം പിന്നെ ഈ അമ്മയൊന്നും ഉണ്ടാവില്ല, എത്രയൊക്കെ മക്കൾ മോശമായ് പോയാലും കുറ്റം വരുന്നത് അമ്മമാർക്കാവും, വാ കഴിക്കാം

എനിക്ക് വിശപ്പില്ല അമ്മേ.. അമ്മ പൊയ്ക്കോളൂ..ഇതെങ്കിലും എന്റെ ഇഷ്ടത്തോടെ ചെയ്യാൻ അനുവാദം തരൂ..

അമ്മയൊന്നും മിണ്ടിയില്ല,സ്വപ്നങ്ങൾ കാണാൻ തന്നെ എനിക്കിപ്പോൾ പേടിയാണ് എന്തൊ ജീവിതം ഇങ്ങനെയായി പോയി.. എന്നാലും വിക്കി അവനെ ഞാൻ എങ്ങനെ മറക്കും

ഓർത്തില്ല ഫോൺ റിങ് ചെയ്യാൻ തുടങ്ങി.. വിക്കി, ഇവൻ എന്താ വിളിക്കുന്നെ, ആകെ കൺഫ്യൂഷൻ ആയല്ലോ..

കണ്ണുനീർ തുടച്ചുകൊണ്ട് ഞാൻ കാൾ എടുത്തു..

മ്മ് എന്താ വിക്കി..? എന്താ ഈ സമയത്ത്?

നീ കഴിച്ചോ ലച്ചു? ഇല്ല ഉണ്ടാവില്ല എന്നെനിക്കറിയാം...

ഞാൻ കഴിച്ചു... ഇന്ന് ഇവിടെ ബിരിയാണിയിരുന്നു, അടിപൊളി ആയിരുന്നു.. ഞങ്ങൾ എല്ലവരും കൂടി ഒന്നിച്ചാ കഴിച്ചേ.. ഒരുപാട് സന്തോഷമുള്ള ഡേ..

ലച്ചു നിനക്ക് ഇതൊക്കെ എങ്ങനെ സാധിക്കുന്നു? നീ എങ്ങനെയാടി എന്നെ മറക്കുന്നെ?

നീ വീണ്ടും അതിലേക്ക് കടക്കരുത്, എനിക്ക് താല്പര്യമില്ല അതൊന്നും കേൾക്കാൻ എന്നെ വെറുതെ വിട്ടേക്ക്, കോളേജ് സൗഹൃദം അത് മാത്രം മതി നമുക്ക്..

അടുത്ത നിമിഷം ഞാൻ ഫോൺ കട്ട് ചെയ്തു. കുറച്ചു നേരം കൂടി സംസാരിച്ചിരുന്നേൽ ഒരുപക്ഷെ വീണ്ടും ഞാൻ കരഞ്ഞുപോയനെ..

അത്ര സ്നേഹമുള്ളവൻ

ചിലതൊക്കെ വിധിയാണ് ആർക്കും മാറ്റാൻ പറ്റാത്ത വിധി..

എടി ആരോടാടി നീ സംസാരിക്കുന്നെ ഈ രാത്രിയിൽ?

പുറകിൽ നിന്നും പെട്ടന്ന് ഒരു ശബ്ദം.. അമ്മായി..

അത് അമ്മായി കീർത്തിയായിരുന്നു അവൾ നാളെ എക്സാമിന്റെ കാര്യം പറയാൻ..

എന്റെ കൈയിൽ ഇരുന്ന ഫോൺ അമ്മായി തട്ടിപ്പറിച്ച് വാങ്ങി.. ആ നമ്പറിലേക്ക് കാൾ ചെയ്തു. വിക്കിയുടെ ശബ്ദം കേട്ടതും കട്ട് ചെയ്തു.. അച്ഛന്റെ അടുത്തേക്ക് ഓടി..

ദേ ഏട്ടാ ഇത് കണ്ടോ ഈ രാത്രിയും അവനെ വിളിക്കുവാൻ ഇവൾക്ക് എങ്ങനെ ധൈര്യം വന്നു.. ഒരു അച്ഛൻ വന്നിരിക്കുന്നു. നല്ല അനുസരണയുള്ള മകൾ

എന്താ ലച്ചു നീ ഇങ്ങനെ.. ഇനി തല്ക്കാലം ഈ ഫോൺ ഉപയോഗിക്കണ്ട.. പരീക്ഷയൊക്കെ കഴിയട്ടെ.. എടി രേവതി അമ്മുവിനെ വിളിച്ചു അടുത്ത വീക്ക് മുതൽ ഇവൾ അങ്ങോട്ട് വരുവാണെന്ന് പറ.. അവിടെ ആകുമ്പോൾ കോളേജിൽ കൊണ്ട് വിടാൻ മഹിയുണ്ടാവും

അച്ഛാ ഞാൻ ഇവിടെ നിന്നാൽ എന്താ? എന്നെ വിശ്വാസമില്ലേ?

അച്ഛനൊന്നും പറഞ്ഞില്ല, ഫോൺ ഓഫ് ചെയ്തു അലമാരിയിൽ കൊണ്ട് പോയി വച്ചു.. കുറച്ചു അകലെയാണ് ചേച്ചിയുടെവീട് എന്നാൽ കോളേജിന്റെ അടുത്തും.. വീണ്ടും ജയിൽ അങ്ങനെ തന്നെയായിരുന്നു അവിടെയുള്ള അവസ്ഥയും.. എക്സാം കഴിഞ്ഞു ഇനി എന്തെന്ന് ഒരു ചോദ്യം ഉള്ളിൽ ഉദിച്ചു, ഏറ്റവും വലിയ ആഗ്രഹം ഒരു നല്ല വീടാണ് അതുപോലെ എന്റെ വരുമാനത്തിന്റെ ഒരു പങ്കിൽ നിന്നും അച്ഛന് ഒരു ഫോൺ, ആ പഴയ ഫോൺ ഒന്ന് മാറ്റിക്കണം, ഒരു പെണ്ണായി ജനിച്ചതിൽ എന്താ കാര്യം എന്ന് ചോദിക്കുന്നവരുടെ മുന്നിൽ തലയുയർത്തി നിൽക്കണം..

മുന്നിൽ ഒരു പ്രകാശം കണ്ടില്ല എങ്കിലും മുന്നോട്ട് തന്നെ ഇരുട്ടിൽ നടന്നു.. വിക്കിയെ കുറച്ചു ഇടയ്ക്ക് ഓർമ്മ വരുമ്പോൾ കണ്ണ് നിറയും, എവിടെയാണെങ്കിലും സന്തോഷത്തോടെ ജീവിച്ചാൽ മതി എന്ന് മനസ്സിൽ പറയും.. അങ്ങനെ ഓർമ്മകൾ വിരിയുന്ന ഓരൊ രാത്രിയും എന്റെ ഉറക്കം പതിവ് പോലെ ഇല്ലാതെയാവും

ജോലി കിട്ടി ആദ്യ ശമ്പളത്തിൽ അച്ഛനൊര് ഫോൺ വാങ്ങി കൊടുത്തു.. അന്ന് ഉണ്ടായ സന്തോഷം എനിക്ക് എന്നോട് തന്നെ അഭിമാനം തോന്നി, കാരണം ഒരു ആൺകുട്ടിയെ പ്രതീക്ഷിച്ച അവർക്ക് കിട്ടിയത് എന്നെ ആയിരുന്നു എങ്കിലും എന്നെകൊണ്ട് ആവുന്നത് പോലെ ഈ സ്വപ്നം നടന്നതിൽ സന്തോഷമല്ലേ ഉണ്ടാവേണ്ടത്..

പെണ്ണായാലും ആണായാലും മനുഷ്യനല്ലേ, ആ ഒരു പരിഗണനയും സ്വാതന്ത്ര്യവും എന്നെപോലെയുള്ള പെൺകുട്ടികൾക്ക് കിട്ടിയിരുന്നെങ്കിൽ ഒരുപക്ഷെ ജീവിതത്തിൽ പലതും നേടിയെടുക്കാൻ പറ്റുമായിരുന്നു, പലപ്പോഴും ഞാൻ ചിന്തിക്കാറുണ്ട് എനിക്ക് ഒരു ഏട്ടൻ ഉണ്ടായിരുന്നു എങ്കിൽ എന്ന്, സ്വന്തം ഏട്ടൻ എന്തിനും എന്റെ കൂടെ നിൽക്കുന്ന സുഹൃത്ത്, വഴി കാട്ടുന്ന ഏട്ടൻ, എല്ലാവരെയും ഒരുപോലെ കാണാൻ സാധിക്കുന്ന ഏട്ടൻ, എന്റെ സ്വപ്നങ്ങൾക്ക് വീട്ടിൽ സപ്പോർട്ട് ചെയ്യുന്ന ഒരാൾ, സ്വാതന്ത്രത്തോടെ പറക്കാനും ചിരിക്കാനും അനുവദിക്കുന്ന ഒരാൾ, ജീവിതം ഇരുട്ട് പോലെയാകുമ്പോൾ പ്രകാശത്തിന്റെ കിരണങ്ങൾകൊണ്ട് മനസ്സിൽ സന്തോഷം നിറയ്ക്കാൻ കഴിയുന്ന ഒരാൾ, ഇങ്ങനെയുള്ള സ്വപ്നങ്ങൾ ഇല്ലാത്ത പെൺകുട്ടികൾ ഉണ്ടോ എന്ന് പോലും സംശയമാണ്..

പാതി മയക്കത്തിൽ നിന്നും എഴുനേറ്റുകൊണ്ട് ഞാൻ ഉമ്മറത്തേക്ക് നടന്നു..എന്തൊ ചർച്ച അവിടെ നടക്കുന്നുണ്ട്..

ചേട്ടാ ഇവൻ നല്ല പയ്യനാണ്.. ഇത് തന്നെ ആലോചിക്കാം..

എന്താ അമ്മേ ഇവിടെ?

മോളെ നിനക്ക് ജാനകി ചേച്ചി ഒരു കല്യാണകാര്യം കൊണ്ട് വന്നിട്ടുണ്ട്, പേര് ഹരി, നല്ല പയ്യനാണ്.. ഇതാണ് ഫോട്ടോ..

അമ്മേ എനിക്ക് ഇനിയും ചിലകാര്യങ്ങളുണ്ട് ഇപ്പോൾ കല്യാണം വേണ്ട..

നിന്റെ അഭിപ്രായം ഇവിടെ ചോദിച്ചില്ല ലച്ചു..

എടുത്തപാടെ അമ്മായി പറഞ്ഞു..അച്ഛൻ എന്നെ ഒന്ന് നോക്കി അപ്പോഴും തല താഴ്ത്തി നിൽക്കാനേ എനിക്ക് കഴിഞ്ഞൊള്ളൂ.. കാരണം കുഞ്ഞിലെ മുതൽ ഇതൊക്കെ എന്റെ ജീവിതത്തിന്റെ ഒരു ഭാഗമായിരുന്നു, കൂട്ടുകാർ പറയും വലുതാകുമ്പോൾ ഇതൊക്കെ മാറുമെന്ന്, വലുതായപ്പോൾ വീണ്ടും പേടി കൂടി എന്നല്ലാതെ വേറെ

മാറ്റമൊന്നും ഉണ്ടായില്ല

ഇടവപാതിക്ക് ശേഷം എന്റെ കല്യാണം കഴിഞ്ഞു.. ഹരിയേട്ടൻ ജീവിതത്തിന്റെ ഒരു ഭാഗമായി.. അകലെയായത് കൊണ്ട് വീട്ടുകാരെ പിരിയുന്നതിൽ ഒരുപാട് സങ്കടമുണ്ടായിരുന്നു എന്നാലും പുതിയ ജീവിതത്തിൽ എനിക്ക് ഇനിയും കിട്ടാതെ പോയ സ്വാതന്ത്രവും സ്നേഹവും കിട്ടുമെന്നുള്ള വിശ്വാസത്തിൽ അൽപ്പം സമാധാനിച്ചു..

ഹരിയേട്ടനെ കൂടാതെ അച്ഛൻ, അമ്മ, പിന്നെ അഞ്ചു, ഏട്ടന്റെ അനിയത്തി അതായിരിന്നു കുടുംബം..

എടൊ താൻ ഇരുന്ന് ബോർ അടിച്ചോ? ഇവിടെ പണിക്കാരൊക്കെ ഉണ്ടായിരുന്നു അവരെയൊക്കെ സെറ്റൽഡ് ചെയ്തപ്പോൾ സമയം അത്രയും ആയി.. താൻ കിടന്നോള്ളൂ.. ഞാൻ ഒന്ന് കുളിക്കട്ടെ..

എന്തൊക്കെ പറയാൻ ഉണ്ടായിരുന്നു എനിക്ക് എന്തൊ അന്ന് പറഞ്ഞത് പോലെ കിടന്നു ഉറങ്ങിപോയി.. രാവിലെ അമ്മ വന്നുവിളിച്ചപ്പോൾ ആണ് എഴുനേൽക്കുന്നത്

അമ്മേ ഹരിയേട്ടൻ എവിടെ? എന്നെ വിളിച്ചില്ല.. ഉറങ്ങിപോയി.. അവൻ അത്യാവശ്യമായ് ഓഫീസിൽ പോയി മോളെ. പിന്നെ നീ ഉറങ്ങിക്കോട്ടേ എന്ന് പറഞ്ഞു.. ഇതാ കാപ്പി..

അമ്മേ ഞാൻ ഇതൊന്നും കുടിക്കില്ല എനിക്ക് വെള്ളം മാത്രം മതി..

ആണോ? എങ്കിൽ അമ്മ പോയി എടുത്തുകൊണ്ട് വരാം..

ഞാൻ കൂടെ വരാം അമ്മേ..

പിന്നെ എന്താ വന്നൊ... എന്നാലും എന്നെ വിളിക്കായിരുന്നു ഞാൻ.. എന്നോട് ക്ഷമിക്കൂ അമ്മേ ഷീണം കൊണ്ട് ഉറങ്ങിപോയി..

എന്റെ മോളെ ഇതൊക്കെ ഞങ്ങൾക്ക് അറിയാലൊ ഇത്രയും ദൂരം യാത്ര ചെയ്തത് അല്ലെ.. നമ്മുടെ ആചാരങ്ങൾ അനുസരിച്ചു മോളുടെ വീട്ടിൽ ആണ് ഇന്നലെയൊക്കെ..പിന്നെ ഇത്രയും ദൂരം ഇല്ലേ അതുകൊണ്ട് ഹരി ഇങ്ങനെ ഒരു തീരുമാനം എടുത്തു.. മോൾക്ക് സങ്കടം ഉണ്ടൊ അവരെ കാണാത്തതിൽ

എന്റെ കണ്ണുകൾ ഒന്ന് നിറഞ്ഞു എത്രയൊക്കെ വന്നാലും സ്വന്തം കുടുംബത്തെ മാറ്റി നിർത്തിയുള്ള ആദ്യ ദിവസം, എങ്കിലും മനസ്സിൽ ഒരു നേർത്ത വര വീണിരുന്നു ഇനിയും ഒരുപാട് നാൾ ഇവിടെ തന്നെയാണ്, ഇതെല്ലാം ശീലിച്ചു തുടങ്ങണം

സന്ധ്യയായി ഈ മനുഷ്യൻ ഒന്ന് വിളിക്കുക കൂടി ചെയ്തില്ല,കല്യാണം കഴിഞ്ഞു ആദ്യ ദിനമാണ് എന്നിട്ട് ഒരു ഓഫീസിൽ..

പറഞ്ഞു തീർന്നില്ല ഗേറ്റ് കടന്നു ബൈക്ക് വരുന്നുണ്ട്..എന്നെ കണ്ടപാടെ ഒന്ന് ചിരിച്ചു.. ചെറിയ ഒരു പുച്ഛത്തോടെയുള്ള ചിരി ഞാനും പാസ്സാക്കി.

ഏന്താടൊ കാത്തിരുന്നു മടുത്തൊ താൻ?

ഞാൻ ആരെയും കാത്തിരുന്നില്ല അതിന്..

തിരിഞ്ഞു നടക്കാൻ തുടങ്ങിയ എന്റെ കൈകളിലേക്ക് ഒരു പുസ്തകം വച്ചു തന്നു, താൻ വായിക്കാറുണ്ടെന്ന് ഞാൻ അറിഞ്ഞു, ഇത് ഇന്ന് റിലീസ് ആയ ബുക്കാണ് വെറുതെയിരിക്കുമ്പോൾ വായിക്കൂ..

കല്യാണം കഴിഞ്ഞു ആദ്യമായ് സ്വന്തം ഭാര്യയ്ക്ക് മേടിച്ച് തരുന്ന ഒരു സാധനം.. എന്നാലും ഞാൻ വാങ്ങി.. കവർ തുറക്കതെ അകത്തേക്ക് കൊണ്ട് പോയി..

എടാ ഹരി ഇന്നലെ അല്ലേടാ കല്യാണം കഴിഞ്ഞത് നിനക്ക് ഇത്രയും ജോലിയൊക്കെ ഉണ്ടെങ്കിലും ആ കൊച്ചിവിടെ ഒറ്റയ്ക്ക് ഇരിക്കണ്ടേ.. ഇങ്ങനെ ഒരു ജോലിക്കാരൻ.. ചെല്ലടാ എന്തെങ്കിലും ഒക്കെ ഒന്ന് മിണ്ടൂ.. പാവം

അമ്മേ തീർക്കാൻ ഒരുപാട് വർക്ക് ഉണ്ടായിരുന്നു, ഇനി കുറച്ചു ഡേയ്സ് ഫ്രീയാണ്..

മ്മ് ശരി ശരി..

അവൾ എവിടെ? അഞ്ചു..

നാളെ എക്സാമാണ് പഠിക്കുവാണേയ്

ശരി മാഡം..

ഞാൻ ഒന്ന് കുളിക്കട്ടെ.. കഴിക്കാൻ എടുത്തു വയ്ക്കൂ..

അതെ നിനക്ക് ഒരു ഭാര്യയുണ്ട് ഇപ്പോൾ അവൾ എടുത്തു തരും.. ഞാനെ ഒന്ന് നടു നിവർത്തട്ടെ.. അവളും കഴിച്ചില്ല

അത് എന്താ..?നീ വന്നിട്ട് കഴിക്കാമെന്ന് കരുതി.. ഭാര്യമാർ ആയാൽ അങ്ങനെയാണ്

എന്റെ ഭാര്യ അങ്ങനെയാവണ്ട.. എന്തൊക്കെ ആയാലും മനുഷ്യനല്ലേ.. ലക്ഷ്മി...

എടാ ലച്ചു ന്നാ അവളെ വീട്ടിൽ വിളിക്കുന്നെ

ആണൊ ഇതൊന്നും അന്ന് അറിഞ്ഞില്ല.. ലച്ചു വന്നേ ഇങ്ങോട്ട്..?

എന്താ ഏട്ടാ..

നീ എന്താ കഴിക്കാഞ്ഞേ... ഇത്രയും നേരം ആയില്ലേ?

അത് ഏട്ടൻ വന്നിട്ട്..

അതെ സമയത്തിന് ആഹരം കഴിച്ചോളണം അത് അമ്മ, അച്ചരൻ ഏട്ടൻ അങ്ങനെ ഒന്നും ഇവിടെ നോക്കണ്ട കേട്ടോ..വാ ഇവിടെ വന്നിരിക്ക്..അമ്മ എന്നാൽ ഓടി പൊയ്ക്കൊ..

നടക്കട്ടെ നടക്കട്ടെ..

ഇരിക്കടി.. ഇതാ കഴിക്കൂ..

എന്തൊ എന്റെ കണ്ണ് നിറഞ്ഞു.. ആ കണ്ണുകളിൽ, സ്നേഹം, പ്രണയം, വാത്സല്യം എല്ലാം ഞാൻ കണ്ടു..

കഴിക്ക് മോളെ...ഇങ്ങനെ വിശന്നിരിക്കരുത് കേട്ടോ.. വീട്ടിൽ നീ എങ്ങനെയായിരുന്നു എന്നൊന്നും എനിക്ക് അറിയണ്ട.. ഇവിടെ കഴിച്ചോളണം വിശപ്പ് ഉണ്ടേൽ, ഒന്നിനും ഞാൻ നിന്നെ നിർബന്ധിക്കില്ല, എന്നാലും ഇങ്ങനെ മേലേൽ ഇരിക്കരുത്..

ഞാൻ ഒന്ന് കുളിച്ചിട്ട് വരാം.. ഒരു സിനിമയ്ക്ക് പോവാം.. നീ കഴിച്ചിട്ട് റെഡി ആവൂ..

സിനിമയ്ക്കൊ.. ഈ രാത്രിയൊ.. വീട്ടിൽ കണ്ടാൽ പോരെ...

എന്തോന്ന്..?

ഒന്നൂല്ല.. ഏട്ടൻ കുളിച്ചിട്ട് വായൊ.. ഞാൻ റെഡി ആയിക്കോളാം..

എടി അഞ്ചു നീ വരുന്നൊ പടത്തിന്?

ഇല്ലേട്ടാ.. നാളെയാണ് എക്സാം നിങ്ങൾ പോയിട്ട് വാ...

ഒക്കെ ടി പോത്തേ...

പോടാ ചേട്ടാ....

ആ ചേട്ടനും അനിയത്തിയും തമ്മിലുള്ള ബന്ധം അമ്മ രാവിലെ മുതൽ പറഞ്ഞു കൂട്ടുമ്പോൾ എന്റെ കാഴചപ്പാടിനെക്കാൾ വലിയ ഒരാൾ തന്നെയാണ് എനിക്ക് കിട്ടിയത് എന്ന് തോന്നിപോയി..

നീ റെഡി ആയൊ...

ഉവ്വ്...ഏട്ടൻ വാ കഴിക്കാം..

ആയിക്കോട്ടെ...

ആദ്യമായിട്ടാകണം നിലാവുള്ള ഒരു രാത്രിയിലെ കാഴ്ചകൾ ഒരു ബൈക്കിന്റെ പിന്നിൽ ഇരുന്നുകൊണ്ട് കാണുന്നത്..

നിനക്ക് ഐസ് ക്രീം വേണോടി?

ചെറിയ ആലോചനയിൽ ആയിരുന്ന എന്നെ ഹരി ഏട്ടന്റെ വാക്കുകളാണ് ഉണർത്തിയത്..

എന്താ?

ഐസ് ക്രീം വേണോന്ന്?

വാങ്ങി തന്നാൽ കഴിക്കാം..

പിന്നെ എന്താ.. വായൊ..

തൊട്ടടുത്ത ഐസ് ക്രീം കടയിൽ നിന്നും വാങ്ങി തന്നു എന്റെ ഫേവറേറ്റ് ഫ്ളവർ തന്നെ.. ഇതൊക്കെ സത്യമാണൊ എന്ന് അറിയാൻ ഞാൻ എന്നെ തന്നെ ഒന്ന് നുള്ളി നോക്കി..

സിനിമ കണ്ടുപോരുന്ന വഴിക്കാണ് ഒരു ചോദ്യം

വീട്ടിലേക്ക് അടുത്ത ഡേ പോകണൊ, അവരെയൊക്കെ കാണാൻ തോന്നുന്നുണ്ടോ?

ഞാനൊന്ന് മൂളി..എന്നാലും ഹരിയേട്ടനുമായുള്ള നിമിഷങ്ങൾ ഒരുപാട് പങ്കിടാൻ എനിക്ക് തോന്നിയിരുന്നു..

പിറ്റേന്ന് രാവിലെ ഞാൻ തന്നെ ആദ്യം എഴുനേറ്റു... ഹരി ഏട്ടനെ ഒന്ന് നുള്ളിയിട്ട് കുളി കഴിഞ്ഞു അടുക്കളയിൽ പോയി കാപ്പിയിട്ടു.. എല്ലാവർക്കും കൊടുത്തിന് ശേഷം നേരെ മുറിയിലേക്ക്..

ഇത് എന്തോന്ന് മനുഷ്യൻ, ഇത്രയും നുള്ളിയിട്ട് എഴുനേൽക്കുന്നില്ലേ..? ഒന്നൂടെ നോക്കാം..

ചായ ടേബിൾ വച്ചുകൊണ്ട് ഒന്നൂടെ നുള്ളാൻ ഞാൻ കൈ ഉയർത്തി..

ഇങ്ങോട്ട് വാടി.. അവളുടെ ഒരു നുള്ളൽ..

ദേ അമ്മ വരുമെ.. ഇങ്ങനെയൊര് മനുഷ്യൻ..

പിന്നെ എപ്പോഴാ നമുക്ക് അങ്ങോട്ട് പോവണ്ടേ? രാവിലെ അല്ലേൽ ഉച്ചക്ക് പോയാൽ മതിയൊ..

ഉച്ചക്ക് പോവാം..

ശരി.. പിന്നെ എന്താ നിന്റെ അടുത്ത പരുപാടി.. ജോലി നോക്കണ്ടേ..

അത് ഞാൻ എങ്ങനെ പറയും എന്ന് കരുതി..

നിനക്ക് എന്തിനാ ഇത്രയും പേടി.. ഭാര്യയായലും നീ ഒരു വ്യക്തിയല്ലേ, നിന്റെ അഭിപ്രായത്തിന് വിലയൊക്കെയുണ്ട്.. ഇവിടെ അടുത്ത് ഒരു ഏജൻസിയുണ്ട് നെക്സ്റ്റ് വീക്ക് നമുക്ക് ഒരു അപ്ലിക്കേഷൻ ഇടാം.. എന്തേ..

നിങ്ങൾ എങ്ങനെ മനുഷ്യാ എന്റെ മനസ്സ് വായിക്കുന്നെ?

ഇതിന് മനസ്സ് ഒന്നും വായിക്കണ്ടടൊ, ശരിയായ രീതിയിൽ ഒരാളെ മനസ്സിലാക്കാൻ ശ്രെമിച്ചാൽ മാത്രം മതി..

ഹരിയേട്ടൻ പുഞ്ചിരിച്ചുകൊണ്ട് അങ്ങനെ പറയുമ്പോൾ ഞാൻ നന്ദി പറയുകയായിരുന്നു ദൈവത്തിന്, എന്നെ മനസ്സിലാക്കാൻ പറ്റുന്ന, എന്റെ സ്വപ്നങ്ങൾക്ക് കൂടെ നിൽക്കുന്ന ഒരാൾ..

ഉച്ചക്ക് അവിടെ നിന്ന് ഇറങ്ങി നേരെ വീട്ടിൽ.. എല്ലാവരെയും കണ്ടു.. അച്ഛന്റെ കാല് തൊട്ട് നമസ്കരിച്ചു, സങ്കടം വന്നു പെട്ടെന്ന്.. ഒരുപാട് ഞാൻ തർക്കിക്കാൻ നിന്നിട്ടുണ്ട് നേരിട്ട് അച്ഛനോട് അല്ലെങ്കിലും എങ്ങനെയൊക്കെയൊ എങ്കിലും ഇങ്ങനെ ഒരാളെ എന്റെ പങ്കാളിയായി കിട്ടിയതിന് ഞാൻ നന്ദി പറയുകയായിരുന്നു..

അച്ഛനോട് സംസാരിച്ചുകഴിഞ്ഞ് ഞാൻ മുറിയിൽ നിന്നും ഇറങ്ങി.. അമ്മയും ഏട്ടനും തമ്മിൽ എന്തൊക്കെയൊ സംസാരിക്കുന്നുണ്ടായിരുന്നു..

എന്താ ഇവിടെ ഒരു ചർച്ച ഞാൻ ആണൊ കാരണം..

അതെ മോളെ നീ തന്നെ.. ഞാൻ ഹരിയോട് ചോദിക്കുകയായിരുന്നു നിന്നെ എങ്ങനെ സഹിക്കുന്നു എന്നൊക്കെ..?

ആണൊ ഹരിയേട്ടാ... ദേ മനുഷ്യാ?

അങ്ങനെ ഒന്നുമില്ല ടി..

ഹരിയേട്ടൻ ചെറു ചിരിയോടെ പറഞ്ഞു..

എനിക്ക് എന്തൊ ചെറിയ സങ്കടം തോന്നി അല്ലെങ്കിൽ തന്നെ ഒരു എന്തെങ്കിലും ചെറിയ വേദന കിട്ടിയാൽ പോലും എന്റെ കണ്ണു നിറയും.. ഞാൻ അവിടെ നിന്ന് എന്റെ മുറിയിലേക്ക് പോയി..

പഴയ എന്റെ മുറി.. അടിച്ചൊക്കെ വാരിയിട്ടുണ്ട്.. എന്തൊ വീണ്ടും അതിനുള്ളിൽ ഇരുന്നപ്പോൾ ശ്വാസം മുട്ടുന്നത് പോലെ തോന്നി..

പെട്ടന്ന് പുറത്ത് നിന്ന് ഒരു ശബ്ദം..

ലച്ചു.. എന്നാടി? പിണക്കമായൊ?

ഇല്ല ല്ലോ.. എനിക്ക് എന്തിനാ പിണക്കം.. എന്നെ ഒരുപാട് സഹിക്കുന്നുണ്ട് അല്ലെ..?

അയ്യേ നീ എന്താ കൊച്ചുങ്ങളെ പോലെ? അമ്മ പറഞ്ഞത് നിന്നെ പൊന്നുപോലെ നോക്കണം എന്നാണ്.. ഒരുപാട് സ്നേഹം, വാത്സല്യം ഒക്കെ കൊടുക്കണം എന്ന്..

സത്യം?

അതേടൊ...

എന്നാൽ കുഴപ്പമില്ല...

ഇപ്പോൾ പിണക്കം മാറിയൊ...

മ്മ് മാറി..

അങ്ങനെ രണ്ടു ദിവസം അവിടെ ചിലവിട്ടതിന് ശേഷം ഹരിയേട്ടന്റെ വീട്ടിലേക്ക് പോയി..

ഒരുപാട് സന്തോഷമുള്ള ദിനങ്ങൾ ഒരു ഇറക്കം ഉണ്ടെങ്കിൽ ഒരു കയറ്റവും കാണും എന്നൊക്കെ പറയുന്നതിൽ എന്തെല്ലാമൊ ഉണ്ടെന്ന് തോന്നി..

ജീവിതത്തിൽ ഏറ്റവും കൂടുതൽ സന്തോഷമുള്ള ഒരു ദിവസത്തെ ഓർമയിലേക്ക് കൂടെ ഞാൻ നിങ്ങളെ കൊണ്ട് പോകുന്നു.. അന്ന് ഒരു സൺഡേ ആയിരുന്നു, അഞ്ചുവിന് ഒരു ആലോചന, ആലോചനയെന്നാൽ അവളുടെ ഒരു ഫ്രണ്ട് ന്റെ തന്നെ.. അടുക്കളയിൽ പണിതിരക്കിൽ ആയിരുന്ന എന്നെ അമ്മയാണ് ഉമ്മറത്തേക്ക് വിളിച്ചത്..

ഹരിയേട്ടന്റെ അമ്മാവനും അച്ചനും,പിന്നെ ചില സുഹൃത്തുക്കളും അവിടെയുണ്ട്..

ദേ ടാ നിന്റെ ഭാര്യ...

ആ വാടൊ താൻ കൂടി ഇരിക്കൂ ഇങ്ങോട്ട്?

ഞാൻ.. ഞാൻ എന്തിനാ ഹരിയേട്ടാ..

ചെന്ന് ഇരിക്ക് മോളെ...

എന്ന് അച്ചൻ തന്നെ പറഞ്ഞു..

എടൊ അഞ്ചുവിന് ഒരു ആലോചന, പയ്യൻ അവളെ കൂടെ പ്ലസ് ടു ന് ഒക്കെ പഠിച്ചതാണ്.. ഇതാണ് കക്ഷി

ഹരി ഏട്ടൻ ഫോണിൽ ഫോട്ടോ കാട്ടി..

എങ്ങനെയുണ്ട് ലച്ചു? നല്ല പയ്യനാ..

ഉവ്വ് കൊള്ളാം അവൾക്ക് നന്നായി ചേരും..

ആണൊ.. അപ്പോൾ പിന്നെ എന്താ.. നമുക്ക് ഇത് അങ്ങോട്ട് മുന്നോട്ട് കൊണ്ട് പോവാം എന്ത് പറയുന്നു അച്ഛാ..

ഉവ്വ് അടുത്ത ദിവസം അവരെ വിളിച്ചിട്ട് നമുക്ക് ഒന്ന് വീട് വരെ പോയി വരാം..

ചർച്ചയ്ക്ക് ഒടുവിൽ എല്ലാവരും കൂടി ആഹരം കഴിച്ചു.. പണി ഒക്കെ തീർത്തു ഞാൻ മുറിയിലേക്ക് ചെന്നപ്പോൾ എന്തൊ ആലോചനയിൽ ആയിരുന്നു ഏട്ടൻ..

എന്താ മനുഷ്യാ നിങ്ങൾ ആലോചിക്കുന്നെ? എന്തെങ്കിലും കളഞ്ഞു പോയൊ..

എടി നാളെ ഞാൻ ഓഫീസിൽ പോവണ്ടി വരും.. ചെക്കന്റെ വീട്ടിൽ നീ പോകുമോ എനിക്ക് പകരം.. നമുക്ക് അറിയാവുന്ന ഫാമിലി ആണല്ലോ പിന്നെ എന്താ?

ഞാൻ.. അത് എങ്ങനെ.. എനിക്ക് അതിന്? അതും ഏട്ടന് പകരം..

അതെ നീ കൂടുതൽ ആലോചിക്കേണ്ട.. അഞ്ജുനോട് ഞാൻ പറഞ്ഞു ഇപ്പോൾ.. നീ പോയി കണ്ടിട്ട് വാ എല്ലാം.. നമുക്ക് ഈ പഴയ ചിന്താഗതി ഒക്കെ കാണയിൽ ഒഴിക്കി വിടാം..

പിന്നെ ഞാൻ ഒന്ന് ചോദിക്കട്ടെ ലച്ചു?

എന്റെ ഉള്ളിൽ ഒരുപാട് സന്തോഷം അതിൽ ഉപരി അഭിമാനം തോന്നിയ നിമിഷമായിരുന്നു അത്..

എന്താ ഹരിയേട്ടാ?

നിനക്ക് വീട്ടിൽ കിട്ടിയിരുന്ന സ്നേഹത്തിന്റെ കുറച്ചെങ്കിലും ഞാൻ തരുന്നുണ്ടോ? എനിക്ക് ഒരു സംശയം? എന്നതാ പറയുന്നെ..? ഞാൻ നിന്നെ നിർബന്ധിക്കുന്നുണ്ടോ? കിട്ടാതെ പോവുന്നുണ്ടോ സ്നേഹം..?

END

8

ആമി

ആമി നീ എങ്ങോട്ടാണ് പോകുന്നത്? കടലിനെ പേടിക്കണം കൊച്ചേ?

ഞാൻ എന്തിനാ പ്രകാശ് കടലിനെ പേടിക്കണം? ഇവിടെ ഈ ഓരൊ തിരമാലയ്ക്കും എന്റെ സങ്കടങ്ങൾ കേൾക്കാൻ ഉണ്ടാവും

സങ്കടങ്ങളോ? അത് ഇപ്പോൾ എന്നോട് പറഞ്ഞൂടെ?

നിന്നോട് പറഞ്ഞാൽ എനിക്ക് വട്ടാണെന്ന് വിചാരിക്കും

അത് അൽപ്പം നിനക്കുണ്ടല്ലോ?

എനിക്കൊ... ഈ ആമിക്കൊ? പോടാ.. ഞാൻ ഈ കടലിലേക്ക് പോവാ.. നീ വരുന്നൊ? വാ നമുക്ക് ഒരുമിച്ചു പോകാം.. ഈ കുഞ്ഞൻ ഞണ്ടുകളെ കണ്ടോ നീ? തിര വരുമ്പോൾ അവ ഓടി കരയിലേക്ക് വരും. വാ നമുക്ക് ഇതിന്റെ പുറകെ ഓടി കളിക്കാം

ആമി ഇത് ശരിക്കും വട്ടാണ്.. അവളുടെ ഒരു ഞണ്ടുകൾ.. വാ ഇങ്ങോട്ട്.. ഈ കടൽ തീരത്ത് നിന്നതൊക്കെ മതി.. ദേ നല്ല മഴക്കാറുണ്ട്.. പോവാം..

മഴയും നല്ലതല്ലേടാ.. മഴ ആസ്വദിച്ചുകൊണ്ട് ഈ കടലിന്റെ ഓളങ്ങളെ പുൽകി എനിക്ക് ഒന്ന് ജീവിക്കണം..

ഇത് മൊത്തം വട്ടാ...

ആമിയുടെ കൈയിൽ പിടിച്ചുകൊണ്ട് ഞാൻ തിരികെ നടന്നു..

കൈ വിട്.. പ്രകാശ്..

എന്താ? നീ കളിക്കാതെ വന്നേ ആമി.. കൈയിൽ പിടിക്കുന്നത് ഇത് ആദ്യമായ് അല്ല ല്ലോ..

എന്റെ കൈകൾ എന്നും സ്വാതന്ത്രമായിരിക്കണം എങ്കിലേ എനിക്ക് കടൽ തിരമാലകൾ ആവാൻ പറ്റൂ..

പ്രകാശ്....ഓരോ ദിവസവും നീ ഈ കടപ്പുറത്ത് വന്നിരിക്കണം.. അവിടെ നിന്ന് വരുന്ന ഓരോ തിരമാലയും ഞാൻ ആയിരിക്കും.. എന്റെ സ്പർശം ആയിരിക്കും.. നിന്റെ സങ്കടത്തിലും സന്തോഷത്തിലും ഞാൻ എന്നും കൂടെയുണ്ട്.. ഉണ്ടാവും..

ഹലൊ പ്രകാശ് നിങ്ങൾ ഇപ്പോൾ സാധാരണ സ്ഥിതിയിലേക്ക് വരുകയാണ്, മൂന്ന് സെക്കൻഡിൽ നിങ്ങൾ ഉണരും..

ഒന്ന്

രണ്ട്

മൂന്ന്

പ്രകാശ് കേൾക്കാൻ പറ്റുന്നുണ്ടോ? ഈ സംഖ്യ എത്രയാണ്?

അഞ്ച്... അല്ലെ ഡോക്ടർ..?

അതെ...ആമി അത് ആരാണ് പ്രകാശ്.. നിങ്ങളുടെ ഭാര്യയ്ക്ക്, അമ്മയ്ക്ക് ആർക്കും അറിയില്ല ല്ലോ.. അത് ആരാണെന്ന്..

എനിക്കും അറിയില്ല ഡോക്ടർ.. ഏതൊ നിമിഷത്തിൽ ഞാൻ അവളിലൂടെ ജീവിച്ചിട്ടുണ്ട്.. ഞാൻ കാണുന്ന ഓരൊ സ്വപ്നത്തിലും അവൾ ഉണ്ടായിരുന്നു.. തീരങ്ങളെ തേടുന്ന ഒരു പെൺകുട്ടി.. ഞാൻ അവളുടെ കൈ പിടിച്ചു നടന്നു നീങ്ങുന്നുണ്ട്.. അവളെ ജീവിതത്തിലേക്ക് തിരികെ വിളിക്കുന്നുണ്ട്..അവൾ ഇനി ഞാൻ മാറുന്നുപോയ എന്റെ പൂർവ്വകാലത്തെ പ്രണയിനി ആവുമൊ?

പ്രകാശ് നിങ്ങളുടെ കാലുകൾക്ക് അതിന് സ്വാധീനമില്ല.. പണ്ടേ മുതൽ ഈ കിടക്കയിൽ നിന്നും നിങ്ങൾ എഴുന്നേറ്റിട്ടില്ല, പിന്നെ ഇതൊക്കെ എങ്ങനെ..?

എനിക്ക് കാലുകൾ ഉണ്ടായിരുന്നു ഡോക്ടർ.. എന്റെ കാലുകൾക്ക് എന്ത് പറ്റി..??

നിങ്ങൾ സ്വപ്നങ്ങളിലൂടെ ജീവിച്ചു.. വായനയിലൂടെ ഓരൊ കഥാപാത്രങ്ങളും നിങ്ങളായി മാറി.. ചുറ്റുമുള്ളവരെ കണ്ടില്ല, നിങ്ങളുടെ ഈ സ്ഥിതി അറിഞ്ഞു കല്യാണത്തിന് പോലും സമ്മതിച്ച ആ പെൺകുട്ടിയെയും..

അത്.. അത്.. ആമിയല്ല.. എനിക്ക് ആമി മാത്രം മതി... എനിക്ക് അവൾ മാത്രം മതി.. അല്ലെങ്കിൽ അവൾ കടലിലേക്ക് പോകും..

കൂൾ.. നമുക്ക് ശരിയാക്കാം..

ഡോക്ടർ പ്രകാശിന് ഇപ്പോൾ എങ്ങനെയുണ്ട്?

ഇപ്പോഴും ആമിയുടെ ലോകത്താണ്.. അത് ശരിയാവും. നമുക്ക് കാത്തിരിക്കാം..

കണ്ണുകൾ അടച്ചു കിടന്നിരുന്ന അയാളുടെ നേരെ ഒരു ശബ്ദം...

പ്രകാശ്....പ്രകാശ്......

ആമി നീ എവിടെ പോയിരുന്നു.. എവിടെ പോയിരുന്നു..

ഞാൻ നിന്റെ അടുത്ത് നിന്ന് ഒളിച്ചു നിന്നതാ...

ഇനി പോകുമൊ..... പോകുമോന്നു..

നിന്റെ ചോദ്യങ്ങൾക്ക് ഉത്തരം ഞാൻ തരില്ല, നീ തന്നെ ചോദിക്കൂ.. പോകുമൊ ഞാൻ?

ഇല്ല.. എന്റെ ആമി പോകില്ല....

END

9
FEEL MY LOVE

വിച്ചു നീ എപ്പോഴാ പോകുന്നെ? നിനക്ക് ഈ ഡാൻസ് വീണ്ടും തുടങ്ങിക്കൂടെ? ആ സൗണ്ട് കുറയ്ക്ക്....

ദാ ഇറങ്ങുവാ അമ്മാ....മനസ്സുണ്ടെങ്കിലും ശരീരം വേണ്ടേ അമ്മേ.. ഇത് പിന്നെ ഇപ്പോൾ കളിക്കാൻ ഒന്നും പോകുന്നില്ലല്ലോ..

" പിന്നെ എനിക്ക് ഒരു മരുമോളെ കിട്ടുമോ അവിടെ നിന്ന്?"

" എന്റെ അമ്മ ഞാൻ അവിടെ എം കോം ന് പഠിക്കാനാ പോകുന്നത് പെണ്ണുകാണാൻ അല്ല "

" ഇവിടെയുള്ള പണി എടുത്ത് എനിക്ക് മതിയായി, നിനക്ക് ഈ പ്രണയം ഒന്നും ഇല്ലേ "

" പണിക്കാണെങ്കിൽ ഒരു സെർവന്റിനെ വയ്ക്കാം എന്തെ? "

"എന്നിട്ട് അവർക്ക് നീ ശമ്പളം കൊടുക്കുവോ"

"അച്ഛാ ഞാൻ ഇറങ്ങുവാ.... ഈ അമ്മയ്ക്ക് രാവിലെ തന്നെ തുടങ്ങി....."

ആടാ മോനെ......

ഡിഗ്രിക്കാലം കഴിഞ്ഞ് മൂന്നുവർഷം പിന്നീട്ടു ഒരു പിജി എടുക്കാൻ ഇത്രയും വൈകിയോ എന്ന് ചോദിച്ചാൽ അതൊക്കെ സമയംപോലെ നടക്കൂ എന്ന് മാത്രം പറയേണ്ടിവരും..

ഓർമ്മകളുടെ ഈറ്റില്ലം തന്നെയായിരുന്നു പഴയ ഡിഗ്രി കോളേജ് പുതിയ കോളേജ് എങ്ങനെ ആവുമോ എന്തൊ... MAE കോളേജ് ആർട്സ് & സയൻസ് ആ പേര് കേൾക്കുന്നത് തന്നെ കഴിഞ്ഞ വർഷത്തെ കവിതാ മത്സര വേദിയിൽ കണ്ട ഒരു ഫസ്റ്റ് ഇയർ പെൺകുട്ടി വഴിയാണ്.. ജാനകി ശിവരാമൻ BA ഇംഗ്ലീഷ് MAE

കോളേജ്.....

അങ്ങനെ വീണ്ടും അറിവിന്റെ മുറ്റത്തേക്ക് ഒരു തിരിച്ചുവരവ്.. ബൈക്കിൽ ആയത്കൊണ്ട് തിക്കിലും തിരക്കിലും പെടാതെ കോളേജ് എത്തി.. സ്റ്റോപ്പിൽ നിന്നും ഏകദേശം ഒരു കിലോമീറ്ററോളം നടന്നാണ് കുട്ടികൾ എത്തുന്നത്... ഗേറ്റ് കടന്നതും കണ്ടത് വലതുവശത്തായി കാന്റീനും, ഇടത് കോർണറിൽ ഓഡിറ്റോറിയവും... ഓരോ സ്റ്റെപ് ക്യാമ്പസിന് അകത്തേക്ക് വയ്ക്കുമ്പോൾ കാണാം ഇരു വഴി നടപ്പാതയ്ക്കും നടുവിൽ തണൽ മര തൈകളും മറ്റു പനിനീർ പൂക്കൾ ചെടികളും.... മുന്നിലേക്ക് ഒന്ന് കണ്ണോടിച്ചപ്പോഴാണ് ഒരു പെൺപട എന്നെയും പ്രതീക്ഷിച്ചത് പോലെ കോൺക്രീറ്റ്കൊണ്ട് പണിത ഇരിപ്പിടത്തിൽ സ്ഥാനം പിടിച്ചിരിക്കുന്നത് കണ്ടത്..

"എടോ കൊച്ചേർക്കാ ഇങ്ങോട്ട് ഒന്ന് വന്നിട്ട് പോക്കൂ..."

നീല കണ്ണുകൾ എന്റെ കണ്ണുകളിൽ ഉടക്കി നിന്നു, ആ ശബ്ദം വീണ്ടും കേൾക്കാൻ കൊതിച്ചുപോയ നിമിഷങ്ങൾ...

അരികിലേക്ക് അടുക്കുന്തോറും ഹൃദയ താളം നീട്ടിയടിക്കാൻ തുടങ്ങി... ഞാൻ അടുത്തേക്ക് ചെന്നു... എന്തൊ കളർ ഡ്രെസ്സിൽ അവർക്ക് പുതിയ ജൂനിയർ വല്ലതും ആകും എന്ന് കരുതി നിൽക്കുന്നതാണെന്ന് തോന്നുന്നു...

" യെസ് പറയൂ "

" മോന്റെ പേര് എന്നാ?

" വിശാൽ" ഞാൻ അവളെ നോക്കി ഒന്ന് പുഞ്ചിരിച്ചുകൊണ്ട് പറഞ്ഞു... ഈ റാഗിംഗ് ഒക്കെ കഴിഞ്ഞുവന്നതല്ലേ ഞാനും....ഒരു രസം കേൾക്കാൻ വീണ്ടും പഴമയിലേക്ക് പോകുവാൻ...

" വിശാൽ കൊള്ളാലോ... വീട്ടിൽ ഇത് തന്നെയാണോ വിളിക്കുന്നത് "

"മം.. വീട്ടിൽ വിച്ചു എന്ന് വിളിക്കും.. "

എങ്കിൽ മോൻ ഒരു പാട്ട് പാടിക്കെ?എന്നിട്ട് പോയ്കോളൂ..

പിന്നെ എന്താ പാടം....

പാട്ട്....

ഓ... എന്നാ ഒരു ഫീൽ ആടാ ചെക്കാ..ഇഷ്ട്ടായി ഒരുപാട്....

എങ്ങനെ ഗോൺ ഗേൾസ്....?

പിന്നെ മിന്നിച്ചു.....

ചുറ്റും നിന്നവർ എല്ലാം ക്ലാപ് ചെയ്തു...ഞാൻ തുടർന്നു...

എങ്കിൽ ഞാൻ പൊയ്ക്കോട്ടേ....

"പിന്നെ എന്താ... ഇവിടെ എന്ത് പ്രശ്നം ഉണ്ടെങ്കിലും ചേച്ചിമാരോട് പറയണം കേട്ടോ.... ആട്ടെ മോന്റെ ഡിപ്പാർട്മെന്റ് ഏതാ...?"

കോമേഴ്സ് ആണ്....

ഏയ്... കോമേഴ്സിലേക്കോ താനോ അവിടെ അഡ്മിഷൻ ക്ലോസ് ചെയ്ത് എന്നൊക്കെ പറയുന്നു...

"ഞാൻ അവിടെ എംകോം ന് ജോയിൻ ചെയ്തു ഇന്ന്..."

എന്തൊ ലക്ച്ചേഴ്സ് വരുമ്പോൾ എഴുനേറ്റ് നിൽക്കുന്നത് പോലെ അവരും നിന്നു...

" സോറി ഞങ്ങൾ ആളറിയാതെ... പുതിയ യുജി ആണെന്ന് കരുതി... "

അതിനെന്താടോ എനിക്കും ഇഷ്ടമായി... എന്താ ഇയാൾടെ പേര് ?

ഹൃദയം ഇങ്ങനെ അടിച്ചുകൊണ്ടിരുന്നു അവളുടെ നാദം വീണ്ടും കേൾക്കാൻ...

ഗൗരി... അവൾ എനിക്കൊര് പുഞ്ചിരി നൽകികൊണ്ട് പറഞ്ഞു...

ഗൗരി... കൊള്ളാം..... എനിക്ക് അൽപ്പം തിരക്കുണ്ട്.. ഓഫീസ് എവിടെയാ?

അത് ഇവിടെ നിന്നും നേരെ പോയ് ലെഫ്റ്റ് കോർണർ...

താങ്ക് യൂ... അപ്പോൾ കാണാം....

ഗൗരി ആ പേരെന്തോ എനിക്ക് ഒരുപാട് ഇഷ്ടമായി.. മുൻപ് പ്രണയിച്ചിട്ടില്ലെങ്കിലും ഇവളെ കണ്ടപ്പോൾ ഹൃദയം തുടിച്ചത് എന്താണെന്ന് പറയാൻ സാധിക്കാത്ത നിമിഷങ്ങൾ... ഓഫീസിൽ ചെന്നു.. പേപ്പർ വർക്കുള്ളത് തീർത്തു .... നേരെ ക്ലാസ്സിലേക്ക്....അങ്ങനെ വീണ്ടും കോമേഴ്സിന്റെ ലോകത്തേക്ക്...

" മാം...ഗുഡ് മോർണിങ്.....ഇവിടെ എംകോം 1st ഇയർ.... "

"ഗുഡ് മോർണിംഗ്.....2nd ഫ്ലോറിൽ എൻഡിലെ ക്ലാസ്സ് ആണ് "

" താങ്ക് യൂ മാം"

പടികൾ കയറി ഞാൻ ക്ലാസ്സിലേക്ക്.......ഓരോ ക്ലാസും കഴിയുന്തോറും എന്തൊ ഗൗരി അടുത്തുണ്ടെന്നൊര് തോന്നൽ.. അത് സത്യമായി ലാസ്റ്റ് ഇയർ ബികോംil അവൾ ഇരിക്കുന്നു... എന്നെ കണ്ടതും ഒരു ചമ്മിയ ചിരി പാസാക്കി... ചമ്മിയ ചിരിയാണെങ്കിലും

അതിലും ഒരു ഭംഗി ഞാൻ കണ്ടു...

കവിതകളെ ഒരുപാട് സ്നേഹിച്ചിരുന്ന ആളായത്കൊണ്ട് ചില മത്സരങ്ങളിൽ ഒക്കെ പങ്കെടുത്തു.. അങ്ങനെയാണ് ഗൗരിയുമായ് കൂടുതൽ അടുക്കുന്നത്.. തമാശകൾ പറയുന്ന, കുറച്ചു കുശുമ്പ് നിറഞ്ഞ, കാച്ചിയ എണ്ണയുടെ ഗന്ധമുള്ള, നെറ്റിയിൽ ചന്തനകുറിയും, മുടിയിൽ തുളസി കതിർ ചൂടിയും, അതുപോലെ നീല കണ്ണുകൾ എന്തൊ അത് തന്നെയായിരിക്കണം ആദ്യ മാത്രയിൽ തന്നെ അവളോട് ഇഷ്ടം തോന്നാൻ കാരണം...

ഗൗരി....ഇവിടെ നിന്ന് ഒന്ന് മാറിയാലോ.. ഒരു കോഫീ കുടിക്കാം....

ഉവ്വ്.. പോകാം....

അങ്ങനെ കാന്റീൻ സ്ഥിതി ചെയ്യുന്ന വരാന്തയിൽ കൂടി നടന്നുനീങ്ങുന്നത്തിനടയ്ക്ക് എനിക്ക് എന്റെ ഇഷ്ടം പറയണം എന്നുണ്ടായിരുന്നു എന്തൊ അതിനും സാധിച്ചില്ല.. ചിലപ്പോൾ മാറ്റുകാര്യങ്ങളിൽ ഉള്ള ധൈര്യം ഇവിടെ കിട്ടണം എന്നില്ലല്ലോ... അങ്ങനെ കോഫീ ഒക്കെ കുടിച്ചുകൊണ്ട് ഇരിക്കുന്ന സമയത്താണ് അവളുടെ ക്ലാസ്സിലെ മാധവ് അതിലെ വന്നത്... അവളെ ഒന്ന് അടുത്തൂടെ ഉരസി പോയത് മാത്രം ഓർമ്മയുണ്ട് പിന്നെ ആ ചായ അവന്റെ മുഖത്താണ് കണ്ടത്....

"ടാ നിന്നോട് പല പ്രാവശ്യം ആയി പറയുന്നു.. എനിക്ക് നിന്നെ ഇഷ്ടമല്ല... എനിക്ക് എന്റെ ഒത്തിരി സ്വപ്നങ്ങൾ ഉണ്ട് അതൊന്നും ഈ പ്രണയത്തിന് മുൻപിൽ ഒതുക്കാൻ ഞാൻ തയ്യാറല്ല... ഇനിയും നീ എന്റെ പുറകെ നടന്നാൽ ഞാൻ ഒരു പത്ര സമ്മേളനം നടത്തും എന്ന് കൂട്ടിക്കോളൂ..."

എന്തൊ പ്രണയത്തെ കുറച്ചുള്ള അവളുടെ കാഴ്ചപാടിനോട് പൊരുത്തപ്പെട്ടില്ലെങ്കിലും അവരുടെ സമ്മതം ഇല്ലാതെ ഒരു വിരൽ കൊണ്ട് പോലും അവരെ സ്പർശിക്കാൻ നിൽക്കരുതെന്ന് മുന്നേ എവിടെയോ കേട്ടത് ഓർമ്മ വന്നു...

മുഖത്തും, ഇട്ടിരുന്ന ഷർട്ടിലും ചായയുടെ കറയുമായി അവൻ ഓടിപ്പോയി.... എങ്കിലും ഞാൻ അവളെ വീണ്ടും ശ്രദ്ദിച്ചു... എന്തൊ അതിന്റെ ഒരു തീ അവളിൽ കെട്ടിട്ടില്ല എന്ന് തോന്നിയ നിമിഷങ്ങൾ...

ഗൗരി ആർ യു ഒകെ?

ഞാൻ അവളുടെ കണ്ണുകളിലേക്ക് നോക്കി തന്നെ ചോദിച്ചു...

നമുക്ക് പിന്നെ കാണാം... ഞാൻ ക്ലാസ്സിലേക്ക് പോകുവാണ്....

ഞാൻ മറുപടി പറഞ്ഞുതീരും മുൻപേ അവൾ നടന്നകന്നു... എന്തൊ ചിലതൊക്കെ അവൾ എന്നിൽ നിന്നും ഒളിക്കുന്നുണ്ടെന്ന് തോന്നിയ നിമിഷം... മത്സരം നടക്കുന്ന സ്ഥലത്തേക്ക് ഞാനും പോയി... വൈകിട്ട് വീട്ടിൽ തിരിച്ചെത്തിയപ്പോൾ അമ്മേടെ വക ചോദ്യം...

ഗൗരിക്ക് സുഖമാണോ എന്ന്?

ഹെ അമ്മ ഇത് എങ്ങനെ?

നിന്റെ മുറി ക്ലീൻ ചെയ്തപ്പോൾ ഈ കവിത കിട്ടി... ഏതാടാ ആ കൊച്ച്...? പറഞ്ഞോ ഇഷ്ടം...

" എന്റെ അമ്മേ... അമ്മ വിചാരിക്കുന്നത് പോലെയല്ല.. അവൾ ചില കാര്യങ്ങളിൽ എന്നേക്കാൾ പക്വത നിറഞ്ഞപ്പോലുള്ള സംസാരമാ... പിന്നെ ഈ പ്രണയം ഒന്നും അവളുടെ ടേസ്റ്റ് അല്ലെന്ന്... "

" പ്രണയം തോന്നാൻ ഇത്തിരി സമയം മതി മോനെ,ഒരു നിമിഷം... കാത്തിരിക്കൂ.... എന്തായാലും പേര് എനിക്ക് ഇഷ്ടമായി..."

"ഉവ്വ്...എനിക്ക് തോന്നി.. അമ്മ കഴിക്കാൻ എടുക്കൂ...."

ദിനങ്ങൾ കൊഴിഞ്ഞുകൊണ്ടിരുന്നു അവൾ എന്റെ ഇഷ്ടം ഒന്ന് ഫീൽ ചെയ്താൽ മതിയെന്ന് തോന്നിയിരുന്നു.. അങ്ങനെ അവളുടെ ഡിഗ്രി ക്ലാസ്സുകൾ അവസാനിക്കുന്ന ഡേ വന്നെത്തി...

ക്ലാസ്സിലെ സെന്റ് ഓഫ് ഒക്കെ കഴിഞ്ഞ് കോളേജ് ഗ്രൗണ്ടിനടുത്തുള്ള വാകമരച്ചുവട്ടിൽ ഞാനും അവളും മാത്രം...

" എന്താ വിച്ചു എന്താണ് പറയാൻ ഉള്ളത്? "

" അത്....."

തൊണ്ടയിൽ നിന്നും താഴേക്ക് ഉമിനീർ ഇറങ്ങി.... എങ്കിലും എന്തൊ പറഞ്ഞു...

" ഗൗരി എനിക്ക് തന്നെ ഇഷ്ടമാണ്.. പ്രണയത്തോടെ നിർത്താനല്ല കല്യാണം കഴിച്ചുകൂടെ കൂട്ടാൻ എനിക്ക് താല്പര്യം ഉണ്ട്.. നിന്റെ ഒരുപാട് ആഗ്രഹങ്ങൾക്ക് ഞാനും ഒരു കാരണമായിരിക്കാൻ താല്പര്യപ്പെടുന്നു... "

" ഓ... നിങ്ങളുടെയും മനസ്സിലിരിപ്പ് ഇതായിരുന്നു അല്ലേ... ഇതിനാണോ എന്നോട് കൂടുതൽ അടുത്തത്... വിശ്വസിക്കരുത് ഒരാണിനെയും വിശ്വസിക്കരുത്... താനും എല്ലാവരെയും

പോലെയാണ്.. ഇനി എന്റെ പുറകെ വരരുത്, സംസാരിക്കരുത്.. ഇഷ്ടമല്ല എനിക്ക് ഇതൊന്നും...."

എന്തൊ ഇതൊക്കെ പറഞ്ഞുതീർന്നപ്പോഴേക്കും അവളുടെ കണ്ണുകൾ നിറഞ്ഞിരുന്നു എനിക്ക് എന്നോട് തന്നെ പുച്ഛം തോന്നിയ നിമിഷങ്ങൾ... ഇഷ്ടം തുറന്ന് പറഞ്ഞ എന്റെ വീർപ്പുമുട്ടൽ അവിടെ കൊഴിഞ്ഞ ഇലകളായെങ്കിലും അവൾക്ക് അത് സങ്കടം മാത്രം നൽകിയെന്നോർത്തപ്പോൾ ഒരു കുറ്റബോധം... അവൾ നടന്നുപോകുന്നതും നോക്കികൊണ്ട് ഞാൻ അവിടെ തന്നെ ഇരുന്നു...

വീണ്ടും ദിനങ്ങൾ കൊഴിഞ്ഞു, അവൾ ഇല്ലാത്ത ക്യാമ്പസ് എന്തൊ ശൂന്യമായി തോന്നി.. അങ്ങോട്ടും ഇങ്ങോട്ടും ഉള്ള വിളികൾ കുറഞ്ഞു... എന്തൊക്കെയുണ്ടോ അതെല്ലാം.. ചിലപ്പോഴൊക്കെ ബന്ധങ്ങൾ മുറിയാൻ ഒരു വാക്ക് തന്നെ മതിയായെന്ന് വരും... അച്ഛനെ ഒന്ന് ചെക്കപ്പിന് കൊണ്ടുപോയ ദിനമാണ് അവളെ വീണ്ടും കാണുന്നത് അതും ഹൃദയം കൊത്തിവലിക്കുന്ന വേദനയോടെ.. സ്വന്തം കൂടപ്പിറപ്പിന്റെ കൈയിൽ നിന്നും തന്നെ കിട്ടിയ ഒരു വിഷ പ്രവർത്തി... മയക്കുമരുന്നിന്റെ ലഹരിയിൽ അവൻ ചെയ്തുകൂട്ടിയ വെറികൾ തീ പോലെ ജ്വലിച്ചുനിന്നവളെ തന്റെ സ്വാപ്നങ്ങൾക്ക് വേണ്ടി പറക്കാൻ ശ്രമിച്ചവൾ ഐ സീ യു വിൽ...

അച്ഛനോടൊപ്പം ഞാനും അവൾക്കായ് പുറത്ത് സ്ഥാനം ഉറപ്പിച്ചിരുന്നു.. അവിടെ അവളുടെ അമ്മയിൽ നിന്നും അറിയുകയായിരുന്നു അവളെ കുറിച്ചും സ്വപ്നങ്ങളെകുറിച്ചും...

എന്നും ചിരിച്ചുകൊണ്ട് എല്ലാരോടും സംസാരിക്കുന്ന പ്രകൃതക്കാരിയായിരുന്നു അവൾ.. സഹോദരൻ ലഹരിയിൽ വീട്ടിലേക്ക് കയറിവരുമ്പോൾ കട്ടിലിനടിയിലേക്കും, തൊട്ടടുത്ത കൂട്ടുകാരിയുടെ വീട്ടിലേക്കും അന്തിയുറങ്ങാൻ പോകുക എന്ന് പറയുന്നത് തന്നെ ഒരു തരത്തിൽ അവളുടെ ഒളിച്ചോട്ടമായിരുന്നു... അവളുടെ ഏറ്റവും വലിയ സ്വപ്നങ്ങളിൽ ഒന്നായിരുന്നു ഇതുപോലെ ലഹരിക്ക് അടിമകളായവരെ നേർവഴി നടത്തുന്നതിന് കൗൺസിലിംഗ് പോലുള്ള കാര്യങ്ങളും മറ്റും നടത്തുന്ന സ്ഥാപനം, ചിലപ്പോൾ നമ്മളും അങ്ങനെയല്ലേ ജീവിതാനുഭവങ്ങളുടെ വെളിച്ചത്തിൽ സ്വപ്നങ്ങളും സൃഷ്ടിക്കാറുണ്ട്..

അച്ഛൻ ഒരു ആക്സിഡന്റിൽ മരിച്ചുപോയെന്ന കാര്യം മാത്രമേ അവളും എന്നോട് പറഞ്ഞിരുന്നുള്ളൂ...പലതും പേടികൊണ്ട് ഒളിപ്പിച്ചുനടക്കുയായിരുന്നു അവൾ... എന്റെ ഉള്ളിൽ വീണ്ടും അവളോട് സ്നേഹവും പ്രണയവും വാത്സല്യവും ഹൃദയത്തിന്റെ അടിത്തട്ടിൽ പതിഞ്ഞു...

ഗൗരിയുടെ അമ്മയോട് പലതും പറഞ്ഞിരിക്കുന്ന കൂട്ടത്തിലാണ് തൊട്ടടുത്തുള്ള വീട്ടിൽ നിന്നും അവർക്ക് ഫോൺ വരുന്നത്... കാൾ എടുത്ത് സംസാരിച്ചിട്ടൊടുവിൽ ഗൗരിയുടെ അമ്മയുടെ മുഖത്തെ ഭാവവ്യത്യാസം ഞാൻ ശ്രദ്ധിച്ചു...

"എന്താ അമ്മേ എന്ത് പറ്റി...?"

അമ്മയ്ക്ക് പറയണം എന്നുണ്ട് എങ്കിലും ഒരുപാട് സങ്കടങ്ങൾ താങ്ങാവുന്നതിലും അപ്പുറമാകുമ്പോൾ മൗനം ചിലരുടെ കൂടപ്പിറപ്പാണല്ലോ... അമ്മയുടെ കൈയിൽ നിന്നും കാൾ വന്ന നമ്പരിലേക്ക് ഞാൻ തിരിച്ചുവിളിച്ചു...ആ വാർത്ത എന്റെ മനസ്സിനെയും ബാധിച്ചെങ്കിലും ഗൗരിയെ കുറിച്ചോർത്തപ്പോൾ അത് വേണ്ടായിരുന്നു എന്ന് തോന്നിപോയി.. ഗൗരിയുടെ സഹോദരൻ ആത്മഹത്യ ചെയ്തു ലഹരി അണഞ്ഞപ്പോഴാണ് അവന്റെ സഹോദരി സ്നേഹം ഉടലെടുത്തത് എന്ന് തോന്നിയ നിമിഷങ്ങൾ, ഒടുവിൽ കുറ്റബോധം സഹിക്കാനാവാതെ അവനും യാത്രയായി...

ആ അമ്മയെ എങ്ങനെ ആശ്വാസിപ്പിക്കണം എന്നെനിക്കറിയില്ലായിരുന്നു എങ്കിലും ഞാൻ ആ കൈകളിൽ ചേർത്ത് പിടിച്ചു എന്തിനും ഞാൻ കൂടെ ഉണ്ടാവുമെന്ന ഉറപ്പ് പോലെ...

ഗൗരിയുടെ നിലയിൽ പുരോഗതിയുണ്ടായി.. എങ്കിലും പഴയ ഗൗരിയെ കാണാനേ എനിക്ക് കഴിഞ്ഞില്ല ഒരു തരം ജീവച്ഛവം ആയത്പോലെ തോന്നി.. അവളെ എന്നും ചേർത്ത് പിടിക്കാൻ തീരുമാനിച്ചു..

നാട്ടുകാരുടെ പരിഹാസങ്ങൾക്ക് മുന്നിൽ കൊണ്ടുപോയി കൊടുക്കാതെ ഞാൻ എന്റെ വീട്ടിലേക്ക് കൊണ്ട് വന്നു അവളെയും അമ്മയെയും..

പഴയ ഗൗരിയെ എനിക്ക് വേണമായിരുന്നു അവൾ എന്നെങ്കിലും എന്റെ സ്നേഹം തിരിച്ചറിയും എന്നൊര് തോന്നൽ എന്നിൽ ഉടലെടുത്തിരുന്നു.. ഗൗരിയുടെ അമ്മയോട് ചോദിച്ചുകൊണ്ട്

അവളുടെ ഇഷ്ട വിഭവങ്ങൾ ഉണ്ടാക്കുന്നതും കഴിപ്പിക്കുന്നതുമൊക്കെ പതിവാക്കി കൂടെ നല്ലോര് കുടുംബമുള്ളപ്പോൾ അതൊക്കെ വളരെ ഭംഗിയായി നടന്നു.. എങ്കിലും അവളോട് അടുക്കാൻ ആരെയും സമ്മതിച്ചിരുന്നില്ല..... ഗൗരിയുടെ അമ്മ ഒഴികെ.. രണ്ട് വർഷത്തെ പരിശ്രമം ഫലം കണ്ടു എന്റെ ഗൗരി എന്റെ മാത്രം ഗൗരി ചിരിച്ചുതുടങ്ങി, വീട്ടുകാരുമായി അടുത്ത് തുടങ്ങി.. വേറെ എന്തെങ്കിലും വേണോ എനിക്ക്... അച്ഛനായി തുടങ്ങിവച്ച കടയും പഠിപ്പുമായി ഞാനും മുന്നോട്ട് പോയി...

ഇഷ്ടം വീണ്ടും മനസ്സിൽ ഒളിപ്പിച്ചുകൊണ്ട് അത് കവിതയുടെ രൂപത്തിൽ എന്റെ സ്വരത്തിൽ പാടികേൾപ്പിക്കാൻ അവസരം ലഭിച്ചു.. അന്ന് ഒരു ഞായറാഴ്ച ആയിരുന്നു.. ഉത്സവതലേന്ന് എല്ലാവരും അമ്പലത്തിലേക്ക് പോയി... ഗൗരിയോട് എന്തെങ്കിലും മിണ്ടാൻ അമ്മയുടെ ആശയമായിരുന്നു അത്... ഞാൻ അവളുടെ മുറിയിലേക്ക് ചെന്നു...

ഗൗരി......

ഉവ്വ്.... വിച്ചു..... എന്താ?

ഞാൻ ഒരു കവിത പാടി ഫോണിൽ റെക്കോർഡ് ചെയ്തിട്ടുണ്ട് കേൾക്കപ്പിക്കട്ടെ?

"അതിനെന്താ ഇങ്ങോട്ട് തന്നേക്ക് "

അവൾ ഫോൺ വാങ്ങി.. ഹെഡ്സെറ്റ് കുത്തി അവൾ ആ കവിത ആസ്വാദിച്ചു.. കേട്ടുകഴിഞ്ഞവൾ പറഞ്ഞു...

"വിച്ചു ഇത് നന്നായിട്ടുണ്ട്... ആർക്ക് വേണ്ടി എഴുതിയതാണ്? മം... മനസ്സിൽ ആരോ ഉണ്ടല്ലേ? ഞാൻ അമ്മയോട് പറയട്ടെ..."

ആ ചോദ്യങ്ങൾ എനിക്കൊര് ഷോക്കായിരുന്നു ഇപ്പോഴും എന്റെ സ്നേഹം അവൾ അറിയുന്നില്ലല്ലോ എന്നോർത്ത്.. ഒന്നും മറുത്ത് പറയാൻ ആവാതെ അവിടെ നിന്ന് പോരുമ്പോൾ അവളുടെ മുഖത്തേക്ക് ഒന്ന് നോക്കി... ചിരിച്ചുകൊണ്ട് അവളെ കണ്ടപ്പോൾ ഇങ്ങനെയെങ്കിലും എന്റെ ഗൗരിയെ കാണാൻ കഴിഞ്ഞല്ലോ എന്ന ആശ്വാസത്തോടെ മുറിക്ക് വെളിയിലേക്ക് നടന്നു...ഞാൻ അവൾക്ക് വേണ്ടി എഴുതിതീർത്ത എല്ലാം അന്ന് തീകനലിൽ ഒരുപിടി ചരമായ് മാറി....

ദിനങ്ങൾ കഴിയുന്തോറും എന്റെ ഇഷ്ടം കൂടി കൂടി വന്നു... എങ്കിലും പറഞ്ഞില്ല.. അങ്ങനെ ഇരിക്കുമ്പോഴാണ് ഗൗരിയുടെ അമ്മയുടെ സുഹൃത്ത് വഴി ഒരു കല്യാണ ആലോചന അവൾക്ക് വരുന്നത്.. ആ അമ്മയ്ക്ക് അതിൽ പരം സന്തോഷമുണ്ടോ..? എന്റെ ഇഷ്ടവും അവർ അറിഞ്ഞില്ല, എങ്ങനെ പ്രതികരിക്കും എന്നറിയാത്തത് കൊണ്ട് അതൊന്നും പറയേണ്ടെന്ന് വീട്ടുകാരോടും പറഞ്ഞിരുന്നു... അങ്ങനെ കല്യാണം ഉറപ്പിച്ചു.. വലിയ ആർഭാടത്തോട് കൂടിയുള്ള കല്യാണം വേണ്ടെന്ന് പൊതുവെ പറഞ്ഞു... അങ്ങനെ വീട്ടുകാരും ചില നാട്ടുകാരുമായി വീട്ടിൽ തന്നെ ഒരു പന്തലിൽ കല്യാണ ഒരുക്കങ്ങൾ നടന്നുകൊണ്ടിരിക്കുന്നു.. ഗൗരി സന്തോഷവധിയാണോ എന്ന് പോലും എനിക്കറിയാത്ത അവസ്ഥ...

" വിച്ചു.. നീ ഇനിയെങ്കിലും ഒന്ന് പറയടാ അവളോട്.... " അമ്മ ആർദ്രമായ് പറഞ്ഞു..

" ഒരിക്കൽ ഞാൻ പറഞ്ഞതല്ലേ അമ്മേ... കഴിഞ്ഞ തവണ ഒരു സൂചനയും കൊടുത്തു.. എങ്കിലും എങ്കിലും അവൾക്ക് എന്നോടൊര് ഇഷ്ടം പോലും ഇല്ല.. തകർന്നുപോയി... "

എന്റെ വാക്കുകൾ ഇടറുന്നത് കണ്ടുനിൽക്കാൻ ആവാതെ അമ്മയും ജോലികളിൽ മുഴുകി...

ചെറുക്കനും കൂട്ടരും വന്നു... ഗൗരി ഒരു മാലാഖയെപ്പോലെ അണിഞ്ഞൊരുങ്ങി പന്തലിലേക്ക് വരുന്ന കാഴ്ച്ച...

ആലോചിട്ടുണ്ടോ അങ്ങനെ ഒന്ന് നിങ്ങൾ ഒരിക്കലും നഷ്ടപ്പെടരുതെന്ന് കരുതിയിരുന്ന അവൾ ഇന്ന് മറ്റൊരാളുടെ സ്വന്തമാകുന്ന കാഴ്ച്ച....

ഹൃദയത്തിലേക്ക് എന്റെ കണ്ണുനീർ മാറ്റിനിർത്തി ചിരിച്ച മുഖവുമായി ഞാൻ കല്യാണത്തിന് വരുന്നവരെ ആനയിച്ചു...

" വിച്ചു മോനെ " അച്ഛനാണ് വിളിച്ചത്..

"എന്താ അച്ചായി "

" എന്റെ മോനെ മനസ്സിൽ ഇതുപോലെ ഒരിഷ്ടം വച്ചിട്ട് പറയാതെ ഇരിക്കല്ലേടാ.. നീ തുറന്നുസംസാരിക്കൂ അവളോട്.. ഇനിയും കുറച്ചു സമയം കൂടി കഴിഞ്ഞാൽ ജീവിതം തന്നെ മാറി മറിയും.. ചെല്ലടാ... അച്ഛനില്ലേ നിന്റെ ഒപ്പം "

എന്തൊ ആ വാക്കുകൾ എന്നെ ഏറെ സ്വാധീനിച്ചു... ഞാൻ കല്യാണ മണ്ഡപത്തിലേക്ക് അടുത്തു...

ഗൗരി..... ഒരിടറലോടെ ഞാനവളെ വിളിച്ചു..

അവൾ എന്റെ കണ്ണുകളിലേക്ക് തന്നെ നോക്കിയിരുന്നു..

ഞാൻ തുടർന്നു...

"ഗൗരി എനിക്ക് നിന്നെ ഒരുപാട് ഇഷ്ടമാണ്, നിന്നോടുള്ള എന്റെ പ്രണയത്തിന്റെ ആഴമളക്കാൻ നിന്നിട്ടില്ല ഞാൻ ഇതുവരെ.. നിനക്ക് വേണ്ടിയാണ് ഞാൻ ഇതൊക്കെ.. നീ കൂടെ ഉള്ളപ്പോൾ അല്ലെങ്കിൽ നിന്റെ ഓർമ്മകൾ ഉള്ളപ്പോൾ എനിക്ക് വേറെ ഒരു ജീവിതത്തെ കുറച്ച് ചിന്തിക്കാൻപോലും പറ്റില്ല... ഒരിത്തിരി സ്നേഹമെങ്കിലും എന്നോട് കാട്ടിക്കൂടെ നിനക്ക്..? ഒന്നറിയാൻ ശ്രമിച്ചൂടെ എന്നെ നിനക്ക്... ഒരുമിച്ചൂടെ നമുക്ക്... എങ്ങനെയാ പെണ്ണെ ഞാൻ വിട്ടുകളയുന്നത് നിന്നെ... നീ ഇങ്ങനെ മനസ്സിൽ നിറഞ്ഞുനിൽക്കുമ്പോൾ.. സ്നേഹിച്ചിരുന്നു എന്നൊര് വാക്ക്..."

ബാക്കി എന്തൊ പറയാൻ സാധിച്ചില്ല...അത് കേട്ടുകൊണ്ട് അവൾ എഴുനേറ്റ് എന്റെ അടുത്തേക്ക് ഓടി വന്നു... കണ്ണിലേക്ക് നോക്കി.. തുളുമ്പി നിൽക്കുന്ന എന്റെ കണ്ണുകൾ സാരിതുമ്പുകൊണ്ടവൾ തുടച്ചു...

"ആര് പറഞ്ഞു എന്റെ വിച്ചൂനെ ഞാൻ സ്നഹിച്ചിട്ടില്ലെന്ന്... ആദ്യം വിച്ചു പറഞ്ഞപ്പോൾ എന്താ ഞാൻ പറയാ എല്ലാവരും എന്റെ സഹോദരനെ പോലെ അത്രയും മോശമാണെന്ന് കരുതിയിരുന്നു.. പക്ഷേ എനിക്ക് തെറ്റി എല്ലാവരും അങ്ങനെയല്ല.. ഈ വീട്ടിലേക്ക് വന്നപ്പോൾ വിച്ചു തന്ന ഒരു സംരക്ഷണമുണ്ട് ഏതൊര് പെണ്ണും കൊതിക്കുന്ന ഒന്ന്, അതുപോലെ ഒരു നോട്ടം കൊണ്ടുപോലും എന്നെ വേദനിപ്പിച്ചിട്ടില്ല നിങ്ങൾ, ആ നിമിഷം സ്നേഹിച്ചുതുടങ്ങിയതാ ഞാൻ വിച്ചുവിനെ..എന്റെ സ്വപ്നങ്ങൾക്ക് വിച്ചു എന്നും കൂടെ ഉണ്ടാകും എന്നെനിക്കറിയാം.. എങ്കിലും എന്നെപോലെ ഒരു പെണ്ണിന് നിങ്ങളെ അർഹിക്കുന്നില്ല എന്നൊര് തോന്നൽ, പ്രണയം എന്നെ പൂവിട്ടു നിന്നോട്."

അവളുടെ വാക്കുകൾ ഹൃദയത്തിലേക്ക് പതിച്ചു... എങ്കിലും ചില കപട സ്വാഭാവമുള്ള വീട്ടുകാർ പറഞ്ഞുതുടങ്ങി...

" എടാ മോനെ നീയും കുടുംബവും ഇത്രയും ചെയ്തത് ഒക്കെ മതി.. ഇവളെപോലൊര് പെണ്ണിനെ നിനക്ക് ശരിയാകില്ലടാ... "

"ദേ അമ്മാവൻ ആണെന്ന് ഞാൻ നോക്കില്ല കേട്ടോ എന്റെ ഗൗരിയെ പറ്റി അനാവശ്യമായ് ഇനി എന്തെങ്കിലും പറഞ്ഞാൽ ആ നാവ് ഞാൻ അരിയും"

"എല്ലാവരോടും കൂടി കേൾക്കാൻ വേണ്ടിയാണ് പറയുന്നത് അടക്കം പറച്ചിൽ ഒക്കെ നിർത്തിക്കോ.. അവൾക്ക് സംഭവിച്ചതൊക്കെ എനിക്ക് നന്നായിട്ടറിയാം.. അതുപോലെ പ്രണയം ശരീരത്തോടല്ല എനിക്ക് തോന്നിയത് അവളുടെ മനസ്സിനോടാണ്.. അമ്മാവൻ പറഞ്ഞല്ലോ ഇവളെ പോലൊര് പെണ്ണെന്ന്, നിങ്ങൾക്ക് നാണമുണ്ടോ?? ഇതുപോലെ ഒരു പെൺകുട്ടിയല്ലേ വീട്ടിലും വളരുന്നത്? അവൾക്കാണ് നാളെ ഇതൊക്കെ സംഭവിക്കുന്നത് എന്ന് കരുതിക്കോ നിങ്ങൾക്ക് ഇതേ മനോവികാരം ആയിരുക്കുമോ?അവൾ വെറും പെണ്ണാണ് എന്നുള്ള ഈ ചിന്താഗതി ഉണ്ടല്ലോ അതൊക്കെ കാറ്റിൽ പറത്തിവിടാൻ സമയമായി അമ്മാവാ... ഈ ഭൂമിയിൽ സ്ത്രീ തന്നെയാണ് സ്നേഹത്തിന്റെയും സഹനത്തിന്റെയും അർത്ഥം... "

എല്ലാവരും നിശബ്ദരായി നോക്കിനിൽക്കേ,, ഗൗരി എന്റെ മുന്നിൽ മുട്ടുകുത്തി...

Will you marry me?

കണ്ടുനിന്നവർക്ക് അതൊര് പുത്തൻ അനുഭവമായ്... ഞാൻ അവളെ എഴുനേൽപ്പിച്ചു... എല്ലാവരും നോക്കി നിൽക്കെ ഞാൻ ആ അധരങ്ങൾ കവർന്നു.. ഒരു ചുംബനംകൊണ്ട് അവസാനിപ്പിക്കാൻ തോന്നിയില്ലെങ്കിലും അച്ചഛനും അമ്മയും ഗൗരിയുടെ അമ്മയും കൂടി ഞങ്ങളുടെ അടുത്തേക്ക് വന്നു..

"ടാ ചെന്നിരിക്കടാ അങ്ങോട്ട് കെട്ട് നടക്കട്ടെ.. ചെക്കനോടൊക്കെ സംസാരിച്ചിട്ടുണ്ട് നീ ചെല്ല്.. അച്ചഛന്റെ മക്കൾക്ക് നല്ലതേ വരൂ.."

അങ്ങനെ സന്തോഷത്തിന്റെ നിമിഷങ്ങൾ ഞാൻ ഗൗരിയുടെ കഴുത്തിൽ താലി ചാർത്തി.... പ്രണയം അവിടെ തുടങ്ങുകയായി.... ഒരുപാട് സ്വപ്നങ്ങളും ഇഷ്ടവുമായി ഞങ്ങളും ജീവിക്കും ഇനി....

END

10

ഗുൽമോഹർ

അരണ്ട വെളിച്ചത്തിൽ ഞാനൊന്ന് സൂക്ഷിച്ചുനോക്കി " ഇല്ല മരണത്തിന്റെ ദേവനെ കാണാനില്ല, ഇന്ന് വരില്ലെന്ന് തോന്നുന്നു.. കൂടെ കൂടെ ഇങ്ങനെ ഇടയ്ക്ക് വരുന്നത് ഒഴിവാക്കിയിട്ട് പെട്ടന്ന് അങ്ങോട്ട് കൊണ്ടുപോകാൻ പറയണം, ഈ വേദന സഹിക്കാവുന്നതിലും അപ്പുറമാണ്..

വിക്കി..മോനെ നീ എന്താ ജനൽ പാളിയിലൂടെ നോക്കുന്നത്..? കഴിക്കണ്ടേ നിനക്ക്...?

മ്മ് വേണം കഴിക്കണം.. എനിക്ക് മധുരം എന്തെങ്കിലും കഴിക്കാൻ തോന്നുന്നു അമ്മാ?

അയ്യോ മോനെ ഡോക്ടറോട് ചോദിക്കാതെ ഞാൻ എങ്ങെനെയാ ഇതൊക്കെ തരുന്നേ..?

ഈ രാത്രികൊണ്ട് എന്നെ മുകളിലേക്ക് വിളിച്ചാൽ പിന്നെ കഴിക്കാൻ പറ്റുമോ എനിക്ക് ഇത്? അതോണ്ട് അമ്മ പോയി എന്തെങ്കിലും എടുത്തുകൊണ്ട് വാ?

മോനെ ഇത്രയും വിഷമിപ്പിക്കുന്ന കാര്യങ്ങൾ ഒന്നും പറയരുത്.. നിന്റെ മുന്നിലേക്ക് ഒന്ന് വരാൻ കൂടി പറ്റാതെ അച്ഛൻ അവിടെ ഇരിപ്പുണ്ട്.. ഞങ്ങൾക്ക് ഒന്നിനും സാധിക്കില്ലല്ലോ മോനെ ഇനി...

ലക്ഷ്മി അമ്മയുടെ കണ്ണുകൾ നിറഞ്ഞൊഴുകി.. ഞാൻ കൈകളിൽ പിടിച്ചുകൊണ്ട് ആശ്വാസിപ്പിക്കാൻ ശ്രെമിക്കുമ്പോഴും നെഞ്ചിൽ നോവ് പടർന്നുപിടിക്കുന്നുണ്ടായിരുന്നു.. ജീവിതം തുടങ്ങിയതെ ഒള്ളൂ ഞാൻ അപ്പോൾ തന്നെ ഇത് തിരിച്ചെടുക്കാൻ ശ്രെമിച്ചുകൊണ്ടിരിക്കുന്ന ദൈവത്തോട് കുറച്ചൊക്കെ ദേഷ്യം തോന്നി

തുടങ്ങിയിരുന്നു..

കത്തിപടർന്നു പിടിച്ച എന്റെ കാടുകയറിയ ചിന്തകൾക്ക് കൂട്ടായ് ഇനി ഒന്നും ബാക്കികാണാൻ സാധിക്കില്ല.. ദിശകൾ മാറി സഞ്ചരിക്കുമ്പോൾ ഓരോ മനുഷ്യനിലും കാലഘട്ടത്തിന്റെ മാറ്റങ്ങൾ സ്വാഭാവികമായിരിക്കും എന്നാൽ എനിക്ക് ആ ഒരു മാറ്റം തന്നത് ക്യാൻസർ എന്ന് വിളിപ്പേരുള്ള ചെറിയ ഒരു രോഗമാണ്..

ചെറിയ ക്ഷീണമോ, തലവേദനയോ, നെഞ്ചെരിച്ചലോ വരുമ്പോൾ സ്വഭാവികമായും ഞാൻ കൂട്ടക്കാതെ പോയ ദിനങ്ങളായിരുന്നു പലപ്പോഴും.. ഈ ചെറിയ കാര്യത്തിനൊക്കെ ആശുപത്രിയിൽ പോകാൻ ഒക്കെ മടി തോന്നിയ കാലം.. വലിയ സ്വപ്നങ്ങൾ തേടി നടന്നുതുടങ്ങിയത് സ്വന്തം ജീവിതത്തോട് തന്നെ പൊരുതിയാണ്.. എന്നാൽ അതിനൊക്കെ അവസാനമെന്നോണം ഒരു ചെറിയ ബൈക്ക് ആക്സിഡന്റ് എന്റെ ജീവിതം മാറ്റി..

4 മാസങ്ങൾക്ക് മുൻപാണ് എറണാകുളം മെയിൻ ടൌൺ വരെ പോയത്..എന്തൊ അന്ന് ഒത്തിരി സന്തോഷം നിറഞ്ഞ ദിവസം തന്നെയായിരുന്നു എനിക്ക്.. രാവിലെ തന്നെ അപ്പു എന്ന അപർണയുടെ കാൾ കണ്ടുകൊണ്ടാണ് എഴുനേൽക്കുന്നത് തന്നെ..

എന്നതാടി രാവിലെ തന്നെ? ഇന്ന് അവധിയായത് കൊണ്ട് ഒന്ന് ഉറങ്ങാമെന്ന് കരുതി..അത് നശിപ്പിച്ചു..

ഓ ഇപ്പൊ ഞാൻ ഒരു ശല്യം ആയല്ലേ..? എന്താണ് നിനക്ക് പുതിയ ഏതെങ്കിലും പെൺകുട്ടി സെറ്റായോ? ഞാൻ അങ്ങോട്ട് ഒഴിഞ്ഞുതരാം..

ഇവളെകൊണ്ട് തോറ്റല്ലോ? എടി നിനക്ക് എന്നതാടി ഇപ്പൊ വേണ്ടേ? ഇന്നലെ രാത്രി പന്ത്രണ്ടുവരെ ഒരുപാട് സംസാരിച്ചില്ലേ ഇനിയും തീർന്നില്ലേ..?

ഇല്ല തീർന്നില്ല.. തുടങ്ങുന്നതെ ഒള്ളൂ, എന്തേ നിനക്ക് താല്പര്യം ഇല്ലേലും കേട്ടോണം..

ദേ വീണ്ടും.. എന്റെ അപ്പൂസ് പറഞ്ഞോ? എന്നതാ ഇപ്പോൾ..?

അതില്ലേ.. അത്.. എനിക്ക് ജോലി ഒരെണ്ണം റെഡിയായ്.. അച്ഛൻ ഇന്നലെ രാത്രി അറിഞ്ഞു ഈ കാര്യം...എന്നോട് രാവിലെയാ പറയുന്നേ..

അത് പൊളിച്ചു.. ചിലവ് ഉണ്ട്... എവിടെയാ ഇത് ഇപ്പോൾ..

അച്ഛന്റെ ഫ്രണ്ട് മനോജ് ഇല്ലേ.. പുള്ളിക്ക് അത്യാവശ്യം അടുപ്പമുള്ളയാളാണ് നമ്മുടെ എംബി കോളേജ് മാനേജ്മെന്റ്.. സൊ അവിടെ ഒരു ഗസ്റ്റ് ലെക്ചർ പോസ്റ്റ് വന്നു, അങ്ങനെ കിട്ടിയതാണ്..

അത് എങ്ങനെ? വേറെ ഫോർമാലിറ്റി ഒന്നും ഇല്ലേ സാധരണ ഒരുപാട് കാര്യങ്ങൾ ഉണ്ടല്ലോ..?

അതൊക്കെ അങ്കിൾ റെഡി ആക്കി.. കൂടുതൽ ഒന്നും ചോദിക്കരുത് എനിക്ക് അറിയില്ല.. ഇന്നലെ ഞാൻ അവിടെ അച്ഛനോട് ഒപ്പം പോയിരുന്നു, എന്തെങ്കിലും ആവുവാണേൽ പറയാം എന്ന് കരുതി..

എന്താടി.. ഇതൊക്കെ.. എന്നോട് മറച്ചുവയ്ക്കേണ്ട കാര്യമൊക്കെയുണ്ടോ? ഇപ്പോഴും നിനക്ക് ആ അന്ധവിശ്വാസം പോയിട്ടൊന്നും ഇല്ലല്ലേ.. ശരി വേറെ ഒന്നും ഇല്ലല്ലോ.. എനിക്ക് ഉറങ്ങണം.. ഞാൻ വയ്ക്കുവാണ്...

ടാ അതൊന്നും അല്ല...വിക്കി.. ഞാൻ അത് കിട്ടിയാൽ ഒരു സർപ്രൈസ് എന്നെ ഉദ്ദേശിച്ചോള്ളു.. വൈകിട്ട് മറൈൻ ഡ്രൈവ് വരണം.. എന്റെ കുഞ്ഞു ട്രീറ്റ്.. പ്ലീസ്.. വരോ ചെറുക്കാ നീ?

പിന്നെ ഞാൻ വരാം അപ്പൂസെ.. നീ ഫോൺ വച്ചോ.. ഞാൻ ഉറങ്ങി...

വൈകുന്നേരം എറണാകുളത്തേക്ക് ഇറങ്ങാനുള്ള തയ്യാറെടുപ്പ് ആയിരുന്നു.. എന്തെങ്കിലും ഗിഫ്റ്റ് കൊടുക്കണം എന്നുള്ള ചിന്തയായിരുന്നു മനസ്സിൽ..കുറെ ആലോചിച്ചു ഒന്നും കിട്ടാതായപ്പോൾ ആ ആലോചന അങ്ങ് നിർത്തി.. ഇനിയും വൈകിയാൽ സമയം വൈകും എന്നുള്ളത്കൊണ്ട് വീട്ടിൽ യാത്ര പറഞ്ഞു ഞാൻ ഇറങ്ങി..

പോകുന്ന വഴിയിൽ തെക്കേപ്പുറമ്പിലെ രാവുണ്ണിയേട്ടനെ കണ്ടു.. കള്ള് ചെത്തുകഴിഞ്ഞു വരുന്ന വഴിയാണ്..

വിക്കി മോനെ അച്ഛൻ ഉണ്ടോടാ വീട്ടിൽ..?

ഒന്ന് കാണാനാ..? നീ എങ്ങോട്ടാ മോനെ?

ഉണ്ട്.. ഞാൻ ഒന്ന് എറണാകുളം വരെ പോകുന്നു...അത് പറഞ്ഞു ഞാൻ വണ്ടി മുന്നോട്ട് എടുത്തു...

അന്നൊക്കെ മുഖത്തൊര് കള്ള ചിരി ഒളിപ്പിച്ചുകൊണ്ട് രാവുണ്ണിയേട്ടൻ അത് പറയുമ്പോൾ തന്നെ കാര്യം കത്തും..... ഇടയ്ക്ക് ചേട്ടൻ ചെത്തുകഴിഞ്ഞുവരുന്ന വഴി വീട് വരെ വരും.. ബാക്കി ചെത്തിയ ചെന്തെങ്ങിന്റെ നല്ല അസൽ കള്ള് അച്ഛന് കൊടുക്കാൻ..

അത് മാത്രമല്ലട്ടോ അവരുടെ ലോകത്ത് ഒരു കൂടലും.. ഇടയ്ക്ക് ഞാനും ഒരു കമ്പനി കൊടുക്കും പഴയ വഞ്ചിപ്പാട്ടിന്റെ ഉസ്താദാണ് നമ്മുടെ രാവുണ്ണിയേട്ടൻ..

വഞ്ചിപ്പാട്ട് എന്നൊക്കെ പറയുമ്പോൾ ഓണവും അതിനോട് അനുബന്ധ വള്ളംകളിയും ഇന്നും മനസ്സിന്റെ ഒരു കോണിൽ നാടിന്റെ ഉണർവിനെ തൊട്ടുവിളിക്കുന്ന ഒന്നായി എനിക്ക് കാണാം..

ഓർമ്മകൾ നമ്മുടെ മരണം വരെകൂടെ കാണുമല്ലോ, അതിന് കൂടുതൽ മധുരമാണെങ്കിൽ പിന്നെ പറയണോ..? എന്നും എപ്പോഴും വഞ്ചിപ്പാട്ടിന്റെ ഈണവും താളവും മനസ്സിലും തൊണ്ടയിലും നാവിലും നിറഞ്ഞുതന്നെ നിൽക്കും.. ഓണക്കാലം കേരളത്തിലെ വള്ളംകളിക്കാലം കൂടിയായതിനാൽ,വള്ളംകളി പ്രേമികൾക്ക് ഇതൊക്കെ ആഘോഷിക്കേണ്ട ദിനരാത്രങ്ങളായിരിക്കും. കർക്കട മഴയിൽ പെരുകിപ്പരന്ന് കിടക്കുന്ന നമ്മുടെ ആറ്റുനെട്ടായങ്ങൾ ചിങ്ങവെയിലാകുമ്പോഴേക്കും ഒരുങ്ങി മിനുങ്ങും, ഈ തിളങ്ങുന്ന അന്തരീക്ഷത്തിലാണ് വള്ളംകളിക്കാർ കുതിച്ചു തുഴയുന്നത്, അതൊരിക്കലെങ്കിലും കാണേണ്ട കാഴ്ച തന്നെയാണ്.. ഇങ്ങനെ തുഴുന്നതിന്റെ ഇടയിൽ ഓരോ കളിക്കാരും ചിലപ്പോൾ ഒരുമയോടെ തുഴഞ്ഞു നീങ്ങുന്നതിന് ബുദ്ധിമുട്ട് ഉണ്ടാവാതെയിരിക്കാൻ ഒരു പാട്ട് അങ്ങോട്ട് പാടും, പാട്ടിന്റെ താളവും അതിന്റെ വരികളും കൂടി ആവുമ്പോൾ ഓരോ തുഴക്കാരനും ആ താളത്തിന് അനുസരിച്ചു തുഴഞ്ഞു നീങ്ങുന്നത് അവിടെയാണ്, അങ്ങനെ എല്ലാവരും ഒരേ താളത്തോടെ തുഴുയുന്ന നിമിഷങ്ങൾ വഞ്ചിപ്പാട്ട് വള്ളംകളിയിൽ വിജയിക്കാനുള്ള മാർഗ്ഗമാകുന്നത്...

അങ്ങനെ ഒന്ന് രണ്ട് ഗ്ലാസ് കള്ള് മോന്തിക്കഴിയുമ്പോൾ ദാ നമ്മുടെ ഗാനഗന്ധർവ്വൻ പാടി തുടങ്ങും...

'കുട്ടനാടൻ പുഞ്ചയിലെ കൊച്ചുപെണ്ണേ'..

....

.....

.....

അതൊക്കെ ഒരു കാലമാണ്..ഇനി ഒരിക്കലും എനിക്ക് തിരിച്ചുകിട്ടാത്ത ഇന്നലകളായി മാറുമെന്ന് ആരും, എന്തിന് ഈ ഞാൻ പോലും പ്രതീക്ഷിച്ചു കാണില്ല..

അങ്ങനെ അന്ന് ഒരുവിധം ബ്ലോക്കിൽ ഒക്കെ പെട്ടുകൊണ്ട് എറണാകുളമെത്തി.. മറൈൻ ഡ്രൈവ് ന്റെ തൊട്ടടുത്ത് പേ പാർക്കിങ് ഉണ്ടെങ്കിലും എന്തൊ GCDA യുടെ മുന്നിൽ വണ്ടി വച്ചില്ലെങ്കിൽ ഒരു സമാധാനം കിട്ടില്ല അല്ലാതെ പാർക്കിങ് ഫീ കൊടുക്കാൻ പിശുക്ക് ഒന്നും അല്ല കേട്ടോ..

ദൈവമേ സമയം കുറച്ചു വൈകിയല്ലോ.. ഇപ്പൊ ഇനി ഇതിന്റെ പേരിൽ പിണക്കം ആവും ഏത് നേരത്താണോ ഇതിനെ എനിക്ക് പ്രേമിക്കാൻ തോന്നിയത്... ഹൃദയം മുഴുവൻ അവൾ തന്നെയാണെങ്കിലും ഇടയ്ക്ക് ഇങ്ങനെ തോന്നിപോകും അത് സ്വഭാവികം മാത്രം..

എന്നെ കാണാതെ അകലെ നിന്ന് വരുന്ന വലിയ ബോട്ടിനെ നോക്കി അവൾ ഇരിക്കുന്നുണ്ട്.. പുറകിലൂടെ ചെന്നുകൊണ്ട് ഒന്ന് പേടിപ്പിക്കാം എന്ന് തോന്നിയെങ്കിലും ഇനി അതും കൂടി തല്ക്കാലം വേണ്ട എന്നുള്ള ധാരണയിൽ എളിമയോടെ വിളിച്ചു..

അപ്പൂസേ...?

ഓ തമ്പുരാൻ എത്തിയോ? എത്ര നേരമായി മനുഷ്യ ഞാൻ നിങ്ങളെ കാത്തിരിക്കുന്നു.. ഇവിടെ ആണെങ്കിൽ ഓരോ ലവന്മാരുടെ നോട്ടംകൊണ്ട്.. ഓ...

സോറി.. ബ്ലോക്കിൽപ്പെട്ടു.. നിന്റെ സൗന്ദര്യം കണ്ടുനോക്കുന്നതാവും ചിലപ്പോൾ..

പിന്നെ എന്റെ മാറിലേക്ക് നോക്കിയട്ടല്ലേ അവന്മാരുടെ ഒരു സൗന്ദര്യ ആസ്വദനം...

ആഹാ.. എവിടെ അപ്പൂസേ അവര്...?നീ ഒന്നും പറയാതെ ഇരിക്കില്ലല്ലോ?

ഒരു ചെറുപുഞ്ചിരിയോടെ ഞാൻ ചോദിച്ചു..

ഞാൻ പറഞ്ഞു നിങ്ങൾക്ക് ശരിക്കും കാണണമെങ്കിൽ ഈ സൈഡിലേക്ക് മാറിയിരിക്കാം എന്ന്, അൽപ്പം ശബ്ദത്തിലാണ് പറഞ്ഞത്.. അവർ ദേ ആ വഴിയോടി..

അത് വിട്ടേക്ക്.. എന്റെ ഗിഫ്റ്റ് എവിടെ?

നിനക്ക് എവിടെന്ന് കിട്ടി കുട്ടി ഇത്രയും ധൈര്യം ! ഗിഫ്റ്റോ...? എന്നാത്തിനാ ഗിഫ്റ്റ്?

അത് കൊള്ളാം.. നല്ല കാമുകൻ... ഞാൻ കരുതി.. നിനക്ക് ഒരു സ്നേഹവും ഇല്ലല്ലോ..

നിനക്ക് എന്താ വേണ്ടേ? ചെറിയ എന്തെങ്കിലും ഗിഫ്റ്റ് ചോദിച്ചോണം.. മിക്ക സിനിമയും കഥയിലും കാണുന്നപോലെ അംബാനിയുടെ മോന്റെ മോനൊന്നും അല്ല ഞാൻ...

അയ്യോ എനിക്ക് ഒന്നും വേണ്ടായേ...? തത്കാലം ഒരു ഐസ് ക്രീം വാങ്ങി താടോ..

മുന്നിൽ കണ്ട പെട്ടിവണ്ടിയിൽ ഇന്നും ഐസ് ക്രീം വാങ്ങികൊടുത്തു.. അത് ഇങ്ങനെ നാവിലിട്ട് അലിയിച്ചുകൊണ്ട് ഞങ്ങൾ മുന്നോട്ടേക്ക് നടന്നു..

ടാ നമുക്ക് ഇവിടെ ഇരിക്കാം..?

തൊട്ടടുത്തുകണ്ട ചെറിയ തണൽമരത്തിന്റെ ചുവട്ടിലെ ചെയറിലേക്ക് ഞങ്ങൾ ഇരുന്നു..

ഓരോ ചെറുതും വലുതുമായ ബോട്ടുകൾ കായലിൽ കൂടി കുതിച്ചുനീങ്ങുമ്പോൾ വലതും ചെറുതുമായ തിരകൾ പരസ്പരം സ്വാകാര്യങ്ങൾ പങ്കുവച്ചുകൊണ്ട് സഞ്ചരിക്കുന്നുണ്ട്..ഐസ് ക്രീം നുണഞ്ഞുകൊണ്ട് ഇതൊക്കെ ആസ്വാദിച്ചുകൊണ്ടിരിക്കുന്ന സമയത്തതാണ് അപർണ പറഞ്ഞു തുടങ്ങിയത്...

വിക്കി എനിക്ക് ഇപ്പോൾ നമ്മുടെ കോളേജും ഗുൽമോഹറും ഓർമ്മവരുന്നു.. ഇങ്ങനെ ഈ തണൽമരത്തിന്റെ ചുവട്ടിൽ ഇരിക്കുമ്പോൾ ഈ പൊരിവെയിലിന്റെ ചൂടിൽ നിന്നും ആശ്വാസം തരുന്ന കുളിരുണ്ടല്ലോ അത് ഓർമ്മകളിലേക്ക് പോയില്ല എങ്കിലേ അതിശയമൊള്ളൂ..

ശരിയാണ് അവൾ പറഞ്ഞത് കോളേജ് ഒരു വിസ്മയം തന്നെയായിരുന്നു..

എറണാകുളം സെൻട്രൽ ഏരിയയിലേക്ക് താമസം മാറ്റുന്നതിന് മുൻപ് ഹൈറേഞ്ചിലായിരുന്നു അവളുടെ വീട്..

ദൃശ്യചാരുതയേകി ഹൈറേഞ്ചിൽ ഗുൽമോഹർ മരങ്ങൾ പൂത്തുലയുന്നത് അവൾ കോളേജിലെ ഇടവേളകളിൽ വർണിക്കുമ്പോൾ ഞാനും ആഗ്രഹിച്ചുപോയിരുന്നു, ഒരിക്കൽ അവളുടെ കൈകളെ ചേർത്തുപിടിച്ചുകൊണ്ട് പ്രണയത്തിന്റെയും സൗഹൃദത്തിന്റെയും ഓർമ്മകളുടെയും പ്രതീകമായി അവൾ

കണ്ടിരുന്ന ഗുൽമോഹർ തണലിൽ ഇരുന്നുകൊണ്ട് കണ്ണുകളിലൂടെ പ്രണയത്തെ ചുവപ്പിച്ചുകൊണ്ട് ആ അധരങ്ങളെ സ്വന്തമാക്കണമെന്ന്..

ഹൈറേഞ്ചിലൊക്കെ വാക എന്നപേരിൽ അറിയപ്പെടുന്ന ഈ തണൽമരം ഇപ്പോൾ ഗ്രാമങ്ങളിലും നഗരങ്ങളിലുമെല്ലാം പകരുന്നത് കാഴ്ചയുടെ നവ്യാനുഭവം തന്നെയാണ് . വേനലിൽ പൂവിടുകയും വസന്തം കഴിയുന്നതോടെ ഇല പൊഴിക്കുകയും ചെയ്യുന്ന മരങ്ങളിലൊന്നാണ് ഗുൽമോഹർ എന്നുകൂടി ഞാൻ ഓർമ്മിപ്പിക്കുന്നു..

അതിനടിയിലാണ് അവളുടെ ഉപരിപഠനത്തിനായ് അടുത്ത വർഷം ആദ്യ ഇൻടേകിൽ യൂറോപ്പിലേക്ക് പോവണം എന്നുള്ള കാര്യം അവതരിപ്പിക്കുന്നത്.. എന്റെ ഇഷ്ടം എന്താണോ അത് അറിഞ്ഞിട്ടേ മറ്റുള്ള കാര്യങ്ങൾ തീരുമാനിക്കുന്നുള്ളൂ എന്നൊക്കെ പറഞ്ഞപ്പോൾ എന്തൊ കുറച്ചു ദേഷ്യം തോന്നിയിരുന്നു , കാരണം എന്തെന്നാൽ നമുക്ക് ഒരു സ്വപ്നം ഉണ്ടെങ്കിൽ അത് മറ്റുള്ളവരുടെ തീരുമാനങ്ങൾക്കോ അല്ലെങ്കിൽ അഭിപ്രായത്തിനൊ വിട്ടുകൊടുക്കാതെയിരിക്കുക ചിലപ്പോൾ ആ ഒരു ആഗ്രഹത്തെ ശിതിലമാക്കാൻ അവരുടെ ഒരുവാക്ക് മതിയാകും.. എന്റെ ദേഷ്യം അവളോട് കാട്ടിയില്ല തുറന്നുപറഞ്ഞു നിന്റെ ഉയർച്ചയിൽ ഏറ്റവും കൂടുതൽ അഭിമാനിക്കാൻ പോവുന്നത് ഈ വിക്കിയാവുമെന്ന്..

ചെറിയ രീതിയിലുള്ള അവളുടെ ട്രീറ്റും, എന്റെ ഗിഫ്റ്റ് കൊടുക്കലും കഴിഞ്ഞു ഞങ്ങൾ പിരിഞ്ഞു.. എന്തൊ വീട്ടിലേക്ക് തിരിച്ചുപോരും വഴി പഴയ അപ്പുവിലേക്ക് ഞാൻ പോയിരുന്നു..പുറത്തുള്ള ആരോടും ഒന്നും സംസാരിക്കാൻ നിൽക്കാത്ത, തന്റെ സ്വപ്നങ്ങളെ ചങ്ങലകളാൽ ബന്ധിപ്പിച്ചുകൊണ്ട് കോളേജിൽ വന്നുചേർന്ന എന്റെ അപ്പൂസ്.. ഇന്നവൾ വലിയ സ്വപ്നങ്ങൾ കാണുകയും, അതിലേക്ക് എത്തിപ്പെടാൻ ശ്രെമിച്ചുകൊണ്ടിരിക്കുമ്പോൾ അതിന് ഒരു കാരണമാകാൻ സാധിച്ചതിൽ അഭിമാനം മാത്രം..

ഓർമ്മകൾ ഇങ്ങനെ ചെറിയ കാറ്റിന്റെ താളത്തോടെ തലോടികൊണ്ട് പോകുന്നതിനടയിൽ പുറകിൽ നിന്നും ഞാൻ ഇപ്പോൾ ചാവും എന്നുപറഞ്ഞുകൊണ്ട് വണ്ടിയുമായി വരുന്ന അയാളുടെ ബൈക്കിന്റെ അമിത വേഗതയും പെട്ടെന്നുള്ള വെട്ടിക്കലിലും എന്റെ നിയന്ത്രണം നഷ്ടപ്പെട്ടു.. വണ്ടി ഒന്ന് മറിഞ്ഞു..

നിർത്താതെപോയ അവന്റെ പിതൃകൾക്ക് നന്ദി പറഞ്ഞിട്ട് ഞാൻ വണ്ടി ഉയർത്തി.. ആരുടെയൊക്കെയോ ഭാഗ്യംകൊണ്ട് വലിയ പരുക്കുകൾ ഒന്നും പുറമെ ഇല്ലായിരുന്നു.. കാലിൽ ചെറിയ വേദന.. ദിനങ്ങൾ ഓരോന്നായി കൊഴിഞ്ഞു.. കാലിന്റെ വേദന കൂടിവന്നു അതുപോലെ വല്ലാത്ത ഷീണവും, ശരീരഭാരം കുറയുന്നു..

എന്തായാലും ഡോക്ടറെ ഒന്ന് കാണിക്കാൻ തീരുമാനിച്ചു.. അഞ്ചു ദിവസത്തെ മരുന്നിന് ജനറൽ ഹോസ്പിറ്റലിലെ ഡോക്ടർ കുറിപ്പെഴുതി.. യുറോപ്പിലേക്ക് പോകുന്നതിന്റെ ഒരുക്കങ്ങൾ നടക്കുന്നത് കൊണ്ട് അപ്പുവിനെ ഇതൊന്നും അറിയിച്ചില്ല.. ഓരോ ദിവസം കഴിയുന്തോറും എന്നിൽ വ്യത്യസ്ത രീതിയിലുള്ള വേദനകൾ വന്നുകൊണ്ടിരിക്കുന്നു , അതുപോലെ വലിയ രീതിയിലുള്ള വയറുവേദനയും.. വേദനയുള്ള ഭാഗത്ത് ചെറിയ മുഴപോലെ വന്നത് എന്നിൽ ചെറിയ ആശയകുഴപ്പമുണ്ടാക്കി..അടുത്ത ദിനം രക്തം ഛർദ്ദിച്ചപ്പോൾ വീണ്ടും ഓരോന്ന് മനസ്സിനെ തളർത്തി.. ദിനംപ്രതി അവസ്ഥകൾ മോശമായപ്പോൾ വീട്ടുകാർ മറ്റൊര് ഹോസ്പിറ്റലിലേക്ക് കൊണ്ടുപോയി.. അവിടെ നടന്ന ഒരുപാട് ടെസ്റ്റുകളിൽ ഒന്നിൽ അവരുടെ കണ്ണുകൾ ഉടക്കി.. അതെ ക്യാൻസറാണ്.. മൂന്നാമത്തെ ഘട്ടത്തിന്റെ തുടക്കം ചെറുകുടലിനെയാണ് കവരുന്നുന്നത്.. ഇനി പെട്ടന്ന് ഒരുപാട് മാറ്റങ്ങൾ ഉടനെ സംഭവിക്കാം.. എന്തൊ ആദ്യം വീട്ടികാർ എന്നോടൊന്നും പറഞ്ഞില്ലെങ്കിലും തുടർചികിത്സയ്ക്ക് ഞാൻ ഇല്ലാതെ എന്റെ സമ്മതമില്ലാതെ പറ്റില്ലല്ലോ.. കേട്ടപ്പോൾ എന്റെ ദുഃഖം എന്നെ ഓർത്തതായിരുന്നില്ല അപ്പു അവളെ ഓർത്തായിരുന്നു.. ഒരു ചെറിയ പനി വന്നാൽപോലും എത്ര തിരക്കിൽ ആണെങ്കിലും വിളിച്ച് അന്വേഷിക്കുന്ന, അതുപോലെ ഉപദേശങ്ങൾ തരുന്ന എന്റെ മാലാഖയെ..

ഓരോ ദിനങ്ങൾ എന്നിൽ മാറ്റങ്ങൾകൊണ്ട് വന്നു.. മുഖത്ത് ചുളിവുകൾ, തലമുടിയൊക്കെ ആരൊക്കെയോ കൊണ്ടുപോയി.. ഉറക്കമില്ലാത്ത രാത്രികൾ പകലുകൾ.. അവളെ എന്നിൽ നിന്നും അകറ്റി നിർത്തേണ്ടത് ഏറ്റവും വലിയ കാര്യമായിരുന്നു.. ചിലപ്പോഴൊക്കെ നേടുന്നതിനേക്കാൾ നല്ലത് വിട്ടുകൊടുക്കുന്നതാകുമെന്നുള്ള ആരുടെയോ വാക്കുകൾ മനസ്സിൽ കൊത്തിയിട്ടു..അവളെ ഒരുപാട് വെറുപ്പിലൂടെ അകറ്റി നിർത്താൻ

തീരുമാനിച്ചു.. അങ്ങനെ കണ്ടെത്തിയ മാർഗ്ഗമായിരുന്നു അവളുടെ നിലപാടുകളെ എതിർത്തു സംസാരിക്കുക, സ്വാതന്ത്ര്യം നഷ്ടപ്പെട്ടു തുടങ്ങിയെന്ന് തോന്നുമ്പോൾ ഏതൊര് മനുഷ്യനും പ്രതികരിക്കും, അവളും പ്രതികരിച്ചു.. അവളുടെ വലിയ സ്വപ്നമായ യൂറോപ്പുപോലും വേണ്ട എന്നൊക്കെ പറഞ്ഞുകൊണ്ട് പുരുഷമേധാവിത്വം എന്ന പദം ശബ്ദമായ് ഉയർന്നു.. എന്നെ ഒന്ന് കാണാൻകൂടി കൂട്ടാക്കിയില്ല.. ശരീരത്തിൽ വേദനയിങ്ങനെ പടരുമ്പോഴും അവളെ വിട്ട് പോവേണ്ടി വരുമെന്നോർത്തപ്പോഴും കണ്ണുകൾ ഈറനണിഞ്ഞു..

പിന്നീട് അവളുടെ ഫോൺ വിളികൾപോലും എടുക്കാതെയായി..മാസങ്ങൾ കടന്നുപോയി..ഓരോ കീമോയും കഴിയുന്തോറും ഇതിൽ നിന്നും പുറത്തേക്ക് വരുമെന്ന് ഞാനും വീട്ടിക്കാരും കരുതികൊണ്ടിരിന്നു.. ഫെബ്രുവരി ഇന്റേക്കിൽ അവൾ ആ വലിയ സ്വപ്നത്തിന് വേണ്ടി യാത്രയായി.. പ്രണയം വേണ്ടയെങ്കിൽ വേണ്ട സൗഹൃദം എന്നും കാത്തുസൂക്ഷിക്കണം എന്നുള്ള ടെസ്റ്റ് മെസ്സേജും ഒരുപാട് മിസ്സ് ചെയ്യും ഇനി എന്നുള്ള വാക്കുകൾ കൂടി കേട്ടപ്പോൾ രോഗംകൊണ്ട് ഞാൻ അനുഭവിക്കുന്ന വേദനകൾ ഒന്നുമല്ലാതെയായി..

ഇനി പ്രതീക്ഷ വേണ്ടെന്ന് ഡോക്ടർ പറഞ്ഞു.. ഇനിയുള്ള നാളുകൾ വീട്ടിൽ തന്നെ കഴിച്ചുകൂട്ടാൻ ഞാനും തീരുമാനിച്ചു..

എല്ലാവരെയും സ്നേഹിച്ചിട്ടേ ഒള്ളൂ എങ്കിലും ആദ്യമായ് ഞാൻ പ്രാണനെപോലെ കൊണ്ടുനടന്ന എന്റെ പ്രിയപ്പെട്ടവൾക്ക് ഹൃദയവേദന നൽകിയപ്പോൾ വീണ്ടും ഞാൻ ഒന്നുമല്ലാതെയായ് മാറിയിരുന്നു..

എന്റെ സ്വപ്നങ്ങൾ, ഇഷ്ടങ്ങൾ, പ്രണയം എല്ലാം ഞാൻ ഒരു കൊച്ചു ഡയറിയിൽ കുറിച്ചുവച്ചു അതുപോലെ അപ്പു എന്നെങ്കിലും തിരിച്ചുവരുമ്പോൾ കൊടുക്കാൻ ഒരു കത്തും.. അത് ഉറ്റ സുഹൃത് ശ്രുതിയെ പറഞ്ഞേൽപ്പിച്ചു..

കാത്തിരിക്കുകയാണ് ഞാൻ അവന് വേണ്ടി... ഈ ചെറിയ തണുപ്പിൽ ഞാൻ ചിലപ്പോൾ ഈ രാത്രി താണ്ടില്ലായിരിക്കാം എങ്കിലും എന്റെ കുറിപ്പ് ഓർമ്മകൾ എന്നും ഉണ്ടാവും.

ചിതയിൽ ഞാൻ ഇന്നോ, നാളെയോ എരിഞ്ഞീടും.. ശരീരം മുഴുവൻ നാളത്തെ പുലരിയിൽ നീലനിറംകൊണ്ട് പൊതിഞ്ഞേക്കാം

ഞാൻ ഓർമ്മകളിൽ കൂടി എന്നെ ഗുൽമോഹറുമായി ഇപ്പോൾ ഉപമിക്കുന്നു..

വേനലിൽ പൂവിടുകയും വസന്തം കഴിയുന്നതോടെ ഇല പൊഴിക്കുകയും ചെയ്യുന്ന മരങ്ങളിലൊന്നാണ് ഗുൽമോഹർ, അതുപോലെ എന്റെ ജീവിതത്തിന്റെ വസന്തം കഴിഞ്ഞുപോയി, ശരീരത്തിന്റെ ഓരോ അവയവങ്ങളും രോമങ്ങളും അവയുടെ ഇലകൾ പോലെ പൊഴിഞ്ഞുകൊണ്ടിരിക്കുന്നു..

നിനക്കായ് തോഴി പുനർജ്ജനിക്കാം ഒരിക്കൽ കൂടി.. നാം ഒന്നിച്ചുകണ്ട സ്വപ്നങ്ങൾക്കുവേണ്ടി, നമുക്ക് നടക്കണം ആ ഗുൽമോഹർ തണലിലൂടെ ഒരിക്കലെങ്കിലും..

ഞാൻ നൽകിയ ഓർമ്മകളും സ്നേഹവും ഒരിക്കലും നശിക്കില്ല എന്നുള്ള വിശ്വാസത്തിൽ യാത്ര തുടരുന്നു ആർക്കോവേണ്ടി...

END

11

സ്പർശം

കണികാണും നേരം കമലാനേത്രന്റെ

നിറമേറും മഞ്ഞത്തുകിൽ ചാർത്തീ...

ഓ അമ്മ ഭക്തിയിൽ മുഴുകി ഇരിക്കുകയാണല്ലോ? ഇവർക്ക് വേറെ പണിയൊന്നും ഇല്ലേ...ഞാൻ തന്നെ ഈ മീൻ കറി വെക്കേണ്ടി വരുമല്ലോ? പണി എടുത്ത് ഒരു പരുവമായിട്ടാണ് ഇങ്ങോട്ട് കയറി വരുന്നത് ഇവിടെയും സ്വസ്ഥത ഇല്ലെന്ന് വച്ചാൽ? എന്തിനാണെന്ന് ആവൊ ഇങ്ങനെ പ്രാർത്ഥിച്ചിട്ട്? ഇത്രെയും കൊല്ലം പ്രാർത്ഥിച്ചിട്ടും ഉപേക്ഷിച്ചുപോയ തന്ത തിരിച്ചുവന്നില്ല

ശിവകാമി ഓരോന്ന് പറഞ്ഞ് പിന്നാമ്പുറത്തുകൂടി അകത്തേക്ക് കയറി

ചേച്ചിപ്പെണ്ണ് ഇന്ന് നേരത്തെ ആണല്ലോ? വലിയ ഗൗരവവും മാല (അനിയത്തി)ഒന്ന് പുഞ്ചരിച്ചുകൊണ്ട് പറഞ്ഞു.

എടി ഞാൻ ഇപ്പോൾ ഒന്നും പറയുന്നില്ല.. നീ ഇതാ മീൻ ചട്ടിയിലോട്ട് അങ്ങ് ഇട്ടേയ്ക്ക്, ഞാൻ ഈ വേഷം ഒന്ന് മാറിയേച്ചും വരാം, അമ്മയുടെ ഈ മുടിഞ്ഞ പ്രാർത്ഥന ഒന്നും ഇപ്പോൾ തീരില്ല.

ശിവ അല്പം ദേഷ്യത്തോടെ പറഞ്ഞു

അതുകേട്ടതും മാല,

ദേ ചേച്ചി ഞാൻ ഒരു കാര്യം പറഞ്ഞേക്കാം, ചേച്ചിക്ക് ദൈവത്തിൽ വിശ്വാസം ഇല്ല എന്നുകരുതി,ഇങ്ങനെ പറയരുത് കേട്ടോ? കേൾക്കുന്നവർക്ക് പിടിച്ചെന്ന് വരില്ല

ആണൊ മോൾക്ക് പിടിച്ചില്ലേ? എങ്കിൽ നീ പോയി പറയടി അമ്മ പ്രാർത്ഥിക്കുന്ന രൂപത്തോട് നിന്റെ ഫീസും, ഡ്രെസ്സും, വീട്ടുചിലവും

നോക്കാൻ.നാളെ ഞാറാഴ്ച ആണല്ലോ കുറച്ച് രുചിയുള്ളത് കഴിക്കട്ടെ എന്ന് കരുതി എന്തെങ്കിലും മേടിച്ചുകൊണ്ട് വരുമ്പോൾ നീ ഒക്കെ എന്നെ ചോദ്യം ചെയ്യുന്നോ?

ഞാൻ ഒന്നും പറയുന്നില്ലേ...മാല കൈകൂപ്പിക്കൊണ്ട് പറഞ്ഞു.

മാലയെ ഒന്ന് സൂക്ഷിച്ച് നോക്കിയിട്ട് ശിവകാമി റൂമിലേക്ക് പോയി,പിന്നെ അല്പസമയത്തിന് ശേഷം അവൾ ഒരു നൈറ്റി ഇട്ടുകൊണ്ട് തിരിച്ച് വന്നു.

മാല മീൻ എവിടെയാടി?

ചേച്ചി ആ കലത്തിനടിയിൽ വച്ചിട്ടുണ്ട്, ചെറിയ കലം

നീ അവിടെ എന്തെടുക്കുവാ? വന്ന് എന്നെ ഒന്ന് സഹായിച്ചൂടെ? ശിവ ഉറക്കെ വിളിച്ചുചോദിച്ചു

ചേച്ചി എനിക്ക് കുറച്ച് എഴുതാൻ ഉണ്ട്...സോറി “”

ഉവ്വ്.. അത് അങ്ങനെ ആണല്ലോ?? എന്തെങ്കിലും പണിയുടെ കാര്യം പറയുമ്പോൾ അവൾക്ക് പഠിപ്പ്.. അവസാനം പരീക്ഷ അടുക്കുമ്പോൾ മാർക്ക് ഇല്ലെങ്കിൽ ആണ്”””

പല വക കാര്യങ്ങൾ സ്വയമേ ഇരുന്ന് പറഞ്ഞ് അവൾ മീൻ കറിവയ്ക്കുന്ന പരുപാടിയിലേക്ക് കടന്നു.. ചെറുപ്പത്തിൽ തന്നെ പാചകത്തിൽ ഒരു വല്ലഭി ആയതിനാൽ കൊടമ്പുള്ളിയിട്ട് വറ്റിച്ച മീൻകറിയൊക്കെ വയ്ക്കാൻ നല്ല എളുപ്പമായിരുന്നു.. അങ്ങനെ മീൻ കറി വച്ച്,, ഒരു കുളി പാസാക്കാനായി അവൾ ബാത്റൂമിലേക്ക് കയറാൻ തുടങ്ങി, അപ്പോഴും അമ്മയുടെ പ്രാർത്ഥന കഴിഞ്ഞിട്ടില്ല എന്നുള്ളത് അവളുടെ ദേഷ്യം കൂട്ടി.

കൃഷ്ണാ ഭഗവാനെ നീയേ രക്ഷ, എന്റെ കുഞ്ഞിനെ നിന്നിലേക്ക് അടുപ്പിക്കണേ, അതെ ഈ ഭാനുമതിക്ക് ഉള്ള ഏക ആഗ്രഹം

മാല മാല ഇങ്ങോട്ട് ഒന്നുവാടി

ആ വരുന്നമ്മേ.... എന്താണ്?

ശിവ ഇന്ന് ദേഷ്യത്തിലാണൊ? മീൻ കൊണ്ടുവന്നിരുന്നൊ?

ഉം.. ചേച്ചിപ്പെണ്ണ് ദേഷ്യത്തിലാണ്, അമ്മയുടെ പ്രാർത്ഥനയെ ചൊല്ലിയാണ് ഇന്നും പുകിൽ,എന്താ അമ്മേ എപ്പോഴും ഈ ചേച്ചി ദൈവത്തെ കുറ്റം പറയുന്നെ?

അത് ഞാൻ നിന്നോട് പറഞ്ഞിട്ടില്ലേ, അച്ഛൻ ഉപേക്ഷിച്ചുപോയകാര്യം,പിന്നെ നീ കൈകുഞ്ഞായിരിക്കുമ്പോൾ

ആയിരുന്നല്ലോ സംഭവം,, ആ സാഹചര്യത്തോട് കൂടി ചെറിയ കുട്ടികളെ അവൾക്ക് കണ്ണെടുത്താൽ കണ്ടുക്കൂടാ.

എന്ത് ചെയ്യാനാ...ആ... എല്ലാം എന്റെ ഉണ്ണിക്കണ്ണൻ കാണുന്നുണ്ട്

കുളി കഴിഞ്ഞ് പുറത്ത് വന്നതും ശിവ കാണുന്നത് കിന്നാരം പറഞ്ഞിരിക്കുന്ന അമ്മയെയും അനിയത്തിയെയും അവൾക്ക് ദേഷ്യം ഒന്നുകൂടി കൂടി

അമ്മേ നിങ്ങൾ എന്ത് കഥ പറഞ്ഞിരിക്കേണ്? ആ മീൻ ഒന്നുനോക്കിക്കൂടെ? രാത്രിത്തിക്ക് ഉള്ള ചോർ ഒന്ന് തിളപ്പിച്ച് വച്ചൂടെ?

എടി മാലെ നിന്നോട് ഞാൻ ആ അടുക്കളയിൽ ഒന്ന് സഹായിക്കാൻ വാരാൻ പറഞ്ഞപ്പോൾ പറ്റിയില്ല, പോടി പോയിരുന്ന് പഠിക്കാൻ നോക്കടി

അവളുടെ ദേഷ്യം കണ്ട് വിറങ്ങിലിച്ച് അമ്മ അടുക്കയിലേക്കും മാല മുറിയിലേക്കും പോയി

അമ്മ എന്ന സ്ഥാനത്ത് നിന്ന് അവരെ നോക്കുന്നതിന്റെ സ്നേഹം അവളോട് അവർക്ക് ഉണ്ട്, ശിവയുടെ അച്ഛൻ പോയതിൽ പിന്നെ ഭാനുമതിയുടെ ധൈര്യം എല്ലാം ചോർന്നുപോയിരുന്നു, ആ സമയത്ത് പക്വതയോടുകൂടി കാര്യങ്ങൾ ചെയ്തത് അവളാണ്.

ഡിഗ്രി ആദ്യാവർഷ വിദ്യാർത്ഥിനി, ജീവിതം അടിച്ചുപൊളിക്കേണ്ട സമയം,, എന്നാൽ വിധി അവൾക്ക് ദുഖങ്ങളും കഷ്ടപാടുകളും മാത്രമേ നൽകിയൊള്ളൂ..വീട്ടിലെ കാര്യങ്ങൾ നോക്കാൻ ചില ചെറിയ തൈയ്യൽ പണികളും പിന്നെ അടുത്തുള്ള ലൈബ്രറിയിൽ ലൈബ്രറിയൻ ആയിട്ടും പോയിരുന്നു.

അങ്ങനെ ഡിഗ്രി കഴിഞ്ഞപ്പോൾ അമ്മായിയുടെ മകൻ രാജീവിന്റെ ഓഫീസിൽ സ്റ്റാഫ് ആയിട്ട് കയറി അത് ഇപ്പോഴും തുടർന്നുപോകുന്നു, ശിവകാമിയെ രാജീവിനെ കൊണ്ട് കെട്ടിക്കാൻ നടക്കുകയാണ് അമ്മയും അമ്മായിയും.

എങ്കിലും അതിന് ഒരു തടസമുണ്ട്, രണ്ടുപേർക്കും പരസ്പരം ഇഷ്ടമാണെങ്കിലും ആ ഒരു തടസ്സത്തിന്റെ പേരിൽ ശിവകാമി സമ്മതിക്കുന്നില്ല.

അമ്മേ എങ്ങനെ ഉണ്ട് കറി?

ശിവ ചിരിച്ചുകൊണ്ട് ചോദിച്ചു

എന്റെ മോള് വച്ചത് ഒക്കെ നന്നായിരിക്കുമല്ലോ, പിന്നെ നിന്റെ ഭരണം അല്പം കൂടുന്നുണ്ട് കേട്ടോ!

ഭാനുമതി ശിവയുടെ കവിളിൽ നുള്ളിക്കൊണ്ട് പറഞ്ഞു

എന്റെ അമ്മേ ഇതൊക്കെ ഇല്ലെങ്കിൽ ഞാൻ പിന്നെ ശിവകാമി ആകില്ലല്ലോ

അമ്മായി വിളിച്ചിരുന്നോ ഇന്ന്?

ഉവ്വ്...രാജീവ് നിന്നോട് എന്തെങ്കിലും പറഞ്ഞിരുന്നോ?

ഓഫീസിൽ ഞാൻ വ്യക്തിപരമായ കാര്യങ്ങൾ സംസാരിക്കേണ്ട എന്ന് പറഞ്ഞിട്ടുണ്ട്,പ്രത്യകിച്ച് ആ ചെക്കന്റെ കാര്യം.

ശിവ കുറച്ച് പുച്ഛത്തോടെ പറഞ്ഞു

മോളെ നീ പറയുന്നതിൽ കാര്യമില്ലാഞ്ഞിട്ടല്ല, എങ്കിലും അവൻ രമേശിന്റെ മോനല്ലേ, അവന്റെയും ഭാര്യയുടെയും അപകടമരണത്തിന് ശേഷം പിന്നെ കിച്ചനെ രാജീവല്ലേ നോക്കുന്നെ? അതും സ്വന്തം മോനെ പോലെ,നീ അവനെ കൂടി?

അമ്മയോട് പല തവണ പറഞ്ഞിട്ടുണ്ട് ഞാൻ ആ ചെക്കന്റെ കാര്യം പറയരുതെന്ന്, അവൻ കാലെടുത്ത് വച്ചതും അമ്മായിക്ക് മോനേം മരുമോളേം നഷ്ടമായി,ഇനി അത് എന്റെ തലയിൽ കൂടി കയറ്റി വയ്ക്കാൻ ആണോ?

മോളെ നിനക്ക് ഇങ്ങനെ കുട്ടികളോട് വെറുപ്പ് തോന്നിയിരുന്നാൽ നാളെ നീയും ഒരു അമ്മയാകുമ്പോൾ ഇതൊര് വലിയ പ്രശ്നം ആയിമാറും,അമ്മ പറഞ്ഞില്ലെന്ന് വേണ്ടാ

അതിന് ആര് പ്രസവിക്കുന്നു? ഞാൻ രാജീവേട്ടനോട് പണ്ടേ പറഞ്ഞിട്ടുണ്ട്,, ഈ പരുപാടി ഒന്നും നടക്കില്ല എന്ന്.

പിന്നെ ആ ചെക്കൻ ഉള്ളത് കാരണം ഏട്ടൻ ഒന്നും പറഞ്ഞില്ല, പക്ഷെ എനിക്ക് ആ മാരണത്തിനെ കാണുന്നത് തന്നെ അലർജിയാണ്.

ശിവ അല്പം ദേഷ്യത്തോടെ പറഞ്ഞു

അമ്മ നിന്നോട് പറഞ്ഞുനോക്കിയതാണ്, എടി പിന്നെ അമ്മായിയും രാജീവും കൂടി കർണാടക എന്തൊ പോകുന്നുണ്ട് അടുത്ത ദിവസങ്ങളിൽ രമേശിന്റെ അവിടെത്തെ സ്ഥലം കാരർ ആകുന്നതിനൊ മറ്റോ,അപ്പോൾ നമ്മുടെ കിച്ചനെ ഇവിടെ നിർത്താമൊ എന്ന് ചോദിച്ചിരുന്നു.

ഓ അമ്മയ്ക്ക് വേറെ പണിയൊന്നും ഇല്ലേ?അവനെ കൊണ്ടുവരാൻ.. അവിടെ ഏതെങ്കിലും കെയർ ടേക് ഇൽ നിർത്തട്ടെ

ഇങ്ങോട്ട് കൊണ്ടുവരണ്ട

കലികേറികൊണ്ട് അവൾ മുറിയിലേക്ക് കയറിപ്പോയി

എന്റെ ഉണ്ണികണ്ണാ എന്റെ മോൾക്ക് നല്ല ബുദ്ധി തോന്നിപ്പിക്കണേ, അവളിലേക്ക് നിന്നെ അടുപ്പിക്കണേ.. ഭാനുമതിയമ്മ ദൈവത്തോട് പ്രാർത്ഥിച്ചുകൊണ്ടിരുന്നു.

അമ്മേ ഞാൻ ഒന്ന് അമ്പലത്തിൽ പോയിട്ട് വരാം

മാല അടുക്കളയിൽ ഇരുന്ന് ചായകുടിക്കുന്ന ഭാനുമതിയമ്മയോട് വിളിച്ചുപറഞ്ഞു.

എടി മോളെ ഞാനും കൂടി വരാം.. ഒന്ന് കുളിക്കേണ്ട താമസമൊള്ളൂ,, ഇവിടെ ഇപ്പോൾ ശിവ ഉണ്ടല്ലോ.

അമ്മേ ഞാൻ വൈകും, അമ്മ ഇനി എപ്പോഴാ?

മാലെ ഞാൻ ഇപ്പോൾ തന്നെ റെഡി ആവാം,, നീ അവിടെ ഇരിക്ക്

മാലയെ തനിയെ അമ്പലത്തിൽ വിടരുതെന്ന് ശിവയുടെ ഓർഡർ ഉള്ളതാണ് കാരണം അവൾ പറയുന്നുമില്ലതാനും അങ്ങനെ കുളിച്ചൊരുങ്ങി അവർ രണ്ടുപേരും കൂടി അമ്പലത്തിൽ പോകാൻ ഇറങ്ങി, ഉറങ്ങികിടക്കുന്ന ശിവയെ തോണ്ടിവിളിച്ചു മാല.

ചേച്ചി...ചേച്ചി..

ഉം.. എന്താടി രാവിലെ.. ഒന്നുറങ്ങിക്കോട്ടെ

ശിവ പകുതി ഉറക്കത്തിൽ പറഞ്ഞു.

ചേച്ചി, ഞാനും അമ്മയും കൂടി അമ്പലത്തിൽ പോകുവാണ്

ശിവ ചാടി എഴുനേറ്റു..

എടി നിനക്ക് വീട്ടിൽ ഇരുന്നൂടെ, ഒരു ദിവസം കിട്ടിയാൽ അമ്പലം, ഈ അമ്മയോട് പിന്നെ പറയണ്ട

ഇനി ഞാൻ ആയിട്ട് മുടക്കി എന്ന് വേണ്ട,, പോയി നിന്റെ കൃഷ്ണനോട് പറഞ്ഞേക്ക് എനിക്ക് വെറുപ്പിന്റെ അങ്ങേയറ്റം ആയിന്ന്, അങ്ങേരോട്..

ഈ ചേച്ചി...ഇത് എന്തൊക്കെയാ...ഉറക്കത്തിലാ,അമ്മ വാ നമുക്ക് പോകാം

അവർ പോയിക്കഴിഞ്ഞവൾ വീണ്ടും ഉറക്കത്തിലേക്ക് വഴുതി

കുറച്ച് കഴിഞ്ഞ് കാളിങ് ബെൽ ശബ്ദം അതും നീട്ടിയടിക്കുന്നു

ശിവയ്ക്ക് ദേഷ്യം ഇരച്ചുകയറി,അവൾ ചാടി എഴുനേറ്റ് ഡോർ തുറന്നു

ഹായ് അമ്മേ...കൃഷ്ണുണ്ണി എന്ന കിച്ചനാണ്

അമ്മയോ ആരാടാ ചെക്കാ നിന്റെ അമ്മ, ശല്യം,, അതുപോട്ടെ നീ എന്താ ഇവിടെ? രാജീവേട്ടൻ എവിടെ?

രാജീവച്ച്ഛൻ പറഞ്ഞല്ലോ ശിവയെ അമ്മ എന്നുവിളിക്കാൻ, അവർ പോയി എന്നെ ദേ ആ ഓട്ടോയിൽ കയറ്റി വിട്ടു, അമ്മ പോയി അതിന്റെ പൈസ കൊടുത്തേക്ക്,, ഞാൻ ഇപ്പോൾ നിങ്ങളുടെ അതിഥി

അമ്മ ഒന്ന് മുന്നിൽ നിന്നും മാറിയേ, ഞാൻ അകത്തേക്ക് കയറട്ടെ..

ടാ നിന്നോടല്ലേ എന്നെ അമ്മ എന്ന് വിളിക്കണ്ടെന്ന് പറഞ്ഞത്.. മാരണം.. രാജീവേട്ടൻ ആ ഒറ്റ പേര് ഓർത്തിട്ടാ, കയറിപോ..

കിച്ചന്റെ തോളിൽ പിടിച്ചു ശിവ അകത്തേക്ക് തള്ളി,എന്നിട്ട് ഓട്ടോക്കാരനോടായി

എത്ര ആയാടൊ?

ചേച്ചിയെ 450രൂപ ആയി..

എടൊ കാർ പിടിച്ച് അവിടെ നിന്ന് വന്നാൽ പോലും ഇത്രയും ആവില്ലല്ലോ?...ആവാണി കടവിൽ നിന്നും ഇവിടെ വരെ കുറെ കൂടുതൽ ആണല്ലോ,, താൻ എവിടെത്തെ ഓട്ടോക്കാരനാണ്

എന്റെ ചേച്ചി ഈ കൊച്ചെറുക്കൻ വരുന്ന വഴിക്ക് പല പല സ്ഥലത്തും കൊണ്ടുപ്പോയി,, നിങ്ങൾ വേണമെങ്കിൽ മീറ്റർ നോക്ക്..

ഈ പണ്ടാരക്കാലൻ വന്നുപെട്ടാൽ പിന്നെ പൈസ പോണവഴി അറിയില്ലല്ലോ

അവൾ നിസ്സഹായ അവസ്ഥയിൽ പറഞ്ഞു..

ചേച്ചിയുടെ മോൻ അല്ലെ? എന്തിനാ ചേച്ചി ആ കൊച്ചിനെ ഇങ്ങനെ ചീത്ത പറയുന്നേ,, അതിന്റെ മുഖം ഒന്നുകണ്ടാൽ പകുതി ഉള്ളിലുള്ള വിഷമം പോകും...

എടൊ ആരാടൊ അമ്മ? താൻ ഇവിടെ നിൽക്ക് ഞാൻ പൈസ എടുക്കട്ടെ

അവൾ അത് പറഞ്ഞു അകത്തേയ്ക്ക് കയറിപോയി, പെട്ടെന്ന് തിരിച്ച് വന്ന് ആ പൈസ കൊടുത്ത് ഓട്ടോക്കാരനെ പറഞ്ഞുവിട്ടു, അപ്പോൾ പുറകിൽ നിന്നും ഒരുവിളി

അമ്മേ എനിക്ക് വിശക്കുന്നു,, എന്തെങ്കിലും കഴിക്കാൻ തരൂ...

കിച്ചൻ വയറുതടവികൊണ്ട് പറഞ്ഞു..

ആ അടുക്കളയിൽ എന്തെങ്കിലും കാണും പോയി തിന്നടാ,, ഇനി എന്നെ അമ്മേ എന്ന് വിളിച്ചാൽ നിന്റെ ചന്തി ഞാൻ തല്ലിപൊട്ടിക്കും..അവൾ അല്പം ദേഷ്യത്തോടെ പറഞ്ഞു

ശരി അമ്മേ..

കിച്ചൻ അവളെ നോക്കി ഒരു പുഞ്ചിരി നൽകി.

എടാ ചെക്കാ നിന്നോടല്ലേ ഞാൻ പറഞ്ഞത് അങ്ങനെ വിളിക്കല്ലേ എന്ന്, അവൾ അടുത്ത് നിന്ന ചെമ്പരത്തിൽ നിന്നും ഒരു ചില്ല ഒടിച്ചെടുത്തു.

അത് കണ്ടതും കിച്ചൻ ഓടാൻ തുടങ്ങി, അവൾ പുറകെയും.. ഒടുവിൽ അവളുടെ കലി തീരും വരെ അവനെ അടിച്ചു...ഒരു ആയുഷ്കാലത്തിന്റെ ദേഷ്യം മുഴുവൻ അവൾ തീർത്തു...വാവിട്ട് കരയുന്ന കിച്ചനെ ഒന്ന് തിരിഞ്ഞ് പോലും നോക്കാതെ അവൾ മുറിയിലേക്ക് നടന്നു.

അവൾ പോകുന്നത് കണ്ട് കിച്ചൻ പുറകെ നിന്ന് പറഞ്ഞു.

അമ്മേ,,, അമ്മ എത്ര തല്ലിയാലും ഞാൻ എന്നും അമ്മ എന്നുതന്നെ വിളിക്കോള്ളൂ

കണ്ണീർ തുടച്ചുകൊണ്ട് അവൻ ചിരിച്ചമുഖത്താൽ പറഞ്ഞു, അവൾക്ക് ദേഷ്യം വന്നുവെങ്കിലും ഒന്നും മിണ്ടാതെ അകത്തേക്ക് കയറിപ്പോയി..അപ്പോഴാണ് പുറത്ത് നിന്ന് കരഞ്ഞുകൊണ്ട് ചേച്ചി എന്ന് വിളിച്ചുകൊണ്ട് മാല വരുന്നത്, ശിവ അത്കേട്ടതും പുറത്തേക്ക് വന്നു.

എന്താടി മാലെ, നീ എന്തിനാ കരയുന്നെ? പറയടി..

എടി മോളെ അത് ഒന്നുമില്ല, ആ ആലിന്റെ ചുവട്ടിൽ സ്ഥിരം ഇരിക്കുന്ന അലവലാതി ചെക്കന്മാർ വെറുതെ വിടുവായിത്തം പറഞ്ഞത് കേട്ട് വന്നതാണിവൾ.. ഭാനു അമ്മ പറഞ്ഞു..

അതല്ല ചേച്ചി, അയാൾ ഇടയ്ക്ക് ഇങ്ങനെ പറയും " വാ നമുക്ക് ഒരു സിനിമയ്ക്ക് പോകാം, അല്ലെങ്കിൽ വീട്ടിലേക്ക് വരട്ടെ എന്ന് "

അത് കേട്ടതും ശിവയുടെ ദേഷ്യം ഉയർന്നു, അവൾ മാലയുടെയും കൈയിൽ പിടിച്ച് പുറത്തേക്ക് നടന്നു, ഭാനുമതി പുറകേയും.

കിച്ചൻ അവിടെ നിൽക്കുന്നത് ആരും ശ്രദ്ധിച്ചില്ല

മോളെ അമ്മ പറയുന്നത് കേൾക്ക്, അവന്മാരൊക്ക എന്തിനും മടികാത്ത ആളുകളാണ്,നീ വെറുതെ എടുത്ത് ചാടി

ശിവകാമി അമ്മയെ തറപ്പിച്ചൊന്ന് നോക്കി,, എന്നിട്ട് നേരെ അമ്പലം ലക്ഷ്യമാക്കി നടന്നു.. ആൽ ചുവട്ടിൽ രണ്ടുപേരിരുന്ന് വഴിയിൽ കൂടിപ്പോകുന്ന പെൺപിള്ളേരെ നോക്കി എന്തൊക്കെയൊ പറയുന്നുണ്ട്,, ശിവ അവരുടെ അടുത്തേക്ക് നടന്നു

ഏതവനാടി ഈ കുട്ടത്തിൽ നിന്നോട് മോശമായി സംസാരിച്ചത്?

ശിവ മാലയോട് ചോദിച്ചു..

ചേച്ചി ദാ ഇയാളാ...അവൾ അവിടെ ഇരുന്ന പൊക്കം കുറഞ്ഞ ഒരാളെ ചൂണ്ടികാട്ടി..

ടാ......ഇങ്ങോട്ട് ഒന്ന് വന്നേടാ...

എന്നെയാണോ? അയാൾ തിരിച്ച് ചോദിച്ചു...

അതെ, നിന്നെ തന്നെ...

എന്താകാര്യം, അയാൾ അടുത്തൊട്ട് വന്നു, അവന്റെ കറയുള്ള പല്ലുകാട്ടിയുള്ള ചിരി ശിവയ്ക്ക് പിടിച്ചില്ല,, കൊടുത്ത് മോന്തയ്ക്കിട്ട് ഒരണ്ണം.. കൂടെ നിന്നവനും, അമ്മയും മാലയും മുഖത്തോട് മുഖം നോക്കിനിന്നു..

ശിവ പറഞ്ഞതുടങ്ങി..

ടാ നീ മറ്റുള്ള പെൺപിള്ളേരെ കളിയാക്കി വിടുന്നപോലെ എന്റെ മോൾടെ അടുത്തെങ്ങാനും ഇനി വന്നുകേറിയാൽ നിന്റെ ഈ തൂക്കിട്ടിരിക്കുന്ന സാധനമുണ്ടല്ലൊ അത് ഞാൻ ഇങ്ങോട്ട് എടുക്കും

ഇത് കേട്ടതും അയാൾ പുറകോട്ട് മാറി

തൊട്ടടുത്തുള്ള ആൾ ശിവയോട് പറഞ്ഞു..

എന്റെ ചേച്ചി നിങ്ങളുടെ പെങ്ങൾ ആണെന്ന് അറിയില്ലായിരുന്നു, ഇത് വിട്ടുകള..

ടാ മേലാൽ ഇതുപോലുള്ള ഇറക്കുമതി ആയിട്ട് നിന്നെ ഈ വഴിക്കണ്ടേക്കരുത്, ശിവയുടെ നോട്ടം മാറി..

ഇല്ല ചേച്ചി പൊയ്ക്കോളൂ...

വാടി.... മാലയുടെ കൈയിൽ പിടിച്ചുകൊണ്ട് അവൾ നടന്നുനീങ്ങി

അപ്പോഴാണ് മുന്നിൽ നിന്ന് ചിരിക്കുന്ന ആളെ എല്ലാവരും ശ്രദ്ധിച്ചത്

കിച്ചാ മോനെ നീ എന്താ ഇവിടെ നിൽക്കുന്നെ?

ഭാനു അമ്മ അവനോടായ്

ഞാൻ വീട്ടിൽ ഉണ്ടായിരുന്നല്ലോ. അമ്മൂമ്മ കണ്ടില്ല

അമ്മേ ആ അടി അയാൾക്ക് കൊടുത്തത് നന്നായി...നല്ല രസമുണ്ടായി കാണാൻ..

ടാ നിന്നോട് ഞാൻ പറഞ്ഞതാ അമ്മേ അമ്മേ എന്നുവിളിക്കാൻ നിൽക്കണ്ട എന്ന്..

അത് വിട്ടുകള മോളെ അവൻ കൊച്ചല്ലേ.

പെട്ടെന്ന് പുറകിൽ നിന്നും അലറിക്കൊണ്ട് ശിവ അടിച്ചവൻ അവർക്ക് നേരെ ഓടിവന്നു, കൈയിൽ ഒരു വടിയും ഉണ്ട്

മാലയും അമ്മയും ശിവയുടെ പിന്നിലായി നിന്നു, ഓടി അയാൾ വന്നുകയറിയത് ഒരു പഴത്തൊലിയിൽ ആയിരുന്നു.. നടുതല്ലി ദേ കിടക്കുന്നു....അയാൾ അമ്മേ എന്ന് ഉറക്കെ കരഞ്ഞുപോയി.

ഇവനൊക്കെ ഇങ്ങനെ വേണം...ടാ ഇവനെ വല്ല ആശുപത്രിയിൽ കൊണ്ടുപോകാൻ നോക്കടാ...ശിവ അവന്റെ കൂടെ ഉണ്ടായിരുന്ന ആളോട് പറഞ്ഞു..എന്നിട്ട് തിരിഞ്ഞ് നടന്നു.

അല്ല ചേച്ചി നമ്മൾ വന്നപ്പോൾ അവിടെ ഈ പഴത്തൊലി ഒന്നും കണ്ടില്ലല്ലോ...പിന്നെ ഇപ്പോൾ എവിടുന്ന്.. മാല ആലോചനയിൽ മുഴുകി..

അമ്മേ എനിക്ക് വിശക്കുന്നു.. വീട്ടിൽ പോകാം. കിച്ചൻ ചിണുങ്ങി..

ടാ നിന്നെ ഞാൻ.. ശിവ അവനെ തല്ലാനായി കൈയോങ്ങി

വേണ്ടടി മോളെ.. ഭാനു അമ്മ അവളെ തടഞ്ഞു..

വാ കിച്ചാ നമുക്ക് വേഗം വീട്ടിൽപോയിട്ട് എന്തെങ്കിലും കഴിക്കാം.. ഭാനു അമ്മ കിച്ചന്റെ കൈയിൽ പിടിച്ചുകൊണ്ട് നടന്നു നീങ്ങി.. വീടിനോട് അടുത്തുള്ള വളവിൽ ശങ്കരൻ എന്ന ആളുടെ കടയാണ്..

അല്ല ഭാനു ചേച്ചിയെ നിങ്ങളും മക്കളും കൂടി ഇത് എങ്ങോട്ട് പോയി

ശങ്കരൻ ചോദിച്ചു..

ഞങ്ങൾ ഒന്നു അമ്പലത്തിൽ പോയതാടൊ ...അല്ല ശങ്കരാ താൻ ഇന്ന് കടതുറക്കാൻ താമസിച്ചോ?

ആ ചേച്ചി അല്പം താമസിച്ചുപോയി.. അല്ല അത് പോട്ടെ ശിവകാമി അമ്പലത്തിൽ ഒക്കെ പോയി തുടങ്ങിയോ?

അത് കേട്ടതും ശിവയ്ക്ക് ദേഷ്യം വന്നു, അവൾ മുൻപിട്ട് നടന്നു...കൂടെ പുറകെ വാലുപോലെ കിച്ചനും..

എന്റെ ശങ്കരാ നിനക്ക് ഇത് എന്താ അവൾ ഇങ്ങനെ വരാനാ അതൊന്നും നടന്നിട്ടില്ല.

അതൊക്ക ശരിയാകും ചേച്ചി, വിഷമിക്കാതെയിരിക്ക്

അമ്മേ രണ്ട് ചോക്ലേറ്റ് വാങ്ങിച്ചോ.. കിച്ചനുകൊടുക്കാലൊ

ആ എടൊ ഇത് രണ്ടെണ്ണം തരൂ...അവൻ എന്തിയെ പറഞ്ഞപോലെ..?

അവൻ ചേച്ചിപെണ്ണിന്റെ പുറകെ പോയി

ഇതാ ചേച്ചി മിട്ടായി, നിങ്ങളിത് ആരുടെ കാര്യമാ പറയുന്നെ?

രാജീവിന്റെ ചേട്ടന്റെ മോനെ...അവൻ കൂടെ ഉണ്ടായിരുന്നു,, അങ്ങോട്ട് ഇപ്പോൾ പോയി..

ആണൊ ഞാൻ ശ്രദ്ദിച്ചില്ല ചേച്ചി

എടൊ ഇത് പറ്റിൽ എഴുതിക്കോളൂ

ശരി ചേച്ചി

അവർ വീട്ടിലേക്ക് നടന്നു...

അമ്മേ അമ്മേ.... എനിക്ക് കഴിക്കാൻ എന്തെങ്കിലും തരൂ.. കിച്ചൻ വീണ്ടും ഒച്ചയെടുത്തു..

ടാ നിന്നോട്, ഞാൻ പറഞ്ഞു, ഇത് എന്തൊരുശല്യമാ, ഈ അമ്മ വന്നതും ഇല്ല

നിവൃത്തിയില്ലാതെ അവൾ അടുക്കളയിൽ പോയി, ഇഡലിയും ചമ്മന്തിയും ഒരു പിഞ്ഞാണത്തിലാക്കി ടേബിളിൽ വച്ചു.

ടാ ഇന്നാ വേണമെങ്കിൽ കഴിക്ക്,ശിവ അത് പറഞ്ഞുകൊണ്ട് റൂമിലേക്ക് പോയി, കിച്ചൻ അവൾ പോകുന്നത് നോക്കിയൊന്ന് ചിരിച്ചിട്ട് അത് കഴിക്കാൻ തുടങ്ങി

രാത്രി ആഹാരം കഴിച്ചതിന് ശേഷം എല്ലാവരും ഒത്തുകൂടി.

അമ്മേ രാജീവേട്ടനെ വിളിച്ചിട്ട് കിട്ടുന്നില്ല, റേഞ്ച് ഇല്ലെന്ന് തോന്നുന്നു.. ഈ മാരണത്തിനെ എത്ര ദിവസം കൂടി സഹിക്കണം എന്നറിയാനാണ്

അവൾ കിച്ചന്റെ നേർക്ക് നോക്കിപറഞ്ഞു,കിച്ചൻ ഒന്ന് പുഞ്ചിരിച്ചു

നീ എന്തിനാടി മോനെ അങ്ങനെ ഒക്കെ പറയുന്നെ?

അവൻ പാവമല്ലേ...അല്ല കിച്ചൻ ഇന്ന് ആരുടെ കൂടെയാണ് കിടക്കുന്നത്?

ഞാൻ അമ്മയുടെ ഒപ്പം

കിച്ചൻ ഒരു കൂസലും ഇല്ലാതെ പറഞ്ഞു

എന്റെ ഒപ്പമൊ? ഒന്ന് പോയെടാ ചെക്കാ...നീ അമ്മയുടെയും മാലയുടെയും കൂടെ കിടന്നാൽ മതി..

എന്റെ ചേച്ചി, ഞങ്ങൾ തന്നെ അവിടെ ഒരുകണക്കിനാ കിടക്കുന്നത്,, ചേച്ചി അവിടെ കിടത്തു...

അതെ മോളെ.. മാല പറയുന്നത് ഒന്ന് കേൾക്കടി, ആ കൊച്ചിനെ ആ കട്ടിലിന്റെ സൈഡിയിൽ കിടത്തിക്കൊ

അമ്മൂമ്മ എനിക്ക് കട്ടിലിൽ ഒന്നും കിടക്കേണ്ട, ഞാൻ ആ തറയിൽ കിടന്നോളാം.. എനിക്ക് അമ്മയുടെ മുറിയിൽ കിടന്നാൽ മതി..

അയ്യോ തറയിലൊ അത് വേണ്ടമോനെ, അമ്മ.... അല്ല ശിവ നിന്നെ കട്ടിലിൽ കിടത്തും... അല്ലെ മോളെ?

രാജീവിനെ ഓർത്തെങ്കിലും..

ഉം വന്ന് തുലയ്ക്ക്...പിന്നെ എന്നോട് മിണ്ടാൻ ഒന്നും വന്നേക്കരുത്...

ഉവ്വ് അമ്മേ....

എടാ നിന്നോട് ഞാൻ പറഞ്ഞു...എന്നെ അമ്മേ കുമ്മേ എന്ന് വിളിക്കരുത് എന്ന്, അവൾ കിച്ചന്റെ ചന്തിക്ക് പിടിച്ച് നുള്ളി

എന്നിട്ട് ചവിട്ടിതുള്ളി മുറിയിലേക്ക് പോയി

എന്റെ കൃഷ്ണാ എന്റെ മോളെ ഒന്ന് നീ നന്നാക്കി എടുക്കണെ

അത് ഞാൻ ഏറ്റു.. അമ്മൂമ്മേ...മാല ചേച്ചി ഞാൻ പോകുന്നു, അമ്മൂമ്മേ ഗുഡ് നൈറ്റ്

മോനെ ചേച്ചിപെണ്ണിനെ വാശികയറ്റല്ലേ...പൊയ്ക്കോ

കിച്ചൻ അവരെ നോക്കി ഒന്ന് ചിരിച്ചിട്ട് ശിവയുടെ മുറിയിലേക്ക് പോയി...

അമ്മേ ചേച്ചി തല്ലൊ കിച്ചനെ?

നീ വന്നുകിടക്കാൻ നോക്ക്, അവന്റെ മുഖം കണ്ടാൽ ആർക്കും ഒന്ന് നുള്ളാൻ പോലും കഴിയില്ല..

അമ്മേ കിച്ചന് കഴിഞ്ഞ തവണ കണ്ടതിൽ കൂടുതൽ കുറുമ്പ് കൂടിയിട്ടുണ്ട്. അല്ലെ...?

അവൻ കുഞ്ഞല്ലേടി, ഈ സമയത്ത് അല്ലെങ്കിൽ പിന്നെ എപ്പോഴാ കുറുമ്പ് കാട്ടുന്നെ? എന്റെ കൃഷ്ണാ നീയേ രക്ഷാ...

ശിവകാമി വാതിലിലേക്ക് നോക്കി തന്നെ കിടക്കുകയായിരുന്നു, കിച്ചൻ വരുന്നതും നോക്കി.

കിച്ചൻ അമ്മ ഉറങ്ങിക്കാണും എന്ന് കരുതി പമ്മി പമ്മി വരുന്നത് കണ്ട ശിവ കൈകൊണ്ട് കണ്ണുകൾ മറച്ച് കിടന്നു

അവൻ പതുക്കെ വന്നുകട്ടിലിൽ കിടന്നു, ശിവ അപ്പോഴേക്കും തിരിഞ്ഞ് കിടന്നു, അവൾ പതിയെ ഉറക്കത്തിലേക്ക് ആണ്ടു.

കുറേ കഴിഞ്ഞു ശിവ അടുത്ത് നിന്ന് എന്തോ ഉരുവിടുന്ന പോലെ ശബ്ദം കേട്ട് ചാടി എഴുനേറ്റ്.. വേഗം ലൈറ്റ് ഇട്ടു...അവൾ കട്ടിലിലേക്ക് നോക്കിയാപ്പോൾ ഉറക്കത്തിൽ എന്തൊക്കെയൊ പറയുന്ന കിച്ചനെ കണ്ടു.. അടുത്ത് ചെന്ന് എന്താണെന്ന് കേട്ടു...

അമ്മേ എന്നെ അടിക്കല്ലേ അമ്മേ, അമ്മേ എന്നെ അടിക്കല്ലേ അമ്മേ...എനിക്ക് വേദനിക്കുന്നു അമ്മേ.. കിച്ചൻ ഇങ്ങനെ പറഞ്ഞുകൊണ്ടിരിക്കുന്നു..

ശിവ പതുക്കെ മനസ്സില്ലാ മനസ്സോടെ അവന്റെ നെറ്റിയിൽ തൊട്ട് നോക്കി...

അയ്യോ നല്ല ചൂടുണ്ടല്ലോ...മാരണം.... എനിക്ക് തലവേദന ഉണ്ടാക്കുമെന്നാണ് തോന്നുന്നത്...അവൾ എഴുന്നേറ്റ് പോയി അമ്മയെ വിളിച്ചുകൊണ്ട് വന്നു.

എന്താടി എന്താ മോനു പറ്റിയെ...ഭാനുമ്മ ചോദിച്ചു..

അവൻ എന്തൊക്കെയൊ പറയുന്നുണ്ട്.. പിന്നെ പനിക്കുന്നുണ്ട്.ശിവ പറഞ്ഞു.

ഭാനുമതി അവൻ എന്താണ് പറയുന്നത് കേൾക്കാൻ അടുത്തേക്ക് ചെന്ന് കാതോർത്തു..

എടി നീ കൊച്ചിനെ തല്ലിയൊടി ഇന്ന്?

ഭാനുമ്മ അവന്റെ നിക്കർ നീക്കി, തുടയിൽ വടികൊണ്ട് അടിച്ച പാടുകൾ..

എന്റെ കൃഷ്ണാ നീ ഇത് എന്ത് കണ്ടിട്ടാടി ഇങ്ങനെ തല്ലിയത്? നിനക്ക് എന്ത് അവകാശമുണ്ട്..?

ഭാനുമതി അല്പം ദേഷ്യത്തോടെ ചോദിച്ചു..

അവൻ എന്നെ അമ്മേ എന്ന് വിളിച്ചപ്പോൾ,അത് കേട്ടപ്പോൾ എന്റെ നിയന്ത്രണം വിട്ടു...

എന്നാലും ചേച്ചി ഇത് ഇത്തിരി കൂടിപ്പോയി, അവൻ കുഞ്ഞല്ലേ.. മാല പറഞ്ഞു..

എടി ശിവ നീ പോയിട്ട് അല്പം ചുക്ക് കാപ്പി ഉണ്ടാക്കൂ.. വേഗം ചെല്ല്,, മാല പോയിട്ട് ഒരു തുണി നനച്ചുകൊണ്ട് വാ.

ഭാനു അമ്മയുടെ അതുവരെ കാണാത്ത മുഖം അവരിൽ ഒരു ഭയമുണ്ടാക്കി

രണ്ടുപേരും പുറത്തേക്ക് ചെന്നു..ഭാനു അമ്മ പതുക്കെ കിച്ചനെ വിളിക്കാൻ തുടങ്ങി..

കിച്ചാ മോനെ...കിച്ചാ മോനു കുളിര് കയറുന്നുണ്ടോ?

കിച്ചൻ പതുക്കെ കണ്ണുതുറന്നു..

അമ്മൂമ്മേ കിച്ചന് തണുക്കുന്നു..

ഭാനു അമ്മ ശിവയുടെ പുതപ്പ് കൂടി കിച്ചനെ ദേഹത്തേക്ക് ഇട്ടു...അപ്പോഴേക്കും മാല തുണി ആയിവന്നിരുന്നു.. അത് വാങ്ങി ഭാനു അമ്മ കിച്ചന്റെ നെറ്റിയിൽ ഇട്ടു..

പനി മാറും കേട്ടോ മോന്റെ, ഇത് ഇങ്ങനെ കിടന്നോട്ടെ.. ഭാനു അമ്മ അവന്റെ നെഞ്ചിൽ തടവികൊണ്ട് പറഞ്ഞു.. കിച്ചനും അറിയുകയായിയിരുന്നു ഒരു അമ്മൂമ്മയുടെ സ്നേഹം..

അമ്മേ ദാ ചുക്ക് കാപ്പി.. ശിവയാണ്..

നീ തന്നെ കൊടുക്ക്...നീ അല്ലെ എല്ലാം ഒപ്പിച്ചത്..

അമ്മൂമ്മേ അമ്മയെ വഴക്ക് പറയണ്ട,, അമ്മ ഒന്നും ചെയ്തിട്ടില്ല..

കണ്ടോടി കൊച്ച് പറയുന്നത്,, ഇനി എങ്കിലും ഒന്ന് മാറാൻ നോക്ക്,, എന്റെ കൃഷ്ണാ നീയേ രക്ഷാ, മാല നീ ഇങ്ങോട്ട് പോര്,, ഇത് അവൾ നോക്കിക്കോളും.

ഭാനു അമ്മ മാലായെയും വിളിച്ചുകൊണ്ട് പുറത്തേക്ക് പോയി..എന്ത് ചെയ്യണം എന്നറിയാതെ ശിവ അവിടെ പതുങ്ങി നിന്നു..

അമ്മേ അമ്മേ എന്താ കൈയിൽ,, എനിക്ക് ഉള്ളതാണോ?

ഇനിയും വഴക്ക് പറയണ്ടെന്ന് ആരോ ശിവയുടെ മനസ്സിൽ പറഞ്ഞുകൊണ്ടിരുന്നു

നീ ഇത് കുടിക്ക്..

അവൾ അവനെ പതുക്കെ എഴുനേൽപ്പിച്ചു,,ഗ്ലാസ് ചുണ്ടിനോട് അടുപ്പിച്ചു.. കിച്ചൻ പതുക്കെ അത് കുടിച്ച് തീർത്തു..

നീ ഇത് മുഴുവൻ കുടിച്ചോ എരിയുന്നുണ്ടോ? പഞ്ചാര വേണോ?

ശിവ അല്പം വാത്സല്യത്തോടെ ചോദിച്ചു..

ഇല്ല അമ്മേ.. അമ്മ തന്നതല്ലേ അതുകൊണ്ട് നല്ല മധുരം.. കിച്ചൻ ഒന്ന് ചിരിച്ചു..

അവന്റെ ആ ചിരി എന്തൊ ശിവയുടെ ഹൃദയത്തിൽ കൊണ്ടു.. അവൾ അവനെ പതുക്കെ കിടത്തി.. തുണി ഒന്നുകൂടെ നനച്ച് നെറ്റിയിൽ ഇട്ടു.. ലൈറ്റ് ഓഫ് ആക്കി അവൾ കിടന്നു.കണ്ണുകൾ അടച്ച് തുടങ്ങിയപ്പോഴാണ് കിച്ചൻ വീണ്ടും വിറയ്ക്കുന്നത് കണ്ടത്.. ആദ്യം എന്ത് ചെയ്യണം എന്നുള്ള ആലോചന.. പിന്നെ പതുക്കെ അവനെ വിളിച്ചു..

കിച്ചാ കിച്ചാ....കിച്ചാ..

ഉം,, അമ്മേ കിച്ചന് തണുക്കുന്നു..

ശിവ അവനെ അവളുടെ അടുത്തേക്ക് ചേർത്ത് കിടത്തി...കിച്ചൻ അവളെ കെട്ടിപിടിച്ചു...അവൾക്ക് കൈകൾ മാറ്റാൻ തോന്നിയില്ല,, പതുക്കെ അവന്റെ മുടിയിൽ തഴുകി.. ഇന്ന് അങ്ങനെ താല്ലേണ്ടിയിരുന്നില്ല എന്നവൾക്ക് തോന്നി.

അമ്മേ അമ്മേ,, കിച്ചന് ഒരു പാട്ട് പാടിത്തരൊ കിച്ചന് ഇത് വരെ ആരും പാട്ടുപാടി ഉറക്കിയിട്ടില്ല...

എനിക്ക് പാട്ടൊന്നും പാടാൻ അറിയില്ല കിച്ചാ,, നീ ഉറങ്ങിക്കോ.

അമ്മേ ഒരു പാട്ട്...

എന്തൊ അവൾ ഒരു അമ്മയായി പരിണമിക്കുകയായിരുന്നു,, അവൾ ഒരു താരാട്ട് പാടി.. കിച്ചനെ വീണ്ടും മാറോട് ചേർത്ത് കിടത്തി..

അമ്മേ അമ്മേ അമ്മയ്ക്ക് നല്ല ചൂടുണ്ട്...

അത് നിനക്ക് പനി ഉള്ളത് കൊണ്ട് തോന്നുന്നതാ.. നീ ഉറങ്ങിക്കോ...

അങ്ങനെ രണ്ടുപേരും ഉറങ്ങി..

അമ്മേ അമ്മേ.... ഇങ്ങോട്ട് ഒന്ന് വന്നേ.. മാലയാണ് വിളിച്ചത്..

എന്താടി മാലെ എന്താ...ഈ രാവിലെ ഇങ്ങനെ അലറുന്നത്?

ദേ അങ്ങോട്ട് ഒന്നുനോക്കിയേ...ഭാനു അമ്മ കട്ടിലിലേക്ക് ഒന്ന് നോക്കി..

കട്ടിലിൽ അമ്മയുടെ ചൂടേറ്റ് ഒരു കുഞ്ഞുകിടക്കുന്നത് പോലെ കിച്ചൻ കിടക്കുന്നു..

എന്റെ കൃഷ്ണാ ഞാൻ ഇത് എന്താ ഈ കാണാണെ...ഭാനു അമ്മ ചുണ്ടത്ത് വിരൽ വച്ചു...പെട്ടെന്ന് നിദ്രയിൽ നിന്ന് ശിവ എഴുന്നേറ്റ്

കിച്ചനെ നീക്കി കിടത്തി, നെറുകയിൽ ഒരു ഉമ്മയും കൊടുത്തു...അവൾ തിരിഞ്ഞതും കണ്ടത് ഭാനു അമ്മയെ...ആകെ ചമ്മി,, അവൾ അല്പം ഗൗരവത്തിൽ പുറത്തേക്ക് നടുന്നുപോയി....

മാലയും, അമ്മയും മുഖത്തോട് മുഖം നോക്കി ചിരിച്ചു...ഭാനു അമ്മ കിച്ചന്റെ അടുത്തേക്ക് പോയി ഇരുന്നു.. അവന്റെ നെറ്റിയിൽ തൊട്ട് നോക്കി..

ഉം,, മാല പനി കുറഞ്ഞു

അത് പിന്നെ അങ്ങനെ ആണല്ലോ

അത് എന്താ അമ്മേ അങ്ങനെ പറഞ്ഞെ..

അത് അമ്മയുടെ പരിചരണം കിട്ടുന്ന ഏത് കുട്ടിയുടെയും അസുഖം ഒക്കെ വേഗം മാറും,, അതാണ് ദൈവം നൽകിയ വരധാനം.

ശിവ കുളിച്ച് റെഡി ആയി ഓഫീസിൽ പോകാൻ ഒരുങ്ങി.. കിച്ചൻ അപ്പോഴും എഴുനേറ്റട്ടില്ല,, അവൾ പതുക്കെ ചെന്ന് അവന്റെ നെറ്റിയിൽ ഒരു ഉമ്മ കൂടി കൊടുത്തു,, തിരിഞ്ഞു നടക്കാൻ ഒരുങ്ങി...അപ്പോഴാണ് കൈയിൽ കയറി കിച്ചൻ പിടിച്ചത്...

അമ്മേ അമ്മേ പോകുവാണൊ?

ആ...ഞാൻ ജോലിക്ക് പോകുവാണ്...വൈകിട്ട് വരും..

ഉം.. അവൻ ഒന്നു മൂളി..

അവൾ നടന്നു റൂമിന്റെ വാതിലിൽ എത്തി...

കിച്ചാ നിനക്ക് എന്തെങ്കിലും വാങ്ങണൊ വരുമ്പോൾ?

ഉം,, ഒരു ചോക്ലേറ്റ് കിട്ടിയാൽ കൊള്ളാം,, അവൻ ഒന്ന് പുഞ്ചിരിച്ചു...

തിരിച്ച് അവൾക്ക് പുഞ്ചിരിക്കാതിരിക്കാൻ കഴിഞ്ഞില്ല...അവൾ അമ്മയോട് യാത്ര പറഞ്ഞു,, മാലയെയും കൂട്ടി ഇറങ്ങി..

അല്ല നീ ഇത് ഇന്ന് വന്നൊ കാവ്യ,, നാളെ നിനക്ക് പരീക്ഷ ഉള്ളതല്ലേ? ഞാൻ പറഞ്ഞിരുന്നല്ലോ, ഓഫീസിലെ സ്റ്റാഫിനോട് ശിവ ചോദിച്ചു..

ഞാൻ ഇങ്ങ് പോന്നു ചേച്ചി,, ഇന്നത്തെ കൂടി ശമ്പളം കിട്ടിയാലേ ചിലതൊക്കെ നടക്കൂ..

മം...എടി രാജീവേട്ടൻ വിളിച്ചിരുന്നോ?

ഇല്ല,, ഇന്ന് വിളിച്ചില്ല.. എന്താ ചേച്ചി? സാർ ഒരു വീക്ക് എടുക്കുമായിരിക്കും എന്ന് ദാസേട്ടനെ കണ്ടപ്പോൾ പറഞ്ഞു..

ആണോ? ഞാനും വിളിച്ചു.. കിട്ടുന്നില്ല.. കിച്ചൻ വീട്ടിൽ ഉണ്ട്,, അവനെ സ്കൂളിൽ വിടുന്ന കാര്യം ചോദിക്കാൻ ആയിരുന്നു, ഇനി ഇപ്പോൾ അവിടെ നിൽക്കട്ടെ..

കിച്ചൻ അവിടെ ഉണ്ടോ ? ദാസേട്ടൻ പറഞ്ഞത് അവരുടെ കൂടെ പോകും എന്നാണല്ലോ...?

ഇല്ലടി അവൻ വീട്ടിൽ ഉണ്ട്...നീ ഒരു കാര്യം ചെയ്യൂ.. ആ എക്സൽ ഡീറ്റെയിൽസ് ഫീഡ് ചെയ്തിട്ട് ഇറങ്ങിക്കൊ..ബാക്കി ഞാൻ നോക്കിക്കോളാം..

അല്ല ചേച്ചി അത്...

ഇന്നാ ഈ പൈസ കൈയിൽ വച്ചോളൂ...

അയ്യോ ചേച്ചി ഇതൊന്നും വേണ്ടാ...

.

നീ എന്നെ ഇടയ്ക്ക് എന്താ വിളിക്കാറ്?

അത്.. ചേച്ചിയമ്മ..

അപ്പോൾ ഈ ചേച്ചിയമ്മ തരുന്നത് വാങ്ങണം, നല്ല പോലെ പരീക്ഷ എഴുതണം,, പണി നടക്കട്ടെ...

കാവ്യയുടെ കവിൾ നുള്ളിക്കൊണ്ട് ശിവയുടെ മുറിയിലേക്ക് പോയി, വൈകുന്നേരം തിരിച്ച് വരുന്ന വഴിക്ക്,, ശങ്കരൻ ചേട്ടന്റെ കടയിൽ..

ചേട്ടാ ഈ ചോക്ലേറ്റ് രണ്ടെണ്ണം തരൂ...

ആ ഇതാര് ശിവയോ? ആർക്കടി ഈ ചോക്ലേറ്റ്,, ഇന്നലെ അമ്മയും വാങ്ങിപോയല്ലൊ

അത് കിച്ചൻ അവിടെ വന്നിട്ടുണ്ട്,, ഇന്നലെ ഇതിലെ ഞങ്ങൾ പോയല്ലോ??

ഞൻ കണ്ടില്ല മോളെ,, ഇനി വരുമ്പോൾ ഒന്ന് കൊണ്ടുപോര്...

ഉവ്വ്...നമ്മുടെ പറ്റ് എത്രയുണ്ട്..??

അതിപ്പോ...1467 രൂപ ആയി...

എങ്കിൽ ഈ ആയിരം വച്ചോളൂ, ബാക്കി മാസവസാനം തരാം..

ആ മോളെ ശരി...

അങ്ങനെ കടയിൽ നിന്നും ഇറങ്ങി അവൾ വീടിന്റെ പടിയെത്തി..

ഈ അമ്മ ഇന്ന് വിളക്ക് ഒന്നും വച്ചില്ലേ?

അമ്മേ ഭാനു അമ്മേ?

ആ നീ എത്തിയൊ?

ഇന്ന് എന്താ അമ്മയുടെ ഭക്തി ഗാനമേള ഒന്നുമില്ലേ?

ഇന്ന് വിളിക്ക് വച്ചു,, പിന്നെ കിച്ചൻ ഉള്ളത് കൊണ്ട് ഞാൻ അതിനൊന്നും നിന്നില്ല.

അതിശയം ആയിരിക്കുന്നു,, എവിടെ കിച്ചൻ..

ഞാൻ ഇവിടെ ഉണ്ട് അമ്മേ... കിച്ചൻ ഓടി വന്ന് ശിവയെ കെട്ടിപിടിച്ചു.

നിന്റെ പനി ഒക്കെ മാറിയോടാ? ശിവ അവന്റെ നെറ്റിയിൽ തൊട്ട് നോക്കി..

ഉവ്വ്,,,എന്റെ ചോക്ലേറ്റ്,, കിച്ചൻ ശിവയ്ക്ക് നേരെ കൈ നീട്ടി..

അയ്യോ ഞാൻ മറന്നുപോയല്ലോ,, നാളെ വാങ്ങിതരാം..

ഉം...അവൻ മൂളികൊണ്ട് തിരിച്ചുപോകാൻ ഒരുങ്ങി..

ശിവ അവന്റെ കൈയിൽ പിടിച്ചു...

ടാ ഇന്നാ ചോക്ലേറ്റ്..... ശിവ ചിരിച്ചുകൊണ്ട് അവനുനേരെ നീട്ടി.

അമ്മേ.. താങ്ക് യൂ,, അമ്മ ഒന്ന് തല താഴ്ത്തിയെ....

എന്താടാ..... അവൻ ശിവയുടെ കവിൾ ഒരുമ്മ നൽകി..

ഇവരുടെ സ്നേഹപ്രകടനം കണ്ട് കണ്ണുമിഴിച്ചു നോക്കി നിൽക്കുന്ന ഭാനു അമ്മയെ നോക്കി ശിവ...

എന്താ അമ്മേ ഇങ്ങനെ നോക്കുന്നേ?

ഇവിടെ ഞാൻ കാണാൻ ആഗ്രഹിച്ച പലതും കണ്ടു.. എന്റെ കൃഷ്ണാ നിനക്ക് നന്ദി...

ശിവ അമ്മയെ നുള്ളിക്കൊണ്ട് അകത്തേക്ക് പോയി...

അമ്മേ അമ്മേ...കട്ടിലിന്റെ ഒരു വശത്തേക്ക് മാറികിടക്കുന്ന ശിവയെ കിച്ചൻ തോണ്ടി വിളിച്ചു...

ഉം...എന്താടാ...

ഞാൻ അമ്മയെ കെട്ടിപ്പിടിച്ചു കിടന്നോട്ടെ...അങ്ങനെ കിടക്കുമ്പോൾ പെട്ടെന്ന് ഉറക്കം വരും,, അമ്മയ്ക്ക് ഇഷ്ടമില്ലെന്നവച്ചാ വേണ്ടാ...

ഇങ്ങ് വാടാ...ശിവ അവളുടെ കൈകൾ നീട്ടി...അവളോട് ചേർന്ന് അവൻ കിടന്നു..

കിച്ചാ.. ഞാൻ അടിച്ചത് മോന് നൊന്തിരുന്നല്ലോ .. അമ്മയോട് ക്ഷമിക്കണം,, അമ്മ ഇനി അടിക്കില്ലാട്ടൊ, ഇനി കിച്ചനെ ആർക്കും കൊടുക്കില്ല...

ഞാൻ ക്ഷമിക്കാം,എന്നാ എനിക്ക് ഒരു കണ്ടീഷൻ ഉണ്ട്

അത് എന്താണെന്ന് ആവൊ?

അമ്മ നാളെ എന്റെ കൂടെ അമ്പലത്തിൽ വരണം...

അത് ശരിയാവില്ല മോനെ,, ഞാൻ വരില്ല...

അമ്മ എന്റെ കൂടെ വന്നാൽ മതി,, ഒന്നും പ്രാർത്ഥിക്കണ്ടാ

അത്...ഞാൻ.... ഉം വരാം...

കിച്ചനോട് ചെയ്തത് ഓർത്തു ശിവയുടെ മനസ്സ് നീറുന്നുണ്ടായിരുന്നു.. അതിനൊര് പരിഹാരം ആവട്ടെ എന്ന് കരുതി അവന്റെ കൂടെ പോകാനും നാളെ അവധി എടുത്ത് അവന്റെ കൂടെ പങ്കിടാനും തീരുമാനിച്ചു...

കിച്ചാ മോനെ നീ കാര്യം ആണൊ പറഞ്ഞെ?ശിവ അമ്പലത്തിൽ വരാന്ന് പറഞ്ഞൂന്നോ.... എന്റെ കൃഷ്ണാ നീ എന്റെ പ്രാർത്ഥന കേട്ടു..

അതെ ഞൻ കേട്ടൂലൊ

നിന്നെ അല്ല കൊച്ചേ,, അമ്മൂമ്മ സാക്ഷാൽ കൃഷ്ണനെ വിളിച്ചതാണ്...

ഒരു കസവുധരിച്ചുകൊണ്ട് ശിവ മുറിയിൽ നിന്നും ഇറങ്ങി..

എല്ലാവരും അവളെ തന്നെ നോക്കി നിന്നു.. സാക്ഷാൽ ലക്ഷ്മി ദേവി വന്നുനിൽക്കുന്നത് പോലെ,, ഇത് വരെ ആരും അവളെ അങ്ങനെ കണ്ടിട്ടില്ല,, എല്ലാവരും ഇങ്ങനെ നോക്കി നിൽക്കുന്നത് കണ്ട് ശിവ സാരിയിലോട്ട് ഒന്ന് നോക്കി...

എന്താ അമ്മേ ഇങ്ങനെ നോക്കുന്നത്.. ശിവ ഭാനു അമ്മയോടായി...

ഒന്നൂല്ല മോളെ,, നിന്നെ ഇങ്ങനെ കണ്ടപ്പോൾ എന്റെ മനസ്സിൽ ഒരു സുഖം തോന്നി..

ചേച്ചി നന്നയിട്ടുണ്ട്.. മാല പറഞ്ഞു...

അമ്മേ,, സൂപ്പർ....

ഉം... നമുക്ക് പോകാം.. വാ... ശിവ കിച്ചന്റെ കൈയും പിടിച്ചുകൊണ്ട് പുറത്തേക്ക് നടന്നു.. അങ്ങനെ ഒരു മാറ്റം അവളിൽ ആരും പ്രതീക്ഷിച്ചില്ല,, കിച്ചന്റെ കൈയും പിടിച്ചുകൊണ്ടുള്ള ആ നടപ്പ് കണ്ടാൽ തനി അമ്മ തന്നെ...ഭാനു അമ്മയുടെ കണ്ണ് നിറഞ്ഞു.

അങ്ങനെ വർഷങ്ങൾക്ക് ശേഷം അവൾ ആ അമ്പലത്തിന്റെ പടികൾ കടന്നു, ക്ഷേത്ര നടയിൽ നിന്നുകൊണ്ട് ആ രൂപം ദർശിച്ചപ്പോൾ അവൾക്ക് കൈകൾ കൂപ്പാൻ കഴിഞ്ഞില്ല...അവൾ

കണ്ണുകൾ അടച്ച് മനസ്സിൽ പണ്ട് അച്ഛൻ ചൊല്ലിക്കൊടുത്ത മന്ത്രങ്ങൾ ഉരുവിട്ടു

അവളുടെ ആ നിൽപ്പിൽ അവിടെ പൂജ ചെയുന്ന ശാന്തിവരെ അത്ഭുതപ്പെട്ട് നിന്നു.... കണ്ണ് തുറന്നു...തൊട്ടടുത്ത് നിന്ന കിച്ചനെ നോക്കിയിട്ട് അവനെ അവിടെ കണ്ടില്ല, ശിവയുടെ മനസ്സ് ഒന്ന് പിടഞ്ഞു

കിച്ചാ കിച്ചാ...അവൾ വിളിച്ചുകൊണ്ട് അമ്പലനടയുടെ ഓരോ ഭാഗത്തേക്കും നോക്കി...അവിടെ കാണാത്തത് കാരണം പുറത്തേക്ക് ഇറങ്ങി...

ആ ഇവിടെ നിൽപ്പുണ്ടായിരുന്നൊ ...അവിടെ ഒരു വശത്തായി ഇരുപ്പിടം ഉറപ്പിച്ച പിച്ച എടുക്കുന്നവരുടെ അടുത്ത് നിൽക്കുന്നു...

ടാ മോനെ,, നീ എന്താ ഈ കാട്ടുന്നെ,,, ഈ പൈസ ഭാനു അമ്മ നേർച്ച ഇടാൻ തന്നതല്ലേ...?

അമ്മേ ഇവർക്ക് കൊടുത്ത് കഴിഞ്ഞു ബാക്കിയുള്ളത് അകത്തിരിക്കുന്ന ആൾക്ക് കൊടുത്താൽ മതി, അതല്ലേ നീതി..

ടാ നീ മുതിർന്നവരെ പോലെ സംസാരിക്കാതെ,, ശരി ശരി നികൊടുത്തോളൂ,, ദാ ഇത് കൂടി...

നല്ല അമ്മ,, എങ്കിൽ നമുക്ക് പോകാം....

അങ്ങനെ അവർ നടന്ന് ശങ്കരൻ ചേട്ടന്റെ കടയുടെ അടുത്ത് എത്തി...

അയ്യോ ശങ്കരൻ ചേട്ടൻ കട തുറന്നില്ലല്ലൊ

എന്താ അമ്മേ?

ഇല്ല മോനെ,, നിന്നെ ഒന്ന് കാണണം എന്ന് ശങ്കരൻ ചേട്ടൻ പറഞ്ഞിരുന്നു..

ആ ഈ കടയിലെ,, അപ്പൂപ്പന് പാടില്ല, നെഞ്ചിൽ വേദനായാണ്,, ആശുപത്രിയിൽ ആണ്...

ആണൊ? നീ എങ്ങനെ അറിഞ്ഞു,, ഓ അമ്പലത്തിൽ വച്ചു ആരെങ്കിലും പറഞ്ഞോ...ശരി നടക്കൂ..

ഉം...കിച്ചൻ ഒന്ന് മൂളി..

അമ്മേ അമ്മേ...ഞാൻ ഒരു കാര്യം പറയട്ടെ...

മം.. പറയൂ...അമ്മ എന്നെ എടുക്കുമൊ,വീട് വരെ...

ഉം.. പിന്നെ എന്താ,, വാ...ശിവയുടെ ഒക്കത്ത് കയറ്റി കിച്ചനെ ഇരുത്തി...

വീടിന്റെ മുന്നിൽ മുളക് ഉണക്കാൻ ഇടുന്ന ഭാനു അമ്മ കാണുന്നത്,, കിച്ചനെയും ഒക്കത്ത് ഇരുത്തി വരുന്ന ശിവയെ ആണ്...ഇത് ഈ കുഞ്ഞിന് എങ്ങനെ സാധ്യമായെന്ന് അവർക്ക് എത്ര ആലോചിച്ചിട്ടും കിട്ടില്ല...അന്നത്തെ ദിവസം അവർ അമ്മയും മോനും കൂടി പാർക്കിൽ പോയി, തൊട്ടടുത്തുള്ള സിനിമ കോട്ടയിൽ പോയി,, അങ്ങനെ അന്നത്തെ ദിവസം വൈകിട്ടോടുകൂടി അവർ തിരിച്ചുവന്നൂ.. വഴിയിൽ വച്ചു ആളുകൾ അവളെ ശ്രദ്ധിക്കുന്നുണ്ടായിരുന്നു.. ഇത്രയും സന്തോഷവതിയായി അവിടെ ആരും അവളെ കണ്ടുകാണില്ല എന്ന് ഉള്ളിൽ പറഞ്ഞു...അവർ വീട്ടിലേക്ക് എത്തി...അന്നും അവളുടെ ദേഹത്തോട് ചേർന്ന് കിച്ചൻ കിടന്നു.

അമ്മേ അമ്മേ...

എന്താ എന്റെ മോന്

അമ്മ ഇതുപോലെ എന്നെ എന്നും സ്നേഹിക്കുമൊ?

പിന്നെ,, എന്റെ മോനെ ഞാൻ ഇനി എന്നും ഇങ്ങനെ സ്നേഹിക്കും...അവൾ വീണ്ടും അവനെ ഇറുക്കി പിടിച്ചു....

ശിവ എഴുനേറ്റു...

ഓ എന്റെ കുഞ്ഞു നേരെത്തെ എഴുന്നേറ്റന്ന് തോന്നണു...

അമ്മേ ഭാനു അമ്മേ....

എന്താടി കിടന്ന് അലറുന്നത്..

അമ്മേ കിച്ചൻ എവിടെ....

കൊച്ച് ഇവിടെ ഇല്ലേ,, അവൻ ആ പൂന്തോട്ടത്തിന്റെ അടുത്ത് കാണും, ചെന്ന് നോക്ക്.. ഭാനു അമ്മ പറഞ്ഞിട്ട് അടുക്കളയിലേക്ക് പോയി...

ഈ കുറുമ്പൻ ഇത്...കിച്ചാ,,, കിച്ചാ....

അവൾ വീടിന് ചുറ്റും നോക്കി,, അവനെ കണ്ടില്ല,,, എല്ലാവരും ആ പരിസരം മുഴുവൻ നോക്കി അവനെ കാണുന്നില്ല...ഒരു സൈക്കിൾ അങ്ങോട്ടേക്ക് വന്നു...

ആ ഇതാര് നീലനോ,, എന്താടാ രാവിലെ...ഭാനു അമ്മ ചോദിച്ചു..

അത് ചേച്ചി നമ്മുടെ ശങ്കരൻ ചേട്ടൻ മരിച്ചു,, നെഞ്ചുവേദന ആയിട്ട് ആശുപത്രിയിൽ ആയിരുന്നു...

എന്റെ കൃഷ്ണാ....

ഞാൻ പോകുവാണ്...അയാൾ സൈക്കിൾ തിരിച്ചു.....

അമ്മേ എന്നാലും ആ കുറുമ്പൻ ഇത് എവിടെ? എന്നെ പറ്റിക്കാൻ എവിടെയെങ്കിലും ഒളിച്ചിരിക്കുന്നുണ്ടാകും....

പെട്ടെന്നാണ് പടികടന്ന് ഒരു കാർ വരുന്നത്...

അമ്മേ അത് രാജീവേട്ടൻ ആണല്ലോ? ഞാൻ എന്ത് പറയും...

രാജീവും അമ്മയും വണ്ടിയിൽ നിന്നും ഇറങ്ങി...

രാജീവേട്ടാ രാജീവേട്ടാ...കിച്ചൻ...

രാജീവ് ബാക്കിലെ ഡോർ തുറന്ന് കിച്ചനെ എടുത്തു...

ശിവ ദേ കിച്ചൻ...

എടാ കുറുമ്പാ നീ ഇത് എപ്പോ കയറി വണ്ടിയിൽ...ശിവ അടുത്തേക്ക് ചെന്നു...

രാജീവ് ഒന്ന് പുറകോട്ട് മാറി...

നിനക്ക് എന്താടി ഇവനോട് ഇത്രയും സ്നേഹം,, മുൻപ് അങ്ങനെ അല്ലായിരുന്നല്ലോ...

അത് രാജീവേ ഈ മൂന്നാലു ദിവസം കൊണ്ട് അവർ തമ്മിൽ അടുത്തു...

അമ്മായി എന്താ ഈ പറയുന്നേ? ആര് ആരോട് അടുത്തെന്ന്..

ടാ മോനെ കിച്ചനും ശിവയും തമ്മിൽ, ഇനി ഒരു കല്യാണ തിയതി കുറിച്ചാൽ മതി...

എന്റെ അമ്മായി,, എന്റെ കൂടെ ഉള്ള കൊച്ച് എങ്ങനെയാ ശിവയുടെ ഒപ്പം ഉണ്ടാകുന്നെ...?

അവിടെ റേഞ്ച് ഇല്ലായിരുന്നു വിളിക്കാൻ,, പിന്നെ ഇവൾക്ക് ഈ കൊച്ചിനെ ഇഷ്ടമല്ലല്ലോ അത് കൊണ്ട് ഞങ്ങൾ അങ്ങ് കൊണ്ടുപോയി..

അപ്പോൾ ഇവിടെ ഉണ്ടായിരുന്നതൊ?

എന്താ അമ്മായി ഈ പറയുന്നേ...

അത് കേട്ടപാടെ ശിവയുടെ കണ്ണുകൾ നിറഞ്ഞൊഴുകി,, അവൾ വീടിന് അകത്തേക്ക് ഓടി.. നേരെ പോയത് കൃഷ്ണ വിഗ്രഹം ഇരിക്കുന്ന അടുത്തേക്ക്...

എന്റെ കണ്ണാ ഇതൊക്കെ നിന്റെ വികൃതികൾ ആയിരുന്നൊ .. എന്നെ പരീക്ഷിക്കാൻ...

അവൾ കണ്ണുകൾ അടച്ച് കൈകൾ കൂപ്പി...ഒരു സ്പർശനം എന്നോണം,, ഒരു മയിൽ പീലി അവളുടെ കൈകളിൽ വന്ന് വീണു...

പുറത്ത് മാലയും ഭാനുമതി അമ്മയും കൂടി രാജീവിനെയും അമ്മെയെയും ഉണ്ടായ സംഭവങ്ങൾ പറഞ്ഞു ധരിപ്പിച്ചു...കിച്ചൻ രാജീവിന്റെ ഒക്കത്ത് നിന്നും ഇറങ്ങി നേരെ ശിവകാമിയുടെ അടുത്തേക്ക് നടന്നു..

അവളെ കണ്ടതും അവൻ..

അമ്മേ.... എന്നോട് ഒന്ന് സംസാരിക്കൂ,, ഞാൻ അമ്മയ്ക്ക് ഇഷ്ടമില്ലെങ്കിൽ അമ്മൂമ്മയുടെ കൂടെ നിന്നോളം,, ഇടക്ക് എന്നോട് ഒന്ന് മിണ്ടിയാൽ മതി...

ശിവ അത് കേട്ടതും ആദ്യം ഒന്ന് അമ്പരന്നു...കിച്ചൻ തുടർന്നു..

അമ്മേ അമ്മേ.... അവൻ അടുത്തേക്ക് ചെന്ന് ശിവയുടെ കൈകളിൽ പിടിച്ചു...ശിവയിൽ ആ സ്പർശം മുൻപത്തെപോലെ തന്നെ തോന്നി.... അവൾ അവനെ കോരിയെടുത്തു,, ഉമ്മകൾ കൊണ്ട് മൂടി...

പുറത്ത് നിന്ന് വന്ന എല്ലാവരും അത് കണ്ട് സന്തോഷിച്ചു.... അങ്ങനെ ശിവയുടെ കഴുത്തിൽ രാജീവ് താലി ചാർത്തി

അമ്പാടി.....രാജീവിന്റെ വീട്...കല്യാണം കഴിഞ്ഞു, അമ്മയെയും മാലായെയും അവർ ഇങ്ങോട്ട് കൊണ്ട് വന്നു...

ഒരു ദിവസം

കണികാണും നേരം കമലാനേത്രന്റെ

നിറമേറും മഞ്ഞത്തുകിൽ ചാർത്തീ.......

ഭാനു അമ്മയും മാലയും അമ്മായിയും പിന്നെ ശിവയുടെ മടിയിൽ ഇരുന്നു കണ്ണുകൾ അടച്ച് നാമം ജപിക്കുന്ന കിച്ചനും ചിത്രത്തിൽ..

END

ഈ ഭൂമിയിൽ അമൂല്യമായത് അമ്മയുടെ സ്നേഹമാണ്,ആ ഒരു സ്നേഹത്തിന് പകരം നൽകാൻ ഇവിടെ ഒന്നും തന്നെ ഇല്ല.. നമുക്ക് ജന്മം തന്ന അമ്മമാത്രമല്ല, അത് ചിലപ്പോൾ ചേച്ചിയാവാം, അനുജത്തിയാവാം, അദ്ധ്യാപികയാവാം, സൗഹൃദങ്ങളിൽ നിന്നും ഉടലെടുത്ത ബന്ധങ്ങൾ ആവാം,പരസ്പരം സ്നേഹിക്കുക,അവരെ ബഹുമാനിക്കുക അതുപോലെ എല്ലാം കുഞ്ഞുങ്ങളിലും ഒരു ദൈവീക ഗുണമുണ്ട്,, അവരെ സംരക്ഷിക്കുക, സ്നേഹിക്കുക, അവരുടെ കൂടെ

നിൽക്കുക, എല്ലാകാര്യങ്ങളും അമ്മയോടും അച്ഛനോടും തുറന്ന് പറയുന്നവരാക്കി മാറ്റിയെടുക്കുക, അവർക്ക് നിങ്ങൾ കൂട്ടുകാരാവുക.

12
എൻപാതി

ഹരി ഹരി.......ഡാ നീ എവിടെ ഇരുപ്പുണ്ടായിരുന്നോ ? കരുണനാണ് ചോദിച്ചത്

ആ അമ്മാവാ ? ഞാൻ അല്പം നേരത്തെ വന്നു...അവളെ കാണാൻ കൊതിയായി എനിക്ക് ഹരി അത് പറഞ്ഞു കരുണനെ നോക്കി പുഞ്ചിരിച്ചു..

ഡാ മോനെ അവള് വിളിച്ചപ്പോൾ എത്താൻ 8 മണി ആവുമെന്നാണ് പറഞ്ഞത് നീ ഇത് ഇത്രെയും നേരത്തെ ....ശരി ശരി ഞാൻ ഈ പാലൊന്ന് കൊടുത്തിട്ട് വരട്ടെ...നീ ഇവിടെ ഇരിക്ക് കരുണൻ നടന്നു നീങ്ങി ...

കല്യാണി എന്റെ കല്യാണിക്കുട്ടി എന്റെ സന്തോഷത്തിലും സങ്കടത്തിലും കൂടെ നിന്നവൾ അമ്മയും അച്ഛനും മരിക്കുമ്പോൾ കൂടെ എടുത്ത് വളർത്തിയത് അമ്മാവനാണ്.അവര് പോകുന്നതിന് മുന്പ് കൊടുത്ത വാക്കാണ് കല്യാണി ഹരിക്കുള്ളതാണെന്നു..അത് പിന്നെ ജീവിതത്തിന്റെ ഭാഗമായി മാറി, എംബിബിസ് പഠിക്കാനുള്ള ആഗ്രഹംകൊണ്ട് എന്റെ നിര്ബന്ധത്തിലാണ് അവളെ പട്ടണത്തിലേക്ക് വിട്ടു പഠിപ്പിച്ചത്..ഒഴിഞ്ഞു കിടന്നിരുന്ന എന്റെ പഴയ വീട് അവളുടെ പഠി പ്പിലേക്കായി മാറ്റി വച്ചു...പത്താം ക്ലാസ്സ് കഷ്ട്ടിച്ചു പാസ്സായ ഞാൻ കൃഷിയും പാചകവുമായി നടന്നു നീങ്ങുന്നു...പഠിക്കാൻ പോകുന്നതിന് തലേന്ന് ഞാനാണ് അവളോട് പറഞ്ഞത് അത്യാവശ്യത്തിന് വീട്ടിലോട്ട് വിളിക്കൂ..

എന്നെ വിളിച്ചാൽ ചിലപ്പോൾ നിന്നെ ഞാൻ അവിടെ വന്നു കാണേണ്ടിവരും പഠിപ്പാണ് പ്രധാനം എന്ന്, ഒരുപാട്

നിര്ബന്ധിച്ചതിന് ശേഷമാണ് അവള് സമ്മതിച്ചത് തന്നെ..എങ്കിലും ഈ നീണ്ട വർഷങ്ങൾ അവളില്ലാതെ ആ ശബ്ദം കേൾക്കാതെ എനിക്ക് എങ്ങനെ ജീവനോടെ നില്ക്കാൻ കഴിഞ്ഞു എന്നത് തന്നെ അതിശയമാണ്...

ഡാ മോനെ നീ ഇത് എന്ത് ആലോചിക്കേണ് ? ഇന്നലത്തെ പാചകപരിപാടി എങ്ങനെ ഉണ്ടായിരുന്നു ? നീ ഇന്നല്ലേ എപ്പോ വന്നു കിടന്നു എന്നുപോലും ഞാൻ അറിഞ്ഞില്ല.. നിനക്ക് ഇടയ്ക്ക് അവളെ ഒന്ന് വിളിച്ചൂടായിരുന്നോ? കുറെ നാളായിട്ട് അവൾ നിന്നെ കുറിച്ചൊന്നും ചോദിക്കുന്നില്ലെന്നൊക്കെ അമ്മായി പറഞ്ഞു....നീ മിണ്ടാത്തതിന്റെ ദേഷ്യമാകും.. കരുണൻ അവന്റെ തോളിൽ കൈവച്ചു പറഞ്ഞു..

അമ്മാവാ അവളെ അറിയാലോ എന്റെ ഈ ശബ്ദം കേട്ടാൽ പിന്നെ ഇങ്ങോട്ടേക്ക് ഓടിവരും,,,ഈ കാത്തിരിപ്പിന് ഒരു സുഖമുണ്ട് എന്റെ അമ്മാവാ ഞാൻ ഒന്ന് അമ്മാവന്റെ കവിളിൽ നുള്ളി.....

ടാ മോനെ ദാ ബസ്സ് വരുന്നുണ്ട് ....അവൾ അതിൽ കാണും..

എന്റെ ഹൃദയത്തിന്റെ പാതി എന്റെ എല്ലാമായ കല്യാണി അവള്ക്ക് വേണ്ടിയുള്ള കാത്തിരിപ്പ് അവസാനിപ്പിക്കുന്നു ഇന്ന് ഇവിടെ ....

ലാവണ്ടർ നിറത്തിലുള്ള സാരിയാണ് വേഷം അവൾ അടുത്തേക്ക് വരുന്തോറും എന്റെ ഹൃദയമിടിപ്പ് കൂടി കൂടി വന്നു...

അച്ചരാ എത്ര നാളായി കണ്ടിട്ട് ?നിങ്ങളെ ഒക്കെ ഒരുപാട് മിസ് ചെയ്തു ഞാൻ ,,എനിക്ക് അവിടെ ആരുമില്ലാത്തപോലെ ആയിരുന്നു..

അതുപറഞ്ഞപ്പോൾ അവളുടെ കണ്ണുകൾ നിറഞ്ഞിരുന്നു..അവൾ അച്ചരനെ കെട്ടിപിടിച്ചു....സംരക്ഷണത്തിന്റെ ഒരു ഉറപ്പ് വീണ്ടും അവള്ക്ക് കിട്ടുകയായിരുന്നു.....

കരുണൻ അവളെ അടർത്തി മാറ്റി എന്നിട്ട് പറഞ്ഞു..

മോളെ ഇവിടെ എന്നേക്കാൾ കൂടുതൽ നിന്നെ കാത്തിരിക്കുന്ന ഒരാളുണ്ട് ... അമ്മാവൻ എന്നെ നോക്കി...

ഞാൻ കരുതി അവൾ ഓടിവന്ന് എന്നെ കെട്ടിപിടിക്കുമെന്ന് എവിടെന്ന്? എന്നെ ഒന്ന് നോക്കുക പോലും ചെയ്യാതെ കൈയിലിരുന്ന ബാഗ് എന്റെ കൈയ്യിൽ തന്നിട്ട് അച്ചരന്റെ കൈയിൽ തൂങ്ങി നടന്നു....

ഞാൻ ഇത്രയും നാൾ മിണ്ടാതിരുന്നതിന്റെ പരിഭവം ആവും എന്ന് ഞാനും കരുതി...

നിനക്ക് വച്ചിട്ടുണ്ടടി കുട്ടികുറുമ്പി വീടത്തെട്ടെ..മനസ്സിലോർത്ത് പിറകെ ഞാനും നടന്നു..

ഉമ്മറത്ത് ഉമ്മക്കൊലുസുവും അമ്മായിയും മുന്നില് തന്നെ മോളെ പ്രതീക്ഷിച്ചിരിക്കുകയായിരുന്നു....ഞങ്ങളെ കണ്ടതും അമ്മായി ഓടി അടുത്തു..

അച്ഛന്റെ കൈയിൽ നിന്നും പിടിവിട്ട് കല്യാണി അമ്മയുടെ അടുത്തേക്ക് ഓടിയിരുന്നു..അമ്മയുടെ തലോടൽ കിട്ടാതെ എവിടെ പോയിട്ട് എന്ത് കാര്യം...

അതോർക്കുമ്പോൾ ഉള്ളൊന്ന് നൊന്തു ...എന്റെ അമ്മ...

അമ്മക്കുട്ടി ...അമ്മക്കുട്ടി കുറച്ചു തടിച്ചൂലേ? അവൾ അമ്മയെ കെട്ടിപിടിച്ചുകൊണ്ട് പറഞ്ഞു...

എന്റെ പൊന്നുമോളെ , ഈ അമ്മയ്ക്ക് സന്തോഷമായി....എന്റെ മോളിങ്ങോട്ട് എത്തിയല്ലോ.. അമ്മായി അവളുടെ നെറുകയിൽ ചുംബിച്ചു...

അല്ല കമലം നീ അകത്തേക്ക് കയറ്റുന്നില്ലേ... അമ്മാവന് ചോദിച്ചത്..

‘ വാ...വാ.... മോളൂട്ടീ വാടാ.....ഹരികുട്ടാ വാ....

ഉമ്മക്കൊലുസു(പൂച്ച) ഇതാണ് നിന്റെ ചേച്ചി കേട്ടോ ? അമ്മായി പൂച്ചയോടായി പറഞ്ഞു..

അമ്മെ നല്ല സുന്ദരി പൂച്ച ഇതെവിടെന്നാ ? ഈ ഉമ്മക്കൊലുസുന്ന് ആരാ പേരിട്ടത്... കല്യാണി ഉമ്മക്കൊലുസൂനെ കൈയിൽ എടുത്തിരുന്നു..എന്നിട്ട് അതിന്റെ തലയിൽ പതിയെ തലോടി...

ഹരിമോൻ കൊണ്ടുവന്നതാടി മോളെ ,,അവനാ പേരിട്ടത്... അമ്മാവൻ പറഞ്ഞു..

ഉം അവളൊന്ന് മൂളി...

എങ്കിലും ആ മൗനം എന്നെ വീണ്ടും വീണ്ടും വേദനിപ്പിച്ചുകൊണ്ടിരുന്നു...കേട്ടപാതി..

അമ്മാവാ ഞാൻ പോയിട്ട് ഉച്ചയ്ക്ക് വയ്ക്കാൻ കറിക്ക് എന്തെങ്കിലും വാങ്ങിയിട്ട് വരാം...നിനക്ക് എന്തെങ്കിലും വേണോ മോളെ ? ഞാൻ കല്യാണിയെ നോക്കി ചോദിച്ചു...ഈ പ്രാവശ്യം എന്തോ മിണ്ടി...

എനിക്ക് അങ്ങനെ പ്രത്യകിച്ച് ഒന്നും വേണ്ട അവൾ പറഞ്ഞു അകത്തേക്ക് പോയി ... അമ്മായി കൂടെയും...

ടാ മോനെ പൈസ വല്ലതും വേണോ ?

ഞാൻ അമ്മാവനെ സൂക്ഷിച്ചൊന്ന് നോക്കി...

ടാ ഇങ്ങനെ എന്നെ നോക്കി കൊല്ലല്ലേടാ ഞാൻ വെറുതെ ഒന്ന് ചോദിച്ചെന്ന് മാത്രം...വേഗം പോയിട്ട് വാ.....

ഞാൻ ഒന്ന് ചിരിച്ചു... ബുള്ളറ്റ് സ്റ്റാർട്ട് ചെയ്തു റോഡിലേക്ക് നീങ്ങി

മോളെ നീ ഒന്ന് കുളിച്ചിട്ടുവാ ...അമ്മ അപ്പോഴേക്കും കഴിക്കാൻ വല്ലതും എടുക്കാം...

അമ്മ കഴിച്ചിട്ട് കുളിച്ചാൽ പോരെ വിശക്കുന്നു... അവൾ കൊഞ്ചിക്കൊണ്ട് പറഞ്ഞു..

ടി ചെന്ന് കുളിക്കടി.....കമലം അല്പം ദേഷ്യത്തോടെ പറഞ്ഞു..

ഉം..ഉമ്മക്കൊലുസു ചേച്ചി കുളിച്ചിട്ടും വരാമേ..അവൾ പതിയെ അതിനെ മടിയിൽ നിന്നും താഴെ വച്ചു.....നേരെ കുളമുറിയിലേക്ക്...

(ഉമ്മറത്ത്)

കരുണേട്ടാ കുട്ടി വന്നില്ലേ ? ഇനി നമുക്ക് ആ ചടങ്ങ് അങ്ങൊട്ട് നടത്താം..എന്ത് പറയുന്നു..?

ആ ഞാൻ ഹരിയോട് ഒന്ന് സൂചിപ്പിച്ചിരുന്നു..കല്യാണിയോട് ചോദിക്കാൻ പറഞ്ഞു..

അത് എന്താ ഏട്ടാ ഹരിക്ക് വല്ല ഇഷ്ടക്കേടും കമലം പറഞ്ഞൊപ്പിച്ചു...

എന്റെ ഭാര്യേ ഈ ലോകത്ത് അവളെ ഇത്രേം സ്നേഹിക്കുന്ന വ്യക്തി അവനാണ്..അവൻ പറഞ്ഞത്..ഗുരുവായൂർ വേണോ അതോ നമ്മുടെ അമ്പലത്തിൽ വച്ചുവേണോ അതിനെ കുറിച്ചാണ്..

ഓ ഞാൻ അങ്ങ് ഇല്ലാണ്ടായി...അത് ഇപ്പോൾ അവള് വരുമല്ലോ..ചോദിക്കാം..

ദാ ഹരി വരുന്നുണ്ട്...

ബുള്ളറ്റ് സ്ഥാൻടിൽ കയറ്റി ഞാൻ ചെന്നു..

എന്താണ് കപ്പിൾസ് ഇങ്ങനെ ഒരുമിച്ചിരുന്ന് സ്വകാര്യം പറയുന്നത്..? വല്ല ഒളിച്ചോടാനുള്ള പ്ലാൻ ഉണ്ടോ ?

ഞാൻ കുറുമ്പോടെ അവരെ രണ്ടുപേരെയും നോക്കി ചോദിച്ചു...

ടാ ടാ മതിയാടാ....അമ്മാവൻ ചിരിച്ചുകൊണ്ട് പറഞ്ഞു..

അമ്മായി കുറച്ചു മീൻ കിട്ടി...പിന്നെ ചിക്കനും മേടിച്ചു..ചിക്കൻ ഞാൻ ഉണ്ടാക്കാമെ....

ആയിക്കോട്ടെ...ടാ ഞങ്ങള് നിങ്ങളുടെ വിവാഹകാര്യം സംസാരിക്കുവായിരുന്നു...അമ്മായി പറഞ്ഞു..

ഓ അത്..അത് നടത്താലോ.....

അപ്പോഴേക്കും കല്യാണി കുളികഴിഞ്ഞ് എത്തിയിരുന്നു..അഴിച്ചിട്ട മുടിയിൽ നിന്നും വെള്ളം ഊർന്നിറങ്ങുന്നു...

ടി മോളെ ഒന്ന് വന്നേ ഒരു കാര്യം അമ്മായി അവളെ വിളിച്ചു..

അമ്മേ എനിക്ക് വിശക്കുന്നു...കഴിക്കാൻ തായോ..?

അമ്മായി അവള്ക്ക് എന്തെങ്കിലും കൊടുക്ക് കഴിക്കാൻ ബാക്കി ഒക്കെ പിന്നെ സംസാരിക്കാം..

ഓ കഴിപ്പിനേക്കാൾ വലിയ ഒന്നല്ലേ കുട്ടാ ...ഒന്ന് വാടി.....

ഈ അമ്മ അവൾ ചവിട്ടി തുള്ളി അടുത്തേക്ക് വന്നു..അല്പം

ദേഷ്യമുണ്ട് മുഖത്ത്...

ടി ഞങ്ങൾ നിങ്ങളുടെ കല്യാണക്കാര്യം പറയുകയായിരുന്നു...അത് എവിടെ വച്ച്... അമ്മാവൻ പറഞ്ഞ്മുഴുവിപ്പിക്കും മുൻപേ... കല്യാണി പറഞ്ഞ് തുടങ്ങി..

അച്ഛാ എനിക്ക് ഇപ്പോൾ കല്യാണം വേണ്ടാ ... എനിക്ക് USA പോയി ഒരു പിജി ചെയ്താൽ കൊള്ളാമെന്നുണ്ട്....

അവളുടെ വാക്കുകൾ എല്ലാവരുടെയും ഹൃദയത്തിൽ വിങ്ങലുണ്ടാക്കി..എന്ത് പറയണം എന്നറിയാതെ അമ്മായിയും അമ്മാവനും മുഖത്തോട് മുഖം നോക്കി..

ഞാൻ ഇടയിൽ കയറി പറഞ്ഞു..

നിങ്ങൾ എന്തിനാ അമ്മാവാ ഇങ്ങനെ നോക്കുന്നെ ... അവളുടെ ആഗ്രഹം അതാണെങ്കിൽ നടക്കട്ടെ...നമ്മളായിട്ട് അതിന് തടസ്സം നിൽക്കണ്ട...

ടാ ഹരി ഈ കാര്യത്തിൽ ഒരു തീരുമാനം ഞാൻ പറഞ്ഞോളാം..കല്യാണി നിനക്ക് അങ്ങനെ പഠിക്കണം എങ്കിൽ പൊയ്ക്കോളൂ...കല്യാണം കഴിഞ്ഞ് ഒന്ന് രണ്ടുവർഷം കഴിഞ്ഞു.. അമ്മാവൻ ദേഷ്യത്തിൽ പറഞ്ഞു...

എന്റെ ഇഷ്ടത്തിന് ഇവിടെ വില ഇല്ലല്ലോ.. എന്തൊക്കെയോ പിറുപിറുത്തുകൊണ്ട് അവൾ കോണിപ്പടിയിലൂടെ മുകളിലേക്ക് നടന്നു..

ടി മോളെ നീ അവിടെ നിൽകടി... എന്തെങ്കിലും കഴിക്ക്....

അമ്മായി പുറകെ വിളിച്ചു..

അമ്മായി കഴിക്കാൻ എടുക്ക് ഞാൻ കൊടുക്കാം..ചെല്ല് എന്റെ കുഞ്ഞിപ്പെണ്ണേ

അമ്മായിയോട് പുന്നാരത്തോടെ പറഞ്ഞു ഞാൻ..എങ്കിലും മനസ്സില് ചെറിയ അല്ല വലിയ നോവ്..

അമ്മായി കൊണ്ടുവന്ന ദോശയും ചമ്മന്തയുമായി ഞാൻ പടികൾ കയറി...

ദാ ഇരിക്കുന്നു എന്റെ പാതി മാനത്തോട്ടും നോക്കി..

മോളെ ...ഇത് കഴിക്ക്....അവൾ എന്നെ നോക്കിയിട്ട് പുച്ഛരത്തോടെ മുഖം തിരിച്ചു..

ഞാൻ കട്ടിലിൽ ചെന്ന് അവളുടെ അടുത്തേക്ക് ചേർന്നിരുന്നു..അവൾ ഒന്നുകൂടി മാറിയിരുന്നു...

ടി മോളെ ഇത് കഴിക്ക് നീയ്.. ഇങ്ങനെ വാശിപിടിക്കല്ലേ ... നിന്റെ ചേട്ടനല്ലേ പറയുന്നേ..

അവൾ വീണ്ടും മുഖം തിരിച്ചു..എനിക്ക് ദേഷ്യം വന്നു..

ടി കഴിക്കടി വേഗം ഇത്..നീ വന്നപ്പോൾ മുതൽ ആണല്ലോ ... എന്റെ സ്വാഭാവം മാറ്റരുത് കഴിക്ക്...എന്റെ ഉറക്കെയുള്ള സംസാരം കേട്ടവൾ പേടിച്ചു..വേഗം കൈയ്യിലിരുന്ന പ്ലേറ്റ് മേടിക്കാൻ തുനിഞ്ഞു..

വാ തുറക്കടി... ഞാൻ ഒരു ദോശയിൽ നിന്നും ഒരു കഷ്ണം കീറിയെടുത്ത് ചമ്മന്തിയിൽ മുക്കി അവളുടെ വായിൽ വച്ചുകൊടുത്തു....എന്തോ കഴിച്ചു.. അങ്ങനെ കഴിപ്പിക്കുന്നതിനടയിൽ അവളുടെ കണ്ണുകൾ നിറഞ്ഞു..അല്പം കൂടിപ്പോയോ ? ഞാൻ കാരണം അവളെ വിഷമിക്കുന്നത് കാണാൻ എനിക്ക് കഴിയില്ല...

എന്തിനാ മോളെ നീ കരയുന്നെ...ഞാൻ അല്പം വാത്സല്യത്തോടെ ചോദിച്ചു..

പിന്നെ ഏട്ടൻ ഇത്രെയും നാളായിട്ട് എന്നെ കാണാൻ വന്നോ ? ഒന്ന് സംസാരിച്ചോ ? എനിക്ക് സുഖമാണോ എന്ന് അന്വേഷിച്ചോ ? എനിക്ക് എത്രത്തോളം വിഷമമായി എന്നറിയോ ? വെറുതെ എന്നെ ദേഷ്യം

പിടിപ്പിക്കാൻ ...

ഓ അതാണോ ... നീ എന്റെ ഈ കാലിന്റെ ഈ ഭാഗത്തേക്ക് നോക്കിയേ ? ഇത് കണ്ടോ നീയ് ?

അയ്യോ ഏട്ടാ ഇത് എന്തുപറ്റി ഞാൻ അറിഞ്ഞില്ലാലോ..ആരും ഒന്നും പറഞ്ഞില്ല...അവൾ വീണ്ടും കരയാൻ തുടങ്ങി..

നീ പോയി ഒരു മാസം കഴിഞ്ഞ് എനിക്ക് നീ ഇല്ലാതെ പറ്റില്ല എന്ന് തോന്നി ...വണ്ടിയെടുത്ത് ഇറങ്ങി..കൊട്ടുപ്പാറ വളവിൽ വച്ച് ഒരു ആക്സിഡന്റ് ..കുറെ നാൾ ഹോസ്പിറ്റലും ,പിന്നെ ഉഴിച്ചിലുമായി ഈ ഇടയ്ക്കാണ്... നിന്നെ അറിയിക്കേണ്ട എന്ന് ഞാനാണ് പറഞ്ഞത്.....നീ ക്ഷമിക്ക്.....നീ എങ്ങോട്ട് വേണമെങ്കിലും പൊയ്ക്കോളൂ..എന്റെ കാര്യം നോക്കണ്ട...ഇടയ്ക്ക് നിന്റെ അച്ഛനും അമ്മയും ഇവിടെ ഉണ്ടെന്ന് ഓർത്താൽ മതി..അത് പറഞ്ഞുകൊണ്ട് ഞാൻ എഴുനേൽക്കാൻ ഒരുങ്ങി...അവളെന്റെ കൈയിൽ പിടിച്ചു വലിച്ചു കട്ടിലിലേക്ക് ഇരുത്തി..

ഞാൻ എങ്ങിട്ടും പോകുന്നില്ല...

എന്റെ ഏട്ടനെ വിട്ടു.. എന്ന് പറഞ്ഞുകൊണ്ട് അവൾ എന്റെ മുഖമാകെ ചുംബിച്ചു.. ഒരു ഉമ്മ കിട്ടിയത് എന്റെ കണ്ണിലും ...ദോശയുടെ കൂടെ ഉള്ള മുളക് ചമ്മന്തി എന്റെ കണ്ണില്ലേക്കും....

അയ്യോ ഞാൻ കണ്ണുപൊത്തി..

എന്താ ഏട്ടാ എന്തുപറ്റി..

ടി പോത്തേ ചമ്മന്തി കണ്ണിലോട്ടാടി പോയത്...

അപ്പോഴേക്കും അമ്മായി മുകളിലേക്ക് വന്നിരുന്നു..

എന്തായി ഇവിടെ ? നിന്റെ മുഖം എന്താടാ മുഴുവൻ ചമ്മന്തി ആണല്ലോ.. അമ്മായി ചിരിച്ചുകൊണ്ട് താഴേക്ക് തന്നെ പോയി..

ഞാൻ ഒന്ന് ഇല്ലാണ്ടായി..നേരെ വാഷ് ബേസിൽ പോയി മുഖം കഴുകി..തുടച്ചു... അപ്പോഴാ പുറകിൽ നിന്നും പുന്നാരതോടെ വിരൽ കടിച്ചുകൊണ്ട് ഒരു ചോദ്യം..

ഏട്ടാ എന്തെങ്കിലും പറ്റിയോ '?

ഞാൻ അവളുടെ അടുത്തേക്ക് ചെന്ന് അവളുടെ കാതിൽ ഒന്ന് കടിച്ചു ,,എന്നിട്ട് മന്ത്രിച്ചു... നേരത്തെ കിട്ടിയത് ഉമ്മയായിട്ട് എനിക്ക് തോന്നിയില്ല..പിന്നെ നല്ല എരിവും....മധുരമുള്ളത് ഒന്ന് തരുമോ...

അവൾ നാണത്താൽ മുഖം പൊത്തി,, ഞാനാ ആ കൈകൾ മാറ്റി ... ആ നനുത്ത ചുണ്ടുകളിൽ വിരലോടിച്ചു ...എന്നിട്ട് പതിയെ എന്റെ മുഖം അവളോടടുപ്പിച്ചു...അധരങ്ങൾ അവരുടെ ജോലികളിൽ മുഴുകിയിരുന്നു..

(താഴെ) എന്താടി ഭാര്യേ അവിടെ..

നിങ്ങള് പറഞ്ഞപോലെ തന്നെ ഈ ലോകത്ത് നമ്മുടെ മോളെ ഏറ്റവും കൂടുതൽ സ്നേഹിക്കുന്നത് ഹരി തന്നെയാണ്..അവനെ എങ്ങനെ അവള് പിരിയും...

അവർ രണ്ടുപേരും പരസ്പരം മുഖത്തോട് മുഖം നോക്കി ചിരിച്ചു..

END

13
അലീന

ഒന്നും അറിയാതെ ആരോടും പറയാതെ എത്രനാൾ ഞാൻ അത് മൂടിവച്ചു, ചുറ്റും ഇരുട്ടായിരുന്നില്ലേ? ഞാൻ അയാൾക്ക് വെറും മാംസപിണ്ഡം മാത്രമാണെന്ന് തോന്നിയപ്പോൾ എനിക്ക് ചുറ്റും മുറിപ്പാടുകളും, വേദനകളും മാത്രം ഉണ്ടായിരുന്നൊള്ളൂ..

ഒരിക്കൽ എന്നെ വേരോടെ നശിപ്പിച്ചതല്ല എന്റെ സ്വന്തം ഇഷ്ടത്തോടെ വേദനിപ്പിച്ചപ്പോൾ സന്തോഷത്തോടെ ആ സിഗരറ്റ് കുറ്റിയുടെ പാടുകളും ഞാൻ സ്വീകരിച്ചു... ഒടുവിൽ മാലിന്യം പോലെ എന്നെ വലിച്ചു പുറത്ത് ആക്കിയപ്പോൾ മറ്റൊന്നും തോന്നിയില്ല, മനസ്സ് മരവിച്ച് പോയിരിന്നു, കഴുത്തിലേക്ക് ഒരു കുടുക്ക് ഇട്ടപ്പോൾ എനിക്ക് വേണ്ടി ജീവിതം ഒഴിഞ്ഞുവച്ച ചാച്ചനെയും അമ്മച്ചിയെയും ഓർത്തില്ല..

ഇന്ന് ഞാൻ തനിച്ച് ഈ മേഘങ്ങൾക്ക് മുകളിൽ നിന്ന് നോക്കുമ്പോൾ ഇപ്പോഴും എനിക്ക് വേണ്ടി കരഞ്ഞുകൊണ്ടിരിക്കുന്ന വീട്ടുകാരെ കാണാം..

എങ്ങനെ ജീവിതം മുഴുവൻ അവർ സഹിക്കും, എന്റെ കണ്ണുകൾ അയാളെ തേടി, ഒടുവിൽ അങ്ങ് ദൂരെ കണ്ടു, മറ്റൊര് പെണ്ണുമായി,ഞാൻ ചെയ്തത് തെറ്റായി പോയി ഞാൻ മരിക്കുന്നതിന് പകരം അവനെ നിയമത്തിന് മുന്നിൽ കൊണ്ടുവന്ന് ജീവിക്കണമായിരുന്നു, ചതിയിലൂടെ അവൻ എന്റെ ശരീരം കവർന്നെങ്കിലും, എനിക്ക് ജീവിക്കാമായിരുന്നു, ശരീരത്തിൽ അയാളുടെ അഴുക്ക് പുരണ്ടെങ്കിലും മനസ്സ് അങ്ങനെ അല്ലാത്ത കാലത്തോളം എനിക്ക് ഒന്നും നഷ്ടപ്പെട്ടില്ല എന്ന് കരുതി മുന്നോട്ട്

പോകണമായിരുന്നു..

അലീനയെന്ന് സങ്കടത്തോടെ അല്ലാതെ എന്നെ സ്നേഹിക്കുന്നവർ എങ്ങനെ വിളിക്കും ഇനി...

പ്രകാശം പതിയെ ഇരുട്ടിലേക്ക് അടുത്തു.. എന്നെ കൊണ്ട് പോകാൻ ചിറകുകൾ ഉള്ള രണ്ട് മാലാഖമാർ വന്നു..

എപ്പോഴാണ് കണ്ണുകൾ അടഞ്ഞുപോയത് എന്ന് അറിയില്ല.. ഉറക്കം ഉണർന്നപ്പോൾ ഞാൻ കണ്ടത് എന്നെപോലെ തന്നെ വെള്ള വസ്ത്രം ധരിച്ച പെൺകുട്ടിയെയാണ്, പക്ഷേ അവളുടെ മുഖത്ത് പുഞ്ചിരിയാണ്, താഴെ ഭൂമിയിലേക്ക് നോക്കി പുഞ്ചിരിക്കുന്നു..ഇന്നലെ ഉണ്ടായിരുന്ന തളർച്ചയൊക്കെ പോയി.. ഞാൻ അവളുടെ അടുത്തേക്ക് ചെന്നു, ഈ മരണംകൊണ്ട് സങ്കടം മാത്രം ഉള്ള മനുഷ്യർക്കിടയിൽ ഇവൾ മാത്രം ഇങ്ങനെ ചിരിക്കുന്നത് എന്തെന്ന് അറിയില്ല...

ഹെലോ..... ഞാൻ അലീന... എന്താ ഇങ്ങനെ ചിരിക്കുന്നത്?എനിക്ക് ഇപ്പോൾ കുറ്റബോധമാണ് ഞാൻ ആയിട്ട് തന്നെ ജീവിതം അവസാനിപ്പിച്ചതിൽ.. താൻ?

എടൊ.. താനാ മനുഷ്യനെ കണ്ടോ? താഴെ?

ആ പെൺകുട്ടി താഴേക്ക് വിരൽ ചൂണ്ടി ഒരു കുഴിമാടം കാട്ടി, അതിന് അടുത്ത് ഒരുപിടി ലില്ലിപൂക്കളുമായ് ഒരാൾ മുഖത്ത് സങ്കടം ഇല്ല, പുഞ്ചിരിയാണ്.. എനിക്ക് നിന്നെ ഒരുപാട് ഒരുപാട് ഇഷ്ടം ആയിരുന്നു എന്ന് വിളിച്ചു പറയുന്നു..

ഇങ്ങനെയും പ്രണയമുണ്ടോ? എന്റെ ജീവിതത്തിൽ ഞാൻ നശിച്ച ഒരാളുടെ കാമുകിയായിരുന്നു.. പേരിലുള്ള ജീവിതമൊന്നും എനിക്ക് കിട്ടിയില്ല..

അത് കേട്ട് ആ പെൺകുട്ടി പൊട്ടി പൊട്ടി ചിരിച്ചു.. അലീന നീ ആ ഒറ്റയ്ക്കിരിക്കുന്ന മനുഷ്യനെ കണ്ടില്ലേ? ഇവിടെ നീ ഒറ്റയ്ക്ക് ആണെന്ന് വിഷമിച്ചിരിക്കുന്നു, അയാൾ എന്തുകൊണ്ട് അങ്ങനെ വിഷമിക്കുന്നില്ല? ആലോചിട്ടുണ്ടോ?

പ്രണയിനി മരിച്ചപ്പോൾ പ്രാന്ത് ആയതാവും..?

അല്ല... അലീന.. അയാൾ ആ കുഴിമാടത്തിൽ അടക്കം ചെയ്ത പെൺകുട്ടിയെ ജീവന് തുല്യം തന്നെ സ്നേഹിച്ചിരുന്നു പക്ഷേ സ്വന്തം നിലമറന്ന് അയാൾക്ക് അവളോട് തുറന്നുപറയാൻ പേടിയായിരുന്നു,അവളുടെ അടുത്ത് നിൽക്കാനുള്ള യോഗ്യതപോലും

ഇല്ലെന്ന് വിശ്വസിച്ചു...

ആ പെൺകുട്ടിക്ക് കാമുകനായപ്പോൾ, അവൾക്ക് യോജിച്ച ആളെ തന്നെ കിട്ടി എന്ന് പറഞ്ഞുകൊണ്ട് അതും അവിടെ അവസാനിപ്പിച്ചു..

ഇപ്പോഴും അയാൾ അവളോട് ഇഷ്ടം തുറന്നുപറയുകയാണ്.. മനസ്സിൽ നന്മയുണ്ടെങ്കിൽ പിന്നെ എന്ത് കന്യക എന്ന ചിന്ത..

അവൾ പറയുന്ന വാക്കുകൾ അലീന കേട്ട് ലയിച്ചുപോയി..

അലീന... അലീന..?

എന്താണ് പറയൂ...

നിനക്ക് ആ കുഴിമാടത്തിലെ പേര് വായിക്കാൻ പറ്റുന്നുണ്ടോ?

അലീനയുടെ കണ്ണുകൾ വീണ്ടും തെളിഞ്ഞു.

ഉവ്വ് അലീന പീറ്റർ..... എന്റെ പോലെ ഉള്ള പേരാണല്ലോ? ഇത് എങ്ങനെ..

അലീന ആ പെൺകുട്ടിയുടെ മുഖത്തേക്ക് നോക്കി.. അവൾ പൊട്ടി പൊട്ടി ചിരിച്ചു.. പതിയെ നടന്നുപോയി...

അലീന അവിടെ തന്നെ നിന്നു.. ആകെ എന്തൊക്കെയൊ? പെട്ടന്ന് അടക്കിയ ഭാഗത്തേക്ക് രണ്ട് പേര് നടന്നുവരുന്നത് അവൾ കണ്ടു..

ചാച്ചൻ... അമ്മച്ചി.... എന്റെ ചാച്ചൻ അമ്മച്ചി...

END

14

ഇരുമുഖമുള്ളവൾ

അഭിനവ് അഭിനവ് എന്താണ് മോൻ ആലോചിക്കുന്നത് ? സുധീർ ബാബു ചോദിച്ചു..

ഞാൻ ഒന്നുമില്ല അമ്മയെ കുറിച്ച് ഓർത്തുപോയി.. ഓരോ പ്രാവശ്യവും അമ്മയെ കാണാൻ പോകുമ്പോൾ തകരുന്നത് എന്റെ ഈ കുഞ്ഞുമനസ്സാണ്.. നമ്മൾ ഇത്രയും ശ്രമിച്ചിട്ടും ഒന്നും നടന്നില്ലല്ലോ മാമ.. എന്റെ അമ്മയെ രക്ഷിക്കാൻ, എന്തൊക്കെ ചെയ്താലും അവർ എനിക്ക് അമ്മയല്ലാതെ ആവുമോ..?

മോനെ നീ ഇങ്ങനെ വിഷമിച്ചിരുന്നാൽ ജീവിതം മുന്നോട്ട് പോകില്ല... നമുക്ക് അവസാനമായി ആ വഴിക്കൂടി നോക്കാം.. നീ വരൂ.. അമ്മായി അവിടെ കഴിക്കാൻ എടുത്ത് വച്ചിട്ടുണ്ട്..

അഭിനവിനെയും വിളിച്ചുകൊണ്ടു സുധീർ ഡൈനിങ് റൂമിലേക്ക് നടന്നു..

മോനെ അഭി വാ ഇരിക്ക്.... ഇതൊക്കെ കഴിക്കാൻ നോക്ക്.... മീര ഭായ് (സുധീർ വൈഫ്)പറഞ്ഞു..അവരെ വിഷമിപ്പിക്കണ്ട എന്ന് വിചാരിച്ചുകൊണ്ട് അഭിനവ് കഴിച്ചുതുടങ്ങി.... എങ്കിലും അവിടെ മൊത്തം മൗനം തളം കെട്ടികിടന്നു...ഇരുകൂട്ടരുടെയും മൗനത്തിന് പിന്നിൽ ഒരാളുടെ കാര്യം മാത്രം അഭിനവിന്റെ മാതാവ് ശികഷാന

(പിറ്റേന്ന്)

മോനെ ചോറ് ബാഗിൽ വച്ചിട്ടുണ്ട്.. സ്കൂളിൽ പോയിട്ട് നേരെ വീട്ടിലേക്ക് വരണം.. പൊയ്ക്കോ.... അഭിനവ് വീടിന്റെ ഗേറ്റ് കടന്നുപോകുന്നതും കാത്ത് അവർ രണ്ടുപേരും നോക്കി നിന്നു..അവൻ പോയിക്കഴിഞ്ഞ് അവൾ ഡോർ അടച്ചു.... സുധീർ

പറഞ്ഞുതുടങ്ങി..

എടി അവൻ എന്തെങ്കിലും രാഗബ് നെ കുറിച്ച് ചോദിക്കുന്നുണ്ടോ?

ഇല്ലാ ഇതുവരെ ആയി ഒന്നും ചോദിച്ചില്ല.. അവന്റെ മനസ്സിൽ ഷാന മാത്രം ഒള്ളൂ,, നമുക്ക് അതിനൊക്കെ ഇനി എന്തുചെയ്യാൻ പറ്റും..

ഇനി ഒരുവഴിയേ ഒള്ളൂ.. അതും കൂടി കഴിഞ്ഞാൽ.. അവൾ എങ്ങനെ അതുപോലെ മാറി എന്ന് ഇതുവരെ പിടികിട്ടിയില്ല.

കാളിങ് ബെൽ അടിക്കുന്ന ശബ്ദം

നീ ഒന്ന് പോയി നോക്ക്..

ആരാ മീര ചോദിച്ചു..

ഞാൻ അർണബ് മൂർത്തി ഡെയിലി ഹിന്ദി ന്യൂസിൽ നിന്നാണ്,, സുധീർ സാർ?

ആരാ അവിടെ ? ഓ താനോ? തന്നോടല്ലേ ഒന്നും പറയാൻ ഇല്ലെന്നു പറഞ്ഞത്... താൻ വീണ്ടും വന്നോ? സുധീർ അല്പം ദേഷ്യത്തിലാണ് സംസാരിച്ചത്..

സുധീർ സാർ ഞാൻ ഇപ്പൊ വന്നത്, കുറച്ച് കാര്യങ്ങൾ മാത്രം ചോദിക്കാൻ വേണ്ടി ആണ്... അവരും നിങ്ങളും തമ്മിലുള്ള ബന്ധത്തെ കുറിച്ച്.. കോളേജ് കാലഘട്ടത്തെ കുറിച്ച്.. ഒരു ചെറിയ ആർട്ടിക്കലിന് വേണ്ടി ആണ് സാർ,, എന്റെ ജോലി ഇപ്പോൾ അങ്ങയുടെ ഒരു 'yes ' ആണ്.. റിപ്പോർട്ടർ കൈകൂപ്പി

സുധീർ ഒന്ന് ആലോചിച്ചു..

ഞാൻ ഇന്റർവ്യൂ തരാം.. താൻ ചോദിക്കുന്ന ചോദ്യങ്ങൾ എനിക്ക് എപ്പോ ഇഷ്ടപ്പെടാതെ ഇരിക്കുന്നോ ആ നിമിഷം മുതൽ എന്റെ പുറകെ വരരുത്.. എന്തുപറയുന്നു?

ആ ശരി സാർ വളരെ സന്തോഷം

എങ്കിൽ വരൂ.. തന്റെ ജോലിക്കാര്യം ആയതിനാൽ ആണ്...

റിപ്പോർട്ടറെ അകത്ത് കയറ്റി മീര വാതിൽ അടച്ചു....

വരൂ നമുക്ക് മുകളിലേക്ക് പോവാം,, മീര രണ്ട് ചായ മുകളിലേക്ക് കൊണ്ടുപോര്

ശരി ചേട്ടാ

സുധീർ അയാളെയും വിളിച്ചുകൊണ്ട് മുകളിലേക്ക് പോയി..

ഇരിക്കൂ.. എന്താണ് അറിയേണ്ടത്

സാർ നിങ്ങളും അവരും എങ്ങനെ ആണ് പരിചയം? അവർ എങ്ങനെ ഉള്ള ആളായിരുന്നു.. അവരുടെ മകൻ അഭിനവിന്റെ കാര്യം എനിക്ക് അറിയാം..

ശികയെ കുറിച്ച് പറയുകയാണെങ്കിൽ പതിനഞ്ചുവർഷങ്ങൾക്ക് മുൻപ് RK കോളേജ്.. ഞാനും അവളും ഒരെ ക്ലാസ്സിൽ.. അവൾ ആയിരുന്നു ക്ലാസ്സിൽ ടോപ്പോർ.. എല്ലാത്തിനും മുൻപന്തിയിൽ നിൽക്കുന്ന ആൾ.. എന്തോ ഞങ്ങൾ തമ്മിൽ നല്ല സൗഹൃദം ആയിരുന്നു. അന്ന് വളരെ ദാരിദ്ര്യം അനുഭവിച്ചിരുന്ന ആളാണ് ഞാൻ.. എനിക്ക് ആഹാരം വാങ്ങി തരുന്നതും, പിന്നെ എന്റെ കോളേജ് പല ഫീസുകളും അടയ്ക്കുന്നത് അവൾ തന്നെ ആയിരുന്നു.. ഞാൻ വേണ്ട എന്ന് പറഞ്ഞാലും അതൊക്കെ ചെയ്യും.. നാട്ടിൽ ഒരു ഇഷ്ടമുണ്ടെന്നും അയാൾ തന്റെ പ്രാണൻ ആണെന്നും ഇടയ്ക്ക് പറയും.. അവളുടെ നാട് അങ്ങ് ഉൾഗ്രാമ പ്രദേശത്ത് ആയതിനാൽ കോളേജ് കഴിഞ്ഞ് പിന്നെ കാണാൻ സാധിച്ചിരുന്നില്ല..ഒരു ഇടയ്ക്ക് അന്ന് ഒരു കത്ത് വന്നിരുന്നു.. അവൾ ഗ്രാമത്തിലെ ഒരു സ്കൂളിൽ ടീച്ചർ ആയി ജോലിചെയ്യുന്നു എന്ന്. അവരുടെ വിവാഹം കഴിഞ്ഞിട്ട് കാണമെന്നും പറഞ്ഞു.. പക്ഷെ.. അതൊക്കെ വെറും....

ഓ.. ശരി... സാർ.... മറ്റൊന്ന്... നിങ്ങൾ കരുതുന്നുണ്ടോ ഇപ്പോഴും അവർ ആണ് ഇതൊക്കെ ചെയ്തത് എന്ന്?

എനിക്ക് ഇപ്പോഴും അതൊക്ക അംഗീകരിക്കാൻ ബുദ്ദിമുട്ട് ഉണ്ട്... എങ്കിലും അവൾ എല്ലാം സമ്മതിച്ചല്ലോ... അവൾ എങ്ങനെ അത്രയും ക്രൂരത നിറഞ്ഞ ആളായി മാറിയെന്ന് എനിക്ക് അറിയില്ല ഇന്നും....

സാർ അഭിനവിന്റെ കാര്യം എന്താണ്? ഐ മീൻ അവസ്ഥ...

അവൻ ഇന്നും അമ്മയെ ഈ അവസ്ഥയിൽ കാണാൻ ആഗ്രഹിക്കുന്നില്ല...ഇനി ഒരു വഴിയേ ബാക്കിയുള്ളു...

സാർ നിങ്ങൾ അതിനുവേണ്ടി ശ്രമിക്കുകയാണോ?അത് സാധ്യമാകുമോ? കാരണം ഈ നാടുമൊത്തം അവർക്ക് എതിരെയാണ്.. ആ നടുക്കം ഇത്രയും വർഷങ്ങൾ കഴിഞ്ഞിട്ടും ആളുകളുടെ ഉള്ളിൽ നിന്നും വിട്ട് പോയിട്ടില്ല

എനിക്ക് അറിയാടോ, എങ്കിലും അഭിക്ക് വേണ്ടി ഇത് കൂടിയേ ചെയ്യാൻ ബാക്കിയൊള്ളു.. അവന്റെ അമ്മയെ ജീവനോടെ എങ്കിലും കിട്ടാൻ

ശരി സാർ,,ഞാൻ ഇറങ്ങുന്നു. ഇത് ഇങ്ങനെ തന്നെ പ്രസിദ്ധീകരിക്കാൻ ശ്രമിക്കാം.. ആളുകൾ എങ്ങനെ എടുക്കുമെന്ന് അറിയില്ല എങ്കിലും ഇത് ഞാൻ ചെയ്യും അഭിനവന് വേണ്ടി മാത്രം

ശരി തന്നെ നല്ല മനസ്സിന് നന്ദി...

ചായയുമായി മീര അപ്പോഴേക്കും വന്നിരുന്നു.. അത് വാങ്ങിക്കുടിച്ചതിന് ശേഷം അയാൾ പുറത്തേക്ക് നടന്നുപോയി...പുറകെ അവരും..... അയാൾ പോയിക്കഴിഞ്ഞു...മീര സുധീറിനോടായി..

ചേട്ടാ അയാൾ എന്തിനാ വന്നത്? അന്ന് ചോദിച്ചതിന് ഒക്കെ മറുപടി പ്രതീക്ഷിച്ചാണോ?

ഇല്ല മീര അയാൾ ഞങ്ങളുടെ പഴയകാര്യങ്ങൾ മാത്രം ചോദിചൊള്ളൂ

ആ ശരി

നീ എന്റെയും അഭിനവിന്റെയും ഡ്രെസ്സുകൾ അയൺ ചെയ്ത് വയ്ക്ക്.. നാളെ ഒന്ന് ശികയെ കാണാൻ പോകണം..സുധീർ പറഞ്ഞുകൊണ്ട് അടുത്ത് കണ്ട കസേരയിൽ ഇരുന്നു..

ശരി ചേട്ടാ...കഴിക്കാൻ ഇപ്പോൾ എടുക്കണോ?

ഇപ്പോൾ ഒന്നും വേണ്ട മീര,, ഞാൻ പറയാം...

പല കാര്യങ്ങളും ആലോചിച്ച് സുധീർ തലയ്ക്ക് കൈകൊടുത്ത് ഇരുന്ന് പോയി....

(അടുത്ത ദിനം)

അഭിനവ് നമുക്ക് പോകാം സുധീർ ചോദിച്ചു

ഉം ഒരു മൂളൽ മാത്രം..

അങ്ങനെ അവർ രണ്ടുപേരും കൂടി ടാക്സിയിൽ യാത്ര പുറപ്പെട്ടു ശികയുടെ അടുത്തേക്ക്,, അഭിനവിന്റെ മനസ്സിൽ അവരുടെ സ്ഥാനം വളരെ വലുപ്പം ഉള്ളതായിരുന്നു,, തന്റെ മാതാവ് അങ്ങനെ ഒന്നും ആരോടും പ്രവർത്തിച്ചുകാണില്ലെന്ന് അവൻ കരുതിയിരുന്നു.. ഒരു വശത്തേക്ക് ഒതുക്കി ഈരിവച്ചിരുന്ന മുടിയിൽ ഒന്ന് കൂടി കൈയോടിച്ചുകൊണ്ട് അവൻ കാർ വിൻഡോയിൽ കൂടി പുറത്തേക്ക് നോക്കിയിരുന്നു.. സുധീറിന്റെ മനസ്സിലും ശിക തന്നെ ആയിരുന്നു,, തെറ്റുകാരി എന്നല്ല മറിച്ച് താൻ ഈ പറയുന്ന കാര്യം അവൾ സമ്മതിക്കുമോ എന്നൊര് സംശയത്തിൽ.. അയാൾ എല്ലാം മനസ്സിൽ

ഓർത്തുകൊണ്ട് അഭിനവിന്റെ തോളിലൂടെ കൈയിട്ടു അവനെ തന്നോട് ചേർത്തിരുത്തി,, ഒരച്ഛന്റെ സംരക്ഷണത്തിന്റെ ചൂടിനുള്ളിൽ അവനും ചേർന്നിരുന്നു...അങ്ങനെ സ്ഥലം എത്തി.. അവർ രണ്ട് പേരും കാറിൽ നിന്നും ഇറങ്ങി...

(കാഗ്ര ജയിൽ)

അങ്ങനെ അവിടത്തെ ആദ്യ ഫോർമാലിറ്റിസ് കഴിഞ്ഞ് ജയിൽ കൂട്ടിനുള്ളിലേക്ക് അവൻ,, അമ്മയെയും നോക്കിയിരുന്നു...അതാ രണ്ടുപൊലീസുകാർ അവളെ അങ്ങോട്ട് കൊണ്ടുവരുന്നു...കമ്പികൾ കൊണ്ട് തീർത്ത ആ വേലിക്കപ്പുറം അമ്മയും മകനും മുഖത്തോട് മുഖം നോക്കി ഒരു നിമിഷം അങ്ങനെ നിന്നു..

അമ്മേ,അമ്മയ്ക്ക് സുഖമാണോ ? അത് ചോദിച്ച് തീരുന്നതിന് മുൻപ് അഭിനവ് കരഞ്ഞുതുടങ്ങിയിരുന്നു...

അഭി മോനെ,, എന്റെ പൊന്ന് മോനെ നീ കരയാതെ...അമ്മയ്ക്ക് സുഖം...എന്റെ മോൻ ഇതുപോലെ കരയാൻ നിന്നാൽ അമ്മയ്ക്ക് വീണ്ടും വിഷമം ആവും,, സുധീറെ എന്തിനാ നീ വീണ്ടും ഇവനെ ഇങ്ങോട്ട് കൊണ്ടുവന്നത്.. ഞാൻ നിനക്ക് തന്നതല്ലേ നിന്റെയും മീരയുടെയും മകനായി വളർത്താൻ അങ്ങനെ അറിയപ്പെട്ടാൽ മതി എന്റെ മോൻ...

അമ്മേ ഇനി അഭി കരയില്ല.. അമ്മാവൻ ഒരു കാര്യം പറയും അമ്മ അത് കേൾക്കണം,,, ഒരു ഒപ്പും നൽകണം

സുധീർ,,,മോൻ എന്തൊക്കെയാ പറയുന്നേ?

ശിക ഞാൻ കഴിഞ്ഞ തവണ വന്നപ്പോൾ പറഞ്ഞില്ലേ,, ഒരു അവസാന ശ്രമം നടത്തിയാലോ എന്നുള്ളത്,, ആ കാര്യത്തെ കുറിച്ചാണ് സുധീർ അവളുടെ കണ്ണുകളിലേക്ക് നോക്കികൊണ്ട് പറഞ്ഞു..

സുധീർ ഞാൻ അന്നേ നിന്നോട് പറഞ്ഞതാണ് ഈ കാര്യമൊന്നും നടക്കില്ല എന്ന്.. ഞാൻ ചെയ്തുകൂട്ടിയ പാപങ്ങൾക്കുള്ള ശിക്ഷ ഇത് തന്നെ ആണ്...എന്റെ വിധി ഇത് തന്നെയാണ്.. വർഷങ്ങളായി ഞാൻ ഒന്ന് സാമാധാനത്തോടെ ഉറങ്ങിയിട്ട്,, നിനക്ക് എന്തറിയാം...കണ്ണടച്ചാൽ മുഴുവൻ അസുര താണ്ഡവത്താൽ ഞാൻ ചെയ്തുകൂട്ടിയ ഓരോ പ്രവർത്തിയും മുന്നിൽ തെളിഞ്ഞുവരും.. സുധീറെ അതുകൊണ്ട്

ശിക ഇനി നിന്നെ കാണാനുള്ള അവസരങ്ങൾ കിട്ടാനുള്ള സാധ്യതകൾ കുറവായിരിക്കും നീ ഒന്നുകൂടി

അമ്മേ എനിക്ക് വേണ്ടി ഒരു ഒപ്പ് ഇട്ട് തരൂ,, അമ്മേ ഉണരുമ്പോഴും, ഉറങ്ങുമ്പോഴും അമ്മയുടെ മുഖമാത്രം മനസ്സിൽ ഒള്ളൂ.. അമ്മ ഒന്ന് സമ്മതിക്ക്...എനിക്ക് വേണ്ടി ഒരു സമാധാനത്തിന് വേണ്ടി

അഭിയുടെ കണ്ണുകളിൽ നിന്നും ധാര ധാരയായി കണ്ണുനീർ ഒഴുകി...അപ്പോഴേക്കും ഒരു പോലീസുകാരൻ വന്നുപറഞ്ഞു...സമയമായി.. നിങ്ങൾക്ക് പോകാം..

അമ്മേ ഒന്ന് സമ്മതിക്ക്...അഭി തൊഴുകൈയാലേ ശികയെ നോക്കി പറഞ്ഞു...അവന്റെ കണ്ണുനീർ കണ്ടിട്ടാകണം, സുധീറിനോട് അവൾ കടലസുകൾ മേടിച്ചു.. സൈൻ ചെയ്ത് കൊടുത്തു...ഒപ്പിടുന്നതിനടിയിൽ അവൾക്ക് അറിയാമായിരുന്നു ഇതൊന്നും നടക്കാൻ പോകുന്നില്ല,, തന്റെ ക്രൂരതകളെ ആരും അംഗീകരിച്ചുതരില്ല എന്നും, തന്റെ അവസാനം അടുത്തുവെന്നുള്ള സത്യം, എങ്കിലും അഭി എന്ന തന്റെ പ്രണാനുവേണ്ടി അവൾ അത് ഒപ്പിട്ട് തിരികെ ഏൽപ്പിച്ചു.. അവളെ പോലീസുകാർ കൂട്ടികൊണ്ട് പോയി...അവൾ തിരിഞ്ഞ് നോക്കിയില്ല കാരണം തന്റെ മകനെ ഒരിക്കൽ കൂടി കണ്ടാൽ താനും ആഗ്രഹിച്ചുപോകും വീണ്ടും ജീവിതത്തിലേക്ക് മടങ്ങാൻ...

സുധീർ അഭിനവിനെയും കൂട്ടികൊണ്ട് പുറത്തേക്ക് ഇറങ്ങി.. ടാക്സിയിൽ കയറി നേരെ നാട്ടിലേക്ക് തിരിച്ചു....

വീട്ടിൽ എത്തിയ ഉടനെ അഭി മുറിയിലേക്ക് ഓടി ബെഡിൽ വീണു.. അവന്റെ പുറകെ പോയ മീരയെ സുധീർ തടഞ്ഞു..

ഇപ്പോൾ അങ്ങോട്ട് പോകണ്ട മീര...അവൻ കുറച്ച്നേരം ഒറ്റയ്ക്ക് ഇരിക്കട്ടെ..

എന്താണ് ഉണ്ടായത്? മീര ചോദിച്ചു

പതിവിലും വിപരീതമായിരുന്നു...എങ്കിലും അവൾ ഒപ്പിട്ട് തന്നു...ഞാൻ ആ ത്രിപാഠിയുടെ അടുത്ത് വരെ ഒന്ന് പോയിട്ട് വരാം..

ശരി ചേട്ടാ പോയിട്ട് വരൂ

കളനഹർ നഗർ

കാളിംഗ് ബെൽ അടിക്കുന്നു, ഒരു കുട്ടി വന്നു വാതിൽ തുറന്നു..

ആ അങ്കിൾ വരൂ...അച്ഛനെ വിളിക്കാം

ശരി മോളെ ..

ആ കുട്ടി അകത്തേക്ക് പോയി.... ദാ വരുന്നു ത്രിപാടി

മം എന്തായി സുധീർ കിട്ടിയോ?

ആടോ ഒരു വിധത്തിൽ സമ്മതിപ്പിച്ചു.. താൻ ഇതൊന്ന് കാര്യമായിട്ട് പരിഗണിക്കണം

എടൊ ഞാൻ മുന്നേ പറഞ്ഞല്ലോ വളരെ വലിയ വിഷയമാണെന്ന്...പിന്നെ ഒരു ശതമാനം പോലും ചാൻസ് ഇല്ല...എങ്കിലും നോക്കാം...തനിക്ക് അറിയോ? ഇന്ത്യൻ ഭരണഘടനയുടെ ആർട്ടിക്കിൾ 72 ആണ് രാഷ്ട്രപതിക്ക് സുപ്രീം കോടതി വധശിക്ഷയ്ക്ക് വിധിച്ച ഒരാൾക്ക് ആ ശിക്ഷ ജീവപര്യന്തമായി വെട്ടിക്കുറക്കാനുള്ള അധികാരം നൽകുന്നത്. കേന്ദ്രമന്ത്രിമാരുടെ ഒരു സമിതിയാണ് രാഷ്ട്രപതിക്ക് വേണ്ട ഉപദേശം നൽകുന്നത്. ദയാഹർജികൾ വിശദമായി പഠിച്ച് പ്രസിഡന്റിന് ഉപദേശം നൽകാനുള്ള ചുമതല കേന്ദ്ര ആഭ്യന്തര മന്ത്രിക്കുമുണ്ട്. അതാത് സംസ്ഥാനങ്ങളിലെ ഗവർണർമാർ വഴിയാണ് പ്രസിഡന്റിന് ദയാഹർജി സമർപ്പിക്കേണ്ടത്..... ഇതൊക്കെ വലിയ കടമ്പകളാണ് സുധീറേ....

എങ്കിലും എനിക്ക് അഭിനവ് നു വേണ്ടി ഇതുകൂടി ചെയ്യണം...,, അവസാനംവരെ ശ്രമിക്കാമല്ലോ

മം.. എങ്കിൽ ശരി ഞാൻ അറിയിക്കാം...

ശരി...ഞാൻ ഇറങ്ങുന്നു....

അപ്പോഴാണ് പുറത്ത് നിന്ന് മറ്റൊരാൾ വരുന്നത് കണ്ടത്...മീക സിംഗ്...

അല്ല ഇതാര് സുധീറോ താൻ എന്താടോ ഇവിടെ?

സാർ ഞാൻ ഒന്ന് ത്രിപാടിയെ കാണാൻ വന്നതാണ്

ഓ ശരി എന്നാൽ.... ശുഭ സായാഹ്നം..

ശരി സാർ.... അയാൾക്ക് നമസ്കാരം പറഞ്ഞുകൊണ്ട് സുധീർ നടന്ന് നീങ്ങി...

അല്ല ഇതാര് മീക സാറോ കയറി ഇരിക്ക്

എന്താടോ ആ സുധീർ ഇവിടെ?

സാർ അത് ആ ശികയുടെ ദായ ഹർജിയുടെ കാര്യത്തിന് വന്നതാണ്

എന്റെ ദൈവമേ ആ കൂട്ടക്കൊല ചെയ്ത പെണ്ണിന് വേണ്ടിയോ? ആരെങ്കിലും സഹിക്കുമോ തനിക്ക് അറിയോ അന്ന് ഞാൻ ഈ പറഞ്ഞ ശികയുടെ ഗ്രാമത്തിൽ പോലീസ് ഹെഡ് കോൺസ്റ്റബിൾ,,ആ ഇരുണ്ട ദിനം മറക്കാൻ പറ്റില്ല.. രാവിലെ ഒരു അഞ്ചര മണിക്ക് ഒരു കാൾ വരുന്നു,, ആ സമയത്ത് ഈ കള്ളമാരുടെ ശല്യം കൂടുതലാണ്...വെട്ടും കൊലപാതകവും ആഴചയിൽ പതിവ്...അങ്ങനെ കാൾ അറ്റൻഡ് ചെയ്തപ്പോൾ പറഞ്ഞത് കേട്ട് ഞാൻ ഒന്ന് കിടുങ്ങി.. ആറുകൊലപാതകങ്ങൾ നടന്നിരിക്കുന്നു...രണ്ട് കുഞ്ഞുങ്ങൾ അടക്കം.. അന്ന് ഡ്യൂട്ടിയിൽ ഉള്ള ഭൂരിഭാഗം പേരും അങ്ങോട്ട് തിരിച്ചു.. അന്നത്തെ എസ്ഐ വിഷ്ണു ആചാര്യ,, ഇപ്പോഴത്തെ *****ഐജി,, പുള്ളി ആണ് ആ കേസ് അന്വേഷിച്ചത്.. ഞങ്ങൾ സംഭവസ്ഥലത്ത് എത്തി.. ഒരു വലിയ വീടാണ്...ആ നാട്ടിലെ വലിയ പ്രമുഖൻ.. വീടിന്റെ വെളിയിൽ ഒരു സ്ത്രീയുടെ മടിയിൽ തല ചായ്ച്ചുകൊണ്ട് ഇവർ ഇരുന്ന് കരയുന്നുണ്ട്.. അങ്ങനെ അകത്തേക്ക് കയറി...അവിടെ കണ്ട കാഴ്ചകൾ...ഓരോ മുറിയിലും കഴുത്തിൽ കോടാലി കൊണ്ട് വെട്ടിയുള്ള കൊലപാതകങ്ങൾ രണ്ട് പിഞ്ച് കുഞ്ഞുങ്ങളെ പോലും അവർ വെറുതെ വിട്ടില്ല...അന്നത്തെ കള്ളന്മാരുടെ രീതിയും ഈ കോടാലി ആയിരുന്നു.. എങ്കിലും എല്ലാം പരിശോധിച്ചുകഴിഞ്ഞ് ആചാര്യ സാർ...

എടൊ മീക എനിക്ക് ഇത് റോബറി സംഘങ്ങൾ ചെയ്ത് ആയി തോന്നുന്നില്ല

അതെന്താ സാർ അങ്ങനെ പറയാൻ കാരണം

എടൊ താൻ ഓരോ ബോഡിയും നോക്കിക്കേ.... എടൊ ഇവരൊക്കെ ഉറങ്ങികിടക്കുമ്പോൾ കൊലചെയ്യപ്പെട്ടവരാണ്...യാതൊരു പിടിവലിയും നടന്ന പാടുകൾ ഇല്ല...വീട്ടിൽ വേറെ ഒന്നും മോക്ഷണം പോയതുമായി കണ്ടെത്തിയതുമില്ല...നമ്മുടെ ഈ നാട്ടിലെ കള്ളമാരുടെ ഒരു സോഡിയാക് സൈൻ ആണ് ഈ പിക്കാസ്,, ബട്ട് സംതിങ് റോങ്ങ്

എടൊ ഇയാൾക്ക് വേറെ ശത്രുകൾ

ഉള്ളതായി അറിയുമോ

ഇല്ല സാർ ഇയാളും കുടുംബവും ഈ നാട്ടിലെ പ്രമുഖരാണ്...കഴിഞ്ഞ രാത്രി മകൾ അവളുടെ റൂമിൽ

ആയിരുന്നു...എന്തോ ശബ്ദം കേട്ടുവന്ന് നോക്കുമ്പോൾ ആണ് ഇത് കണ്ടത്.... അവൾ ഉടനെ അയൽവാസികളെ വിളിച്ചുകൂട്ടി..

ഈ സ്ത്രീക്ക് എന്തെങ്കിലും പ്രേമോ മറ്റുമോ ഉള്ളതായിട്ട് അറിയുമോ?

ഇല്ല സാർ അത് അന്വേഷിച്ചില്ല

അത് അന്വേഷിക്കൂ,, അങ്ങനെ ആരെങ്കിലും ഉണ്ടെങ്കിൽ ഉടനെ സ്റ്റേഷനിൽ എത്തിക്കണം.. പിന്നെ നമ്മുടെ പരുതിയിൽ ഉള്ള എല്ലാ കൊടിച്ചിപട്ടികളെയും എനിക്ക് ഇന്ന് വൈകിട്ട് കിട്ടണം.. മുഴുവൻ ഫോഴ്സ് ഇറങ്ങിയാലും കുഴപ്പമില്ല..

പിന്നീട് ആയിരുന്നു കഥയുടെ ചുരുൾ അഴിയുന്നത്...രാഗബ് എന്ന ഒരാൾ ആയിരുന്നു ഈ ശികയുടെ കാമുകൻ.. അയാൾ ആ വില്ലേജിലെ ഏറ്റവും താഴ്ന്ന നിലയിൽ താമസിക്കുന്ന ആൾ ആയിരുന്നു.. ഇവരുടെ ഈ ബന്ധത്തെ ശക്തമായി തന്നെ അവളുടെ വീട്ടുകാർ എതിർത്തിരുന്നു.. ഒരു വീട്ടുനായയെ പോലെ അയാളെയും കുടുംബത്തെയും ശികയുടെ അച്ഛൻ കണ്ടിരുന്നുള്ളൂ...പല ക്രൂരതകളും അവർ ചെയ്തു.. എങ്കിലും അവിടെ ഒന്നുകൂടി സംഭവിച്ചു...അവൾ ഗർഭിണിയായി...ഇത് അറിഞ്ഞാൽ തന്റെ വീട്ടുകാർ തന്നെ കൊന്നുകളയും എന്നും,, ഇനി ഒരു ജീവിതം ഉണ്ടാകില്ല എന്നും അവളുടെ കാമുകൻ അവളോട് പറഞ്ഞുകൊടുത്തു..ആ നാട്ടിൽ ശരിക്കും അതുപോലെ തന്നെ ആയിരുന്നു അഭിമാനം നഷ്ടപെട്ടാൽ സ്വന്തം മക്കളെ പോലും കൊന്നികളയാൻ മടിക്കാത്ത ആളുകൾ...അങ്ങനെ ഇവർ അവരെ എല്ലാവരെയും ഇല്ലാതാക്കാൻ തീരുമാനിച്ചു.. ആ ദിനം അതിരാവിലെ മദ്യലഹരിയിൽ താൻ മാത്രം ചെയ്യതാണ് ഈ കൊലപാതകങ്ങൾ എന്ന് രാഗബ് ഏറ്റുപറഞ്ഞു.. എങ്കിലും വിഷ്ണു ആചര്യ വിട്ടില്ല.. ഇപ്പോഴും ചില സാഹചര്യങ്ങൾ ഒത്തുപോകാത്തത് എന്തുകൊണ്ട് എന്ന് ആലോചിച്ചു.... ഒടുവിൽ പോസ്റ്റ്മാർട്ടം റിപ്പോർട്ട് വന്നു...അതിൽ ആ വീട്ടിലെ എല്ലാവരും കുടിച്ചിരുന്ന പാലിൽ ഏറ്റവും വീര്യം കൂടിയ ഒരുതരം ഉറക്കമരുന്ന് കലർത്തിയിരുന്നു.... പിന്നീട് ശികയെ കൂടി വിളിപ്പിച്ചു...ആദ്യമൊന്നും സമ്മതിച്ചില്ലെങ്കിലും മണിക്കൂറുകൾ നീണ്ട ചോദ്യം ചെയ്യലിൽ അവൾ തന്നെ എല്ലാം സമ്മതിച്ചു...അവൾ ആണ് മയക്കുമരുന്ന് നൽകിയതെന്നും.. രാഗബിനു വേണ്ടി വാതിൽ തുറന്നുകൊടുത്തത്

അവൾ ആണെന്നും സമ്മതിച്ചു.... ഇവർക്ക് ഇതൊക്കെ എങ്ങനെ സാധിച്ചു എന്നുള്ള കാര്യത്തിൽ ഒരു തടസ്സം നീങ്ങിയത് ഇവരുടെ രണ്ടുപേരുടെയും വൈദ്യപരിശോധനയിൽ നിന്നാണ്.. അമിതമായി ലഹരി ഉപയോഗിക്കുന്ന ആളുകൾ ആണെന്ന് കണ്ടെത്തിയിരുന്നു...പിന്നീട് രാഗബിന്റെ നിയന്ത്രണത്തിൽ കൊണ്ട് വരാൻ അവൾക്ക് സ്ഥിരമായി ഒരു മധുരം എന്ന തരത്തിൽ കൊടുക്കുക ആയിരുന്നു പതിവ്.... എങ്കിലും തനിക്ക് അറിയാലോ കോടതിയും സമൂഹവും ഇവരുടെ ചെയ്തികളെ എതിർത്തു...ആ രണ്ടും മൂന്നും വയസുള്ള കുഞ്ഞുങ്ങളുടെ ധാരുണ ദൃശ്യങ്ങൾ ഒരിക്കലും ആരുടെയും കണ്ണിൽ നിന്നും പോകില്ല.. അതുകൊണ്ട് തന്നെയാണ് അവർക്ക് രണ്ടുപർക്കും തൂക്കുകയർ തന്നെ കോടതി വിധിച്ചത്...പിന്നെ ഈ ദായ ഹർജി നൂറുശതമാനം പറയാം തള്ളിക്കളയും പ്രസിഡന്റ്.. താൻ എന്തുപറയുന്നു???

സാർ ചിലതൊക്കെ എനിക്കും അറിവിയുള്ളതാണ്...എങ്കിലും സാർ ഇതിനിടയിൽ ഉണ്ടായ കാര്യം ഞാൻ അറിഞ്ഞില്ല..

എടൊ അതിൽ പല പൊളിറ്റിക്സും നടന്നിരുന്നു...എന്റെ ജാതി ഈ രാഗബ് എന്ന ആളുടെ തന്നെ ആയിരുന്നു,, അന്നത്തെ പാർട്ടിയുടെ വോട്ട് ഈ ഒരു കാരണം കൊണ്ടുപോലും വിട്ടുകൊടുക്കാൻ അവർ ഒരുക്കമല്ലായിരുന്നു...എന്നെയും പിന്നെ ചില ആളുകളെയും ഒഴിവാക്കി...ആചര്യ സാർ ഒരു മതത്തിന്റെയും ജാതിയുടെയും പുറകെ അല്ലാത്തതിനാൽ അവിടെ തന്നെ സ്ഥാനമുറപ്പിച്ചു.....

ഓ.... ഇതൊക്കെ നടന്നിരുന്നു അല്ലെ.... സാർ എങ്കിലും ഞാൻ സുധീറിന് വേണ്ടി മിസ്റ്റർ ഷാ യോട് ഇതിനെ കുറിച്ച് ഒന്ന് സംസാരിക്കട്ടെ....

ആ എങ്കിൽ തന്റെ ഇഷ്ടം നടക്കട്ടെ...,, ഞാൻ ഇറങ്ങുകയാണ്,, ഒന്ന് ഹോസ്പിറ്റലിൽ പോകണം.... പണ്ടത്തെ കാലുവേദന വീണ്ടും വന്നു....

എങ്കിൽ ശരി സാർ കാണാം

അയാൾ പുറത്ത് കിടന്നിരുന്ന കാറിൽ കയറി പോയി..

ദായ ഹർജി പരിഗണിക്കുന്ന ദിനം

അഭിനവ് അഭിനവ് നീ എന്താ ഈ ഫോണിന്റെ അടുത്ത് തന്നെ നിൽക്കുന്നത്

അമ്മാവാ ഇന്ന് നമുക്ക് അറിയാൻ സാധിക്കില്ലേ എല്ലാം...എന്റെ അമ്മ ഒന്നും ചെയ്തിട്ടില്ലോ...അമ്മയ്ക്ക് അതിന് എങ്ങനെ കഴിയും...

മോനെ സത്യം ചിലപ്പോൾ കുറച്ച് ബുദ്ധിമുട്ട് നൽകുന്നത് ആവാം...എങ്കിലും അത് മനസ്സിലാക്കാൻ ശ്രമിക്കണം..... പ്രാർത്ഥിക്കാം അതല്ലാതെ നമുക്ക് വേറെ ഒന്നും ചെയ്യാനില്ല...

(ടെലിഫോൺ റിങ് ചെയ്യുന്നു)

ഹലോ സുധീർ ബാബു സ്പീകിംഗ്...ആരാണ്? ഓഹ്...നിങ്ങളോ പറയൂ എന്തായി നമ്മുടെ കാര്യം.....

END

മറുപടി നിങ്ങൾക്ക് വിടുകയാണ്...എത്രയൊക്കെ ആയാലും ക്രൈം ക്രൈം തന്നെയാണ്,, അതിന് കൂട്ടുനിൽക്കുന്നത് ആരായാൽ പോലും...പിന്നെ ഇതെല്ലാം അന്നത്തെ രാഷ്രീയ പകപോക്കലിന്റെ ഭാഗമാണ് എന്നുവേണം എന്നാണെങ്കിൽ അങ്ങനെ കരുതാം,, ജാതി വോട്ടുകൾക്ക് വേണ്ടിമാത്രം എന്തൊക്ക സൃഷ്ച്ചെടുക്കാൻ ഒരു പവർ ഉള്ള ഭരണകൂടത്തിന് കഴിയുമല്ലോ , അതിന്റെ ബലിയാട് ആയിരിക്കാം...അഭിനവിന്റെ കാഴ്ചപ്പാടിൽ അമ്മ ഒരിക്കലും തെറ്റുകാരി ആവില്ലതാനും, എങ്കിലും എല്ലാം അവർ ഏറ്റുപറഞ്ഞത് കൂടി ആവുമ്പോൾ അത് സ്വയം ചെയ്തിട്ടാണോ? അല്ലെങ്കിൽ അങ്ങനെ പറഞ്ഞില്ലെങ്കിൽ തന്റെ മകന്റെ ജീവൻ കൂടി അപകടത്തിൽ ആവുമോ എന്നോർത്തിട്ടാണോ?ആർക്കറിയാം.. നിങ്ങളോട് ആ സംഭവങ്ങൾ വിശദീകരിക്കുന്നത് മീക സിംഗ് ആണ്...അയാളും ഈ ജാതി രാഷ്ട്രീയത്തിന്റെ ഒരു കണ്ണിയല്ലേ.

15

കർണ്ണൻ

ടാ നിനക്ക് ഒന്ന് പോയാൽ എന്താ ?അച്ഛന്റെ കാലിന്റെ അവസ്ഥ കണ്ടില്ലേ ?

മായമ്മ കലിതുള്ളി കർണനോട് പറഞ്ഞു..

അത് കുഴപ്പമില്ല മായമ്മേ ..അവനെ നിര്ബന്ധിക്കണ്ട,നീ ആ ഷർട്ട് ഇങ്ങോട്ട് എടുത്തേ നാരായണൻ അവളോട് പറഞ്ഞു..

അച്ഛന്റെ ആ അവസ്ഥ കണ്ടപ്പോൾ ചെറിയ ഒരു നൊമ്പരം തട്ടിയിട്ടാകും

അച്ഛാ ഞാൻ പോകാം ഈ ഒരു പ്രാവശ്യത്തേക്ക് ഇനി എന്നെ നിര്ബന്ധിക്കരുതെന്ന് ഈ അമ്മയോട് പറയണം അവൻ അച്ഛന്റെ മുഖത്തു നോക്കി പറഞ്ഞു...

അയ്യോ നിന്നെ നിര്ബാന്ധിക്കില്ലായെ...നിനക്ക് എന്താടാ അവരോട് ഇത്രെയും വിരോധം ,,,അവർ നമുക്ക് എത്രത്തോളം സഹായം ചെയ്യുന്നവരാണ്...നീ അല്ലെ അവരോട് വേണ്ടാത്തത് ഒക്കെ ചെയ്തത്...

മായമ്മ അവനെ ദേഷ്യത്തോടെ നോക്കി...

കര്ണന് എന്ത് പറയണം എന്ന് അറിയില്ലായിരുന്നു..അവൻ അമ്മയുടെ വാക്കുകൾ കേട്ട് നിസായകനായി നിന്നതെ ഒള്ളൂ..അവന്റെ മുഖഭാവം ശ്രദ്ദിച്ച നാരായണൻ മായമ്മയോടായി പറഞ്ഞു...

എടി ചൂലേ നീ ഒന്ന് നിർത്തിയിട്ട് പോകുന്നുണ്ടോ ...അവനെ ഇനി മേലാൽ ഇതിന്റെ പേരില് വേദനിപ്പിച്ചാൽ ഉണ്ടല്ലോ ഞാൻ പഴയ ഞാനാകും.

പെട്ടെന്നുള്ള നാരായണന്റെ വൈകാരിക പ്രകടനത്തിൽ മായമ്മ ഒന്നും പറയാതെ ഉമ്മറത്ത് നിന്നും അകത്തേക്ക് പോയി...പോകും വഴി എന്തോ പിറുപിറുക്കുന്നുണ്ട്..

മോനെ പോട്ടേടാ,,അമ്മയുടെ സ്വഭാവം അറിയാലോ നിനക്ക്...ഞാൻ ഒരുപാട് കഷ്ടപെടുത്തിയതാണ്,,, അതിന്റെ ഒക്കെ അനുഭവങ്ങൾ അവളിൽ ചുടുചോര പോലെ തളംകെട്ടികിടക്കുന്നുണ്ട്..നീ പോകാനായി ഒരുങ്ങു...കുറെ വർഷങ്ങൾ ആയില്ലേ അങ്ങോട്ടേക്ക് പോയിട്ട് നാരായണൻ ശാന്തമനോഭാവത്തിൽ പറഞ്ഞു...

ഉം ...ഞാൻ തയ്യാറായിട്ട് വരാം... അത്രയും മാത്രം പറഞ്ഞുകൊണ്ട് അവൻ അകത്തേക്ക് കയറിപ്പോയി..

എണ്ണതേച്ച് കുളിക്കുന്നതിനടയിലും പല ഓർമ്മകളും അവനെ തേടിയെത്തി.. കുളികഴിഞ്ഞ് പോകാനുള്ള വസ്ത്രങ്ങളും ബാഗും എടുത്ത് അവൻ ഇറങ്ങി...ഇനി ഒരു മണിക്കൂർ യാത്രയുണ്ട് അങ്ങോട്ടേക്ക്..യാത്രക്കിടയിൽ അവനാ പഴയ ഓർമ്മകളിലേക്ക് വഴുതി..

മാണിക്കശ്ശേരി തറവാട് ..നാലുകെട്ടുകളുടെ ഭംഗിയാണ് കണ്ണിന് കുളിര്മയേകുന്നത്...അച്ഛൻ നാരായണൻ അവിടത്തെ പുറം പണിക്കാരനാണ്...അവരുടെ കൃഷിയും അല്ലറ ചില്ലറ പ്ലംബിംഗ് പണിയും,അവിടത്തെ തെങ്ങുകയറ്റവും അച്ഛനാണ് ചെയ്തിരുന്നത്...പണ്ട് അച്ഛന് ഒരു കൂട്ടായി അവധി ദിനങ്ങളിൽ ഞാനും പോയിരുന്നു.

അന്ന് തീരെ കൊച്ചല്ലേ ,,,ജീവിതത്തിന്റെ എബിസിഡി അറിയാത്ത പ്രായം.. എന്റെ ചോർന്നൊലിക്കുന്ന വീടിന്റെ ചിത്രത്തേക്കാൾ ഭംഗി തോന്നിയത് ആ നാലുകെട്ടിനോട് തന്നെയാണ്...പല പല മാവുകളും,മറ്റുമരങ്ങളും ഒത്തനടുവിൽ ഒരു വലിയ മാളിക..അന്നാദ്യമായ് അച്ഛന്റെ കൈപിടിച്ച് ഇങ്ങോട്ടേക്ക് വരുമ്പോൾ സന്തോഷത്തിന് അതിരുകളില്ലായിരുന്നു...ഗേറ്റിനടുത്ത് രാമേട്ടൻ നിൽപ്പുണ്ടാകും അവിടത്തെ കാവൽക്കാരൻ...

ആ ഇത് ആരൊക്കെയാ ഈ വരുന്നേ..നാരായണാ മാസംന്തോറുമുള്ള നിന്റെ വരവാണ് ഒരു ആശ്വാസം..എന്തുപറയുന്നടാ മോനെ..

രാമേട്ടൻ എന്നെ നോക്കി ചിരിച്ചു.. ഞാൻ കൈ വിരലുകൾ വായിലാക്കി നുണഞ്ഞുകൊണ്ട് ഇരിക്കുകയായിരുന്നു...

ടാ മോനെ അമ്മാവൻ ചോദിക്കുന്നത് കണ്ടില്ലേ ? മറുപടി കൊടുക്ക്..

കളിക്കുന്നതിനിടയിൽ മുന്നിലെ പല്ലുകൾ പോയിരുന്നു... വിടവാർന്ന പല്ലുകാട്ടി ഞാൻ ചിരിച്ചിട്ട് തലയാട്ടി സുഖമാണെന്ന രീതിയിൽ..

ഉമ്മറത്തെ കസേരയിൽ തമ്പ്രാട്ടി ഇരുപ്പുനടയിരുന്നു ആ ഇരുപ്പിൽ തന്നെ ജാതി തെളിഞ്ഞു കാണാമായിരുന്നു..അവരുടെ അടുത്ത് അച്ചുവെന്ന അർച്ചനയും..

ആ നാരായണാ നീ വന്നോ? ഇതാണോ നിന്റെ കരുമാടി ചെറുക്കൻ പുച്ഛരം കലർന്ന ഭാവത്തോടെ അവർ ചോദിച്ചു.

അതെ തമ്പ്രാട്ടി അടിയൻ

അച്ഛരൻ തലതാഴ്ത്തി അവരെ വണങ്ങി,,എന്താണെന്ന് അറിയാതെ പകച്ചുനിന്ന എന്റെ തല അച്ഛരന്റെ കൈകൊണ്ട് താഴ്ത്തി..അത് എനിക്ക് പുതിയ ഒരു അനുഭവമായിരുന്നു....

ടാ എന്നാ നീ പണി തുടങ്ങിക്കോ ...ആ തെക്കേപ്പുറത്തെ തെങ്ങുകൾ ആദ്യം കയറു..പിന്നെ കുറച്ച് പുല്ല് ചെത്താനുണ്ട് ,പുറത്തെ കുളിമുറിയിലെ പൈപ്പിനെന്തോ തകരാറുണ്ട് ...ഇത് കഴിഞ്ഞു അത് കൂടി ഒന്ന് നോക്ക്...ചെന്നോളൂ..

അച്ഛരൻ എന്റെ കൈയും പിടിച്ചു നടന്നു നീങ്ങി...ഒരിക്കലെങ്കിലും ഈ മാളികയുടെ അകത്ത് കയറണമെന്ന് മോഹമുണ്ടായിരുന്നു.... മനസ്സില് ഓർത്തു....

അച്ഛരൻ വസ്ത്രങ്ങൾ ചായ്പിൽ അഴിച്ചിട്ട്... എന്നിട്ട് ഒരു തോർത്ത് എടുത്തുടുത്ത്,, ചകിരിച്ചോറുകൊണ്ടുണ്ടാക്കിയ തളപ്പ് കാലുകളിൽ ഇട്ടു.. ദേവിയെ മനസ്സില് ധ്യാനിച്ചു ആദ്യത്തെ തെങ്ങിൽ കയറി...ആ കയറ്റം ഒരു അണ്ണാൻ കുഞ്ഞ് തന്നെക്കാൾ വലിയ മരത്തിന്റെ തടിയിൽ കയറുന്നതായി എനിക്ക് തോന്നി..

എന്തോ ശബ്ദം കേട്ട് തിരിഞ്ഞുനോക്കിയപ്പോൾ ഒരു വെള്ള ബെൻസിൽ തമ്പ്രാട്ടി പോകുന്നു...രാമേട്ടൻ ആ ഗേറ്റ് തുറന്നു കൊടുക്കുന്നു.....അച്ഛരൻ ആദ്യ തെങ്ങിലെ തേങ്ങയിട്ടുകഴിഞ്ഞു താഴേക്ക് ഇറങ്ങി... അടുത്ത് തെങ്ങിൽ കയറാൻ തുടങ്ങുമ്പോൾ ആണ്

പുറകിൽ നിന്നും ഒരുവിളി....

നാരായണാ

മാധവൻ തമ്പ്രാൻ അർച്ചനയുടെ അച്ഛരൻ ...അച്ഛരന്റെ ഒക്കത്തിരുന്നുകൊണ്ട് കോലുമിട്ടായി തിന്നുകയാണ് അച്ചു..

ഓ തമ്പ്രാ അടിയൻ ,, അച്ഛരൻ തല താഴ്ത്തി

എന്റെ നാരായണാ നിന്നോട് പല തവണ പറഞ്ഞിട്ടുണ്ട് ഈ പരുപാടി ഒക്കെ അമ്മയുടെ അടുത്ത് മതിയെന്ന്..മാധവൻ അച്ചൂനെ താഴെ നിർത്തി തേങ്ങയെടുത്ത് ഒന്നുകുലുക്കി..

പെട്ടെന്ന് അച്ചു എന്റെ കൈയിൽ കയറി പിടിച്ചു

വാ ചേട്ടാ കളിക്കാം

ഞാൻ അച്ഛരനെ ഒന്ന് നോക്കി.. അച്ഛരൻ ഓടി അടുത്തേക്ക് വന്നു ..അയ്യോ രാജകുമാരി അവന്റെ കൈയിൽ ഒന്നും പിടിക്കല്ലേ അപ്പിടി അഴുക്കാണ്.... കൊച്ചു തമ്പ്രാട്ടി അറിഞ്ഞാൽ ചിലപ്പോൾ..

അച്ഛരൻ മാധവൻ തമ്പ്രാനെ ഒന്നുനോക്കി..

എന്റെ നാരായണാ ഞാൻ അല്പം പുതിയ ആളാണ്.. എന്റെ ഭാര്യയും ..അവളാണ് പറഞ്ഞത് നിന്റെ മോനേം കൂട്ടി കളിയ്ക്കാൻ വിടാൻ.. ഇവിടെ ഇവൾക്ക് ആരെങ്കിലും കൂട്ട് വേണ്ടേ..? അവര് വളരട്ടെടോ ഈ ജാതിയും മതവും നോക്കാതെ..മക്കള് ചെല്ല്..ചെന്ന് കളിക്കൂ.

വലിയ തമ്പ്രാട്ടിക്ക് രണ്ട് ആൺമക്കൾ അതിൽ അതിൽ മൂത്തയാൾ ഒരു അസുരൻ വലിയ തമ്പ്രാട്ടിയെ പോലെ തന്നെ അഹങ്കാരി , കല്യാണവും കഴിച്ചിട്ടില്ല...ഇളയമകന് മാധവൻ തമ്പ്രാൻ.. കുടുംബസ്നേഹി,മനുഷ്യൻ.

അച്ചു എന്റെ കൈകളിൽ പിടിച്ചുകൊണ്ട് പടിഞ്ഞാറേമുറ്റത്തേക്ക് കൊണ്ടുപോയി....ഞങ്ങൾ ആദ്യം ചിരട്ടയപ്പം ഉണ്ടാക്കി ..അവളുടെ കൈകളിൽ മണ്ണുപറ്റാണ്ടാന്ന് കരുതി ഞാനാണ് അത് ഉണ്ടാക്കിയത്.

ചേട്ടാ ഇനിക്ക് ഒരു കാറ്റാടി ഉണ്ടാക്കി തരുവോ അവള് കുസൃതിയോടെ ചോദിച്ചു..

ഞാൻ തലയാട്ടികൊണ്ട് വേഗം പോയി താഴേക്ക് ചാഞ്ഞുകിടക്കുന്ന പ്ലാവിന്റെ ഇലപൊട്ടിച്ചു എന്നിട്ട് അച്ഛരൻ താഴേക്ക് വെട്ടിയിട്ട ഓലയിൽ നിന്നും ഒരു ഒരു ഈർക്കൽ ഊർത്തിയെടുത്തു..അത് രണ്ടാക്കി ഓടിച്ചു എന്നിട്ട് ആ പ്ലാവിന്റെ ഇലയിൽ നടുഭാഗത്ത് തുളച്ചുകയറ്റി...കൈ മുന്നിലേക്ക് ആക്കി ഓടി കറങ്ങുന്നുണ്ട്..ഞാൻ

ഒന്ന് സന്തോഷിച്ചു.

രാജകുമാരി രാജകുമാരി നോക്കിക്കേ ഇതാ കാറ്റാടി

ഞാൻ ഓടിവന്ന അണപ്പോടെ പറഞ്ഞു.

അവൾ അതുവാങ്ങി കറക്കി.. പെട്ടെന്ന് അവൾ എന്റെ അരികിലേക്ക് ഓടിവന്ന് ഒരു മുത്തം തന്നു...എന്റെ ആദ്യ മുത്തം.

അങ്ങനെ വർഷങ്ങൾ കടന്നുപോയി ഞങ്ങളുടെ സൗഹൃദവും അതോടൊപ്പം വളർന്നു.

അവൾ എന്നോട് സംസാരിക്കുന്നത് പോലും തമ്പ്രാട്ടിയും വല്യച്ചനും കാണാതെ ആയിരുന്നു...അത്രയും പേടിച്ചിരുന്നു അവൾ..മാധവൻ അവളുടെ അച്ഛൻ പറയും കർണൻ വരുമ്പോഴാണ് ഇവളൊന്ന് സന്തോഷിക്കുന്നത് എന്ന്...അത് കേൾക്കുമ്പോൾ ഞാൻ അച്ചുവിന്റെ മുഖത്തേക്ക് നോക്കും മനസ്സലിയുന്ന ചിരി കാണുമ്പോൾ എന്റെ ഹൃദയം മന്ത്രിക്കും കർണന്റെ സ്വന്തം...തല തിരണിഞ്ഞു അച്ഛനെ നോക്കുമ്പോൾ ആ സ്വപ്നം അവിടെ അവസാനിക്കും.

അങ്ങനെ ഒൻപതാം ക്ലാസ്സിൽ ആയ സമയം...അർച്ചന കുമാരിയുടെ പിറന്നാളാണ് എന്ന് പറഞ്ഞാണ് എന്നെ അച്ഛൻ കൊണ്ടുപോയത് കുറച്ച് പണി കൂടിയുണ്ടെന്ന് രാമേട്ടൻ വിളിച്ചതനുസരിച്ച് അങ്ങോട്ടേക്ക് വണ്ടി കയറി.. സംഭവം ചിന്തിക്കാൻ തുടങ്ങിയനാളിൽ മനസ്സിലായി അവളുടെ വയസ്സറിയിക്കൽ ചടങ്ങാണെന്ന്.

അന്ന് പതിവുപോലെ രാമേട്ടൻ ഗേറ്റിൽ നിൽക്കുന്നുണ്ട്...ഞാൻ അച്ഛന്റെ കൈയ്യും പിടിച്ചു ഉമ്മറത്തേക്ക് ചെന്നു..

ആ നീ വന്നോ നാരായണാ തമ്പ്രാട്ടി ചോദിച്ചു.

അടിയൻ അച്ഛനും ഞാനും തല കുമ്പിട്ടു..

ആ പുല്ലൊക്കെ ഒന്ന് ചെത്തിക്കളയണം അടുത്ത ദിവസം പന്തലുപണിക്കാരുവരും , ഇവിടെത്തെ രാജകുമാരിയല്ലേ.. എല്ലാം നന്നായി ചെയ്യണം...

ഓ തമ്പ്രാട്ടി

എങ്കിൽ നിങ്ങൾ അടുക്കളപ്പുറത്തേക്ക് വന്നുള്ളൂ കുറച്ചു പുഴുക്ക് കഴിച്ചിട്ടാവാം പണികൾ തമ്പ്രാട്ടി അകത്തേക്ക് നടന്നുപോയി..

ഞാനും അച്ഛനും കൂടി അടുക്കള ഭാഗത്തേക്ക് നടന്നു..അപ്പോഴും എന്റെ മനസ്സില് അച്ചുവായിരുന്നു..അവളെ നോക്കി ഞാൻ നാലുപാടും കണ്ണോടിച്ചു..

ഇവിടെ ഇരിക്കുക തമ്പ്രാട്ടി കല്പിച്ചു..അവർ അകത്തുനിന്ന് പുഴുക്ക് കൊണ്ടുവന്നു എന്നിട്ട് അത് അവിടെത്തെ അടുക്കള പണിക്കാരിക്ക് കൊടുത്തു...അവർ അത് എന്റെയും അച്ഛന്റെയും പാത്രത്തിലേക്ക് വിളമ്പി...മനസ്സില് ഒരുപാട് ചോദ്യങ്ങൾ ഉയര്ന്നു എങ്കിലും മൗനം..

അമ്മെ നമുക്ക് ഇറങ്ങാം ഇപ്പൊ പോയാലേ നമുക്ക് വൈകിട്ട് തിരിക്കാൻ പറ്റു..മാധവൻ തമ്പ്രാൻ തമ്പ്രാട്ടിയോടായി പറഞ്ഞു..

ആ ഞാൻ ഇപ്പോൾ വാരം നീ ആ കുമാരനോട് കാറ് പുറത്തേക്ക് എടുക്കാൻ പറയൂ..... തമ്പ്രാട്ടി മാധവന് ആജ്ഞ നല്കി...

ശരിയമ്മേ മാധവൻ അകത്തേക്ക് കയറിപ്പോയി...

ഞാൻ കഴിച്ചിട്ട് കൈകഴുകി പുറത്തേക്ക് നടന്നു... അതാ ആ കാർ ഗേറ്റ് കടന്നുപോകുന്നു..എന്റെ മനസ്സിലെ സന്തോഷം പറഞ്ഞറിയിക്കാൻ പറ്റാതായിരുന്നു...

അച്ഛൻ പണികൾ തുടർന്നു...അതിനടിയിൽ അടുക്കള നോക്കുന്ന ചേച്ചി വന്നുപറഞ്ഞു...

നാരായണാ ഞാൻ വീടുവരെ ഒന്നുപോകുകയാണ്...നിങ്ങൾക്ക് എന്തെങ്കിലും വേണമെങ്കിൽ ഇവിടെ കുഞ്ഞുണ്ടാകും

ഞാൻ തല ഒന്ന് വെട്ടിച്ച് നോക്കി ,,,, അതാ എന്റെ അച്ചു..അവൾ വാതിലിനടുത്ത് വന്നു നിന്നു..എന്നിട്ട് എന്നെ ഒന്ന് ഇളിച്ചു കാട്ടി...കുറുമ്പുള്ള അവളുടെ ആ ചിരി എനിക്ക് ഏറ്റവും പ്രിയപ്പെട്ടതായിരുന്നു...

അച്ഛൻ തുടരുന്നു...

ശരി ചേച്ചി പൊയ്ക്കോളൂ... അച്ഛൻ പണികളിൽ മുഴുകി..

അച്ചുവിന്റെ കൈകളിൽ പിടിച്ചു മാവിന്റെ ചുവട്ടിലേക്ക് കൊണ്ടുപോയി..ഞങ്ങൾ കളികൾ തുടർന്നു....

പെട്ടെന്ന് ആരോ പുറകിൽ നിന്നും വിളിച്ചു .. ഞങ്ങൾ പേടിച്ചു വിറച്ചു...ആ വിളിയിൽ തിരിഞ്ഞുനോക്കാതെ തന്നെ എനിക്ക് അറിയാമായിരുന്നു അവളുടെ വല്യച്ഛൻ..

എന്താടി നീ ഇവിടെ ഈ ശൂദ്ര പൈയ്യന്റെ കൂടെ..? ഒരു കൂട്ടുകൂടാൻ പറ്റിയ സാധനം.. അകത്തേക്ക് പോടീ.. അച്ചു കരഞ്ഞുകൊണ്ട്

അകത്തേക്ക് കയറി...

എന്റെ ഉള്ളിൽ ഭയം ജനിച്ചു.. പക്ഷെ അയാൾ എന്നോടൊന്നും പറഞ്ഞില്ല ...അച്ചനെ വിളിച്ചു..

ടാ നാരായണാ ഒന്ന് വന്നേടാ...

അയാൾ ആജ്ഞാപിച്ചു.

ഓ തമ്പ്രാ അടിയൻ ...

നീ പോയിട്ട് ഒന്നുരണ്ടുകുപ്പി ചാരായം വാങ്ങിയട്ടുവാ...അമ്മ വരുമ്പോൾ വൈകും...മം ചെല്ല് ചെക്കൻ ഇവിടെ ഇരുന്നോളും.

അച്ചൻ എന്നെ ഒന്ന് നോക്കി...എന്നിട്ട് പണവും വാങ്ങി പോയി..ഗേറ്റ് കടന്നുപോകുന്ന അച്ചനെയും നോക്കി ഞാൻ നിന്നു..എന്റെ ശരീരമാകെ തണുത്ത് വിറച്ചിരുന്നു..പെട്ടെന്ന് എന്റെ കഴുത്തിൽ അയാളുടെ പിടിവീണു..

ഇങ്ങോട്ട് വാടാ പൊലെ*** മോനെ ? അയാൾ എന്നെ വലിച്ചു മരങ്ങൾക്ക് ഇടയിലേക്ക് കൊണ്ടുപോയി.. ചുറ്റും പുല്ലുകൾ കൂട്ടം കൂട്ടമായി നിൽക്കുന്നു...അയാൾ അവിടെ കണ്ട ഒരു കല്ലിൽ ഇരുന്നു...അയാൾ കാലുകൾ വിടർത്തി എന്റെ മുഖം അയാളുടെ കാലുകൾക്ക് ഇടയിലേക്ക് അടുപ്പിച്ചു..ഞാൻ കുതറി മാറാൻ ശ്രമിച്ചു...എങ്കിലും ആ ബലമുള്ള

കൈകൾ എന്റെ കഴുത്തിനെ ചുറ്റിപിടിച്ചിരുന്നു.....അയാൾ...

‘ മം..വേഗം ആവട്ടെ ചെയ്യടാ പൊല***മോനെ....

അയാൾ വീണ്ടുമെന്റെ തല കാലുകൾക്കിടയിലേക്ക് അടുപ്പിച്ചു.. ഒടുവിൽ നിർവൃതി പൂണ്ടപ്പോൾ എന്നെ ബലമായി തള്ളിയിട്ടു..... എന്റെ കരച്ചിൽ കേട്ട് ഓടി വന്ന രാമേട്ടൻ ചിലതൊക്കെ കണ്ടിരുന്നു...രാമേട്ടൻ എന്റെ അടുത്ത് വന്നിരുന്നു..

അയ്യോ തമ്പ്രാ ഇവനൊരു കൊച്ചുകുട്ടിയില്ലേ ? ഇവനോടിങ്ങനെ ?

രാമേട്ടൻ ദുഖത്തോടെ പറഞ്ഞു...

ടാ രാമാ നീ ഒന്നും കണ്ടിട്ടില്ല...ഇനി എന്തെങ്കിലും വിളിച്ചുപറഞ്ഞാൽ അറിയാലോ

നിനക്കെന്നെ....അയാൾ കണ്ണുകൾ ഉരുട്ടിക്കൊണ്ട് പറഞ്ഞു...പിന്നെ എന്റെ നേരെ തിരിഞ്ഞു...

ടാ ചെക്കാ നിന്നോടും കൂടിയാണ്..പിന്നെ എന്റെ തറവാട്ടിലെ കുട്ടിയോട് എങ്ങാനും അടുത്താൽ..

അയാൾ അതും പറഞ്ഞു അവിടെ നിന്നും പോയി...രാമേട്ടൻ എന്നെ ആശ്വാസിപ്പിച്ചു...

മോനെ ദേ അച്ഛൻ വരുന്നു.. നീ എല്ലാം മറന്നുകളാ.....

രാമാ ഞാൻ ഇത് കൊടുത്തിട്ട് വരാം...അച്ഛൻ പുറക് വശത്തേക്ക് നടന്നു...

ഞാൻ അവിടെ തന്നെ ഇരുന്നു..മണിക്കൂറുകൾ പോയതറിഞ്ഞില്ല

അതാ അച്ഛൻ വരുന്നു... അച്ഛന്റെ ചെവിട്ടിൽ അയാൾ എന്തോ പറഞ്ഞുകൊടുത്തിട്ടുണ്ട്...

അച്ഛൻ വന്നു എന്നെ പൊതിരെ തല്ലി..എന്തിനെന്നുപോലും അറിയാതെ ഞാൻ അത് മുഴുവൻ കൊണ്ട്..തമ്പ്രാട്ടിയുടെ കാർ ഉമ്മറത്തേക്ക് വന്നു.. എന്നെ തല്ലുന്നത് കണ്ടതും കൊച്ചു തമ്പ്രാട്ടിയും അച്ചുവും,മാധവനും രാമേട്ടനും അടുത്തേക്ക് വന്നു...

ടാ നാരായണാ നീ എന്തിനാടാ ഈ ചെക്കനെ ഇങ്ങനെ തല്ലുന്നത്... വലിയ തമ്പ്രാട്ടി ചോദിച്ചു..

അത് തമ്പ്രാട്ടി ഇവൻ

ഞാൻ പറയാം എന്റെ കണ്ണുകൾ കൊണ്ടുകണ്ടത്...അസുരന്റെ ശബ്ദമായിരുന്നു അത്.. എല്ലാവരും അയാളിലേക്ക് ശ്രദ്ധ തിരിച്ചു

ഈ ചെക്കൻ മാളവിക (അച്ചുവിന്റെ അമ്മ) കുളിച്ചുകൊണ്ടിരിക്കുമ്പോൾ ഒളിഞ്ഞു നോക്കി ..ഞാൻ എന്റെ കണ്ണുകൾ കൊണ്ട് കണ്ടു.. എന്നെ കണ്ടതും ഇവൻ അവിടെ നിന്നും ഓടി..

ഞാനും രാമേട്ടനും മുഖത്തോട് മുഖം നോക്കി നിന്നു.. ഒന്നും പറയാൻ കഴിഞ്ഞില്ല.. അതുപോലെ അയാൾ രാമേട്ടനെ തുറിച്ചു നോക്കി..

മം.. ഇവൻ ഈ ചെറുപ്പത്തിലേ...മതി.. നാരായണാ ഇവനെ ഇനി ഇങ്ങോട്ട് വിളിച്ചുകൊണ്ട് വരരുത്....നീ ഇന്ന് പൊയ്ക്കോളൂ..മാധവാ അവന്റെ കണക്ക് തീർക്കു.....തമ്പ്രാട്ടി പറഞ്ഞു..

അയ്യോ തമ്പ്രാട്ടി എന്നെ പറഞ്ഞുവിടല്ലേ ...ഇവനെ ഇനി ഞാൻ കൊണ്ടുവരില്ല ...അടിയന്റെ കഞ്ഞികുടി മുട്ടിക്കല്ലേ അച്ഛൻ തല താഴ്ത്തി പറഞ്ഞു...

തമ്പ്രാട്ടി നടന്നു നീങ്ങി...

നാരായണാ നീ പോയിട്ട് അടുത്ത മാസം വരൂ..അമ്മയോട് ഞാൻ പറഞ്ഞോളാം.....

അച്ഛൻ എന്നെയും വലിച്ചുകൊണ്ട് ചായ്പ്പിലേക്ക് പോയി... പോകുന്ന വഴിക്ക് ഞാൻ അച്ചുവിനെ ഒന്ന് നോക്കി.. ആ മുഖത്ത് അമ്മയോട് അരുതാത്തത് കാട്ടിയതിന്റെ ദേഷ്യമുണ്ടായിരുന്നു..അസുരനും അവിടെ നിന്നും പോയി..

എന്താ മാധവേട്ടാ ഞാൻ ഈ കേൾക്കുന്നെ ? ആ കുട്ടി അങ്ങനെ ചെയ്യുമെന്ന് കരുതുന്നില്ല .. ഇവിടെ ഓടി വളർന്ന മോനല്ലേ..മാളവിക പറഞ്ഞു..

അത് എനിക്കറിയാടോ പക്ഷെ ഏട്ടൻ എന്തിനിങ്ങനെ.....വിട്ടുകള..വരൂ അച്ചു അകത്തേക്ക്...

അന്ന് ആ പടി കടന്ന് ഇറങ്ങിയതാണ് ഞാൻ...

എന്റെ ജീവിതം വീണ്ടും ഒരു ഇരുൾ പോലെ ആയി...പഠിത്തത്തിനടിയിൽ പല ജോലിയും എടുത്തു...കൈകളിൽ ഒരു ഡിഗ്രി ഒപ്പിച്ചു..ചെറിയ സ്ഥാപനത്തിൽ ജോലി ചെയ്തു..മനസ്സിൽ ഒരുപാട് ആഗ്രഹങ്ങൾ കുന്നുകൂട്ടിയിരുന്നു ആ ജോലി കളഞ്ഞിറങ്ങുമ്പോൾ വേറെ കണക്ക് കൂട്ടലുകൾ ഉണ്ടായി. പണ്ട് എടുത്തിട്ടുള്ള കഠിനമായ ജോലികൾക്ക് ഉള്ള വരവ് എന്നോണം ശാരീരികമായ ബുദ്ധിമുട്ട് പലപ്പോഴും ഉണ്ടായി...ഭക്ഷണം കഴിക്കേണ്ട പ്രായത്തിൽ വെയിലും മഴയും ,പിന്നെ ഭാരങ്ങളും ചുമന്നു ഞാൻ പലതിലേക്കും പോയിരുന്നു..

പലപ്പോഴും ശരീരത്തെ കൊത്തിവലിക്കുന്ന നാഡീ വേദനകൾ ഉണ്ടായി...ഇടയ്ക്കുള്ള തലകറക്കം, അങ്ങനെ ഞാൻ പോലും അറിയാത്ത ചില ലക്ഷങ്ങൾ...അതൊന്നും കാര്യമാക്കാതെ ഉയർന്ന ശമ്പളമുള്ള ഒരു ജോലി അത് കിട്ടിയാലേ മനസ്സിലുറപ്പിച്ച കാര്യങ്ങൾ നടക്കൂ..അതായിരുന്നു ധാരണ...പിന്നെ അച്ചുവിന്റെ ഒന്ന് കാണണം അമേരിക്കൻ വിദ്യാഭ്യസം കഴിഞ്ഞ് അവൾ തറവാട്ടിൽ തിരിച്ചെത്തിയെന്ന് രാമേട്ടൻ വിളിച്ചപ്പോൾ പറഞ്ഞിരുന്നു..ഈ യാത്രയിൽ മറ്റൊന്നുകൂടിയുണ്ട് കാരണം...മനസ്സിന് പിടിച്ച ജോലിയും നോക്കി നോക്കി ഒടുവിൽ ചില കുറ്റപ്പെടുത്തലും ഉണ്ടായിരുന്നു...പിന്നെ ഞാൻപോലും അറിയാതെ ഓരോ ഓരോ കാരണങ്ങൾ കൊണ്ട് ജോലികൾ നഷ്ടമാകുമ്പോൾ ഓർത്തിരുന്നില്ല

കാര്യങ്ങൾ...കഴിവിനെക്കാൾ ഉപരി ചിലപ്പോ ബാഹ്യമായ മുഖകാന്തിക്ക് ആളുകൾ വിലകൊടുത്തത് എന്ന് മനസ്സിലാക്കിയെടുക്കാൻ സമയമെടുത്തു...നാളുകളായുള്ള അവസാനിക്കാത്ത കൂടികാഴ്ചകളും നടന്നുപോന്നു..വീട്ടിലും മായമ്മയുടെ വക ചില അവിടെയും ഇവിടെയും തൊടാതെയുള്ള വർത്തമാനങ്ങളും,പരിഹാസങ്ങളും അതുപോലെ പീഡനങ്ങളും സഹിച്ച് ഒടുവിൽ യൗവനത്തിന്റെ പാതയിൽ സഞ്ചരിക്കുമ്പോൾ ഒന്നും നേടിയെടുക്കാൻ പറ്റാത്തതിന്റെ നിസ്സഹായ അവസ്ഥ പിന്നീട് എന്നെ ഏകാന്തയുടെയും ചില ഭ്രാന്തുകളുടെയും നടുവിൽ കൊണ്ടെത്തിച്ചിരുന്നു....കിട്ടുന്നത് വീട്ടിൽ എത്തിക്കാനുള്ള തന്ത്രപ്പാടിൽ ഒന്നും നോക്കിയില്ല ....

അങ്ങനെ സ്ഥലമെത്തി...ആ ഗേറ്റ് കടന്നു ചെല്ലുമ്പോൾ രാമേട്ടൻ നരച്ച മുടിയുമായി നിൽപ്പുണ്ടായിരുന്നു..

കർണാ നീ എത്തിയോ ? നീ വരില്ലെന്ന് പ്രതീക്ഷിച്ചു...രാമേട്ടൻ ഒരു ചെറിയ പുഞ്ചിരി തൂകികൊണ്ട് പറഞ്ഞു...മ

രാമേട്ടാ വരണമെന്ന് വിചാരിച്ചതല്ല ... സാഹചര്യങ്ങൾ...ഞാൻ പറഞ്ഞു നിർത്തി...

വലിയ തമ്പ്രാട്ടി കിടപ്പയേൽ പിന്നെ ആ അസുരൻ തമ്പ്രാനാ എല്ലാത്തിനും മേൽനോട്ടം..നീ ഉമ്മറത്തേക്ക് ചെല്ല്...അവിടെ മാധവൻ തമ്പ്രാൻ ഉണ്ട്...പിന്നെ നിന്റെ രാജകുമാരിയും.

രാമേട്ടൻ എന്നെ നോക്കിയൊന്ന് പുഞ്ചിരിച്ചു...ഉള്ളിന്റെ ഉള്ളിൽ തിരിച്ച് ഒരു ചിരി സമ്മാനിക്കണം എന്നുണ്ടായിരുന്നു..നടന്നില്ല..പഴയതിൽ

നിന്നും ഞാൻ ഒരുപാട് മാറിയിരുന്നു...

ഞാൻ ഉമ്മറത്തേക്ക് ചെന്നു..

ആ ഇതാരാ കർണനൊ.. സുഖമല്ലേ...? എത്ര വർഷങ്ങളായി കണ്ടിട്ട്....പക്ഷെ നിന്റെ വളർച്ചയൊക്കെ അച്ചരനും രാമേട്ടനുമൊക്കെ പറഞ്ഞിരുന്നു... മാധവൻ പറഞ്ഞു..

പണ്ടത്തെപ്പോലെ തല കുഞ്ഞിഞ്ഞ് നില്ക്കാൻ എനിക്ക് പുച്ഛമായിരുന്നു...

എനിക്ക് സുഖമാണ് സാർ..ഇവിടെ ഉള്ളവർക്കും അങ്ങനെ ആയിരിക്കുമെന്ന് കരുതുന്നു..ഞാൻ മുഖമൊന്ന് പൊക്കി അച്ചുവിനെ

ഒന്ന് നോക്കി..അവൾ ആകെ മാറിയിരിക്കുന്നു...ഫോണിൽ തന്നെ നോക്കിയിരിക്കുന്നു..

അച്ചു നിനക്ക് കർണനോട് ഒന്നും സംസാരിക്കാൻ ഇല്ലേ..മാധവൻ ചോദിച്ചു..

അവൾ മുഖമുയർത്തി എന്നെ ഒന്ന് നോക്കി എന്നിട്ട് പറഞ്ഞു..

ഈ ദരിദ്രവാസിയോടൊക്കെ ഞാൻ എന്ത് സംസാരിക്കാൻ..അച്ഛൻ പണി വല്ലതും ഉണ്ടെങ്കിൽ കൊടുത്ത് വിട്..ഇയാളുടെ മേലെ ഒരു കണ്ണുവേണം മുന്പ് ചെയ്തത് പോലെ ചിലപ്പോൾ ഒളിഞ്ഞു നോക്കിയെന്ന് വരും പുച്ഛത്തോടെ ഉള്ള നോട്ടം നൽകികൊണ്ട് അവൾ അകത്തേക്ക് കയറിപ്പോയി...

എന്റെ ഉള്ളിൽ പലതും വന്നു മറഞ്ഞു..

മോനെ അവള് പറഞ്ഞത് ഒന്നും കാര്യമാക്കേണ്ട നീ ജോലിനോക്ക്...പറമ്പിലെ കണക്കുകൾ ഒന്ന് നോക്കണം പിന്നെ അല്പം കൃഷിയും...ചെന്നോളൂ... നിനക്ക് കഴിക്കാൻ വല്ലതും '

ഒന്നും വേണ്ട സാർ ഞാൻ വീട്ടിൽ നിന്നും കൊണ്ടുവന്നിട്ടുണ്ട്..ഞാൻ പറഞ്ഞു...പുറകിലേക്ക് നടന്നു...

പണികൾ തുടർന്നു....

ടാ ചെക്കാ പുറകിൽ നിന്നും ഒരു കരകരപ്പുള്ള ശബ്ദം..ഞാൻ ഒന്ന് തിരിഞ്ഞു നോക്കി അതെ അയാൾ തന്നെ..മുടിയൊക്കെ നരച്ചു..വയറും ചാടി...ആ കോമാളി ചിരി...

മം എന്തുവേണം ഞാൻ ചോദിച്ചു..

നീ അങ്ങൊട്ട് ഒന്ന് വാടാ പണ്ടത്തെ പോലെ ഒന്ന്.. ആ കോമാളി ചിരി എന്റെ സമ നില തെറ്റിച്ചു... ഞാൻ പിന്നോട്ട് കാൽ ആഞ്ഞു അയാളുടെ കിടുങ്ങാമണിക്കിട്ട് ഒരു ചവിട്ട്...അയാൾ ഉറക്കെ കരയാൻ തുടങ്ങി.. അടുത്ത് കിടന്ന മടൽ വാക്കത്തി കൊണ്ട് വെട്ടി..പൊതിരെ തല്ലി എന്റെ കലി തീരും വരെ..എന്നിട്ട് ഞാൻ അയാളുടെ ചെവിൽ പറഞ്ഞു..

എടാ തമ്പ്രാൻ പൊല***** മോനെ..നീ ഇത് പറഞ്ഞാൽ നഷ്ടപ്പെടാൻ എനിക്കൊന്നുമില്ല നിന്റെ അനിയന്റെ മോളുടെ കാര്യം കഷ്ടത്തിലാവും

അയാളുടെ നിലവിളികേട്ട് രാമേട്ടനും കുമാരനും , പിന്നെ മാധവനും ഓടിവന്നു..കൂടെ അച്ചുവും.. എല്ലാവരും ഒരു നിമിഷം

നിശ്ബ്ദാരായി..

എന്താ ഏട്ടാ എന്തുപറ്റി..മാധവൻ അയാളെ എഴുന്നേൽപ്പിച്ചു..

ഇവനെ ഇപ്പോൾ തന്നെ പറഞ്ഞു വിട്.... ഇനി ഇവിടെ നിർത്തണ്ടാ..... അയാൾ താഴെ നോക്കി പറഞ്ഞു..

എന്റെ വല്യച്ഛനോട് താൻ എന്താടോ ചെയ്തത് ... ഞങ്ങളുടെ ചോറ് തിന്നിട്ട് ഞങ്ങളെ തന്നെ അടിക്കുന്നോ.. ശൂദ്രൻ...ഇയാളെ പിടിച്ച് പോലീസിൽ ഏൽപ്പിക്കുകയാണ് വേണ്ടത്... അച്ചു ദേഷ്യം കൊണ്ട് അലറി..

വേണ്ട മോളെ അവനെ പറഞ്ഞുവിട്ടേക്ക് ..ഇവൻ എന്തോ ഭ്രാന്തനായി മാറി...മോള് വാ മാധവാ എന്നെ അങ്ങോട്ടേക്ക് കൊണ്ടുപോ.... അയാൾ പറഞ്ഞു...

കുമാരാ ഇവന് കൊടുക്കാനുള്ളത് എന്താന്ന് വച്ചാ കൊടുത്ത് വിട്..പിന്നെ കർണാ നിന്റെ അച്ഛനോട് ഇനി ഇങ്ങോട്ട് വരണ്ടാന്ന് പറയണം.. അത് പറഞ്ഞു മാധവൻ അയാളേം പിടിച്ചുകൊണ്ട് നടന്നു നീങ്ങി..

ഞാൻ ച്യായ്പിലേക്ക് നടന്നു...എന്റെ പുറകെ രാമേട്ടനും...ഞാൻ വസ്ത്രങ്ങൾ മാറി പോകാനൊരുങ്ങി..

മോനെ അയാള്ക്ക് അങ്ങനെ ഒന്ന് കൊടുത്ത് നന്നായി... എങ്കിലും ഇനി അച്ഛന്റെ ജോലി രാമേട്ടൻ സങ്കടത്തോടെ പറഞ്ഞു..

ഒരിക്കൽ എല്ലാം മനസ്സിലാകും എല്ലാവർക്കും അന്ന് ചിലപ്പോൾ ഞാൻ ഉണ്ടായെന്ന് വരില്ല..കുമാരേട്ടനോട് എനിക്ക് പണം ഒന്നും വേണ്ടെന്ന് പറഞ്ഞേക്ക്..

ഞാൻ രാമേട്ടനെ ഒന്ന് കെട്ടി പിടിച്ചിട്ട് നടന്നു നീങ്ങി..മനസ്സിൽ അച്ചുപറഞ്ഞ വാക്കുകൾ ആയിരുന്നു..സത്യംപോലും തിരക്കാതെ അവൾ എന്നെ എന്തൊക്കെയാ പറഞ്ഞത് ...എല്ലാവരും തുല്യരാണെന്ന് പറഞ്ഞുപഠിപ്പിച്ച അദ്ധ്യാപകന്റെ മകൾ തന്നെ അതിലുപരി ഞാൻ സ്നേഹിച്ചിരുന്ന എന്റെ രാജകുമാരി...അവളും നഷ്ടമായിരിക്കുന്നു...

തിരികെ വീട്ടിലേക്ക് ഉള്ള വണ്ടി കയറി... ഉമ്മറത്ത് അച്ഛനും അനിയനും അമ്മയും കൂടി എന്തോ പറഞ്ഞു ചിരിക്കുന്നു..എന്നെ കണ്ടതും എല്ലാവരും ഒന്ന് അന്താളിച്ചു...

എന്താ നീ ഇത്രയും പെട്ടെന്ന് തിരിച്ച് പോന്നത്..ഉണ്ടായകാര്യങ്ങൾ ഞാൻ അച്ഛനോട് തുറന്നു പറഞ്ഞു..

ടാ മഹാപാപി എന്തിനാടാ ഞങ്ങളോട് ഇത് ചെയ്തത്..മായമ്മ കയർത്തു..

നിന്നെ കൊണ്ട് എന്തെങ്കിലും ഉപകാരം ഇന്നുണ്ടോ ? ഉള്ളതും കൂടി കളഞ്ഞല്ലോടാ നീ ജനിച്ചപ്പോൾ മുതൽ തുടങ്ങിയതാ ഈ കഷ്ടപ്പാടുകൾ ,, നാലാളെ അടുപ്പിക്കാൻ കഴിയാത്ത കുരങ്ങൻ ..നിന്റെ ഈ മോന്ത വച്ചുകൊണ്ട് എങ്ങനെ..നിന്റെ ഈ അനിയന്റെ ചെറിയ സമ്പാദ്യം കൊണ്ട് വീട് കഴിഞ്ഞുപോകാതെ ഇരുന്ന സമയത്താണ് നിന്നെ പറഞ്ഞുവിട്ടത്...നീ ഇതും ദ്രോഹി..നീ ഒക്കെ എന്റെ വയറ്റിൽ ജനിച്ചല്ലോ.. മായമ്മ അലറിക്കൊണ്ട് പറഞ്ഞു..

ഞാൻ ഒന്നും മിണ്ടിയില്ല ...മസ്നസ്സുനിറഞ്ഞ ശൂന്യത ...അമ്മകൂടി എന്നെ പറയാൻ ഉണ്ടായിരുന്നുള്ളു... അകത്തുള്ള സങ്കടം പുറമെ കാണിക്കാതെ ഞാൻ അകത്തേക്ക് നടന്നു ...അച്ഛനും ഒന്നും മിണ്ടിയില്ല..മുറിയിലേക്ക് പോയി കതകടച്ചു...

(മാണിക്കശ്ശേരി ഈ സമയത്ത്)

മോളെ രാമൻ ചെടികൾക്ക് വെള്ളമൊഴിക്കുന്ന അർച്ചനയെ വിളിച്ചു...

രാമേട്ടാ എന്താണ് ? പൈസ വല്ലതും ആവശ്യമുണ്ടോ ? ഉണ്ടെങ്കിൽ ചോദിയ്ക്കാൻ മടിക്കരുത്..അവൾ ഒന്ന് പുഞ്ചിരിച്ചു..

മോളെ അതല്ല ഞാൻ കർണ്ണനെ കുറിച്ച് ഒരുകാര്യം പറയാൻ...

അയാളെ കുറിച്ച് ഒന്നും എനിക്ക് കേൾക്കണ്ട ആദ്യം എന്റെ അമ്മ..ഇപ്പോൾ അതാ വല്യച്ഛൻ..ഈ താഴ്ന്ന പട്ടിണി വർഗത്തെ തീറ്റകൊടുത്ത് വളർത്തിയ ഞങ്ങളെ വേണം ആദ്യം കൊല്ലാൻ ... അവൾ പറഞ്ഞു നിർത്തി..

മോളെ കാര്യങ്ങൾ അങ്ങനെ അല്ല ഇത് ഇനിയും പറഞ്ഞില്ലെങ്കിൽ ചിലപ്പോൾ അവനെ നമുക്ക് നഷ്ടപ്പെടും ,,, അവന്റെ ഇപ്പോഴത്തെ പെരുമാറ്റത്തിൽ എനിക്ക് എന്തോ പന്തികേട് തോന്നി...രാമൻ പണ്ടുമുതലേ നടന്ന കാര്യങ്ങൾ അച്ചുവിനോട് പറഞ്ഞു...

രാമേട്ടാ ഇതൊക്കെ സത്യമാണോ എന്റെ ചേട്ടൻ ഇത്രയും അനുഭവിച്ചിരുന്നോ ? ആ ഒരു മനുഷ്യനെയാണൊ ദൈവമേ ഞാൻ ഇത്രയും നാൾ ... അവളുടെ കണ്ണുകൾ കലങ്ങി...

അതെ മോളെ ഞാൻ സത്യമായ കാര്യങ്ങളാണ് പറയുന്നത്.. ഇപ്പോഴും നിങ്ങൾ തരുന്ന ചോറ് തന്നെയാണ് തിന്നുന്നത്...പക്ഷെ ഇനിയും എന്റെ മനസ്സാക്ഷിയെ വഞ്ചിക്കാൻ എനിക്ക് കഴിയില്ല മോളേ..രാമനും കരഞ്ഞുപോയി...

വേലയ്ക്ക് നില്ക്കുന്ന അമ്പിളി ചേച്ചി അവരോടുള്ള വല്യച്ചന്റെ പെരുമാറ്റം പറഞ്ഞിരുന്നു...എങ്കിലും മുഴുവനായി എനിക്ക് അത് ഉൾകൊള്ളാൻ ആയില്ല...ഞാൻ ഒരു പാപിയാണ് , എന്താണ് സംഭവിച്ചത് എന്ന് ചോദിക്കാതെ ചേട്ടനെ ഞാൻ..

അർച്ചന അത് പറഞ്ഞു അകത്തേക്ക് കയറിപ്പോയി...

വല്യച്ചനോട് ഈ കാര്യങ്ങൾ അവൾ പൊതുവായി തന്നെ ചോദിച്ചു..ആദ്യം ഒന്നും സമ്മതിച്ചില്ലെങ്കിലും അയാളുടെ ശബ്ദം ഇടറിയപ്പോൾ എല്ലാവർക്കും കാര്യം മനസ്സിലായി..

അർച്ചന അത് മനസ്സിലാക്കിയ ഉടൻ റൂമിലേക്ക് പോയി..കട്ടിലിൽ ഇരുന്നു..മുഖം താഴ്ത്തി...മാധവനും മാളവികയും അവളുടെ അടുത്തേക്ക് വന്നു..

മോളെ നിന്നോട് ഞാൻ പറഞ്ഞിരുന്നില്ലേ അവൻ അതൊന്നും ചെയ്യില്ലെന്ന്...അവനോട് ചെയ്ത ക്രൂരതക്ക് ഞാൻ എന്ത് പരിഹാരം ചെയ്യും ഈശ്വരാ....മാളവിക പറഞ്ഞു..

അച്ഛന്റെ മോളെ , മോള് പറയൂ..വല്യച്ചനെ ഇനി നോക്കണ്ട ... നിനക്ക് എന്താണ് പറയാൻ ഉള്ളത്.. മാളവികയും മാധവനും അവള്ക്ക് പറയാനുള്ളത് കേള്ക്കാൻ തയ്യാറായി നിന്നു.....

അച്ഛാ എനിക്ക് ഉടനെ ചേട്ടനെ കാണണം ചെയ്തുകൂട്ടിയ പാപങ്ങൾക്ക് കാലുപിടിച്ച് മാപ്പു പറയണം.. പിന്നെ ഇനി നിങ്ങൾക്ക് സമ്മതമല്ലെങ്കിലും എനിക്ക് വരനായി ചേട്ടൻ തന്നെ മതി..എനിക്ക് ഇനി ചേട്ടനെ ആർക്കും വിട്ടുകൊടുക്കാൻ കഴിയില്ല...അവൾ ഉറച്ച ശബ്ദത്തോടെ പറഞ്ഞു...

മാധവൻ ഒന്ന് ആലോചിച്ചു..

നിന്റെ ഇഷ്ടമാണ് മോളെ ഞങ്ങൾക്കും ആരൊക്കെ എന്തൊക്കെ പറഞ്ഞാലും അച്ഛനുണ്ട് കൂടെ..എന്താ മാളവികെ ?

എനിക്കും സന്തോഷം അവൻ നല്ലവനാ ...ഇവിടെ വർണത്തിനോ,ജാതിക്കോ,സമ്പത്തിനോ ഒന്നും വിലകൊടുക്കേണ്ട മനസ്സിന് മതി. ... മാളവിക ഒന്ന് ചിരിച്ചു..

എങ്കിൽ ഇപ്പോൾ തന്നെ എനിക്ക് ചേട്ടനെ കാണണം..അച്ഛൻ കുമാരേട്ടനോട് വണ്ടി എടുക്കാൻ പറയൂ... അർച്ചന പറഞ്ഞു..

മം നിന്റെ ആഗ്രഹം പോലെ.

അവള്ക്ക് തന്റെ പ്രിയപ്പെട്ടവനെ കാണാൻ കൊതിയായി... അവന് ഇഷ്ടമുള്ള നിറത്തിലുള്ള വസ്ത്രം ധരിച്ചു പുറത്തേക്ക് നടന്നു...അവിടെ ഗേറ്റിനടുത്ത് എത്തിയപ്പോൾ അവൾ വണ്ടി ഒരു സ്ലോവ് ആക്കാൻ പറഞ്ഞു.

രാമേട്ടാ ഞാൻ ചേട്ടനെ കാണാൻ പോകുകയാണ്..വിളിച്ചൊന്നും പറയണ്ട .. നേരിൽ കണ്ടാൽ മതി....

അത് കേട്ടതും രാമന്റെ സന്തോഷം ആ മുഖത്ത് നിന്നും അർച്ചന വായിച്ചെടുത്തു....അങ്ങനെ വണ്ടി മുന്നോട്ട് നീങ്ങി..

(നാരായണന്റെ വീട്) കതക് തുറന്നു ഞാൻ നടുമുറിയിലേക്ക് ചെന്നു....അമ്മയും അനിയനും എന്തൊക്കെയോ പറഞ്ഞുകൊണ്ടിരിക്കുന്നു...

ഞാൻ ഒരു പ്ലേറ്റ് എടുത്ത് ആഹാരം കഴിക്കാനായി ഇരുന്നു ...അമ്മ വരില്ലെന്ന് കണ്ടപ്പോൾ ഞാൻ തന്നെ ചോറ് വിളമ്പി .. കുമ്പളങ്ങാ ചാറുകറി ചോറിന് നടുവിലായി ഒഴിച്ചു.... ശബ്ദം കേട്ട് അമ്മ ഓടിവന്നു...

ഓ വെട്ടി വിഴുങ്ങ്..ഇങ്ങനെ ഒക്കെ ചെയ്തിട്ട് നിനക്ക് എങ്ങനെ ഇതൊക്കെ കഴിക്കാൻ തോന്നുന്നു...

ആദ്യത്തെ ഉരുള വായിൽ വയ്ക്കുന്നതിന് മുൻപായിരുന്നു അമ്മ പറഞ്ഞത്..അമ്മ തുടർന്നു...

നീ എന്തിനാടാ ഇങ്ങനെ ആർക്കും വേണ്ടാതെ ജീവിച്ചിരിക്കുന്നെ..പണ്ട് നീ ആ തമ്പ്രാട്ടിയുടെ കുളിമുറിയിൽ ഒളിഞ്ഞു നോക്കി എന്നുകേട്ടപ്പോഴേ എനിക്ക് നിന്നെ പെറ്റിട്ടത് ഒരു വലിയ പിഴയായി തോന്നി...നീ ഒന്ന് പോയി തരാമോ...ഞങ്ങൾ രക്ഷപെടും..

അമ്മയുടെ ആ വാക്കുകൾ എന്റെ മനസ്സിന്റെ താളം തെറ്റിച്ചു.. എങ്കിലും ആ ഭക്ഷണം മുഴുവനായി കഴിച്ചു..അനിയനെ ഒന്ന് നോക്കി..അവനും നിശബ്ദനായി..അതും എന്നെ വേദനിപ്പിച്ചു...ഞാൻ കൈകൾ കഴുകി..എന്റെ മുറിയിലേക്ക് നടന്നു.. അമ്മ അവിടെ പിറുപിറുത്തുകൊണ്ടിരുന്നു ...

ഞാൻ കുറ്റിയിട്ടു..ജീവിതം എന്നെ വല്ലാതെ തളർത്തി എന്ന് തോന്നി.. മച്ചിലേക്ക് നോക്കി.. മുറിക്ക് നടുവിലായി ഒരു മരത്തിന്റെ പാളി ഇട്ടിട്ടുണ്ട്.. ഞാൻ എന്റെ കട്ടിലിന് താഴെ നിന്ന് കയറുകൾ എടുത്തു... ആ മരപാളിയിൽ ചേർത്തുകെട്ടി.

പിന്നീടാണ് ചിന്തിക്കുന്നത് എന്തിനാണ് ഞാൻ കയർ എടുത്ത് കെട്ടുന്നത് അടിമത്തതിൽ നിന്നും അപമാനത്തിൽ നിന്നും സിരകളിൽ ഓടുന്നത് ചോരയല്ലേ തിളയ്ക്കുന്ന ചോര, സ്വന്തം വീട്ടുകാരുടെ വാക്കുകൾക്ക് പോലും എന്നെ തളർത്താൻ കഴിയില്ല, ജീവിതം സ്വാർത്ഥതയിലേക്ക് ചുരുങ്ങുമ്പോൾ ആരൊക്കെ അപമാനിച്ചാലും, വേദനിപ്പിച്ചാലും ആദ്യം ചെറിയ രീതിയിൽ മനസ്സ് ഒന്ന് പിടിയുമെങ്കിലും എന്റെ വിധി എഴുതുന്നത് ഞാൻ തന്നെയാണ്, ആ കയർ അഴിച്ചെടുത്ത് ദൂരേക്ക് എറിഞ്ഞു..

ചില കാര്യങ്ങൾ മനസ്സിൽ ഉറപ്പിച്ചിരുന്നു..അപ്പോഴാണ് പുറത്ത് നിന്ന് അമ്മയുടെ വിളി, അച്ചു വന്നിരിക്കുന്നു എന്ന്.

അവൾ എന്തിനാ ഇങ്ങോട്ട് വന്നത്? ആദ്യം വാതിൽ തുറക്കാൻ മടി ആയി എങ്കിലും തുറന്നു.

ചേട്ടാ എന്നോട് ക്ഷമിക്കണം ഞാൻ ഒന്നും അറിഞ്ഞുകൊണ്ട് ചെയ്തത് അല്ല, തെറ്റ് പറ്റിയത് എനിക്കാണ് നിങ്ങളെ ഞാൻ മനസ്സിലാക്കാൻ ശ്രമിച്ചില്ല എന്റെ തീരുമാനങ്ങൾക്കും എന്റെ ശരികൾക്കും സ്ഥാനം കൊടുത്തപ്പോൾ അതുപോലെ മറ്റുള്ളവരുടെ അഭിപ്രായം കേട്ടപ്പോൾ ചേട്ടന്റെ ഭാഗത്ത് നിന്ന് ചിന്തിക്കാൻ ശ്രമിച്ചില്ല അങ്ങനെ ചെയ്യുമൊ എന്ന് പോലും, എന്നോട് ക്ഷമിക്കണം

അത് ഒന്നും വേണ്ട, മാധവൻ സാർ അച്ചുവിനെ കൂട്ടികൊണ്ട് പൊയ്ക്കോളൂ ഇനിയും പത്തിരുന്നൂറ് വർഷം കഴിഞ്ഞാലും ഉള്ളിന്റെ ഉള്ളിൽ നിങ്ങളെ പോലുള്ളവർക്ക് ഞാൻ അടിമയും നിങ്ങൾ ഉടമയും ആവും പക്ഷേ ഒന്നുണ്ട്, ഈ ഭൂമിയുടെ യഥാർത്ഥ അവകാശികൾ പണ്ടേ മുതൽ എന്റെ തലമുറയിൽ പെട്ടവരാ,അവർക്ക് തുച്ഛമായ പണം കൊടുത്തിട്ട് ഉടമസ്ഥാവകാശവും വിളവും നാണമില്ലാതെ എടുത്തോണ്ട് പോവുന്ന ഈ തരംതാണ സമ്പ്രദായം എന്ന് അവസാനിക്കുമെന്ന് അറിയില്ല എങ്കിലും ഞാനും പഴയ തലമുറയിലെ പോലെ കാത്തിരിക്കുന്നു, നിങ്ങൾക്ക് പോവാം, ഈ പറഞ്ഞത് ഒക്കെ പൊതുവായി എടുത്താൽ മതി

മോനെ കർണാ നിന്റെ ദേഷ്യം എനിക്ക് മനസ്സിലാവും, ഏട്ടൻ ചെയ്തതും ഇന്ന് പക്ഷേ ഞങ്ങൾ ഇങ്ങോട്ട് വന്നത് അച്ചുവിനെ നിന്റെ കൈയിൽ ഏല്പിക്കാനാണ് എത്ര ഉയർന്ന ആളുകൾ ആണെങ്കിലും സ്വന്തം മകളുടെ ജീവിതം എന്നും സന്തോഷത്തോടെ ഇരിക്കണം എന്നെ ഒള്ളൂ, ഒരുപാട് ആലോചനകൾ വരും, ഒരുപാട് സ്ത്രീധനവും കൊടുക്കാം എങ്കിലും ഇന്നത്തെ കാലത്ത് എങ്ങനെ ഞങ്ങൾ അവളെ വിശ്വസിപ്പിച്ച് ഏൽപ്പിക്കും?

നാരായണൻ എന്ത് പറയുന്നു?

സാറേ അച്ഛന്റെ അഭിപ്രായത്തിന് അല്ലല്ലോ ഇവിടെ കാര്യം? നിങ്ങൾക്ക് ചിലപ്പോൾ താല്പര്യം ഉണ്ടാവാം എങ്കിലും ഒരുപാട് ആളുകൾ ഉള്ള കൂട്ടുകുടുംബത്തിലെ കണ്ണിയല്ലേ നിങ്ങളൊക്കെ അവർക്കൊക്കെ എങ്ങനെ ആയിരിക്കും?

അത് കർണാ?

ഉത്തരം ഇല്ലല്ലേ? ഈ ബന്ധം നമുക്ക് ഇവിടെ വച്ച് അവസാനിപ്പിക്കാം അതല്ലേ നല്ലത് സ്വന്തം മകളുടെ കാര്യം പോലും തീരുമാനിക്കാനുള്ള അവകാശം കുടുംബത്തിന് മൊത്തം വിട്ട് നൽകുമ്പോൾ നിങ്ങൾ ശരിക്കും അച്ചുവിന്റെ ആരാ?

ചേട്ടാ അച്ഛനെ ഇനിയും ഓരോന്ന് പറഞ്ഞു വേദനിപ്പിക്കരുത്, ഇവിടെ എന്റെ ജീവിതം തീരുമാനിക്കുന്നത് ബന്ധുക്കൾ അല്ല ഈ അച്ചുവാണ്, ചേട്ടന് എന്നെ ഇഷ്ടം അല്ലെങ്കിൽ?

അവളുടെ കണ്ണുകൾ നിറയാൻ തുടങ്ങി, അതൊരിക്കലും ഞാൻ കാണാൻ ആഗ്രഹിക്കാത്ത ഒന്നായിരുന്നു

അയ്യേ എന്റെ അച്ചു കരയുന്നൊ? ഇത്രയും എങ്കിലും ഞാൻ പറയണ്ടേ? എന്റെ ഇഷ്ടത്തിന് കുറവ് ഒന്നുമില്ല എങ്കിലും ഒഴുകിക്കൊണ്ടിരിക്കുന്ന ജീവിതമാണ് എന്റേത് സ്ഥിരത ആയിട്ടില്ല അങ്ങനെ ആവുമ്പോൾ ഞാൻ വന്ന് ചോദിക്കും

നിന്റെ ഈ അച്ഛനോട് എനിക്ക് നിന്നെ തരുമൊ എന്ന് അന്ന് സാർ എതിർത്താലും നിനക്ക് എന്റെ കൂടെ ജീവിക്കാന് താല്പര്യം എങ്കിൽ എത്രനാൾ കഴിഞ്ഞാലും വീട്ടുകാരുടെ സമ്മതത്തോട് കൂടി ഞാൻ നിന്റെ കഴുത്തിൽ താലി ചാർത്തും.

ഞങ്ങൾക്ക് എതിർപ്പുകൾ ഒന്നും ഉണ്ടാവില്ല കർണാ... അച്ചു നമുക്ക് ഇറങ്ങാം

ചേട്ടാ ഇറങ്ങട്ടെ, ഞാൻ വിളിക്കാം, എല്ലാവരോടും കൂടി ഞാൻ പോയിട്ട് വരാം

അവർ പോയതിന് ശേഷം അമ്മ എന്റെ മുഖത്തേക്ക് നോക്കി

തരുന്ന സ്നേഹത്തിന് ആത്മർത്ഥ ഉണ്ടെങ്കിൽ അത് എന്നെങ്കിലും തിരിച്ചു കിട്ടുമെന്ന് അറിയാം അതുകൊണ്ട് തന്നെ ജീവിതത്തിൽ തോറ്റു കൊടുക്കാൻ ഒന്നും എനിക്ക് പറ്റില്ല, നിങ്ങൾ എത്രയൊക്കെ വേദനിപ്പിച്ചാലും എന്റെ തൊലി പൊളിയാത്തത് ഞാൻ എന്നിൽ മാത്രം വിശ്വസിക്കുന്നത് കൊണ്ടാണ് എന്നിൽ മാത്രം

മഴ ചെറുതായ് പൊടിഞ്ഞു തുടങ്ങി, ഞാൻ കുടയെടുത്ത് പുറത്തേക്ക് ഇറങ്ങി

(കുറച്ച് ദിവസങ്ങൾക്ക് ശേഷം എന്റെ മുറി) പുറത്ത് കോരിച്ചൊരിയുന്ന മഴ..

അച്ചു പറഞ്ഞോളൂ നാളെ രാവിലെയാണ് ഇന്റർവ്യൂ..ഒരു ചെറിയ കമ്പനി ആണ്... എങ്കിലും ഞാൻ പിടിച്ച് കയറാൻ നോക്കും.

(ഫോൺ മറുപുറത്ത് അച്ചു)

അതെ ഏട്ടാ കിട്ടിയാൽ ഉടനെ വീട്ടിലേക്ക് പോന്നേക്കണം..അവൾ അല്പം പരിഭവത്തോടെ പറഞ്ഞു...

ഞാൻ എന്തിനാ അച്ചു അങ്ങോട്ടേക്ക് വരുന്നത്..

ദേ ഏട്ടാ എന്നെ കലിപിടിപ്പിക്കല്ലേ... എന്നെ പെണ്ണുചോദിക്കാൻ അല്ലാണ്ട് പിന്നെ എന്തിനാ ?? ഈ ജോലി ശരിയായിട്ട് നോക്കാം എന്നല്ലേ പറഞ്ഞത്.

അച്ചു അത്.. ഇതൊക്കെ വേണോ.? എന്റെ കൂടെ ജീവിച്ചാൽ.

ചേട്ടാ രാത്രിയാണ്,മഴയാണെന്ന് നോക്കില്ല കേട്ടോ... ഞാൻ അങ്ങോട്ടേക്ക് വരും. അവള്ക്ക് ദേഷ്യം വന്നു.

അയ്യോ വേണ്ട വേണ്ട എന്റെ അച്ചൂനെ ആർക്കും വിട്ടുകൊടുക്കില്ല ...ഞാൻ വരാടി പെണ്ണേ. നീ കിടന്നോളൂ... എനിക്ക് രാവിലെ പോകണം

ശരി ഏട്ടാ ഉറങ്ങിക്കോളൂ പക്ഷെ ആ ഉറക്കത്തിൽ പോലും ഞാനേ ഉണ്ടാകാൻ പാടുള്ളൂ.

ഇവള്.... ശരി

ശരി ബൈ.

അങ്ങനെ ജോലി ശരിയായി,,പോയി പെണ്ണ് ചോദിച്ചു... എതിർക്കാൻ അവിടെ ആരുമുണ്ടായില്ല...വലിയ തമ്പ്രാൻ എന്റെ കാലിൽ വീണു മാപ്പ് പറഞ്ഞു.വലിയ തമ്പ്രാട്ടി അല്ല അച്ചാമ്മ എന്നെ അനുഗ്രഹിച്ചു..അങ്ങനെ വിവാഹം കഴിഞ്ഞു. വലിയ ആർഭാടത്തോടെയുള്ള വിവാഹത്തിന് എനിക്ക് താല്പര്യമില്ലായിരുന്നു...അങ്ങനെ ആദ്യ രാത്രി ദിനം അച്ചുവിന്റെ തറവാട്ടിൽ.

കഴിഞ്ഞുപോയ എല്ലാ കാര്യങ്ങളും ഞാൻ മറക്കാൻ ശ്രമിക്കുകയായിരുന്നു.വാതിലിൽ ഒരു കാല്പാദം കണ്ടു ഞാൻ ഒന്ന് ചിരിച്ചു.അതാ ഒരു ചില്ല് ഗ്ലാസിൽ പാലുമായി എന്റെ അച്ചു..ഞാൻ ഓടി ചെന്നു അവളുടെ അരയിലൂടെ ചുറ്റിപിടിച്ചു.

ഏട്ടാ ഈ പാലും ഗ്ലാസ് താഴെ പോകും.എന്നെ വിടൂ... അവൾ എന്റെ കൈ തട്ടി മാറ്റി.ഞാൻ അല്പം ദേഷ്യത്തോടെ നോക്കി തിരിഞ്ഞ് നിന്നു..

എന്റെ ഉള്ളിൽ പ്രേമത്തിന്റെ പെരുമ്പറ കൊട്ടുന്നത് ഇവൾക്ക് മനസ്സിലാവുന്നില്ലല്ലോ...ഞാൻ മനസ്സിലോർത്തു..

അവൾ എന്റെ കാലിൽ പിടിച്ചു കരയാൻ തുടങ്ങി.പെട്ടെന്നുള്ള അവളുടെ പ്രവൃത്തിയിൽ ഞാൻ അല്പം പതറിയില്ലെങ്കിലും അവളെ ഞാൻ ഉയർത്തി..

എന്തിനാ പെണ്ണേ നീ കരയുന്നേ...ഞാൻ അവളുടെ കണ്ണുകൾ തുടച്ചു... അവൾ പറയാൻ തുടങ്ങി...

എല്ലാത്തിനും മാപ്പ് ..എന്റെ ഏട്ടനെ ഇത്രയും നാൾ അകറ്റി നിർത്തിയതിന്.. അവളുടെ കണ്ണുകൾ വീണ്ടും നിറയാൻ തുടങ്ങി.

അച്ചു ഇത് നമ്മൾ പറഞ്ഞ് തീർത്തതാണ്... ഇനി മേലാൽ എന്റെ കൊച്ചിന്റെ കണ്ണുകൾ എന്നെ ഓർത്ത് നിറയരുത്.. ഞാൻ അവളെ എന്റെ നെഞ്ചിലേക്ക് ചേർത്തു....

എന്തോ ഞങ്ങളുടെ പ്രണയത്തിന് പ്രകൃതി

പോലും കൂട്ടുനിന്നത് പോലെ ഒരു മഴ പെയ്ത് തുടങ്ങി...

ഞാൻ അവളെ എന്റെ കൈകളാൽ കോരിയെടുത്തു... കട്ടിലിലേക്ക് കിടത്തി.അവളുടെ അധരങ്ങൾ എന്റെ അധരങ്ങളെ തേടിപ്പിടിച്ചു.ഒരു ദീർഘ ചുംബനം.ഞാൻ പതിയെ അവളുടെ നുണക്കുഴി കവിളിൽ കടിച്ചു.അവളിൽ അതൊര് ചെറിയ നൊമ്പരമായി മാറിയെങ്കിലും

അവൾ എന്നെ നോക്കി ഒന്ന് പുഞ്ചിരിച്ചു....ഇരുമെയ്യായ ഞങ്ങൾ ഒന്നായി മാറി..പുറത്ത് പ്രകൃതി ഞങ്ങളുടെ പ്രേമം ആസ്വാധിച്ചുകൊണ്ടിരുന്നു... അങ്ങനെ ദീർഘനേരത്തെ സതോഷത്തിനൊടുവിൽ ഞാനും അച്ചുവും പരസ്പരം നോക്കി ചിരിച്ചു ..ആ ചിരിയിൽ എല്ലാം ഉണ്ടായിരുന്നു എല്ലാം...

ഏട്ടാ നമ്മുടെ മോന് എന്ത് പേരിടും അവൾ എന്റെ നെഞ്ചിൽ തലചായ്ച്ചുകൊണ്ട് ചോദിച്ചു.

എടി നീ അപ്പോഴേക്കും ആൺ കുട്ടിയാണെന്ന് ഉറപ്പിച്ചോ...?? അതൊക്കെ അപ്പൊ നോക്കാം.നീ ഇപ്പൊ ഇത് പിടിക്ക്..ഞാൻ വീണ്ടും അവളുടെ അധരങ്ങളെ സ്വന്തമാക്കി...

(വർഷങ്ങൾക്ക് ശേഷം) മോന്റെ അഡ്മിഷന് സ്കൂളിൽ ആപ്ലിക്കേഷന് കൊടുക്കാൻ വന്ന സമയം.

ഹലോ സാർ നിങ്ങൾ ഇവിടെ ഒന്നും ഫിൽ ചെയ്തിട്ടില്ലല്ലോ. അധ്യാപിക പറഞ്ഞു...

ഞാൻ ആ ആപ്ലിക്കേഷന് നോക്കി.അച്ചുവിനെ നോക്കിയതിന് ശേഷം എഴുതിയിട്ട് തിരിച്ച് ആപ്ലിക്കേഷന് കൊടുത്തു.

അവർ അതൊന്ന് നോക്കി .അതിന് ശേഷം എന്തോ പറയാൻ തുനിഞ്ഞെങ്കിലും ഞാൻ തുടർന്നു...

ടീച്ചറെ എന്റെ മകൻ ഒരു മതത്തിന്റെയും, ജാതിയുടെയും,പാർട്ടികളുടെയും വേലിക്കെട്ടിൽ നിൽക്കേണ്ടതില്ല അവൻ മനുഷ്യനായ് വളരട്ടെ സ്നേഹം ആവട്ടെ എല്ലാം അവന്...അത് പറഞ്ഞു ഞാൻ മോന്റെ കൈകളിൽ പിടിച്ചു. അച്ചു എന്റെയും.

ഏട്ടാ അങ്ങനെ വളർന്നോട്ടെ നമ്മുടെ മോൻ റിഷി

അതെ അവൻ വളരട്ടെ... മനുഷ്യനായ്.

END

16

മാലാഖയുടെ കഥ

സാർ.....(രാഘവൻ എ എസ് ഐ)

എന്തായാടൊ ? എന്താ സംഭവം ?(എസ്ഐ ഡേവിഡ്)

സാർ ഇത് ഒരു ആത്മഹത്യ തന്നെ ആണെന്നാണ് പ്രാഥമിക നിഗമനം, ഇവിടെ അങ്ങനെ കളവിന്റെ ലക്ഷണങ്ങൾ ഒന്നുമില്ല..പിന്നെ..... എടൊ ഇങ്ങോട്ടുവന്നെ ?

ആരാ രാഘവാ അത്? ഞാൻ ചോദിച്ചു

സാർ അയാൾ ഇവിടത്തെ മെമ്പറാണ്, ഇയാൾ പറയുന്നത് ഇതിന് മുൻപ് ഇവർ ഒരു ശ്രമം നടത്തിയിരുന്നു എന്നാണ്

നമസ്കാരം സാർ

എടൊ താൻ എന്നോട് പറഞ്ഞതൊക്കെ സാറിനോടും കൂടി പറയൂ,,ഉം വേഗമാവട്ടെ... രാഘവൻ മെമ്പറോട് പറഞ്ഞു.

മെമ്പർ പറഞ്ഞുതുടങ്ങി അയാളുടെ കാഴ്ചപ്പാടിൽ നിന്നും

സാർ ഈ സ്ത്രീ ഇവിടെ രണ്ടു വർഷമായി വാടകയ്ക്ക് താമസിക്കുകയായിരുന്നു, തൊട്ടടുത്തുള്ള ഈ മോനപ്പന് ചേട്ടന്റെ വീട്ടുകാരുമായിട്ടല്ലാതെ ഇവർക്ക് യാതൊരു ബന്ധവുമില്ല....എന്നും കരച്ചിലാണ് ....അതുകൊണ്ട് ആ വീട്ടുകാരും സഹായങ്ങൾ ചെയ്തിരുന്നെങ്കിലും ഇവരെ കുറിച്ച് കൂടുതൽ ഒന്നും അന്വേഷിച്ചിരുന്നില്ല....ഈ കഴിഞ്ഞ മാസം അതെ പന്ത്രണ്ടാം തിയതി ഇവിടെ കാവിലെ പൂരത്തിന്റെ അന്ന് മോനപ്പന്റെ മോള് കാവിൽ പോവാൻ ഇവരെ വിളിക്കാൻ ചെന്നപ്പോഴാണ് കൈ മുറിച്ചുപിടിച്ചിരിക്കുന്നത് കണ്ടത്....ഇപ്പൊ അത് ഇങ്ങനെയും ആയി.

മെമ്പർ കാര്യങ്ങൾ പറഞ്ഞു തല ഒന്ന് കുമ്പിട്ടു.

എടൊ താൻ ഇവിടത്തെ ആരാന്നാ പറഞ്ഞത് " ഞാൻ ചോദിച്ചു"

ഞാനോ ഞാൻ ഈ വാർഡിന്റെ മെമ്പർ

ഞാൻ അയാളെ എന്റെ അടുത്തേക്ക് വിളിപ്പിച്ചു കോളറിൽ പിടിച്ചു....

എടൊ താൻ ഇത് എത്ര നിസാരമായിട്ടാടോ കാണുന്നത് ? ഒരു ജീവന് അത്രയും വില കൊടുക്കുന്നൊള്ളുവൊ? അവർക്ക് അങ്ങനെ ഒരു കുഴപ്പമുണ്ടെങ്കിൽ അവരെ വീണ്ടും അവിടെ തനിച്ചു കിടത്താമൊ ?താൻ എന്തുകൊണ്ട് ഞങ്ങളെ അറിയിച്ചില്ല, അല്ലെങ്കിൽ വേറെ ഒരു കൗൺസിലിംഗ് പോലും നടത്തിയില്ല... സാമൂഹിക പ്രവർത്തനം ഉള്ളിൽ മാത്രം മതിയൊ പുറത്ത് വേണ്ടേ? അത് എങ്ങനെയാ ചെയ്യുന്നത് സാമൂഹിക പ്രവർത്തനം ആണെങ്കിലും നീയൊക്കെ അതിനും സാധരണ ജനങ്ങളോട് കണക്ക് പറയില്ലേ?പട്ടി **** മക്കൾ

സാറേ കൈ എടുക്ക് സാറേ എന്റെ കോളറിൽ നിന്നും ഞാനെ ഭരണകക്ഷിയുടെ ആളാ....സാറിന്റെ തൊപ്പികളയാനും എനിക്കറിയാം ഏതൊ ഒരു നശിച്ചവൾ ചത്തുതുലഞ്ഞതിന് ഞാൻ എന്ത് കാരണക്കാരൻ ? ഇവരൊക്കെ ഈ നാട്ടിൽ ജീവിച്ചാട്ടെന്തിനാ ?

ചി നാറി നീ എന്നെ ഭീക്ഷണി പെടുത്തുവാണൊ? നീ ഈ പറഞ്ഞ രാഷ്ട്രീയമുണ്ടല്ലോ അതൊക്കെ കഴിഞ്ഞിട്ട് തന്നെയാടാ പുല്ലേ ഞാൻ ഈ കുപ്പായം ഇട്ടത്...അങ്ങ് വിക്ടോറിയയിൽ ചെന്ന് ചോദിക്ക് ഈ ഡേവിഡ് ആരാണെന്ന്, പിന്നെ നിന്റെ കക്ഷി എം ൽ എ ഉണ്ടല്ലോ ദിവാകരൻ അയാളോട് ചോദിച്ചാൽ ശരിക്ക് പറഞ്ഞ് തരും.

എന്റെ ദേഷ്യത്തെ നിയന്ത്രിക്കാൻ എനിക്കായില്ല സാധാരണ ക്ഷമ നശിക്കാത്തതാണ് എന്നാൽ ഇപ്പോൾ..

എസ്ഐ സാറേ നാട്ടുകാര് ശ്രദ്ദിക്കുന്നു അയാളെ അങ്ങ് വിട്ടേക്ക് " രാഘവൻ പറഞ്ഞു "

ഞാൻ അയാളുടെ കോളറിൽ നിന്നും കൈ എടുത്തു, അയാൾ പുറകോട്ട് മാറി നിന്നു.

രാഘവാ എവിടെയാടൊ ബോഡി ?

സാറേ ഇവിടെ ഈ മുറിയിലാണ്

എന്റെ കണ്ണുകൾ കൊണ്ട് അവിടെ ആകെ നീരിക്ഷിച്ചു,,ഒരു പ്രൊഫൈലർ അവനായിരുന്നു മോഹം എങ്കിലും ഇവിടെ പോലീസ് ആയത് അച്ചന് വേണ്ടിയാണ്, എന്റെ നീരീക്ഷണങ്ങൾ

തുടരുന്നു....പെട്ടെന്ന് കട്ടിലിന് താഴേക്ക് ഒന്ന് നോക്കി.... ഒരു ഡയറി.......ഞാൻ പതുക്കെ സ്റ്റിക് ഉപയോഗിച്ച് അത് എടുത്തു.

ഉം താൻ പറഞ്ഞത് ശരിയാടൊ ഇത് ആത്മഹത്യ തന്നെ ആവാനാണ് ചാൻസ്.....എന്തായി ഫോറൻസിക് ടീം വരുന്നുണ്ടോ ? മെഡിക്കലിൽ നിന്നും ആരെങ്കിലും ? എല്ലാം കഴിഞ്ഞിട്ട് എന്നെ അറിയിക്ക്.... ഞാൻ എസ്പി ഓഫീസ് വരെ പോയിട്ട് വരാം.... ഇത് ഞാൻ കൊണ്ടുപോകുന്നു.

ആ ഡയറിയുമായി ഞാൻ പുറത്തേക്ക് ഇറങ്ങി....അപ്പോഴാണ് ചിലർ മുന്നില് വന്നു നിന്നത്

എസ്ഐ സാറേ ഇതാണ് മോനപ്പനും കുടുംബവും " രാഘവൻ പറഞ്ഞു"

ഓ ഇവരാണൊ ? ഇങ്ങോട്ട് നീങ്ങി നിലക്ക് ,,നിങ്ങൾ ഇവർ മുൻപേ ഇതിനു ശ്രമിച്ചപ്പോൾ ഞങ്ങളെ അറിയിക്കാഞ്ഞത് എന്താണ്?..പിന്നീട് ഇവരെ തനിച്ച് നിർത്തിയത് എന്തിനാണ്? മോനപ്പനോട് ചോദിച്ചു

സാറേ അന്ന് ഉണ്ടായപോലെ പിന്നീട് ഒരിക്കലും അവർ ഇതിനു മുതിരില്ലെന്ന് പറഞ്ഞിരുന്നു.... ഇന്നലെ വൈകുന്നേരം വരെ എന്റെ കൊച്ചുങ്ങളായിട്ട് വർത്താനം പറഞ്ഞതാ.....രാവിലെ വീട്ടിൽ ഉണ്ടാക്കിയ കറി കൊടുക്കാൻ വന്നപ്പോഴാണ് ഇത്,

മോനപ്പന്റെ കണ്ണുകലങ്ങിയിരുന്നു,,ആദ്യം എനിക്ക് ഒരു സഹതാപം തോന്നിയിരുന്നെങ്കിലും പോലീസിന്റെ കണ്ണുകൊണ്ട് നോക്കിയപ്പോൾ എല്ലാം, എല്ലാവരെയും സംശയത്തോട് കൂടി കണ്ടുവൊള്ളൂ.

രാഘവാ ഇവർക്ക് പറയാനുള്ളത് ഒന്ന് എഴുതി മേടിചേക്ക്, ഏത് സമയത്ത് വിളിച്ചാലും സ്റ്റേഷനിൽ എത്തിക്കോണം,

രാജേഷേ വണ്ടി എടുക്ക്......നേരെ ഓഫീസിലേക്ക് വിട്ടൊ...

ഞാൻ ജീപ്പിൽ കയറി.....വാഹനം ആ വീടിന്റെ പടികൾ കടന്നു റോഡിലേക്ക് നീങ്ങി..

(എസ്പി ഓഫീസ്)വണ്ടി പതുക്കെ ചവിട്ടി ഞാൻ ഇറങ്ങി.

സതീഷ് സാറേ എസ്പി സാറുണ്ടോ അകത്ത് ?

ആ ഡേവിഡ് അവിടെ ഉണ്ടടൊ താൻ ചെല്ല് " ഞാൻ അകത്തേക്ക് നടന്നു "

"മെയ് ഐ കമിങ് സാർ "

"ആ ഡേവിഡ് കയറി വാടൊ ഇരിക്ക്, പിന്നെ എന്തുണ്ട് ? രണ്ടുദിവസമായി തന്നെ ഇങ്ങോട്ട് കണ്ടില്ല

ഇല്ല സാർ ഡെയിലി ആ കാര്യവും പറഞ്ഞു വരണ്ടല്ല എന്ന് കരുതി... പിന്നെ ഇന്ന് സ്റ്റേഷൻ പരുതിയിൽ ഒരു ആത്മഹത്യ അത് കണ്ടിട്ട് വരുന്ന വഴിയാ..,,,ഞാൻ പറഞ്ഞ കാര്യം ?

ആ....എടൊ ഇതാണ് ആ ഡീറ്റെയിൽസ്, ഇത് അവരുടെ പഴയ ഫോട്ടോ ആണ്....ഇവര് ഇപ്പൊ ജീവിച്ചിരിപ്പുണ്ടോ എന്നുപോലും അറിയില്ല....അത് പോട്ടെ തനിക്ക് എന്തിനാ പ്രോസ്ടിട്യൂറ്റിന്റെ ഡീറ്റെയിൽസ്?

എന്താ സാർ ഈ പറയുന്നേ ? അവര് ? എനിക്ക് ഇത് വിശ്വസിക്കാനേ ആവുന്നില്ല ......പിന്നെ സാർ ഇത് വേറെ ഒരു സുഹൃത്ത് ചോദിച്ചിട്ടാണ്....ഞാൻ പോട്ടെ സാർ.....എനിക്ക് അച്ചന്റെ അടുത്ത് ഒന്ന് കയറണം.

ഒക്കെ ഡേവിഡ് പോയിട്ട് വരൂ.... അച്ചനോട് എന്റെ അന്വേഷണം പറയണം

" ശരി സാർ "

ഞാൻ ആ റൂം വിട്ട് പുറത്തേക്ക് ഇറങ്ങി......എന്തോ മനസ്സിനെ നിയന്ത്രിക്കാൻ കഴിഞ്ഞില്ല, ഞാൻ ഇത്രയും നാൾ തേടിനന്ന സ്ത്രീ അവർ ഒരു....... എന്താണ് എനിക്ക് സംഭവിക്കുന്നത്,,, അച്ചന് എന്നോട് നുണ പറഞ്ഞതായിരുന്നൊ .....? മനസ്സില് അലയടിക്കുന്ന ചോദ്യങ്ങളുടെ ഒരു നീണ്ട നിര തന്നെ ഉണ്ടായിരുന്നു....സ്വപ്നങ്ങളിൽ ഇവർ എനിക്ക് മാലാഖയായിരുന്നു എന്റെ എന്റെ മാത്രം മാലാഖ.....ഓരോന്ന് ഓർത്തുകൊണ്ട് ആ ഫയലുമായി ഞാൻ യാത്ര തിരിച്ചു....എന്റെ അച്ചന്റെ അടുത്തേക്ക്.

(ക്രിസ്തു നഗർ പള്ളി)

അങ്ങനെ എന്റെ അച്ചന്റെ അടുത്ത് എത്തി....

എടൊ താൻ ജീപ്പ് ആയിട്ട് പൊയ്ക്കോളൂ....ഇവിടെ എന്റെ ബൈക്ക് ഇരുപ്പുണ്ട് ഞാൻ അതിൽ വന്നേക്കാം,ആ പിന്നെ ഡയറി ഇങ്ങോട്ട് എടുത്തോ ?

ആഹ് ഒകെ എങ്കിൽ....

ജനിച്ചത് എവിടെയാണെന്ന് അറിയില്ല ഓർമവച്ചപ്പോൾ ഒക്കെ ഇവിടെയാണ് ....ഈ കാട്ടിൽപാടത്ത് അച്ചന്റെ കുഞ്ഞുങ്ങളിൽ

ഒരാളായി....ഇന്ന് എല്ലാം ചോദിക്കണം....ഞാൻ മുന്നോട്ട് നീങ്ങി.

അച്ചൻ ദാ നിൽക്കുന്നു ഫോണിൽ ആണല്ലോ.......അല്പം ഗൗരവം....കാൾ കട്ട് ആയതിന് ശേഷം അച്ചൻ അടുത്തുകണ്ട കസേരയിലേക്ക് ഇരുന്നു....എന്തൊ കാര്യമായ ഒന്നുണ്ടല്ലോ എന്ന് ഞാൻ അടുത്തേക്ക് ചെന്നു....

അച്ചോ എന്നാ പറ്റി ? നമുക്ക് പരിഹാരം ഉണ്ടാക്കാം

ആ കുഞ്ഞേ ഇന്നൊരു മരണവിവരം അറിഞ്ഞു, അല്ല അത് നിന്റെ സ്റ്റേഷനിൽ ആണല്ലൊ?

എന്റെ സ്റ്റേഷനിലൊ? അവിടെ ഒരു......ആ ഒരു ആത്മഹത്യ നടന്നിരുന്നു.......അതായിരുന്നൊ അച്ചോ ? ഒരു 50 വയസ്സ് തോന്നിക്കുന്ന സ്ത്രീ.......അവരുടെ പേര് ? ഞാൻ ഒന്ന് ആലോചിക്കാൻ ശ്രമിച്ചു....പെട്ടെന്നായിരുന്നു അച്ചരൻ പറഞ്ഞ് തുടങ്ങിയത്

വിജയലക്ഷ്മി ,, അതാണ് അവരുടെ പേര്

ആ അത് തന്നെ.... അച്ചന് എങ്ങനെയാ ഇവരെ പരിചയം ? പള്ളിയിൽ വന്നിട്ടുള്ളതായി എന്റെ ഓർമയിലും ഇല്ല.

അത് കുഞ്ഞേ ഞാൻ നിന്നോടിപ്പോൾ എന്ത് പറയണം

അച്ചന്റെ പരുങ്ങൽ കണ്ടപ്പോൾ എന്നെ സംബന്ധിച്ചു എന്തൊ ആണെന്ന് തോന്നി തുടങ്ങി....ഇനി അത് ,,, ഞാൻ എസ്പി തന്ന ഫയൽ ഒന്ന് മറിച്ചുനോക്കി അവിടെ വച്ച് അയാൾ ആ സ്ത്രീ ഇങ്ങനെ ഉള്ളയാൾ ആണെന്ന് പറഞ്ഞത് കേട്ടതും ഞാൻ തുറന്നു നോക്കിയില്ല....ഫയലിൽ ഒരു ഫോട്ടോയും പിന്നെ വിജയലക്ഷ്മി കുമാരി എന്നൊരു പേരും,സ്ഥലം തമിഴ്നാട് കേരള ബോർഡർ അടുത്തും.

ഞാൻ നിയന്ത്രണം വിട്ട് അച്ചനെ നോക്കി.

അച്ചൊ അച്ചൊ ....ഈ വിജയ ലക്ഷ്മി ആയിരുന്നൊ എന്റെ സ്പോൺസർ?അവരാണോ ഇന്ന് മരിച്ചത്? ഞാൻ അച്ചരനെ ആ ഫയൽ ഒന്ന് കാട്ടി

അച്ചൻ ഈറനണിഞ്ഞ കണ്ണുകൾ തുടച്ചുകൊണ്ട് കണ്ണട എടുത്തു വച്ചു, എന്നിട്ട് ആ പഴയ ഫോട്ടോലേക്ക് സൂക്ഷിച്ചു നോക്കി.

അച്ചരൻ എന്റെ തോളിൽ കൈ വച്ചു

കുഞ്ഞേ ഇവര് തന്നെ,ആ പഴയ മുഖം....ഞാൻ അന്ന് കാണിക്കശേരി വികാരി... അന്നൊരു മഴയുള്ള

രാത്രിയിലാണ്,പ്രാർത്ഥന കഴിഞ്ഞ് കിടക്കാൻ നേരം ഡോറിൽ ആരൊ കൊട്ടുന്ന ശബ്ദം....ഞാൻ ഡോർ തുറന്ന് നോക്കിയപ്പോൾ ഒരു പെൺകുട്ടി ഏകദേശം ഇരുപത് വയസ്സ് തോന്നിക്കുന്നവർ കൈയിൽ ഒരു ചോര കുഞ്ഞിനേയും പൊതിഞ്ഞു എന്റെ കൈകളിലേക്ക് നീട്ടി....ദൈവത്തിന്റെ വരദാനമല്ലേ ഞാൻ വാങ്ങി.....പോകുന്നതിനിടയിൽ അവൾ പറഞ്ഞു.

ഇവനെ ഇവിടെ വളർത്തണം ഇവന്റെ ജീവിതച്ചിലവുകൾ ഞാൻ എത്തിക്കുന്നതാണ്......അങ്ങനെ പറഞ്ഞുകൊണ്ട് ഇരുട്ടിലേക്ക് അവൾ മറഞ്ഞു.

എന്തൊ എനിക്ക് നിന്നെ വേറെ എങ്ങോട്ടെങ്കിലും മാറ്റാനും തോന്നിയില്ല, അങ്ങനെ അതിന്റെ അടുത്ത മാസവും അവൾ എനിക്ക് പൈസ കൊണ്ടുവന്നു തന്നു.....ഒടുവിൽ ഞാൻ അവളോട് ചോദിച്ചു

ഇത് നിന്റെ കുഞ്ഞാണൊ? നിന്റേതാണെങ്കിൽ പിന്നെ നീ എന്തിന് ഇവനെ ഉപേക്ഷിക്കണം ?

എന്റെ വാക്കുകൾ കേട്ട് അവൾ പറഞ്ഞത്....ഈ ലോകത്ത് എല്ലാ കുഞ്ഞുങ്ങളും ഒരു പെൺകുട്ടിക്ക് അല്ലെങ്കിൽ സ്ത്രീക്ക് മകൻ തന്നെ അല്ലെ?

എനിക്ക് വേറെ ഒന്നും ചോദിക്കാൻ തോന്നിയില്ല പിന്നീട് നിന്റെ ഈ തൊപ്പി തലയിൽ കയറുന്നത് വരെ അവരായിരുന്നു നിന്റെ ചിലവുകൾ നോക്കിയിരുന്നത്,അവർ ആരെന്നൊ എന്തെന്നൊ അറിയില്ല, ഈ കുറച്ച് നാളായിട്ടാണ് അവർ ഇവിടെ അടുത്ത് താമസം ആക്കിയത് നിന്നെ ഇടയ്ക്ക് കാണാൻ....അപ്പോഴും അവർ ഫോണിലൂടെ പറഞ്ഞിരുന്നത് നീ ഇതൊന്നും അറിയരുത് എന്നാണ്....എന്നാൽ ഇപ്പോൾ എങ്കിലും ഇതൊക്കെ പറഞ്ഞില്ലെങ്കിൽ.

അവർ ഒരിക്കൽ ആത്മഹത്യക്ക് ശ്രമിച്ചപ്പോൾ ഞാൻ ചെന്ന് കണ്ടിരുന്നു.....അവർ വല്ലാതെ മാറിയിരുന്നു....ഇങ്ങോട്ട് വിളിച്ചിട്ടുപോലും വന്നില്ല....നിന്നെ കാണാൻ കൂടി.....ദൈവമേ ഞാൻ എന്തൊരു പാപിയാണ് അവർ.....അച്ചൻ എന്നെ ചേർത്ത് പിടിച്ചു.....ഞാനും അച്ചനെ സമാധാനിപ്പിക്കാൻ ശ്രമിച്ചിരുന്നു.

അപ്പോഴാണ് രാഘവന്റെ കാൾ

ആ എന്തായി രാഘവാ പോസ്റ്റ്മാട്ടം കഴിഞ്ഞോ ? ഉള്ളിലെ ചിന്തകള് അടക്കി ഞാൻ ചോദിച്ചു

ആ സാറേ കഴിഞ്ഞു , വേറെ ഒന്നുമില്ല ഇത് ആത്മഹത്യ തന്നെ ,,ഇവിടെ മോർച്ചറിയിൽ ഉണ്ട്....ആരുമില്ലാത്തത് കാരണം നമുക്ക് തന്നെ ശ്മശാനത്തിലേക്ക്?

ഞാൻ അച്ചനോടായി

അച്ചോ അവിടത്തെ കാര്യങ്ങൾ ഒക്കെ കഴിഞ്ഞു, ഇനി ബോഡി ആരെങ്കിലും ഏറ്റുവാങ്ങണം,ദഹിപ്പിക്കണം...ഞാൻ എന്തുചെയ്യണം അച്ചൊ എനിക്ക് ഒരു വ്യക്തത ഇല്ല....ഇവർ എന്റെ ആരെങ്കിലും ആണോ? " ഞാൻ അച്ചനെ നോക്കി "

കുഞ്ഞേ നമുക്ക് ഏറ്റുവാങ്ങാം.....ആരൊക്കെ ആയാലും നിന്നെ നോക്കിയത് അവരാണ്....നിനക്ക് ആ കടപ്പാട് ഒരിക്കലും മറക്കാൻ പറ്റില്ല....ഞാൻ ഈ കുപ്പായം ഒന്ന് മാറട്ടെ.

ഞാൻ ഫോൺ ഹോൾഡ് മാറ്റി രാഘവനോട്

ആ രാഘവാ ബോഡി ഞാൻ ഏറ്റുവാങ്ങിക്കോളാം നമ്മുടെ അച്ചനും കൂടി അറിയാവുന്ന ആളാണ്

"ശരി സാർ"

മനസ്സ് നീറുന്നത് പോലെ, ആരാണിവർ എനിക്ക്....എന്തിനാണിവർ ആത്മഹത്യ ചെയ്തത്.... ഒരു വേശ്യ എന്നെ വളർത്താൻ സാഹായിച്ചെന്നൊ?

അച്ചനോട് ഞാൻ ഇവർ ഇങ്ങനെ ഉള്ള സ്ത്രീ ആയിരുന്നെന്ന് എങ്ങനെ പറയും ? എന്തായാലും ബോഡി ഏറ്റുവാങ്ങാം....എനിക്ക് അറിയണം അതിന് ശേഷം ഇവർ ആരായിരുന്നെന്ന് .....ആ ഡയറി ഞാൻ നെഞ്ചോട് ചേർത്തു.....അപ്പോഴേക്കും അച്ചൻ ഡ്രസ്സ് മാറി വന്നിരുന്നു,അച്ചന്റെ പഴയ മോഡൽ അമ്പാസിഡറിൽ നേരെ ഹോസ്പിറ്റലിലേക്ക്......മനസ്സിൽ ഹോസ്പിറ്റൽ അടുക്കുന്തോറും വല്ലാത്ത വിങ്ങലാണ്....അവർ എനിക്ക് ആരൊ ആയിരുന്നു എന്ന് ഉള്ളിൽ നിന്നും ഏതൊ ശക്തി പറയുന്നത് പോലെ....സാധാരണയിൽ ഇല്ലാത്ത ഒരു വെപ്രാളം കലർന്ന മനസ്സുമായി ഞാൻ ഹോസ്പിറ്റൽ ഗേറ്റ് കടന്നു അകത്തേക്ക്.

വണ്ടി പാർക്ക് ചെയ്തു... നേരെ അകത്തേക്ക്....

അവിടെ രാഘവൻ നിൽപുണ്ട്

സാറേ ഇത് ഡോക്ടർ മഹി പുള്ളിയാണ്

ഒക്കെ ശരി ഡോക്ടർ.......രാഘവാ ഞാനും അച്ചനും കൂടി ഒന്ന് കാണട്ടെ....താൻ ബാക്കി ഫോർമാലിറ്റീസ് കഴിഞ്ഞിട്ട് ആംബുലൻസ് റെഡി ആക്കൂ.

ഞാൻ അച്ചനെയും കൊണ്ട് ബോഡി കിടത്തിയിരിക്കുന്ന സ്ഥലത്തേക്ക് നടന്നു, ഒരു അനാഥ ജഡം പോലെ അവരെ അങ്ങനെ കണ്ടപ്പോൾ എന്തൊ എന്റെ മനസ്സിൽ എന്തെന്നില്ലാത്ത നൊമ്പരം, ഞാൻ അച്ചന്റെ തോളിൽ പിടിച്ചു ,, എന്നിട്ട് പുറത്തേക്ക് നടന്നു.....അച്ചൻ അവർക്ക് വേണ്ടി പ്രാർത്ഥിക്കുന്നുണ്ടായിരുന്നു.

അൽപം കൂടി കഴിഞ്ഞ് ഞങ്ങളുടെ യാത്ര അവരുമായി ശ്മശാനത്തിലേക്ക്.

മാനം ഒന്ന് ഇരുണ്ട് നിൽക്കുന്നുണ്ട്,പെട്ടെന്ന് ഒരു പൊടി മഴ തുടങ്ങി ,,എന്തോ അവരുടെ മരണത്തിൽ പ്രകൃതിക്കും സങ്കടമായത് പോലെ

കർമ്മങ്ങൾക്കൊന്നും വിട്ട് കൊടുക്കാതെ അവരാ ചിതയിലേക്ക് അടുക്കുന്നു...എന്തോ എന്റെ കണ്ണുകൾ നിറഞ്ഞിരുന്നു....എന്റെ ഒരു സ്പോൺസർ അതിലുപരി അവരുമായി വലിയ ആത്മബന്ധങ്ങൾ പോലുമില്ലാത്ത ഞാൻ എന്തിന് ? അച്ചൻ എന്റെ തോളിൽ പിടിച്ചിരുന്നു..... ഞങ്ങുടെ നിർദേശപ്രകാരം മോനപ്പനും കുടുംബവും അങ്ങോട്ടേക്ക് എത്തിയിരുന്നു.....ദഹന ക്രിയകൾക്ക് ശേഷം അവർ എന്നെ ഒരു ചിതാഭസ്മത്തിന്റെ മൺകുടം ഏൽപ്പിച്ചു.

ഞാൻ അച്ചൻരെ നോക്കി.... അച്ചൻ എന്റെ തോളിൽ തട്ടിയപ്പോൾ മനസ്സിലായി അച്ചന്റെ നിർദേശ പ്രകാരം ചെയ്തതാണെന്ന്......എന്തൊ അന്ന് പിന്നീട് വല്ലാത്ത മൂകത ആയിരുന്നു.....അച്ചനെ മേടയിലാക്കി ഞാൻ കോർട്സിലേക്ക് തിരിച്ചു.

ജെ.ഡി യിൽ നിന്നും ഒരു പെഗ്ഗ് എടുത്ത് അടിക്കാൻ തുടങ്ങവേ ആണ്,ആ ഡയറി എന്റെ കണ്ണുകളിൽ ഉടക്കുന്നത്,,പെഗ്ഗ് ഗ്ലാസെപടി കമത്തി ഞാൻ ഡയറി എടുത്തു....ആദ്യത്തെ പേജ് തുറന്നു.......ആദ്യത്തെ പേജിൽ അച്ചു എന്ന് എഴുതിയിട്ടിരിക്കുന്നു.....വേറെ ഒന്നുമില്ല,അടുത്ത പേജ് മറിച്ചു.....ഓരൊ പേജും ഞാൻ ആദ്യം വെറുതെ മറിച്ചു....ഇത് അവരുടെ ദിവസ ഡയറി അല്ല ഒരു ജീവിത്തെ ഒരു കുറിപ്പ് ആയി എഴുതിയിട്ടേക്കുന്നതാണെന്ന് മനസ്സിലായി.

അങ്ങനെ ഡയറിയിലെ ആദ്യ പേജിലേക്ക് എന്റെ കണ്ണുകൾ കടന്നു.....

ഡയറി

ഞാൻ വിജയലക്ഷ്മി,,പേരിലുള്ള ആ ഐശ്വര്യമൊന്നും എനിക്കില്ല..കുറച്ച് വർഷങ്ങൾക്ക് മുന്പ് വരെ ഞാൻ പൊതു സമൂഹത്തിൽ ഒരു വേശ്യ ആയിരുന്നു....ഇനി എന്റെ സങ്കീർണമായ ജീവിതമാണ് പറയുന്നത്...ഉള്ളിലെ വേദനയെയും,ചുറ്റുമുള്ള അന്ധകാരത്തിൽ നിന്നുമെനിക്ക് മോചനമില്ല..കാണിക്കശ്ശേരിക്ക് അടുത്തായിരുന്നു എന്റെ ജനനം...ഓർമ്മവച്ചനാൾമുതൽ ചെറിയച്ഛന്റെയും ചെറിയമ്മയുടെയും കൂടെ.....കുഞ്ഞിലെ അമ്മയും അച്ഛനും നഷ്ടപ്പെട്ട എനിക്ക് അവർ ആയിരുന്നൊര് ആശ്വാസം എന്നുകരുതിയാൽ തെറ്റി.....പ്രായം പത്ത് കഴിഞ്ഞതോടുകൂടി അവരുടെ സ്വഭാവത്തിലും മാറ്റം വന്നു...പാഴ്മരത്തിന് തുല്യമായ ജന്മമായിരുന്നു ചെറിയമ്മ പൂക്കാനും,തളിർക്കാനും,കായ്ക്കാനും പറ്റാത്ത സ്ത്രീ....അവരുടെ ഭർത്താവിന്റെ പിടിവള്ളിക്കുവേണ്ടി എറിഞ്ഞുകൊടുത്ത് ഈ പത്ത് വയസ്സുകാരിയെ ആണ്....മർദ്ദന മുറകളും,കണ്ണിൽ ചോരയില്ലാത്ത പ്രവർത്തിയും എന്നിൽ അന്നുതന്നെ മനസ്സാകെ ഇരുട്ടായി മാറിയിരുന്നു...പതിനെട്ട് വയസ്സായ സമയത്താണ് ചെറിയച്ഛൻ പെട്ടെന്നുള്ള നെഞ്ച് വേദനയിൽ പോകുന്നത്..എനിക്ക് അത് വല്ലാത്ത ഒരു ആശ്വാസമായിരുന്നു...എന്നാൽ ചെറിയച്ഛൻ മരിച്ച ഏഴാം നാൾ ചെറിയമ്മ.

വരൂ സാറേ ഇങ്ങോട്ട് കയറിയിരിക്കൂ, തൊട്ടപ്പുറത്ത് ഒന്നും ആരുമില്ലന്നെ...സാറ് പേടിക്കാതെ.....ഇവിടെ ഇരിക്ക്...ഞാൻ ഇപ്പോൾ വരാം

ഞാൻ ജനാലയുടെ പാളികളിൽ കൂടി നോക്കി ഒരു മധ്യവയസ്കൻ,,വയറ് ചാടി പാന്റും ഷർട്ടും കഷണ്ടിയുമായി അയാൾ......പുറകിൽ നിന്നും ഒരു വിളി

എടി മൂദേവി ഇങ്ങോട്ട് വാടി അസത്തെ, എടി എന്റെ കെട്ടിയോനൊ പോയി ഇനി എങ്ങനെ ജീവിക്കും ? ഞാൻ ഒരു വഴി കണ്ടെത്തിയുട്ടുണ്ട്,അനുസരിച്ചില്ലെങ്കിൽ ഉണ്ടല്ലോ?

അവർ എന്റെ മുടിക്ക് കുത്തിപ്പിടിച്ചു, അസഹ്യമായ വേദനയിൽ ഞാൻ കരഞ്ഞുപോയി.

അവർ തുടർന്നു

എടി ആ വന്നാക്കുന്നത് നല്ല സാറാണ് അയാൾ വിളിക്കുമ്പോൾ അങ്ങോട്ടേക്ക് ചെല്ലണം കേട്ടോടി

ചെറിയമ്മേ എനിക്ക് പറ്റില്ല ഇതുപോലെ ഇനി, എനിക്ക് തീരെ വയ്യാ..

എന്ത് പറഞ്ഞടി....അവരുടെ കൈകൾ എന്റെ മുഖത്ത് പതിച്ചിരുന്നു,,ആ അടിയിൽ ഞാൻ മരവിച്ചുപോയി......ഈശ്വരാ എന്നെ രക്ഷിക്കാൻ ഇവിടെ ആരുമില്ലേ ? ഞാൻ കരഞ്ഞുകൊണ്ട് എന്നോട് തന്നെ ചോദിച്ചു....അവർ അപ്പോഴേക്കും അയാളുടെ അടുത്തേക്ക് പോയിരുന്നു

സാറേ വാ....അകത്തേക്ക് പോര്......ആ മുറിയിൽ ഇരുന്നോളൂ... അവളെ ഇപ്പോൾ പറഞ്ഞുവിടാം.

സറി കനകം നാൻ അങ്കയെ വെയിറ്റ് പൺഡ്രെ...നീ സീകരമാ അന്താ പൊണ്ണയ് അമച്ച് വിട്....ഇതാ ഇന്ത പണം ചെലവ്ക്ക് വച്ച്ക്കൊ..

അയാൾ കൊടുത്ത നോട്ടിന്റെ വലുപ്പം അവരെ ഒരു ലഹരിക്ക് അടിമയാക്കിയിരുന്നു ഈ ലോകത്ത് പണിയെടുക്കാതെ സമ്പാദിക്കാൻ പറ്റിയ ഏറ്റവും നല്ല ഉപജീവന മാർഗം ഈ ദല്ലാൾ പണിയാണെന്ന് അവർ മനസ്സിൽ കരുതി, അതിൽ ആനന്ദിച്ചു.

സാർ ഒരുപാട് നന്ദി,ഇതാ ഈ മുല്ലപ്പൂവും കൊണ്ടുപൊയ്ക്കോളൂ....നല്ല വാസന ആയിരിക്കും.

അവർ അയാളെ ആ മുറിയിൽ ഇരുത്തി....എന്നിട്ട് നേരെ എന്റെ അടുത്തേക്ക് വന്നു....ആ തറയിൽ തന്നെ വേദന സഹിക്കാതെ കിടക്കുകയായിരുന്നു ഞാൻ

എടി അസ്സത്തെ ? എഴുനേൽക്കടി നീ...ഇത് കണ്ടോ ഈ പൈസ കണ്ടോ ?നീ അങ്ങോട്ടേക്ക് ഒന്ന് ചെല്ലടി....വേഗം

അവരുടെ കണ്ണുകളിൽ ആർത്തിയുടെ ഒരു കടൽ പ്രത്യക്ഷപ്പെട്ടിരിക്കുന്നു, ഞാൻ അത് വായിച്ചറിഞ്ഞു....അവർ എന്റെ മുടിയിൽ കുത്തിപ്പിടിച്ചു എന്നെ എഴുന്നേൽപ്പിച്ചു....അയാളുടെ മുറിയിലേക്ക് പറഞ്ഞുവിട്ടു. കവിളിൽ അവരുടെ കൈകൾ പതിച്ച

അടയാളവും വേദനയും,ഉള്ളിൽ ഈ നരകത്തിൽ നിന്നും എന്നെ രക്ഷിക്കാൻ ആരുമില്ലല്ലോ എന്ന ദുഃഖം മറുപുറത്തും... ഞാൻ ആ വാതിൽ കടന്ന് അകത്തേക്ക് ചെന്നു....അയാൾ എന്നെയും പ്രതീക്ഷിച്ചു വാതിലിലോട്ട് നോക്കിയിരിക്കുകയായിരുന്നു.....ഒരു വേട്ടനായയെ ഞാൻ അയാളുടെ കണ്ണുകളിൽ കണ്ടിരുന്നു...എന്നെ കണ്ടതും അയാൾ അടുത്തേക്ക് വന്നു....ഞാൻ ഒരടി പുറകോട്ട് മാറി...എന്നെ അവിടെ നിന്നും മാറ്റി വാതിൽ കൊളുത്തിട്ടു.

"ഏയ് പൊണ്ണ് നീ റൊമ്പ അഴകായ് ഇരുക്കിരേൻ.....വാ ഇങ്കെ"

അയാൾ എന്നെ പിടിച്ചു കട്ടിലിൽ ഇരുത്തി....ഞാൻ കൈകൾ തട്ടി മാറ്റിയെങ്കിലും അയാളുടെ ശക്തമായ മുഖം പൊത്തിയുള്ള അടിയിൽ ഞാൻ വേച്ചുപോയി.

എന്നടി ഉനക്ക് ഇന്ത നെരുക്കം ,,ഉങ്കാ ആയാ എങ്കിട്ടെ ഇരുന്ത് ഇപ്പോവെ അതികമാ പൈസ വാങ്കിരിക്ക്...നീ അസയാമാ നില്ല്...നാൻ ഒന്നും പണ്ണമാട്ടെ....എൻ തങ്കം.

അയാളുടെ കൈക്കരുത്തിൽ ഞാൻ കീഴ്പെട്ടു,ഒടുവിൽ എല്ലാം കഴിഞ്ഞ് അയാൾ പോകുമ്പോൾ എന്റെ ശരീരത്തിലേക്ക് കുറച്ച് നോട്ടുകൾ വലിച്ചെറിഞ്ഞു...എന്റെ ആദ്യ വരുമാനം.....കൈകൾ കൊണ്ട് മുഖം പൊത്തി ഈ ജീവിതം എനിക്ക് തന്ന ദൈവത്തെ പ്രാകിയിരുന്നു.

ഏയ് കനകം ഇവ ഇന്താ പൊണ്ണ് ഉനക്ക് രാസിയാണവൾ....ഇവളെ നീ കൈവിടാതെ...ഉനക്ക് നാൻ ആളുകളെ പരിചയപ്പെടുത്തി കൊടുക്കറെ...ഇതാ ഇന്താ പണം കൂടി വച്ച്കോടി

ഓ വളരെ നന്ദി സാറെ.... നിങ്ങൾക്ക് എപ്പോൾ വേണമെങ്കിലും വരാം

അവർ അയാളെ നോക്കി കൈകൂപ്പി...വാതിലിന് ഇടയിലൂടെ പുറത്ത് എന്ത് നടക്കുന്നു എന്നറിയാൻ ഞാൻ പോയി നിന്നിരുന്നു...അയാളെ പറഞ്ഞ് വിട്ടതിന് ശേഷം അവർ എന്റെ അടുത്തേക്ക് വന്നു.

എടി കണ്ടോ പൈസ കണ്ടോ ....നോക്ക്,നോക്ക്..... ഏയ് ഇത് ആര് തന്നു ഈ പൈസ? അവർ നിലത്ത് കിടന്ന ആ പണം ആർത്തിയോടെ എടുത്ത്,,,അവരുടെ കൈക്കുള്ളിലാക്കി.

അവർ തുടർന്നു..

എടി അസ്സത്തെ..... മറപ്പുരയിൽ ചൂടുവെള്ളം വച്ചിട്ടുണ്ട്....നീ പോയി മേല്കഴുക്......നിന്റെ എല്ലാം അവിടെ തീരും

സ്ത്രീയെ വെറും യന്ത്രമായിട്ട് കരുതിയിരുന്ന അവരുടെ പറച്ചിലിൽ എനിക്ക് അത്ഭുതം ഒന്നും തന്നെ തോന്നിയില്ല.

പിന്നീട് ഉള്ള വർഷങ്ങളിൽ അവർ പലർക്കായി എന്നെ കാഴ്ചവച്ചു..അപ്പോഴേക്കും ഞാൻ ആ നാട്ടിൽ അറിയപ്പെടുന്ന ഒരു വേശ്യയായി മാറിയിരുന്നു....അവർക്ക് ചില ആളുകളിൽ നിന്നും ഒത്താശകളും ഉണ്ടായിരുന്നു....അങ്ങനെ ഇരിക്കെ ഞാൻ ഗർഭിണിയായി, തുടക്കത്തിൽ ഞാൻ അവരോട് ഇതിനെ കുറിച്ചൊന്നും സൂചിപ്പിച്ചില്ല, എന്തൊ പകുതി ആരുടെയൊ ആണെങ്കിലും എനിക്ക് അതിനെ നശിപ്പിക്കാൻ തോന്നിയില്ല.

എന്റെ വയറ്റിൽ വളരുന്ന എന്റെ പ്രാണനെ ഞാൻ എങ്ങനെ നശിപ്പിക്കും...ഒരു ദിവസം ചെറിയമ്മ മദ്യലഹരിയിൽ സ്വയം മറന്നിരിക്കുന്ന ഇടയിൽ ഞാൻ അവിടെ നിന്നും രക്ഷപെട്ടു.....തപ്പിത്തടഞ്ഞ് ഞാൻ എത്തിപ്പെട്ടത് ഒരു അമ്മ മാത്രമുള്ള വീടിന് പിന്നിൽ.....വല്ലാതെ അവശയായ ഞാൻ അവിടെ വീണുപോയി.....ബോധം തെളിയുമ്പോൾ എന്റെ മുഖത്തേക്ക് നോക്കി ചിരിക്കുന്ന ആ അമ്മയെ ആണ്,ഞാൻ പതുക്കെ എഴുനേൽക്കാൻ ശ്രമിച്ചു.

മോളെ നീ എഴുനേൽക്കാൻ നോക്കണ്ട കിടന്നോളൂ....നല്ല ക്ഷീണമുണ്ടാകും...അമ്മ കുറച്ച് കഞ്ഞിയുണ്ടാക്കാം.....നീ പേടിക്കണ്ട ഇങ്ങോട്ടേക്ക് ആരും വരാനില്ല

വേദനയും,ക്ഷീണവും കൂടി ആയപ്പോൾ ഞാൻ പതുക്കെ ഉറക്കത്തിലേക്ക് വീണ്ടും വീണുപോയി....കുറെ കഴിഞ്ഞ്...

മോളെ മോളെ .....എഴുനേൽക്കു...വാ ഈ കഞ്ഞി കുടിക്കൂ.....നിന്റെ ക്ഷീണം മാറട്ടെ.....അവർ എന്നെ വിളിച്ചെഴുനേൽപ്പിച്ചു......ഞാൻ പതിയെ അവിടെനിന്നും എഴുനേറ്റു....ചാരിയിരുന്നു...ആർത്തിയോടെ ആ കഞ്ഞി കുടിക്കുന്നത് കണ്ടപ്പോൾ അവർക്ക് മനസ്സിലായി.....കുറെ ദിനങ്ങളുടെ അലച്ചിലിനൊടുവിൽ ഇവിടെ എത്തിപെട്ടതാണെന്ന്.

മോളെ ?...മോള് എവിടുന്നാ? ഇങ്ങോട്ട് എങ്ങനെ വന്നു.... മോൾക്ക് ആരുമില്ലേ ?

നിഷ്കളങ്കമായ അവരുടെ ചോദ്യത്തിന് മുന്നിൽ എന്റെ കണ്ണീരാണ് ആദ്യം മറുപടി നൽകിയത്....പിന്നീട് കണ്ണുകൾ തുടച്ചുകൊണ്ട് ഞാൻ എന്റെ കഥയും ഇപ്പോഴത്തെ സാഹചര്യവും പറഞ്ഞു..എല്ലാം കേട്ടുകഴിഞ്ഞ് അവരെന്റെ തലയിൽ പതുക്കെ തലോടി.

മോള് പേടിക്കണ്ട കേട്ടോ....നിന്റെ ആഗ്രഹം ഇതാണെങ്കിൽ അങ്ങനെ നടക്കട്ടെ....എന്റെ മകനുണ്ടായിരുന്നത് രണ്ടുവർഷത്തിന് മുന്നേ ഒരു കാർ അപകടത്തിൽ മരിച്ചു....ഇപ്പോൾ ഇവിടെ ഞാൻ മാത്രം....ഇനി എന്റെ മോളായി നീ ഇവിടെ തന്നെ നിൽക്കണം...ഇനി നമ്മൾ കൂടുതൽ ശ്രദ്ധിക്കണം....നീ പറയുന്നത് വച്ച് നിന്റെ ചെറിയമ്മയുടെ അനുയായികൾ ചില്ലറക്കാരല്ല....എന്നാലും എന്റെ കുട്ടി വിഷമിക്കേണ്ട

ആദ്യമായി ഞാൻ സംരക്ഷണത്തിന്റെ ചൂടറിഞ്ഞു...ഞാൻ അമ്മയെ കെട്ടിപിടിച്ചു....അവർ എന്റെ നെറുകയിൽ തഴുകി ആശ്വാസിപ്പിച്ചു.അങ്ങനെ മാസങ്ങൾ കടന്നുപോയി, ഇടയ്ക്ക് വെളിയിൽ പോയിവരുന്ന അമ്മ ചെറിയമ്മ എന്നെ തിരക്കി നടക്കുന്നതിനെ പറ്റി അന്വേഷിച്ച് വീട്ടിൽ വന്നു പറയുമായിരുന്നു...ഒരു സൂചനപോലും കൊടുക്കാതെ അവരെന്നെ പൊന്നുപോലെ നോക്കി...ചെക്കപ്പിനുപോലും കൊണ്ടുപോകുമ്പോൾ എനിക്ക് തോന്നിതുടങ്ങിയിരുന്നു.... ഒറ്റയ്ക്ക് നിന്ന് പോരാടി സ്വന്തം മകനെ വളർത്തിയ ആ അമ്മയുടെ ധൈര്യം.....ഞാൻ പ്രസവിച്ചു ഒരു പാൽകുടംപോലെ ഉള്ള എന്റെ പൊന്നുമോനെ...ഇനിയുള്ള ജീവിതം എന്റെ മകനോടൊപ്പം ജീവിക്കാമല്ലോ എന്ന് സ്വപ്നം കണ്ട നാളുകൾ....മകനെ അച്ചു എന്ന് വിളിച്ചെങ്കിലും അവന്റെ ഇരുപത്തിയെട്ടിന്റെ അന്ന് നല്ല ഒരു പേരിടണമെന്ന് മനസ്സിൽ തീരുമാനിച്ചിരുന്നു....ആ പേരിടൽ ദിവസത്തിന്റെ മുൻപത്തെ രാത്രിയിൽ എല്ലാം തകിടം മറിച്ചുകൊണ്ട്.....എന്റെ ക്രൂരായ ചെറിയമ്മയും അനുയായിയും.

അമ്മെ ആരൊ കതകിൽ മുട്ടുന്നല്ലൊ? ഞാൻ പോയി നോക്കട്ടെ,ഞാൻ കതക് തുറക്കാനായി മുതിർന്നു...എങ്കിലും ഭയം എന്നിൽ വീണ്ടും വില്ലനായി...ഞാൻ വാതിലിന്റെ ചെറിയ ലെൻസിലൂടെ നോക്കി.....അവിടെ കണ്ട മുഖം....ഞാൻ പുറകോട്ട് മാറിയിരുന്നു

എന്താ മോളെ ആരാണത്....?

അമ്മെ ചെറിയമ്മയും അവരുടെ ശിങ്കടിയും

ഞാൻ വിറയ്ക്കാൻ തുടങ്ങി

മോളെ അവർ എല്ലാം അറിഞ്ഞുകൊണ്ട് വരുന്നത് ആയിരിക്കും...ഒരു കാര്യം ചെയ്യ്...അമ്മയ്ക്ക് ഇഷ്ടമുണ്ടായിട്ട് അല്ല, എങ്കിലും നീയും കുഞ്ഞും ഇവിടെ നിന്നും രക്ഷപ്പെടണം...നമ്മുടെ അടുത്ത പള്ളിയുടെ വികാരി നല്ല മനുഷ്യനാണെന്നാണ് കേട്ടത്... കർത്താവ് നിന്നെ രക്ഷിക്കട്ടെ.....വേഗം പൊയ്ക്കോളൂ...പിന്നാമ്പുറത്തേകൂടി

അമ്മേ ഞാൻ..അമ്മയെ വിട്ട് എങ്ങനെ?

എന്റെ കണ്ണുകൾ നിറഞ്ഞു....ആകെ ഉള്ള സംരക്ഷണവും ഇവിടെ തീരും എന്നായി

മോളെ വേഗം പോകൂ,അമ്മ കുഞ്ഞിനെ ഒരു ടർക്കിയിൽ പൊതിഞ്ഞ് എന്റെ കൈയിൽ തന്നു....എന്റെ നെറുകയിൽ ഒരു മുത്തവും....ഞാൻ സ്വയം നിയന്ത്രണം വീണ്ടെടുത്ത് കുഞ്ഞിനെ മാറോട് ചേർത്തുകൊണ്ട് പുറകിലൂടെ ഓടി.

ഇരുട്ടിൽ അരണ്ട വെളിച്ചത്തിൽ ഒരു ഓട്ടോ വരുന്നത് കണ്ടു....ഞാൻ അതിൽ കയറി,നേരെ പള്ളിയിലേക്ക് തിരിക്കാൻ പറഞ്ഞു.

ഓട്ടയിൽ പോകുന്നതിനിടയ്ക്ക് ഞാൻ പലതും മനസ്സിൽ ഉറപ്പിച്ചിരുന്നു.പക്വതയോടെ നീങ്ങിയാലേ എന്റെ കുഞ്ഞിനെ സംരക്ഷിക്കാൻ പറ്റുകയുള്ളൂ എന്ന്,,കുഞ്ഞിനെ അച്ചനെ ഏൽപിച്ചിട്ട് അവന്റെ സംരക്ഷണം ഏറ്റെടുക്കാൻ അച്ചനോട് പറയാനും അതുപോലെ അവന്റെ മുഴുവൻ ചിലവുകളും ഞാൻ തന്നെ വഹിക്കുമെന്നും മനസ്സില് ഉറപ്പിച്ചു,കൂടാതെ കുഞ്ഞിനെ ഇനിയും കൊണ്ടുനടന്നാൽ ആ സ്ത്രീ ഇവനെ എന്തെങ്കിലും ചെയ്തുകളയും എന്ന ഭയം എന്നിൽ രൂപപ്പെട്ടിരുന്നു,കാരണം അവരുടെ കൂടെ ഉള്ള അനുയായി എന്തിനും മടിക്കാത്തവൻ ആയിരുന്നു.

ഓട്ടോയിൽ നിന്നും ഇറങ്ങി ഞാൻ പതുക്കെ മേടയിലേക്ക് നടക്കാൻ തുടങ്ങി...അതിനിടയിൽ എന്റെ പുന്നാരമോൻ കരഞ്ഞു,അവിടെ കണ്ട ഒരു ബഞ്ചിൽ ഇരുന്നു,,ഞാൻ അവനെ മുലയൂട്ടി.....എനിക്ക് അറിയില്ലായിരുന്നു അതെന്റെ അവസാനത്തെ.........വാക്കുകൾ ഇല്ല.

കുഞ്ഞിനെ അച്ചന് ഏല്പിച്ചുപോകാൻ നേരം അച്ചനോട് ഒന്നേ പറഞ്ഞുള്ളൂ...ഇവനെ പഠിപ്പിക്കണം,ഇവന്റെ വളർച്ചയുടെ തുക മുഴുവൻ ഞാൻ തരും,ഭാവിയിൽ എല്ലാവർക്കും സംരക്ഷണം നൽകുന്ന വ്യക്തി ആയി ഇവൻ വളരണം.

എന്റെ മനസ്സിലുള്ള സങ്കടം ഞാൻ പുറത്ത് കാട്ടിയില്ല....കണ്ണുകളിൽ അഗ്നി പടർന്ന രൂപമാറ്റമായിരുന്നു........ഞാൻ അവിടെ നിന്നും ഇറങ്ങി.

പള്ളിയിൽ നിന്നും റോഡിലൂടെ ഗത്യന്തരമില്ലാതെ നടക്കുന്നതിനടിയിലാണ്,മുന്നിൽ ഒരു വാൻ എന്റെ മുഖത്തേക്ക് അതിന്റെ പ്രകാശം അടിക്കുന്നു....ആ വാനിൽ നിന്നും ഇറങ്ങുവാരുന്ന ആളെ കണ്ട് ഞാൻ നടുങ്ങി...ദിവാകരൻ ചെറിയമ്മയുടെ അനുയായി......അയാൾ അടുത്തേക്ക് വന്നു എന്റെ കുത്തിന് പിടിച്ചു.

എടി തേവി## നീ എങ്ങോട്ടേക്കാടി ഓടാൻ നോക്കുന്നത്........നിന്നെ കണ്ടുപിടിക്കില്ലെന്ന് കരുതിയോ....? ഇങ്ങോട്ടു വാടി,ഞാൻ കുതറി മാറാൻ ശ്രമിച്ചു.

എന്താടി നീ കിടന്ന് പുളയുന്നത്?

അയാൾ കൈകൾ എന്റെ മാറിലേക്ക് ചേർത്ത്പിടിച്ചുകൊണ്ടാണ് വാനിലേക്ക് കയറ്റി ഇട്ടത്......വാനിന്റെ ഉള്ളിൽ ഞാൻ കണ്ട കാഴ്ച,അമ്മയെ കൊന്നുചാക്കിലാക്കി വച്ചിരിക്കുന്നു....മദ്യലഹരിയിൽ ചെറിയമ്മ അമ്മയുടെ തലയിൽ വീണ്ടും വീണ്ടും കൈകൾ കൊണ്ട് അടിക്കുന്നു.....എന്റെ ശരീരം ആസകലം വിറയ്ക്കാൻ തുടങ്ങി.....എന്നെ കണ്ടതും അവർ.

എടി മൂദേവി കണ്ടോ നീ ഇവരുടെ അവസ്ഥ.....നിന്റെയും അവസ്ഥ ഇതുതന്നെ ആവും

പ്രതികരിക്കാൻ എന്റെ കൈകൾ തരിച്ചെങ്കിലും എന്റെ അച്ചൂന്റെ മുഖമെന്നിൽ വീണ്ടും എല്ലാം സഹിക്കാൻ പഠിപ്പിക്കുകയായിരുന്നു....അവനെ
വളർത്തണം....ആരുമറിയാതെ......അതുമാത്രം ...വീണ്ടും ഞാൻ ആ തടവറയ്ക്കുള്ളിൽ അകപ്പെട്ടു.....ആദ്യം എന്റെ അടുക്കൽ വന്നത് ദിവാകരൻ...അയാൾ എന്നെ മതിയാവോളം വേദനിപ്പിച്ചു.....അന്നുമുതൽ ഞാൻ ഒരു യന്ത്രത്തിന് തുല്യമായി മാറിയിരുന്നു .....എന്നിലേക്ക് വലിച്ചെറിയുന്ന ഓരോ നോട്ടുകളും

ഞാൻ കൂട്ടി വച്ചു... ഒരു തവണ തക്കം നോക്കി ഞാൻ പള്ളിയിൽ പോയിരുന്നു.. പൈസയും കൊടുത്തു.എങ്കിലും ഞാൻ അവന്റെ ആര് എന്ന അച്ചന്റെ ചോദ്യത്തിന് മറുപടി നൽകാനും കഴിഞ്ഞില്ല.. പിന്നീട് ഞാൻ അങ്ങോട്ട് പോയില്ല.. അന്നവിടെ ചെറിയമ്മയുടെ വീട്ടുജോലിക്കാരിയായിരുന്നു മോനപ്പന്റെ അമ്മ....അവരുടെ കൈകളിൽ ആണ് ഞാൻ തുക ഏൽപ്പിക്കുന്നത്,അവർ എങ്ങനെയൊ അത് പള്ളിയിൽ ഏൽപ്പിക്കും....ഞാൻ ഒരു വിലക്കപ്പെട്ട കനിയായി മാറിയപ്പോൾ ആർക്കും വേണ്ടാതായി... ചെറിയമ്മ അനുയായി ദിവാകരന്റെ വലയിൽ കുടുങ്ങി...ഉള്ള സമ്പാദ്യങ്ങൾ മുഴുവൻ അയാൾ കൈക്കലാക്കി...ഒടുവിൽ ഞാനും അവരും മാത്രം....ഒരു ദിവസം ഞാൻ കാണുന്നത് ഉമ്മറത്തെ കോലായിൽ ചെറിയമ്മയും ജീവിതം അവസാനിപ്പിച്ചു.......ഇനിയും എനിക്ക് ഇവിടെ നിൽക്കേണ്ട കാര്യമില്ല എന്ന ബോധ്യത്തിൽ ഞാൻ അവിടെ നിന്നും ഇറങ്ങി....കാണുന്നവരുടെ മുന്നിൽ എല്ലാം വേശ്യ എന്ന് മുദ്രകുത്തപെട്ട ഞാൻ സ്വന്തം മകനെയും അത് ബാധിക്കുമെന്ന് കരുതി അവനിൽ നിന്നും അകന്നു...എങ്കിലും അവന്റെ ഓരോ വളർച്ചയും ഞാൻ അകലെ നിന്നും നോക്കി കണ്ടു....അവന്റെ ഓരോ വിദ്യാഭ്യസകാലത്തും അവൻ പഠിച്ചിരുന്ന സ്ഥാപനങ്ങളുടെ അടുക്കലും ഞാൻ പത്രങ്ങൾ കഴുകിയും,തുണിക്കടയിൽ നിന്നും

ഞാൻ മിച്ചപിടിച്ച് അവന്റെ വിദ്യാഭ്യാസത്തിന് അഴച്ചുകൊടുത്തു.......ഒടുവിൽ നിയന്ത്രണം വിട്ട് അവനോട് സംസാരിക്കാൻ പോകുന്നതിന് ഇടയിലാണ്,ആ ദുഷ്ടജന്മത്തെ വീണ്ടും കാണുന്നത്....ദിവാകരൻ...ആളാകെ മാറിയിരിക്കുന്നു.....തനി രാഷ്ട്രീയക്കാരൻ ആയിരിക്കുന്നു...അയാളുടെ വളർച്ചയിൽ ഞാൻ ഒരുപാട് ഭയപ്പെട്ടിരുന്നു...കാരണം എന്നെ പോലെ തന്നെ എത്രയൊ പേരുടെ ജീവിതവും സ്വപ്നങ്ങളും തകർത്ത ആൾ ജനങ്ങളെ കൂടി സേവിച്ചു കഴിഞ്ഞാൽ ഉള്ള അവസ്ഥ........അങ്ങനെ ഒരു കടയിൽ പാത്രം കഴുകുന്ന ജോലിയിൽ ഏർപ്പെട്ടിരുന്ന എന്നെ മോനപ്പന്റെ അമ്മ വന്നു കാണുന്നത്,കൂടെ ഒരു പെൺകുട്ടിയും.

വിജയെ ഇത് നമ്മുടെ നാട്ടിലെ ബാങ്ക് മാനേജർ മാഡമാണ്...കൃപ എന്ന വീട്ടിലെ സ്ത്രീ നിന്റെ പേർക്ക് ഒരു തുക ബാങ്കിൽ ഇട്ടിരുന്നു.....അവർ മരിച്ചുപോയി...ആ പ്രോപ്പർട്ടി ഒക്കെ ഒരു ട്രസ്റ്റ് നു

പോയി....ഒരു തുകയുള്ളത് ബാക്കി നിന്റെ പേർക്കാണ്....അത് നിനക്ക് നൽകാനാണ് അവരുടെ മുദ്രപേപ്പറിൽ അടയാള പെടുത്തിയിരിക്കുന്നത്.

എന്റെ പേർക്കോ ? ഞാൻ ഒന്ന് ആലോചിച്ചു...അമ്മ ....അതെ അമ്മ തന്നെ....അവർ വീണ്ടും എന്നെ സ്നേഹിക്കുകയാണല്ലോ? എങ്കിലും ഈ തുക ഞാൻ വാങ്ങിയാൽ, ഞാൻ തുടർന്നു.

വേണ്ട മോളെ ഇതും കൂടി ട്രസ്റ്റിലേക്ക്, ഞാൻ പറഞ്ഞ് തീരുന്നതിന് മുന്പ് മോനപ്പന്റെ അമ്മ പറഞ്ഞു.

കുഞ്ഞേ ഒന്ന് നില്ക്കണേ ....ഞാൻ ഇവരോട് കാര്യങ്ങൾ പറയട്ടെ..

എന്നെയും വലിച്ചുകൊണ്ട് അവർ പുറകിലേക്ക് മാറി

എടി മോളെ നീ എന്താണ് ഈ ചെയ്യുന്നത് അത് വേണ്ടന്ന് പറയുന്നൊ? നിന്റെ മോന്റെ ഇനിയുള്ള പഠിപ്പിനും അവന്റെ ജീവിതത്തിനും അത് ഉപയോഗിച്ചൂടെ ?

പിന്നെ നീ ഇനി ഈ ജോലി ചെയ്ത് വീണ്ടും പോയാൽ അതികം ആയുസ്സുണ്ടാകില്ല...നിന്റെ മോന്റെ ഇനിയുള്ള വളർച്ചയും നിനക്ക് കാണണ്ടേ?

അവർ പറഞ്ഞതിലും കാര്യമുണ്ടെന്ന് പിന്നീട് മനസ്സിലായി

ഇനിയും എത്രയൊക്കെ ഈ അഴുക്കുചാലിൽ കിടന്നു സമ്പാദിക്കാൻ നോക്കിയാലും ഈ തുകയൊന്നും കിട്ടില്ല...പിന്നെ ഇത് എന്റെ അമ്മ എനിക്കും കുഞ്ഞിനും വേണ്ടി തന്നതല്ലേ, ഞാൻ ആ ചെക്ക്കൈപറ്റി......പോകുന്നതിന് മുന്പ് ഞാൻ മോനപ്പന്റെ അമ്മയോട് ഇത് അച്ചനെ ഏല്പിക്കാൻ പറഞ്ഞു....അച്ചൻ ഇപ്പോൾ അവരുടെ മകൻ താമസിക്കുന്ന നാട്ടിൽ ആണെന്ന് പറഞ്ഞപ്പോൾ ചെറിയ സന്തോഷം തോന്നി.... ഇടയ്ക്ക് അവിടെ പോയി അകലെ നിന്ന് എന്റെ മകനെ ഒന്ന് കൂടി കാണാലൊ എന്ന ചിന്ത.

അങ്ങനെ മൂന്നുവർഷങ്ങൾ കൂടി കടന്നുപോയി....മോനപ്പന്റെ അമ്മ ആ ഇടയ്ക്ക് ദൈവത്തിലോട്ട് പോയിരുന്നു....എന്റെ കാര്യങ്ങൾ മുഴുവൻ അറിയില്ലെങ്കിലും മോനപ്പന് അമ്മ പറഞ്ഞുള്ള ചെറിയ അറിവുണ്ട്.

ആ കടയ്ക്ക് അടുത്ത് ഒരു വാടക വീട്ടിൽ ആയിരുന്നു താമസം....മനസ്സ് ഒന്ന് പാളം തെറ്റുന്ന പോലെ തോന്നിത്തുടങ്ങിയപ്പോൾ ഞാൻ എന്റെ മകന്റെ ഇപ്പോഴത്തെ

നാട്ടിലേക്ക് വണ്ടി കയറി.....മോനപ്പന്റെ വീടിനടുത്ത് തന്നെ ഒരു വാടക വീട്ടിൽ താമസം ആയി.... എന്റെ കുഞ്ഞിനെ ഒന്ന് കാണാൻ ഞാൻ കൊതിച്ചിരുന്ന ദിനങ്ങൾ ആയിരുന്നു.....ഒരു ദിവസം പള്ളി പെരുന്നാളിന്റെ ഇടയിൽ ഞാൻ അവനെ കണ്ടു.....അവിടെയും അവൻ മറ്റുള്ളവർക്ക് സംരക്ഷണം നല്കി നില്ക്കുന്ന കാഴ്ച്ചയിൽ മതി മറന്നു നിന്നുപോയി...എങ്കിലും ഒന്നവനോട് സംസാരിക്കാൻ,ഒന്ന് മോനെ എന്ന് വിളിക്കാൻ ഞാൻ ആഗ്രഹിച്ചിരുന്നു....എങ്കിലും ഒരു വേശ്യ ആയ എനിക്ക് അതിനുള്ള അർഹതയില്ല എന്നാ മിഥ്യാബോധം എന്നെ പിന്തുടർന്നിരുന്നു....ഒരിക്കൽ എല്ലാ നിയന്ത്രണങ്ങളും നഷ്ടപെട്ടുകൊണ്ട് ആത്മഹത്യക്ക് ശ്രമിച്ചു,പരാജയപെട്ടു......ഈ തവണ ഞാൻ അത് ചെയ്യും വിജയിക്കും...കാരണം എന്റെ ലക്ഷ്യം ദിവാകരനെ പോലുള്ളവരുടെ മരണമാണ്...അയാൾ നീ നാടിന് തന്നെ ആപത്താണ്.....ഇനിയും ഒരു കുടുംബം പോലും ഇവിടെ നശിക്കാൻ പാടില്ല....ഇത് എന്റെ മരണമൊഴി എന്ന രീതിയിൽ എടുക്കണം....ഇടയ്ക്ക് നമ്പർ സങ്കടിപ്പിച്ചു അച്ചനെ വിളിക്കുമ്പോഴും,ആദ്യത്തെ തവണ ഇതിന് ശ്രമിച്ചപ്പോഴും ഞാൻ പറഞ്ഞിരുന്നത് മകൻ ഇതൊന്നും അറിയരുത് എന്നാണ്....അച്ചനുപോലും കൃത്യമായി അറിയില്ല ആ കുഞ്ഞ് എന്റെ സ്വന്തം ചോരയാണെന്ന്.

മോനെ എന്റെ പൊന്ന് മോനെ ......അമ്മ ജീവൻ ഒടുക്കുന്ന സമയത്ത് ആകെ ദൈവത്തോട് പ്രാർഥിച്ചത് ഡയറി നിന്റെ കൈയിൽ കിട്ടണമേ എന്നാണ്....നീ ആകും ഇത് ആദ്യം വായിക്കേണ്ടത് എന്നും എനിക്ക് തോന്നി,മറ്റാരേക്കാളും ഇതിന്റെ ആവശ്യം നിനക്ക് ആണ്....ഞാൻ ഒരു വേശ്യ ആയിരുന്നു....ഒരമ്മയുടെ സ്നേഹം ഒരുപാട് എന്റെ മോന് കൊടുക്കണം എന്നുള്ള ആഗ്രഹം ഉണ്ടായിരുന്നു....എങ്കിലും എനിക്ക് ചാർത്തപ്പെട്ട പേരില് ഞാൻ ഒരിക്കലും വിശുദ്ധ ആകില്ല, നിന്റെ ഈ സ്റ്റേഷനിലേക്കുള്ള മാറ്റത്തിനായി അമ്മ കാത്തിരിക്കുകയായിരുന്നു....ഈ ഒരു നിമിഷത്തിന് വേണ്ടി കൂടി....അമ്മ ഒരു പാപിയാണ് മോനെ, ഞാൻ ഒരിക്കലും നിന്നെ ഉപേക്ഷിക്കാൻ പാടില്ലായിരുന്നു.....നീ എവിടെയെങ്കിലും ജീവനോടെ ഇരിക്കുന്നത് കാണാനുള്ള കൊതികൊണ്ട് ....അമ്മ.

ഡയറി പതുക്കെ മടക്കി....എന്റെ കണ്ണുകൾ നിറഞ്ഞൊഴുകി , എന്തിന് എന്നോട് ? എന്റെ അമ്മയല്ലേ...ഞാൻ നോക്കില്ല എന്നും, സമൂഹം എന്തൊക്കെ പറഞ്ഞാലും ഞാൻ എന്റെ അമ്മയെ വേദനിപ്പിക്കുമൊ?

എനിക്ക് ഒന്ന് കൺ നിറയെ കാണാൻ കൂടി കൊടുത്തില്ലല്ലോ അമ്മെ.....അമ്മ അല്പം സ്വാർത്ഥത കാണിക്കണമായിരുന്നു...അമ്മയെ നഷ്ടപെടുത്തിയിട്ട് ഈ സമൂഹത്തോട് നീതി കാട്ടുന്നത് വേണ്ടായിരുന്നു.

ഇത്രയും നാൾ എന്റെ അരികിൽ ഉണ്ടായിട്ട് പോലും എനിക്ക് നിങ്ങളെ കാണണോ പറ്റിയില്ലല്ലൊ?......എല്ലാവരും എന്നെ ചതിച്ചു...അച്ചനും അമ്മയും.

എന്റെ കൈകൾ കൊണ്ട് മേശയിൽ ആഞ്ഞടിച്ചു..... ജെ.ഡിയിൽ നിന്നും ഒരു പെഗ്ഗ് കൂടി കയറ്റി.....ഞാൻ പള്ളിയിലേക്ക് പുറപ്പെട്ടു.....എന്റെ അമ്മയുടെ ഹൃദയമായ ഡയറിയും നെഞ്ചോട് ചേർത്ത് കൊണ്ട്.

ശക്തിയിൽ മഴപെയ്ത് കൊണ്ടിരിക്കുന്നു...ഞാൻ പള്ളിയുടെ ഗേറ്റ് കടന്നു വണ്ടി താഴേക്ക് ഇട്ടു പള്ളിമേടയിലേക്ക് നടന്നു.

അച്ചൊ അച്ചൊ...ഇങ്ങോട്ട് ഇറങ്ങി വാ അച്ചോ.....നിങ്ങൾ എല്ലാവരും കൂടി എന്നെ ചതിക്കുവായിരുന്നല്ലേ?

ദൈവമേ അത് എന്റെ കുഞ്ഞിന്റെ കരച്ചിൽ ആണല്ലോ......അച്ചൻ മുകളിലത്തെ നിലയിൽ നിന്നും താഴെ

വന്നു ഡോർ തുറന്നു.....അച്ചൻ ഒരു നിമിഷം ഇല്ലാതെ ആയി.....ഡേവിഡ് തന്റെ മുട്ടുകുത്തി നിന്നുകൊണ്ട് മുകളിലേക്ക് നോക്കി കരയുന്നു.

മോനെ ഡേവിഡെ എന്താടാ മോനെ ഇത് .....നീ അകത്തേക്ക് വാടാ.....അച്ചൻ നിസ്സഹായ ശബ്ദത്തിൽ പറഞ്ഞു.

അച്ചോ അവരില്ലേ ? എന്റെ സ്പോൺസർ.....അവർ എന്റെ,എന്നെ പ്രസവിച്ച അമ്മ ആയിരുന്നച്ചോ....അമ്മ...എന്റെ മാത്രം അമ്മ

അച്ചൻ നെഞ്ചിൽ കൈവച്ചു.... അവർ സൂചിപ്പിച്ച കാര്യങ്ങൾ എന്തെങ്കിലും അവനോട് പറയാമായിരുന്നു എന്നുള്ളത് അച്ചനെ വിഷമത്തിൽ ആക്കിയിരുന്നു...ഇനി എന്ത് പറഞ്ഞു എന്റെ കുഞ്ഞിനെ....അച്ചരൻ അവന്റെ അടുത്തേക്ക് നടന്നു.

മോനെ ഡേവിഡേ അച്ചനോട് പൊറുക്കടാ....അവർ എന്നോട് ഇതൊന്നും പറഞ്ഞില്ല.... സ്പോൺസർ ആണെന്നുള്ള കാര്യം പോലും മറച്ചുവയ്ക്കാൻ പറഞ്ഞപ്പോൾ ഞാൻ അന്വേഷിക്കണമായിരുന്നു....അച്ചനോട് പൊറുക്കടാ മോനെ.

എനിക്ക് അച്ചനോട് ദേഷ്യമില്ലച്ചോ .....എന്റെ അമ്മ ഇത്രയും അടുത്ത് ഉണ്ടായിട്ട് കൂടി എനിക്ക്......ആ.............

അവന്റെ അലറികൊണ്ടുള്ള കരച്ചിലിൽ ഭൂമി പിളർന്നു താഴേക്ക് പോയാൽമതിയെന്ന് അച്ചൻ ചിന്തിച്ചു.

എഴുന്നേൽക്ക് മോനെ....വാ.....ഇങ്ങോട്ടേക്ക്

അച്ചൻ അവനെ പിടിച്ചു എഴുന്നേൽപ്പിച്ചു....അപ്പോഴും ആ ഡയറി

അവൻ നെഞ്ചോട് ചേർത്തിരുന്നു........അകത്തേക്ക് കയറ്റി അച്ചൻ വാതിൽ കുറ്റിയിട്ടു

മോനെ എത് നീ എങ്ങനെ അറിഞ്ഞു?

ഞാൻ ആ ഡയറി മേശയിൽ വച്ചു

അച്ചോ ഇതിൽ എല്ലാം ഉണ്ട്....അമ്മ അവസാനമായി ദൈവത്തോട് പ്രാർത്ഥിച്ചത് ഇത് ആദ്യമായി വായിക്കുന്നത് പോലും ഞാൻ ആകണമെന്നാണ്....അത് അതുപോലെ തന്നെ നടന്നു.

എന്താടാ മോനെ ഇതിൽ?

അമ്മ....അമ്മ നിറഞ്ഞുനിൽക്കുന്നു

ഞാൻ സംഭവങ്ങൾ എല്ലാം അച്ചനോട് പറഞ്ഞു.

ഞാൻ തുടർന്നു.....

അച്ചോ അമ്മ പറഞ്ഞ ആ ദിവാകരൻ ആരാണെന്ന് അറിയോ ? ആ എം.ൽ.എ.... ...ഞാനുമായിട്ട് അന്ന് ചെറിയ........പുറകിൽ ഏറ്റവും അവസാനം അമ്മ കൂട്ടിച്ചേർത്തതും ആ പേരാണ്.

എന്റെ കർത്താവേ ആയാളൊ .... ഞാനും മേടിച്ചിട്ടുണ്ടല്ലോ അയാളുടെ സഹായം....ദൈവമേ ഈ പാപങ്ങൾ ഒക്കെ....... എടാ മോനെ നീ എന്നിട്ട് ഇത് വച്ച് എന്ത് ചെയ്യാൻ പോകുന്നു.

"എന്റെ അമ്മയ്ക്ക് അറിയില്ലല്ലോ അച്ചോ ഇത് വച്ച് ഒന്നും ചെയ്യാൻ പറ്റില്ലെന്ന്....അയാൾ ഇന്ന് വലിയ ശക്തനാണ്....ജാതിയാണ് അയാളുടെ മെയിൻ.....ഈ ഡയറിയുമായി ഞാൻ ചെന്ന് കയറിയാലും അയാളുടെ ഒരു മൊട്ടു സൂചിപോലും പറിക്കാൻ പറ്റില്ല.....എന്റെ അമ്മയെ വീണ്ടും അവൻ പിച്ചിച്ചീന്തും,,ജീവിച്ചിരിക്കുമ്പോൾ ആ

പാവം എനിക്ക് വേണ്ടി ഒരുപാട് കഷ്ടപ്പെട്ടു...ഇനിയും......അച്ചന് അറിയോ ഇന്നത്തെ കാലത്ത് കൈയിൽ നിയമവും,തെളിവും ഉണ്ടെങ്കിൽ പോലും ഇവിടെ ഒരു രാഷ്ട്രീയക്കാരനെയും ജയിലിൽ ഇടാൻ പറ്റില്ല.....നേരെ നിന്ന് സല്യൂട്ട് അടിക്കുന്ന എന്റെ മേലുദ്യോഗസ്ഥർക്ക് പോലും ഇവന്മാരെ ഭയമാണ്, ഒരു സത്യസന്ധനായ ഉദ്യോഗസ്ഥൻ ആയിപോയാൽ അവനെ എന്തൊക്കെ ചെയ്യാൻ പറ്റുമോ അതൊക്കെ ചെയ്യും,ഒരു പീഡനക്കേസിലെ പ്രതിയെ തല്ലാൻ പോലും സാധിക്കാത്ത നിസ്സഹായവസ്ഥ ഉണ്ടല്ലോ അച്ചോ"

എങ്കിലും അച്ചോ ദിവാകരനെ ഞാൻ പൂട്ടും, ഒന്നിനും ഒരു നിയമത്തിനും വിട്ട് കൊടുക്കാതെ തന്നെ.

എന്റെ കണ്ണിലെ പക അച്ചരന്റെ ഉള്ളിൽ വീണ്ടും ആദി നിറച്ചു

മോനെ നീ അരുതാത്തത് ഒന്നും പ്രവർത്തിക്കല്ലേടാ.... അച്ചന് പേടിയാകുന്നു... നിന്റെ ഈ പറച്ചിൽ കേൾക്കുമ്പോൾ

അച്ചൻ കിടന്നോളൂ....ഞാൻ ഇറങ്ങുവാണ്......ഞാൻ ഒന്നും ചെയ്യില്ല അച്ചോ......അച്ചൻ കിടന്നോളൂ

ഞാൻ ആ ഡയറി നെഞ്ചോട് ചേർത്ത് പിടിച്ച് പുറത്തേക്ക് നടന്നു....മഴയ്ക്ക് അല്പം ശമനം കിട്ടിയിരുന്നു....താഴെ കിടക്കുന്ന ബൈക്ക് പൊക്കിയെടുത്തു...മൂന്നുനാലു കിക്ക് കൊണ്ട് വണ്ടി സ്റ്റാർട്ട് ആയി.....ഞാൻ പുറകോട്ട് നോക്കിയപ്പോൾ വാതിക്കൽ എന്നെയും നോക്കി അച്ചൻ നിൽപ്പുണ്ടായിരുന്നു...... ഞാൻ വണ്ടി ഓടിച്ചുകൊണ്ട് പള്ളിമേട താണ്ടി പൊയ്ക്കൊണ്ടിരുന്നു.

കോട്ടേഴ്സിൽ ചെന്ന് ..... ജെ.ടി യിൽ നിന്നും അടുത്ത് പെഗ്ഗ് അടിക്കാനായ് തുടങ്ങിയതും തണുത്ത് മരവിച്ചു കിടന്ന അമ്മയുടെ മുഖം വീണ്ടും വന്നു.

വേണ്ട എനിക്ക് ഇനി ഇത് വേണ്ട....ഈ ശീലം വേണ്ട.....ദിവാകരൻ അയാളെ എങ്ങനെ പൂട്ടാൻ എന്നായി എന്റെ ചിന്ത, അങ്ങനെ ആലോചിച്ചിരിക്കുന്നതിന് ഇടയിലാണ്....ഒരു കാൾ എസ്പി.

ഹലോ സാറേ എന്താ ഈ സമയത്ത്, ഞാൻ രാവിലെ ഒരു കാര്യം പറയാൻ വരാനിരിക്കുവായിരുന്നു

ഡാ നീ അപ്പൊ ഒന്നും അറിഞ്ഞില്ലേ ? നമ്മുടെ എം.എൽ.എ ദിവാകരൻ ഇല്ലേടാ....ആ നാറി നീ ആയിട്ട് ഒരു സീൻ ഉണ്ടായത്

അയാളുടെ പേരുകേട്ടപ്പോൾ എന്റെ നിയന്ത്രണം പോയിരുന്നു

ആ....അയാൾ

എടാ അയാള് വടി ആയി.... നമ്മുടെ പണിക്കശ്ശേരി അടുത്ത് അയാള്ക്ക് ഒരു എസ്റ്റേറ്റ് ഉണ്ട്....നല്ല ഫോമിലായിരുന്നു..വരുന്നവഴി നേരെ തൊട്ടടുത്ത പോസ്റ്റിൽ കയറി....ആള് സ്പോട്ടിൽ തീർന്നു.

ഓ ....അത് വലിയ കഷ്ടമായല്ലോ സാറേ.....ഇപ്പോൾ സാർ അവിടെ ആണോ.....?

അതേടാ സ്പോട്ടിൽ ഉണ്ട്....തന്നെ വിളിച്ച് പറഞ്ഞേക്കാം എന്ന് കരുതി....ശരി നാളെ ഓഫീസിൽ കാണാം.

ശരി സാർ

എന്തൊ അത് കേട്ടിട്ടും സന്തോഷമൊന്നും തോന്നിയില്ല എന്റെ കൈകൾ കൊണ്ട് തീരേണ്ടവൻ പോയല്ലോ എന്നോർത്ത്.

ഞാൻ പതിയെ സോഫയിലേക്ക് ഇരുന്നു....അങ്ങനെ നിദ്രയിലേക്ക് വഴുതി.

മോനെ അച്ചു അമ്മ അയാളെ ഇങ്ങോട്ടേക്ക് കൊണ്ടുപോന്നട്ടൊ ....ഞാൻ എല്ലാം കേട്ടിരുന്നു.....എന്റെ കുഞ്ഞ് ഇതിന്റെ പേരില് വേറെ ഒരു രീതിയിലേക്ക് പോയാൽ അമ്മയ്ക്ക് വിഷമമാകും, ഇനിയുള്ള കാലം എന്റെ മോൻ സന്തോഷമായിട്ട് ഇരിക്കണം....എല്ലാവർക്കും നന്മചെയ്യണം ,എല്ലാ അമ്മമാരെയും സഹായിക്കണം,അനാഥരായ അമ്മമാരേ കണ്ടെത്തി അവരെ ഒരു സ്ഥാപനം പണിത് അങ്ങോട്ടേക്ക് മാറ്റണം....അമ്മ എന്നും എന്റെ കുഞ്ഞിന്റെ കൂടെ ഉണ്ടാകും....എന്റെ മോന് നല്ലതേ വരൂ

അമ്മേ...... പെട്ടെന്ന് സോഫയിൽ നിന്നും ചാടി എഴുന്നേറ്റു......... കണ്ണുകൾ പെട്ടെന്ന് നിറഞ്ഞൊഴുകി....സ്വപ്നമായാൽ പോലും അമ്മ പറഞ്ഞ കാര്യങ്ങൾ അതെ പടി മനസ്സിൽ കയറ്റി.....ആ നിലയ്ക്കാത്ത ഓട്ടം ഞാൻ തുടങ്ങി കഴിഞ്ഞു....എന്റെ അമ്മ എന്നും കൂടെ ഉണ്ടെന്നുള്ള വിശ്വാസത്തിൽ ഞാൻ മുന്നോട്ട് സഞ്ചരിച്ചുകൊണ്ടിരിക്കുന്നു.

END

17

അവളുടെ രാവുകൾ

അവളുടെ രാവുകൾ ഭാഗം (1)

ഗൗരി എന്നിൽ സൃഷ്ടിച്ച പ്രണയത്തിന്റെ മനോഹര ദൃശ്യത്തെ മുൻ നിർത്തി പറയുമ്പോൾ,ആദ്യം കിട്ടിയ അവഗണന എന്നിൽ എന്തെന്നില്ലാത്ത ശൂന്യത സൃഷ്ടിച്ചിരുന്നു.ഏകാന്തതയെ കൂട്ട് പിടിക്കാതെ പ്രണയിക്കൂ അവിടെ നിന്റെ എല്ലാ വേദനകളും അവസാനിക്കുമെന്ന് ഉള്ളിൽ നിന്നും ആരോ പറഞ്ഞുതുടങ്ങിയ നിമിഷത്തിലാണ് ആ ഇഷ്ടം തുറന്നുപറഞ്ഞത്.എന്നാൽ തെറ്റിയത് എനിക്കായിരുന്നു ഞാൻ ഇല്ലാത്ത ദിനങ്ങളായിരുന്നു അവളിൽ ഏറ്റവും സന്തോഷം ഉണ്ടാക്കുന്നത് എന്നൊര് തോന്നൽ മനസ്സിനെ വല്ലാതെ മുറിവേൽപ്പിച്ചിരുന്നു.

ഒഴിഞ്ഞുമാറുന്നതാണ് കൂടുതൽ നല്ലതെന്ന് തോന്നിയ ദിനങ്ങൾ.. സൗഹൃദം ചിലപ്പോഴൊക്കെ പ്രണയത്തിലേക്ക് അടുക്കാറുണ്ട്,സൗഹൃദം മാത്രമായി ഒതുങ്ങുന്ന ബന്ധങ്ങളുമുണ്ട് എങ്കിലും അവൾ എനിക്ക് പ്രിയപ്പെട്ടത് എന്തൊ ആണെന്നുള്ള തിരിച്ചറിവിൽ നിന്നാണ് ഇഷ്ടം തുറന്നുപറഞ്ഞത്...

" നോക്ക് വിച്ചു... നീ നല്ലൊര് സുഹൃത്താണ് അതിലുപരി നിന്നെ എനിക്ക് ഇഷ്ടവുമാണ് എന്നാൽ അത് പ്രണയത്തിലോട്ട് കൊണ്ടുപോകാൻ താല്പര്യമില്ല. "

" എന്തുകൊണ്ടാണ് നീ ഇങ്ങനെ അവഗണിക്കുന്നത് ഗൗരി ? നീ വേറെ ആരെയെങ്കിലും സ്നേഹിക്കുന്നുണ്ടോ?

"അതൊന്നും നീ അറിയേണ്ട ആവശ്യമില്ല, ഇനി പ്രണയം എന്നൊക്കെ പറഞ്ഞുകൊണ്ട് എന്റെ പിന്നാലെ വരരുത്, സൗഹൃദം അത് മതിയാകും "

എന്തൊ മറുപടി കൊടുക്കാൻ എനിക്ക് കഴിഞ്ഞില്ല, ഒരാൾ കാരണങ്ങളില്ലാതെ മറ്റൊരാളെ നിരസിക്കുമ്പോൾ നമ്മൾ

മനസ്സിലാക്കേണ്ട ഒരു കാര്യമുണ്ട് അവർക്ക് മറ്റെന്തെങ്കിലും വേദനയുള്ളിൽ കാണും അതൊന്നും എനിക്ക് അന്ന് മനസ്സിലായില്ല ഞാൻ അതിന് ശ്രമിച്ചില്ലെന്ന് പറയുന്നതാകും നല്ലത്.. ദിനങ്ങൾ കൊഴിഞ്ഞു, ജീവിതത്തിൽ വസന്തം കൊണ്ടുവരുമെന്ന് വിചാരിച്ചിരുന്നവൾ എന്നിൽ നിന്നും അകന്നിരിക്കുന്നു.

അലസത നിറഞ്ഞ ദിനങ്ങൾ അല്ലെങ്കിൽ അഹങ്കാരം നിറഞ്ഞ ദിനങ്ങളായിരുന്നു പിന്നീടങ്ങോട്ട് എല്ലാത്തതത്തിനോടും വെറുപ്പ്. ചുറ്റും ആരൊക്കെയോ വന്ന് കുറെ ഉപദേശങ്ങൾ തന്നപ്പോഴും ഞാൻ മറുത്തൊരു വാക്കുപോലും പറയാതെ എല്ലാം കേട്ടിരുന്നു. പ്രണയം തളിർത്തില്ലെങ്കിൽ ഇങ്ങനെ വിരഹമുണ്ടാകുന്നത് സ്വാഭാവികമാണ്, ഓരോ ദിനവും കഴിയുന്തോറും പ്രണയത്തിലുപരി സൗഹൃദം മതിയെന്ന ധാരണയിൽ ഞാൻ അവളുടെ ഫോണിലേക്ക് വിളിച്ചു..കാരണം ഗൗരിയെനിക്ക് അത്രയും പ്രിയപ്പെട്ടതായിരുന്നു..

"ഹലോ ഗൗരി "

"മം എന്താ ഇപ്പോൾ ഇങ്ങോട്ട് വിളിച്ചത്? ഞാൻ ചത്തോ എന്ന് അറിയാനാണോ?"

ഗൗരി ഞാൻ... എന്നോട് ക്ഷമിക്കടോ ഒരുപാട് സ്നേഹം ഉള്ളത്കൊണ്ടാണ് അങ്ങനെ അന്ന് പറഞ്ഞുപോയത്, നിനക്കറിയാലോ ചിലപ്പോഴൊക്കെ എനിക്ക് ആരുമില്ലെന്ന് തോന്നും ആ ഒരു നിമിഷത്തിന്റെ കണികയിൽ തോന്നിപ്പോയ എന്റെ ഭ്രാന്ത് അങ്ങനെ എടുക്കടോ..."

" ഓ നിന്റെ ഒരു സാഹിത്യം ഒന്ന്

നിർത്തുന്നുണ്ടോ വിച്ചു, എനിക്ക് നിന്നെ ഒന്ന് കാണണമെന്നുണ്ട് "

" ഇപ്പോഴോ, ഈ രാത്രിയിലോ "

" എന്തേ പ്രേതങ്ങളെ അടുത്തറിയാൻ ശ്രമിക്കുന്ന വിശാലിന് ഈ എറണാകുളം മാർക്കറ്റ് റോഡുവരെ വരാൻ പറ്റില്ല കഷ്ടം തന്നെ "

"പേടിയൊന്നുമില്ല ഞാൻ വരാം, വണ്ടിയില്ല ആരോടെങ്കിലും ചോദിച്ചിട്ട് എത്തിയേക്കാം, അതുല്യ എവിടെയാടി "

"ഓ അവൾ അമ്മയുടെ കൂടെ കിച്ചണിൽ ഉണ്ട്, ഞാൻ നിന്നെ വിളിക്കാനായി ഫോൺ എടുക്കാൻ തുടങ്ങിയപ്പോഴാണ് നിന്റെ കാൾ "

"ആണോ... ഞാൻ വരാം.. എന്താ ക്രിസ്തുമസ് ആയിട്ട് ഗിഫ്റ്റ് വേണ്ടത് നിനക്ക് "

നീ ഇങ്ങോട്ട് വാ.. അനാവശ്യമായി പൈസയൊന്നും കളയണ്ട, ഇവിടെ വന്നിട്ട് ബാക്കി....വേഗം പോര്...

ശരി ഗൗരി....

ഫോൺ കട്ട് ചെയ്ത് ഞാൻ ഒന്ന് ദീർഘശ്വാസം വലിച്ചു.. എന്തൊ അത് വരെ ഉണ്ടായിരുന്ന എന്നെ കാണാനേ ഇല്ല.. പൊതുവെ അങ്ങനെയായിരിക്കുമല്ലോ ചിലരെങ്കിലും, ഇഷ്ടമുള്ളവരുടെ ഒരു വാക്കോ, പുഞ്ചിരിയൊ കിട്ടിയാൽ മനസ്സ് നിറയും അത് ഏറ്റവും പ്രിയപ്പെട്ടവരിൽ നിന്നാകുമ്പോൾ പറയണോ...

ക്രിസ്തുമസിന്റെ താലേ ദിവസം നിർത്താതെ ഫോൺ കാളുകൾ വന്നുകൊണ്ടിരിക്കുന്നു സുഹൃത്തുക്കളുടെയാണ്,എന്തൊ ബിയറടിക്കാനുള്ള മാനസികാവസ്ഥയല്ലാത്തത് കൊണ്ടും അവളെ കാണാൻ പോകേണ്ടതുകൊണ്ടും ഒരാളെ വിളിച്ചു ഒഴിവ് പറഞ്ഞു.. മദ്യത്തേക്കാൾ വലുത് പ്രണയമോ സൗഹൃദമോ ആയിതോന്നിയ നിമിഷങ്ങൾ.

സുഹൃത്തിന്റെ എഫ്സിയും മേടിച്ചുകൊണ്ട് ഞാൻ ഇറങ്ങി... പതിവ് പോലെ തന്നെ റോഡിൽ മുഴുവൻ ബ്ലോക്ക് മേൽപ്പാലം

വന്നിട്ട്പോലും ഇതിനൊര് മാറ്റമില്ലാത്തത് എന്താണെന്ന് ആലോചിച്ചുകൊണ്ട് മുന്നോട്ട്....നിലാവിന്റെയും റോഡിന്റെ ഇരുവശത്തുമുള്ള സ്ട്രീറ്റ് ലൈറ്റുകളുടെയും വെളിച്ചത്തിൽ ബൈക്ക് ഓടിച്ചുപോകുമ്പോൾ കുളിരുള്ള കാറ്റ് എന്നെ സ്പർശിക്കുന്നത് ഒരുപാടിഷ്ടമുള്ള കാര്യമാണ് അതിനൊര് പ്രത്യേക സുഖമുണ്ട്..

ഇരുട്ട് നിറഞ്ഞ എന്റെ ജീവിതത്തിലേക്ക് വെളിച്ചംകൊണ്ടുവന്നത് അവളായിരുന്നു, എന്തൊ പ്രതീക്ഷിക്കാതെ ജീവിതത്തിലേക്ക് കടന്നുവന്ന് നമുക്കിടയിൽ വെളിച്ചമാകുന്ന എത്രയോ മുഖങ്ങൾ അതിൽ ഒന്ന് അവളും എന്റെ ഗൗരി....

മുന്നോട്ടുള്ള സഞ്ചാരത്തിൽ പലതും എന്നെ ഓർമ്മിപ്പിച്ചു.. ഇന്നും പാലങ്ങളും മറ്റും കെട്ടിപൊക്കുമ്പോൾ സ്വന്തം വീടുകൾ അതിന് പകരം നൽകി ഒടുവിൽ വർഷങ്ങളായി ഒരു തുണ്ട് ഭൂമിക്ക് വേണ്ടി നാല് കുറ്റിയിലും ടർപ്പായ വലിച്ചുകെട്ടി സമരം ചെയ്യുന്നവർ എന്തൊ വല്ലാതെ മനസ്സിനെ സ്പർശിച്ച ചിത്രം ഇന്നും മായാതെ നിൽക്കുന്ന ഒന്ന്... പതിവ് പോലെ റോഡിന്റെ ഇരുവശത്തും ഓട്ടോറിക്ഷകളിൽ ഐസ് ക്രീം വിൽക്കുന്ന സഹോദരങ്ങൾ.. ഹൈകോർട്ട് സിഗ്നലിൽ നിന്നും ഷോർട് കട്ട് എടുത്ത് ഞാൻ മാർക്കറ്റ് റോഡ് വേയിലേക്ക്..

ക്രിസ്തുമസ് ആയത്കൊണ്ട് വല്ലാത്ത തീരക്കാണ് കൂടുതലും പല വർണങ്ങളിൽ പ്രകാശിക്കുന്ന സെറ്റുകൾ, വണ്ടി ഒന്ന് സ്ലോ ചെയ്തപ്പോൾ തൊട്ടടുത്ത് നിന്ന പയ്യൻ വിളി തുടങ്ങി...

" ചേട്ടാ ലൈറ്റ് വേണോ, ബൾബ്, ഇത് നൂറ് രൂപ മുതൽ വേണോ "

എന്റെ വായിൽ നിന്നും വേണം എന്ന് കേൾക്കാനായി കാതോർത്ത് നിൽക്കുന്നത് പോലെ... പതിവായി പറയുന്ന ഡയലോഗ് അങ്ങോട്ട് കാച്ചി...

"പോയിട്ട് വരാം...."

വണ്ടി പിന്നെ നിന്നത് അവളുടെ ഫ്ലാറ്റിന് മുൻപിൽ...ഫ്ലാറ്റില്ലേക്ക് പോകാതെ പതിവുപോലെ ഗേറ്റിന്റെ വെളിയിൽ നിന്നുകൊണ്ട് ഫോൺ ചെയ്തു...

"ഗൗരി ഞാൻ പുറത്തുണ്ട് നീ ഇറങ്ങുവോ ഇപ്പോൾ "

ആ വരുന്നടാ... അഞ്ചു മിനിറ്റ്...

ഉവ്വ്....

ഫോൺ കട്ട് ചെയ്തുകൊണ്ട് റോഡിലൂടെ കടന്നുപോകുന്ന വാഹങ്ങളുടെ നമ്പർ പ്ലേറ്റ് നോക്കലായി എന്റെ പണി...എന്തോ പണ്ടേ ഉള്ള പരുപാടിയാണ്...

ടാ പോകാം....

അവൾ വിളിച്ചപ്പോഴാണ് ശ്രദ്ധ വീണ്ടും നിന്ന സ്ഥലത്തേക്ക് തിരിഞ്ഞത്... കൈയിൽ ഒരു പീസ് കേക്കുണ്ട്...

ഇന്നാ... തിന്ന്....നിന്റെ ഇഷ്ടപ്പെട്ട ഫ്ലേവറാണ്.. അങ്ങനെ പറഞ്ഞുകൊണ്ട് എന്റെ വായിലേക്ക് വച്ചുതന്നു...കേക്കിന്റെ രുചി ആസ്വദിച്ചുതിന്നുന്നതിന് ഇടയിലാണ് അവൾ ഇട്ടിരുക്കുന്ന ഡ്രസ്സിലേക്ക് നോക്കിയത്...

"ഇന്ന് കളർഫുൾ ആണല്ലോ... സീരിസ് സെറ്റ് ഇട്ടപോലെ..."

എന്തെ നിനക്ക് ഇഷ്ടായില്ലേ? അത്രയ്ക്ക് മോശമാണോ "

അവൾ സംശയത്തോടെ ഡ്രസ്സിലേക്ക് നോക്കി...ആ നോട്ടം ഒന്ന് കാണേണ്ടത് തന്നെയാണ്...

" നന്നായിട്ടുണ്ട്.. ഞാൻ ചുമ്മാ പറഞ്ഞതാണ്... നീ വണ്ടിയിൽ കയറൂ... അമ്മ എന്ത് പറഞ്ഞു... "

അച്ഛൻ കുഞ്ഞിലെ നഷ്ടപെട്ട അവൾക്ക് അമ്മയായിരുന്നു എല്ലാം...ചെറിയൊര് ബാങ്ക് ജോലിയിൽ ആ കുടുംബത്തിന്റെ ഭാരം മുഴുവൻ താങ്ങാൻ വിധിക്കപ്പെട്ട ജന്മം

നിന്റെ കൂടെയാണെങ്കിൽ പൊയ്ക്കോളാൻ പറഞ്ഞു... നിന്നെ എനിക്കും അമ്മയ്ക്കും വിശ്വാസമാണ്...

അത് പറഞ്ഞുകൊണ്ട് അവൾ പിൻ സീറ്റിലേക്ക് ഇരുന്നു..

അവൾ പറഞ്ഞ വാക്കുകൾ ഹൃദയത്തിലാണ് പതിഞ്ഞത് ഏതൊരാണും കേൾക്കാൻ കൊതിക്കുന്ന ഒന്ന്...

വണ്ടി സ്റ്റാർട്ട് ചെയ്ത് മുന്നോട്ട് പോകുന്നതിടയിൽ ഞാൻ ചോദിച്ചു...

അല്ല ഗൗരി എങ്ങോട്ടാ പോകേണ്ടേ?

"നമുക്ക് ഫോർട്ട് കൊച്ചിക്ക് വിടാം... "

വൈപ്പിൻ പോരെ?

എന്റെ ചോദ്യം പിടുക്കാത്തത് പോലെ പുച്ഛം കലർന്ന സ്വരത്തിൽ അവൾ

"നിന്നെ വിളിച്ച എന്നെ വേണം പറയാൻ, നീ എങ്ങോട്ടെങ്കിലും പൊക്കോ നൊ പ്രോബ്ലം "

ദേഷ്യം ഒന്നും വേണ്ടാ അങ്ങോട്ട് തന്നെ പോവും.

അവളുടെ രാവുകൾ ഭാഗം (2)

യാത്ര ഇവിടെ തുങ്ങുകയായ്..

ടാ വണ്ടി ഇവിടെ നിർത്തിക്കെ?

എന്തോ സ്നേഹമുള്ളവർ എന്ത് പറഞ്ഞാലും അനുസരിച്ചുപോകുന്ന അല്ലെങ്കിൽ സഹിക്കുന്ന ഒരു മനസ്സുള്ളത്കൊണ്ട് വണ്ടി ഇൻഡിക്കേറ്റർ ഇട്ട് നിർത്തി മറുത്തൊന്നും പറയാതെ തന്നെ.

മുന്നിൽ കണ്ട കടയിലേക്ക് അവൾ കയറി പോയി എന്നോട് കാത്തുനിൽക്കാൻ പറഞ്ഞു.. പലതരം പുൽകൂടുകളും,ലൈറ്റ് സെറ്റുകളും ഉള്ള കട..ക്രിസ്തുമസിനെ വരവേൽക്കാൻ ഒരുങ്ങി നിൽക്കുന്ന വിസ്മയകാഴ്ചകൾ അതിനപ്പുറം എന്നെ നോക്കി ചിരിക്കുന്ന ക്രിസ്തുമസ് പപ്പമാർ.. എന്തോ മറ്റെല്ലാത്തിനേക്കാളും എന്നെ മോഹിപ്പിക്കുന്ന രാവുകളാണ് ക്രിസ്തുമസും, അതുപോലെ ന്യൂ ഇയറും..

ഞങ്ങൾ കൊച്ചിക്കാർക്ക് ഉള്ള ഏറ്റവും വലിയ പ്രത്യേകത എന്താണെന്നോ? ഉള്ളിൽ നിറഞ്ഞുനിൽക്കുന്ന ദുഃഖങ്ങളും, ഭാരങ്ങളും എല്ലാം ഇറക്കിവച്ചുകൊണ്ട് ആഘോഷിക്കേണ്ട രാവുകളിൽ മതിമറന്ന് ആഘോഷിക്കുകയും,അതുപോലെ മറ്റുള്ളവന്റെ വിഷമം കാണുമ്പോൾ സങ്കടം തോന്നുകയും അയാൾക്ക് ധൈര്യം നൽകുകയും ചെയ്യുന്ന മനസ്സുള്ളതാണ്.

പിന്നെ സ്വന്തം സങ്കടങ്ങൾ എങ്ങനെ മറക്കുമെന്നാണോ?ഏതെങ്കിലും കടൽ തീരത്തുപോയി ഉള്ളിലുള്ള സങ്കടങ്ങൾ കടലമ്മയോട് പറയും,അങ്ങനെ പറഞ്ഞുകൊണ്ടിരിക്കുന്ന സമയത്ത് കാറ്റിനെ പുൽകികൊണ്ട് തിരമാലകളായ് എന്നെവന്ന് പൊതിയും മനസ്സിലെ ദുഃഖങ്ങളും പരാതികളെയും വേരോടെ അവളുടെ ഹൃദയത്തിന്റെ

അടിത്തട്ടിലേക്ക് കൊണ്ട്പോകും ആഴത്തിൽ ഇറങ്ങുന്ന ഹൃദയമായത്കൊണ്ടും ബന്ധങ്ങൾക്ക് വില നൽകുന്നത്കൊണ്ടും എല്ലാവരുടെയും ദുഃഖങ്ങൾ അവൾക്ക് ഉൾകൊള്ളാൻ കഴിയും കാരണം ഇവിടെ ഇങ്ങനെയാണ്..

എന്തോ അതൊക്കെ ഓർത്തിരിക്കുന്ന സമയത്താണ് ഗൗരി കടയിൽ നിന്നും ഇറങ്ങി വരുന്നത് കൈയിൽ ഒരു കവറുംകൂടിയുണ്ട്...

എന്നതാടി ഇതൊക്കെ?

കവറിന്റെ ഉള്ളിൽ നിന്നും അവൾ ഒരു ക്രിസ്റ്റലിൽ തീർത്ത മോർഫിയസ് എന്ന സ്വപ്നങ്ങളുടെ ദേവന്റെ മനോഹരമായ ഒരു രൂപം പുറത്തെടുത്തു..

"ഇത് കൊള്ളാലോ നന്നായിട്ടുണ്ട്... "

ആ പേരിനോട് ഉള്ള അടങ്ങാത്ത ആഗ്രഹത്താൽ ഞാൻ പുഞ്ചിരിച്ചുകൊണ്ട് പറഞ്ഞു...

"ഇത് നിനക്കാണ്, മേരി ക്രിസ്തുമസ് ഡിയർ"

അങ്ങനെ പറഞ്ഞുകൊണ്ട് അവൾ എന്നെ കെട്ടിപ്പിക്കാൻ വന്നു...

നിക്ക് നിക്ക് അടുത്തേക്ക് വരാൻ വരട്ടെ...ഞാൻ ഒരു ഗിഫ്റ്റിന്റെ കാര്യം പറഞ്ഞപ്പോൾ നീ പിന്നെ എന്തിനാ അങ്ങനെ പറഞ്ഞത് ഗൗരി?

നീ തന്നെയാണ് എനിക്കുള്ള ഏറ്റവും വലിയ ഗിഫ്റ്റ്,നിന്നോട് അടുത്ത് നിൽകുമ്പോൾ ഞാൻ എത്രത്തോളും കംഫോർട് ആണെന്നറിയോ?എനിക്ക് ഓരോ നിമിഷത്തിലും പല പല ചിന്തകളാണല്ലോ? ഞാൻ എത്ര ചീത്തപറഞ്ഞാലും നീ കേട്ടോണ്ടിരിക്കും,സഹിക്കും അവസാനം ഞാനാണ്

തെറ്റുകാരിയെങ്കിലും സോറി പറയുന്നത് നീയും.....പിന്നെ ഇടയ്ക്കുള്ള പഞ്ചാരയും അതും എനിക്ക് ഇഷ്ടമാണ് അപ്പോൾ ഈ ഭൂമിയിൽ എനിക്ക് ഏറ്റവും പ്രിയപ്പെട്ട ഗിഫ്റ്റ് നീയാണ്...

ഒത്തിരി സന്തോഷം തോന്നുമ്പോൾ എനിക്ക് വാക്കുകൾ കിട്ടാറില്ല തിരിച്ചോര് മറുപടിക്ക്..

ഒട്ടും പ്രതീക്ഷിക്കാതെയാണ് അവൾ എന്റെ ജീവിതത്തിലേക്ക് കടന്നുവന്നത്.. അതിലും ഒരു കഥയുണ്ട്..

ഓഫീസ് വർക്കിന് ഇടയിലാണ് കളമശ്ശേരിയിൽ നിന്നും ഒരു സ്ത്രീ വിളിക്കുന്നത്, കുറച്ചു ദിവസങ്ങളായി രാത്രിയിൽ അവർ ഒരു പെൺകുട്ടിയുടെ രൂപം കാണാറുണ്ടെന്ന് പറഞ്ഞുകൊണ്ട്.

ഞാൻ കൂടുതൽ ഇരുട്ടിനെ ഇഷ്ടപെടുന്ന വ്യക്തിയാണ്, ഓഫീസിൽ ജോലി തീർത്തകൊണ്ട് ഏകദേശം പത്തുമണിയോടെ അവർ പറഞ്ഞ ലൊക്കേഷനിൽ എത്തി..

ആദ്യ റിംഗ് തന്നെ അവർ ഫോൺ എടുത്തു...

ഹലോ മാഡം ഫ്ലാറ്റ് നമ്പർ ഏതാണ്?

ബി 45 ആണ്...4th ഫ്ലോർ... ഞാൻ ഇപ്പോൾ പുറത്ത് നിൽക്കുകയാണ് വേഗം വരൂ ആരോ അകത്ത് ഉള്ളത് പോലെ ഒരു ഫീൽ..

ഞാൻ വരുകയാണ്....

ഒടുവിൽ അവരുടെ ഫ്ലാറ്റിന്റെ മുന്നിൽ എത്തി.. ഒരു ചെറിയ പെൺപട തന്നെ അവിടെ നിൽപ്പുണ്ട്.. അതിൽ ഒരാൾ ഞാൻ അകത്ത് കയറി നോക്കാം എന്ന് പറഞ്ഞു വാശിപിടിക്കുന്നത് കാണാം.. ഞാൻ അടുത്തേക്ക് ചെന്നു...

ഹായ്... ഞാൻ വിശാൽ...

ഓ... നിങ്ങൾ എത്തിയോ.... വളരെ നന്ദി..

ഇത് ആരാ ചേച്ചി? ഗൗരി ആയിരുന്നു ചോദിച്ചത്...

ഇത്....

മുഴുവൻ പറയിക്കാൻ ഞാൻ സമ്മതിച്ചില്ല ഇവളുടെ ധൈര്യം ഒന്ന് പരീക്ഷിക്കാൻ തീരുമാനിച്ചു...

ഞാൻ ഈ മാഡത്തിന്റെ ഭർത്താവിന്റെ ഫ്രണ്ട് ആണ്...

ഓ... അല്ലാതെ പ്രേതത്തെ പിടിക്കുന്നയാൾ ഒന്നും അല്ലല്ലോ...

അവളുടെ പുച്ഛരം കലർന്ന ചോദ്യം എന്നെ ചൊടിപ്പിച്ചു..

ഞാൻ ഡോർ തുറന്നു...

എങ്കിൽ മോള് പോയി പ്രേതത്തെ പിടിച്ചിട്ട് വാട്ടോ...

ഫ്ലാറ്റിനകത്തേക്ക് അവളെ തള്ളിയിട്ടുകൊണ്ട് ഞാൻ വാതിൽ അടച്ചു..

ചുറ്റും കൂടി നിന്നവരുടെ മുഖത്ത് എന്തെനില്ലാത്ത പരിഭ്രമം ... ഒരു പത്ത് സെക്കന്റ് കഴിഞ്ഞുകാണും നിലവിളിച്ചുകൊണ്ട് അകത്ത് നിന്നും ഡോറിൽ ശക്തമായി അവൾ ഇടിക്കുന്നു...

അവളുടെ ഒരു ധൈര്യം... മനസ്സിൽ ചെറിയ ചിരി ഒളിപ്പിച്ചുകൊണ്ട് ഞാൻ വാതിൽ തുറന്നു...

എടോ താൻ എന്താടോ ഈ കാട്ടിയെ?താൻ ആരാ എന്നെ പിടിച്ചുതള്ളാൻ? തനിക്ക് എന്ത് അധികാരം ഉണ്ട്?

എന്തൊ ദേഷ്യത്തോടെ സംസാരിക്കുന്ന അവളെ കാണാൻ എന്തൊ പ്രത്യേക ഭംഗിയാണ്...

അവൾ തുടർന്നു...

താൻ ആരാടോ?....

ഗത്യന്തരമില്ലാതെ ഫ്ലാറ്റ് ഓണർ ഉടനെ പറഞ്ഞു...

ഗൗരി ഇത് "വിശാൽ മാധവ് " ഇന്ത്യൻ പാരനോർമൽ അസോസിയേഷനിൽ ഉള്ള ആൾ ആണ്....

അത് കേട്ടപാടെ അവൾ ശാന്തമാകുമെന്ന് കരുതിയ അവർക്ക് തെറ്റി... ദേഷ്യം വന്നാൽ തർക്കിക്കാൻ എന്തെങ്കിലും കിട്ടിയാൽ പുതിയ കാരണങ്ങൾ കണ്ടെത്തുന്ന ആളെ പോലെ അവൾ വീണ്ടും...

ഇയാൾ ആരായാലും എനിക്ക് പുല്ലാണ്... ഒരു വിശാൽ വന്നിരിക്കുന്നു...ഇനി മേലാൽ പെൺകുട്ടികളുടെ അനുവാദം ഇല്ലാതെ അവരുടെ മേത്ത് കൈവച്ചാൽ ഉണ്ടല്ലോ..?

കെട്ടുന്നെങ്കിൽ ഇവളെ പോലെ ഒന്നിനെ കെട്ടണം എന്ന് തോന്നിയ നിമിഷങ്ങൾ, എന്നാ രസായിട്ടാണ് സംസാരിക്കുന്നുത്..

വിശാൽ ഇവൾ തൊട്ടടുത്ത വീട്ടിലെ ആന്റിയുടെ കസിൻ ആണ്,ഇവൾ ഇങ്ങനെയൊര് ടൈപ്പാണ്.. സോറി... നിങ്ങളുടെ ജോലി നടക്കട്ടെ....

ഞാൻ ഒന്ന് മൂളിയിട്ട് അവളെ ഒന്ന് നോക്കി, ഇല്ല ആ ദേഷ്യം മാറിയിട്ടില്ല ഇനിയും എന്തെങ്കിലും കാരണം കിട്ടിയാൽ പൊട്ടിത്തെറിക്കാൻ കാത്ത് നിൽക്കുന്നത് പോലെ..

അടഞ്ഞുകിടന്ന ഡോർ വീണ്ടും തുറന്നു ഞാൻ അകത്തേക്ക് കയറി...

ലൈറ്റ് ഓൺ ആക്കാൻ എനിക്ക് തോന്നിയില്ല...ഇരുട്ട് കട്ട ഇരുട്ട്...ഹെഡ് ഫ്ലാഷ് ലൈറ്റ് എടുത്ത് ഞാൻ ഫിക്സ് ചെയ്തു... ബാഗിൽ നിന്നും ബെൽ &ഹൗലിന്റെ ന്റെ ഒരു ക്യാമറയും,

ഒളിമ്പസിന്റെ ഒരു സൗണ്ട് റെക്കോർഡറും എടുത്തു...

ഫ്ലാറ്റിന്റെ മിഡ് ഭാഗത്ത് കണ്ട ടേബിളിൽ റെക്കോർഡർ വച്ചിട്ട് വെയിറ്റ് ചെയ്തു...

ഒരു മണിക്കൂർ അവിടെ അവൾക്ക് വേണ്ടി കാത്തിരുന്നു, കൺമുന്നിൽ ഒരു പ്രാവശ്യമെങ്കിലും കാണാൻ.. ഓൺ ചെയ്തിട്ട വോയിസ് റെക്കോർഡർ എടുത്ത് നോക്കി സാധരണപോലെ സെക്കന്റുകളുടെ നേരത്തേക്ക് ഒരു ശബ്ദ തരംഗം..

എന്തൊ എന്നും ഇങ്ങനെയൊന്നെ ഞാൻ ഇതുവരെ കേട്ടിട്ടൊള്ളൂ...രൂപങ്ങൾ ഒന്നും തന്നെ കണ്ടിട്ടേയില്ല... സാധങ്ങൾ ഒക്കെ വീണ്ടും ബാഗിലാക്കി പുറത്തേക്കിറങ്ങി..

വിശാൽ കണ്ടോ?

നൊ മാഡം... ഒരു സൗണ്ട് മാത്രം... അതും കുറച്ച് സെക്കന്റ്സ്...

അപ്പോൾ ഞാൻ കണ്ടത്?

അവരുടെ മുഖത്ത് ഭയം നിറഞ്ഞുനിൽക്കുന്നതായി എനിക്ക് തോന്നി..

ഞാൻ പറഞ്ഞുതുടങ്ങി..

നോക്ക് മാഡം... നമ്മൾ കാണുന്ന കാഴ്ച്ചകൾ എന്ത് തന്നെയായാലും അതെല്ലാം മനസ്സിന്റെ ചുറ്റളവിൽ പെട്ടുകിടക്കുന്ന ഒന്നാണ്.. ഇവിടെ അങ്ങനെ ഒരു പെൺകുട്ടി മുന്നേ മരിച്ചിട്ടുണ്ട് അത് ശരിയാണ്, ഈ ഒരു വിഷയം മാത്രം ചിന്തിച്ചുനടക്കുമ്പോൾ നിങ്ങളുടെ ഉള്ളിലുണ്ടാകുന്ന വികാരങ്ങളുടെ നിയന്ത്രണം നഷ്ടപെടുകയും പലതും കാണുകയും കേൾക്കുകയും ചെയ്യും.. ഞാൻ ചില കാര്യങ്ങൾ പറയാം..

(IPA : സൊല്യൂഷൻസ്)

കാര്യങ്ങൾ ഒക്കെ പറഞ്ഞുകൊടുത്തതിന് ശേഷം ഞാൻ ഗൗരിയെ ഒന്ന് നോക്കി.. ഒരു മാറ്റവുമില്ല... പിന്നീട് അവളെ കാണുന്നത് ഓണത്തോട് അനുബന്ധിച്ച് നടത്തുന്ന തൃപ്പൂണിത്തുറ അത്തചമയങ്ങളുടെ ഇടയിൽ നിന്നാണ്.. ആ തിരക്കിനിടയിൽ നിന്നും അവളെങ്ങനെ എന്നെ കണ്ടെത്തിയെന്ന് അറിയില്ല... അടുത്തേക്ക് ഓടിവന്നു അന്ന് കണ്ട ആളേയല്ല..

ഹായ്.. ഞാൻ ഗൗരി....ഓർക്കുന്നോ?

പിന്നെ ഓർക്കാതെ...

ഞങ്ങൾ പരസ്പരം നോക്കി ചിരിച്ചു.. അവിടെ നിന്നും തുടങ്ങിയ സൗഹൃദമാണ് പിന്നീട് ഇവിടെ വരെ എത്തി നിൽക്കുന്നത്...

ബൈക്ക് മുന്നിലേക്ക് പോകുന്തോറും ഓർമ്മകളിങ്ങനെ ഓടിവന്നു....

"വിച്ചു.... വിച്ചു..."

എന്നതാടി?

നീ ഇപ്പോൾ എന്താ ഓർത്തത്?

എന്നെക്കുറിച്ചാണോ...?

അതെ... നമ്മൾ ആദ്യമായി കണ്ടുമുട്ടിയ നിമിഷങ്ങളെ കുറിച്ച്...

ഓ... അതാണോ... ഞാൻ കരുതി?

നീ കരുതി....

എന്തൊ പറയാൻ ഉണ്ടല്ലോ ഇവൾക്ക് എന്ന ധാരണയിൽ ഞാൻ ഒന്നുകൂടി ചോദിച്ചു...

നീ കരുതി...

ഒന്നൂല്ല... നീ നേരെ നോക്കി വണ്ടിയോടിക്കൂ..പിന്നെ വിച്ചു എന്റെ ഒരു ആഗ്രഹമുണ്ട് ഈ ഡിസംബർ മാസത്തത്തിലെ ഒരു രാവിൽ ഞാനും എന്റെ പാർട്ണറുമായി കൊച്ചിയില്ലേക്ക് ഒരു യാത്ര അതും ബുള്ളറ്റിൽ...

ബുള്ളറ്റ് തന്നെ വേണോ ഈ എഫ്സി ആയാലും പോരെ?

ഞാൻ നിന്റെ കൂടെ വന്ന കാര്യം അല്ലല്ലോ പറഞ്ഞെ... വെറുതെ എന്നെ ദേഷ്യം പിടിപ്പിക്കല്ലേ

ഞാൻ വണ്ടിയൊന്ന് സ്ലോ ആക്കി...

ഞാൻ ഒരു കാൾ ചെയ്യട്ടെ....

ഹലോ ജോണേ നീ ഇവിടെയുണ്ടോ? എനിക്ക് ആ വണ്ടിയൊന്ന് വേണമായിരുന്നു..ഒകെ....

എന്താ വിച്ചു ആരായ വിളിച്ചത്?

എന്റെ ഒരു ഫ്രണ്ടിനെ... മഹാരാജാസിന് അപ്പുറം അവന്റെ വീടുണ്ട്.. കൈയിൽ ഒരു ബുള്ളറ്റും... പാർട്ണറും, കാമുകനും ഒന്നും വേണ്ടടോ... ഒരു സുഹൃത്ത് എന്ന രീതിയിൽ എന്റെ കുഞ്ഞു ഗിഫ്റ്റ്....ഒരു ബുള്ളറ്റ് റൈഡ്...

എന്തൊ അവൾ ഒന്നും മിണ്ടിയില്ല... ഈ പെൺകുട്ടികളുടെ മനസ്സറിയാൻ എന്തെങ്കിലും യന്ത്രം കണ്ടുപിടിച്ചിരുന്നെങ്കിൽ ആദ്യം ഞാൻ പോയി അത് വാങ്ങിയേനെ...

അങ്ങനെ ജോണിന്റെ വണ്ടിയും വാങ്ങി യാത്ര തിരിച്ചു... എന്തൊ മിററിൽ കൂടി നോക്കുമ്പോൾ അവളുടെ മുഖം സന്തോഷംകൊണ്ട് നിറഞ്ഞുനിൽക്കുന്നതായി എനിക്ക് തോന്നി, ഒരു മാലാഖയെ പോലെ അത്രയും സുന്ദരി...

തണുപ്പ് കട്ട തണുപ്പ് എങ്കിലും അവളുടെ സന്തോഷം കണ്ടപ്പോൾ അതൊക്കെ ഒന്നുമല്ലാതെ ആയി മാറിയിരുന്നു..

എന്നിലേക്ക് ഒന്നുകൂടി ചേർന്നിരുന്നുകൊണ്ട് അവൾ ഓരോ കടകളുടെ മുന്നിൽ കെട്ടിയിരിക്കുന്ന നക്ഷത്രങ്ങളെ കുറച്ചും, ക്രിസ്തുമസ് രാവിന്റെ പ്രത്യേകതകളെ കുറിച്ചും വാചാലയായി...

ഉള്ളിൽ നിന്നും ഒരു വേദന.... അവളെ ഞാൻ എന്തുകൊണ്ട് ഇതുപോലെ കണ്ടില്ല.. ഓരോ സ്വപ്നങ്ങളും പൂവണിയുമ്പോൾ അവളിൽ ഉണ്ടാകുന്ന സന്തോഷം എന്റെ പ്രണയത്തിന്റെ കാഴ്ചകൾ മൂലം കാണാതെ പോയി...വീണ്ടും അതൊക്കെ മനസ്സിനെ തളർത്തി..

എന്താ വിച്ചു....? എന്താ നീ ആലോചിക്കുന്നേ...?

ഒന്നൂല്ല ഗൗരി.....നീ ഹാപ്പിയാണോ?

പിന്നെ ഓസിനാണെങ്കിലും ഒരു റൈഡ് കിട്ടിയില്ലേ...വേറെ ഒന്നുകൂടി ഉണ്ട്..

എന്നതാ ഗൗരി...

ഇഷ്ടം പറയാൻ പോകുവാണോ എന്റെ ആകാംഷയിരട്ടിച്ചു...

അത്... വിച്ചു... നാളെ അമ്മേടെ ബാങ്കിൽ വർക്ക് ചെയ്യുന്ന ചേച്ചിടെ മകൻ എന്നെ പെണ്ണുകാണാൻ വരുന്നുണ്ട്... അമ്മ പറഞ്ഞു ഒരു സുഹൃത്ത് ആയി നീയും അവിടെ വേണമെന്ന്...

പെട്ടന്ന് വണ്ടി ഫുൾ ബ്രേക്കോട് കൂടി ചവിട്ടി... അവൾ ഒന്ന് മുന്നോട്ടാഞ്ഞു...

എന്താടാ... എന്താ?

ഒന്നൂല്ല ഗൗരി... നല്ല കാര്യം.. ഞാൻ വരാടോ... നിനക്ക് വേണ്ടിയല്ലേ...

വേറെ എന്ത് പറയണമായിരുന്നു ഞാൻ.. ജീവിതമാണ്, പ്രണയമാണ് ഇതൊക്കെ നഷ്ടപ്പെടുമ്പോൾ ഉണ്ടാകുന്ന വേദനയൊക്കെ ഹൃദയം തകർക്കുന്ന ഒന്നാണ്.. ഉള്ളിലുള്ള പ്രണയം ഒരിക്കലും പുറത്ത് കാണിക്കാതെ നടക്കുകയും ഒടുവിൽ വർഷങ്ങൾക്കിപ്പുറം കണ്ടുമുട്ടുമ്പോൾ ഒന്ന് പുഞ്ചിരിക്കാൻ പോലും പറ്റാതെ നിറമിഴിയാലേ മുഖത്തോട് മുഖം നോക്കുന്നതിനേക്കാൾ നല്ലത് ഇഷ്ടം തുറന്നുപറയുന്നതാണെന്ന് തോന്നി.. എന്നാലോ എല്ലാം അവസാനിക്കാൻ കുറച്ചു ദിവസങ്ങൾ കൂടി..

അവൾ മറ്റൊരാളുടെ സ്വന്തമാകും, ബൈക്ക് മുന്നോട്ട് പോകുന്നതിന് അനുസരിച്ചുകൊണ്ട് ഹെൽമെറ്റിന് ഇടയിലൂടെ എതിർവശത്ത് നിന്നുവരുന്ന കാറ്റ് എന്റെ കണ്ണിലേക്കടിച്ചു, കാറ്റിന്റെ സ്പർശമേറ്റിട്ടാകാം അല്ലെങ്കിൽ ഹൃദയത്തെ തളർത്തുന്ന വേദനയുള്ളത് കൊണ്ടാകാം, രണ്ടായാലും എന്റെ മിഴികൾ നിറഞ്ഞു...

നിന്നെ നഷ്ടപ്പെടുത്താനും വയ്യാ അതുപോലെ സങ്കടപ്പെടുത്താനും വയ്യാ...

തണുപ്പ് കൂടി കൂടി വരുന്നതിന് അനുസരിച്ച് അവൾ എന്നോട് ചേർന്നിരുന്നു.. അവളുടെ സ്പർശം എന്നിൽ ഒരു മാറ്റാവുമുണ്ടാക്കിയില്ല..കാരണം അതിന് മുൻപ് എന്റെ മനസ്സ് മരവിച്ചിരുന്നു..

മഹാരാജാസും, ദർബാർ ഹാളും,രവിപുരവും കടന്ന് ഞങ്ങൾ തോപ്പുംപടിയെത്തി അവിടെ ഞങ്ങളെ കാത്തുകൊണ്ട് മറ്റൊര് അപകടം നിൽപ്പുണ്ടായിരുന്നു.

അവളുടെ രാവുകൾ ഭാഗം (3)

അങ്ങനെ തോപ്പുംപടിയെത്തി..

ടാ എനിക്ക് വിശക്കുന്നു എന്തെങ്കിലും കഴിക്കണം...

നീ അപ്പൊ ഒന്നും കഴിച്ചിട്ടല്ലേ വന്നേ വീട്ടിൽ നിന്നും ഇറങ്ങിയത്?

ഇല്ല... എനിക്ക് പൊറോട്ട ബീഫ് കഴിച്ചാൽ മതി...

പെട്ടെന്ന് വണ്ടി വീണ്ടും ഞാൻ ഫുൾ ബ്രേക്ക് പിടിച്ചു നിർത്തി...

എന്തോന്ന്? ബീഫോ? നീ ഇത് എന്തൊക്കെയാ പറയുന്നേ? ഇതൊക്കെ നീ കഴിക്കാറില്ലല്ലോ.. മൊത്തത്തിൽ ഈർക്കിലി ചമ്മന്തി ടീംസ് അല്ലെ?

പോടോ.... എനിക്ക് വേണം.,. സത്യത്തിൽ നീ അന്ന് എനിക്ക് ബിരിയാണി വാങ്ങി തന്നില്ലേ അതിൽ പിന്നെ ഇടയ്ക്ക് ഫ്രണ്ട്സ് ആയി പോകുമ്പോൾ ഞാൻ കഴിക്കാറുണ്ട്..

ഇപ്പൊ ഇത് കഴിക്കാൻ ഒരു കൊതി...

നിനക്ക് അന്ന് അതൊന്നും വാങ്ങി തരാൻ പാടില്ലായിരുന്നു എന്ന് ഇപ്പൊ തോന്നുന്നു.. എന്തായാലും ആഗ്രഹം അല്ലെ.. കുറച്ചു അങ്ങോട്ട് മാറി രാഘവൻ ചേട്ടന്റെ കടയുണ്ട് അവിടത്തെ പൊറോട്ടയും ബീഫും നല്ല ടേസ്റ്റാ... അങ്ങോട്ട് പോയാലോ കൊച്ചേ?

പിന്നെ പിന്നെ അത് മതി.. വേഗം എടുക്കൂ...

രാഘവേട്ടന്റെ നിലാവിന്റെ ശോഭയിൽ മാത്രം വിരിയാറുള്ള ചായക്കട.. അവിടത്തെ അറ്റം മൊരിഞ്ഞ പൊറോട്ടയ്ക്കും അതുപോലെ കുരുമുളകിന്റെ തരികൾ ഒരു ആവരണം പോലെ ചുറ്റും കൂടി

നിൽക്കുന്ന ബീഫും മനസ്സും വയറും നിറയ്ക്കും.. പൊറോട്ടയെ തന്നിലേക്ക് എന്നും ചേർത്തുനിർത്താനാണ് ബീഫ് ശ്രമിക്കാറ് കാരണം എന്തെന്നോ ? അവനറിയാം അവൾ മാത്രമാണ് ഏറ്റവും നല്ല പാതിയെന്ന്...

ടി അതാണ് കട.. വാ.. ഇറങ്ങിക്കൊ..

ഞാൻ പറയാൻ കാത്തുനിന്ന് അവൾ അങ്ങോട്ടേക്ക് ഓടാൻ...

ഗൗരി പതുക്കെ ഓട്.. എന്റെ ദൈവമേ ഏത് നേരത്താണാവോ ഇവൾക്ക് ബിരിയാണി വാങ്ങിക്കൊടുക്കാൻ തോന്നിയത്....

ഗൗരി.....

മുന്നിലുള്ള ആൾക്കൂട്ടത്തെ കണ്ടപ്പോൾ അവൾ അവിടെ തന്നെ നിന്നു.. എന്നെ ഒന്ന് തിരിഞ്ഞുനോക്കി.. എത്രയൊക്കെ ഓടിയാലും എവിടെയാണോ നിങ്ങൾക്ക് ഏറ്റവും കൂടുതൽ സംരക്ഷണം ലഭിക്കുന്നത് അങ്ങോട്ട് തന്നെ തിരികെ പോരും കാരണം ചോദിച്ചാൽ ചിലതിനൊന്നും ഉത്തരമില്ല...

എന്നതാടി? ഇവിടെ തന്നെ നിന്ന് കളഞ്ഞത് ? വാ......

ഞാൻ അവളുടെ കൈയ്യിൽ പിടിച്ചുകൊണ്ട് തിരക്കിനിടയിലൂടെ അകത്തേക്ക് നടന്നു...

രാഘവേട്ടാ......

ഒരു പുഞ്ചിരി തൂകിക്കൊണ്ട് ഞാൻ വിളിച്ചു...

അല്ല... വിശാലോ... നിന്നെ കണ്ടിട്ട് കുറെ ആയല്ലോ.... ഇവിടെ എങ്ങും ഇല്ലേ...? അല്ലെങ്കിൽ നുമ്മടെ കടയൊക്കെ മറന്നോ?

എന്റെ രാഘവേട്ടാ നിങ്ങൾ സെന്റി അടിക്കല്ലേ.. ഇത്തിരി തിരക്കായി പോയി... ഞാൻ അങ്ങനെ ആരെയും മറക്കാറില്ല... പിന്നെ ചേട്ടാ.. ഇത് എന്റെ ഗൗരി.... ഞങ്ങൾക്ക് എന്റെ പതിവ് പോലെ തന്നേക്ക് അവിടെ ഇരിക്കാം....

എന്റെ ഗൗരി എന്ന് പറഞ്ഞപ്പോൾ അവളുടെ മുഖം അൽപ്പം വീർത്തു...ചുമ്മാ എന്ന രീതിയിൽ ഞാനും കണ്ണുകൾ മിന്നിച്ചു...

വാ.. ഇരിക്കൂ ഗൗരി....

പത്തുമിനിറ്റിന് ശേഷം ഉണ്ണിയേട്ടൻ അവിടത്തെ(സഹായി)കൊണ്ടുവന്ന് രണ്ടു പാത്രങ്ങളിലായി പൊറോട്ടയും ബീഫും മേശയിൽ വച്ചു.. ഒരു പുഞ്ചിരി തന്നുകൊണ്ട്.. കഴിച്ചോളൂ എന്ന് പറഞ്ഞു തോളിൽ തട്ടി ഉണ്ണിയേട്ടൻ പോയി....

ഇങ്ങനെയാണ് ഭക്ഷണം വിളമ്പേണ്ടത്.. എത്രയൊക്കെ സങ്കടമുണ്ടായാലും അതൊക്കെ മനസ്സിൽ വച്ചുകൊണ്ട് പുഞ്ചിരിച്ചുകൊണ്ട് വിളമ്പുക.. ആ ഒരു പുഞ്ചിരി ചിലപ്പോൾ കഴിക്കുന്ന ആൾക്ക് ഒരുപാട് അർത്ഥങ്ങൾ സമ്മാനിച്ചേക്കാം..

ഇവിടെ ചക്കകൂട്ടാൻ കണ്ട പോലെ ഗൗരിയുടെ തീറ്റ തുടങ്ങി...

എടി പതുക്കെ തിന്ന്... ആരും ഇത് എടുത്തോണ്ട് പോകില്ല...

ഉം..... നീ കഴിക്കൂ....

ഒരു യുദ്ധമായിരുന്നു പിന്നെ അവിടെ.. അവൾ അവളല്ലാതെ മാറുകയായിരുന്നു..എന്തെന്നില്ലാത്ത സന്തോഷം ആ മുഖത്ത്...

ഒരു കാൾ വന്നപ്പോൾ അത് അറ്റൻഡ് ചെയ്യാൻ വേണ്ടി ഞാൻ അങ്ങോട്ട് നീങ്ങി...

അതിനടിയിലാണ്...

മോളെ ചേട്ടൻ വാരിത്തരാണോ? നല്ലോണം ആസ്വദിക്കുന്നുണ്ടല്ലേ എല്ലാം.... എന്റെ കൂടെ പോരുന്നോ.. ഇതിലും കൂടുതൽ പൊറോട്ടയും ബീഫും എല്ലാം വാങ്ങി തരാം..

ചി.. കൈയിൽ നിന്നും വിടടോ..... എനിക്ക് ദേഷ്യം വരുന്നുണ്ടേ...

നിനക്ക് ദേഷ്യം വരോ...മക്കളെ ഇത് കേട്ടില്ലേ ഇവൾക്ക് ദേഷ്യം വരോന്ന്..

അയാളിൽ നിന്നും കുതറിമാറിക്കൊണ്ട് അവൾ എന്റെ അടുത്തേക്ക് വന്നു..

എന്നതാടി... എന്തേ എഴുന്നേറ്റുപോന്നത്..

മുഖം എന്താ ഇങ്ങനെ...

അത് അയാൾ..

ആര്?

മക്കളെ ഞാൻ ആടോ.... ഇവള് കൊള്ളാം..

അയാൾ കറ പറ്റിയ പല്ലുകളാൽ ചിരിച്ചുകൊണ്ട് പറഞ്ഞു...

അരെ വാ... എന്നാ ഒരു ടൈമിങ് ആണെന്ന് നോക്കിക്കേ... എടോ ഊള ചാക്കോ തനിക്ക് ഈ സദാചാര പരുപാടി നിർത്താറായില്ലേ...?

ഗൗരിയുടെ കൈകളിൽ പിടിച്ചുകൊണ്ട് ഞാൻ പറഞ്ഞു....

നീ പേടിക്കണ്ട.. ഞാൻ ഇല്ലേ കൂടെ....

നിനക്ക് അന്ന് തരാൻ വച്ചതിന്റെ ബാക്കി ഇപ്പോൾ താരാടാ.....അയാൾ പറഞ്ഞു...

താൻ എന്നെ തല്ലാൻ പോകുവാ.. തന്റെ തൃശ്ശൂരല്ലിത്.. ഇത് കൊച്ചിയാണ്... നീ എന്നെ ഒന്ന് തൊട്ട്നോക്ക്.. പോണവനും വന്നവനുമൊക്കെ നിന്നെ വലിച്ചുകീറും...

എങ്കിൽ വാടാ ചെക്കാ നീ....?

അയാൾ എന്റെ നേരെ വന്നുകൊണ്ടിരിക്കുന്നു... ഞാൻ ഗൗരിയെ മറ്റൊര് വശത്തേക്ക് മാറ്റി നിർത്തി...

അയാൾ എന്റെ നേർക്ക് കൈയ്യോങ്ങി... ചെറിയ വ്യത്യാസത്താൽ ഞാൻ പിന്നിലേക്ക് മാറി...

അടുത്ത അടി എന്റെ വകയായിരുന്നു.. കൈയിലെ ഇടിവള കയറ്റി.. ആ മൂക്കിനിട്ട് ഒന്ന്...

എന്തൊ അതിൽ അയാളിൽ ചില ഭാവമാറ്റങ്ങൾ ഉണ്ടാക്കി.. ചോര... അയാൾ വീണ്ടും എന്റെ നേരെ തിരിഞ്ഞു...

ഇത്തവണ അയാൾക്ക് പുറകിൽ നിന്നും ഒരടി കിട്ടി... അതെ രാഘവേട്ടൻ..

ടാ വരുത്തൻ ചെക്കാ.. നുമ്മൾ ഉള്ളപ്പോൾ ഇവിടെ കിടന്ന് ഇമ്മാതിരി കൂത്ത് കാട്ടിയാൽ നടുവിന് ചേർത്ത് ഒരു കത്തി വരും.. ഒടുവിൽ ജീവിതകാലം വരെ ഇരുന്നുപോകും...

രാഘവേട്ടൻ അത് പറഞ്ഞുകൊണ്ടിരിക്കെ ഉണ്ണിയേട്ടനും ഓട്ടോ മച്ചാന്മാരും ഇങ്ങോട്ടേക്ക് വന്നു....

ഞാൻ ചാക്കോയുടെ അടുത്തേക്ക് ചെന്നു...

എടോ ഞാൻ പറഞ്ഞില്ലേ.. എങ്ങനെ തോണ്ടിയാലും തനിക്ക് മാത്രമാവും പണിയെന്ന്... വെറുതെ നല്ലവരായ തൃശ്ശൂരുകാരുടെ വില കളയാൻ ആയിട്ട് ഇറങ്ങിക്കോളും... എടോ തന്നെ പോലുള്ള

ആളുകളെ പേടിച്ചിട്ട് തന്നെയാടോ പെൺകുട്ടികൾക്ക് രാത്രി ഒന്ന് ഇറങ്ങി നടക്കാൻ കൂടി പേടിക്കുന്നെ....അതുപോലെ മനസ്സറിഞ്ഞ് ഒന്ന് ചിരിക്കാൻ പോലും അവർക്ക് പേടിയാണ് ഈ പൊതുഇടങ്ങളിൽ... പക്ഷേ തനിക്ക് സ്ഥലം മാറിപ്പോയി.. ഇനി നിന്റെ ഈ പരുപാടിയുമായിട്ട് ഇറങ്ങിയാൽ പറഞ്ഞല്ലോ രാഘവേട്ടൻ അതൊക്കെ തന്നെ നടക്കും...അവന്റെ ഒക്കെ ഒരു സദാചാര പോലീസിങ്..പോ.. പോയി നന്നാവാൻ നോക്ക്...

കണ്ണിലൊര് തീക്കനലുമായി അയാൾ നടന്നുനീങ്ങി...

ഗൗരി വാ.. നമുക്ക് കഴിക്കാം...

എനിക്ക് ഇനി വേണ്ടടാ.. നമുക്ക് പോവാ...

എന്നാൽ അങ്ങനെയാവട്ടെ നിന്റെ ഇഷ്ടം...

രാഘവേട്ടാ ഇതാ.. ഇത് വച്ചോ... വല്ലപ്പോഴും വരുന്നത് അല്ലെ...

മോനെ കഴിച്ചിട്ട് പോയാൽ പോരെ..

ഇനി ഇവിടെ നിന്നാൽ അവൾക്ക് സങ്കടമാകും... പിന്നെ ഒരു ദിവസം വരാം...

ശരി മോനെ.. പോയ്കോളൂ.. മോള് വിഷമിക്കണ്ട കേട്ടോ.. ജീവിതത്തിൽ ഇങ്ങനെയുള്ള സാഹചര്യങ്ങൾ ഇനിയും ഉണ്ടായേക്കാം അവിടെ നീ ഒരു പെണ്ണാണ് എന്നുള്ള ചിന്ത ഉപേക്ഷിച്ചുകൊണ്ട് ധൈര്യത്തോടെ നിൽക്കുക.. മോള് ഒരാൾ അങ്ങനെ നിൽക്കുമ്പോൾ കൂടെ ഒത്തിരി പേരുണ്ടാകും പുറകെ...

എന്തൊ അവൾക്ക് ആ വാക്കുകൾ ആശ്വാസമായെന്ന് എനിക്ക് തോന്നി ആ മുഖത്ത് ചെറിയ ചിരി..രാഘവേട്ടനോടും പൊറോട്ടയോടും ബീഫിനോടും യാത്രപറഞ്ഞു ഞങ്ങൾ ഇറങ്ങി....

അങ്ങനെ യാത്ര തുടർന്നു...അവൾ എന്നോട് ചേർന്നിരുന്നു...
ഇപ്പോഴും ചെറിയ സങ്കടമുണ്ടെന്ന് എനിക്ക് തോന്നി...

ഗൗരി.... ഈ ശരിക്കും ക്രിസ്തുമസ് പപ്പമാരൊക്കെ ഉണ്ടാകോ?

പുതിയ ചർച്ചയ്ക്ക് ഒരു വിഷയം കിട്ടിയതുപോലെ അവൾ വീണ്ടും പറഞ്ഞുതുടങ്ങി...മുഖം വീണ്ടും പ്രകാശിച്ചു... നിന്നെ എന്നും ഇങ്ങനെ കാണാനാണ് പെണ്ണെ ഈ വിച്ചു ആഗ്രഹിക്കുന്നത്....

ഇനിയുള്ള യാത്ര മട്ടാഞ്ചേരിവഴിയാണ്..

അതെ.....ഒരുകാലത്ത് കൊച്ചിയെന്ന മഹാ രാജ്യത്തിന്റെ തലസ്ഥാനവുമായിരുന്ന സ്ഥലംതന്നെ.......പണ്ട് കൊച്ചി രാജാവിന് താമസിക്കാൻ വേണ്ടി പോർച്ചുഗീസുകാർ ഇവിടെ ഒരു കൊട്ടാരവും പണിതുണ്ടാക്കിയിരുന്നു . പിന്നീട് വന്ന ഡച്ചുകാർ അതൊക്കെ പുതുക്കിപ്പണിത്.......അതോടെ അത് ''ഡച്ച് പാലസ്'' എന്നപേരിൽ അറിയപ്പെട്ടു...ഒരുകാലത്ത് കൊച്ചി രാജാക്കന്മാരുടെ വാസസ്ഥലമായിരുന്നു മട്ടാഞ്ചേരി കൊട്ടാരം...

മട്ടാഞ്ചേരിയിലുള്ള ജൂത തെരുവിൽ നിരവധി ജൂത കൂടുംബങ്ങൾ ഇന്നും താമസിക്കുന്നുണ്ട്. ജൻമ- കർമ്മം കൊണ്ടെല്ലാം കൊച്ചിക്കാരണെങ്കിലും തങ്ങളുടെ പാരമ്പര്യ സംസ്കാരം നിലനിർത്തുന്നതിൽ ഇവർ പ്രത്യേക ശ്രദ്ധ നൽകിപോരുന്നതായി കാണാം....അതിനാൽ തന്നെ ജൂത തെരുവിലെ കാഴ്ചകളും ജൂതരുടെ ഉത്സവങ്ങളുമൊക്കെ ഇന്നും ഈ വഴി കടന്നുപോകുമ്പോൾ മനസ്സിൽ തങ്ങിനിൽക്കുന്ന ഓർമ്മകളാണ്...

മട്ടാഞ്ചേരി ഇരുപത്തിനാല് മണിക്കൂറും വൈബ് ആണ്... അടുത്തടുത്ത് കൂട്ടം കൂട്ടമായി വീടുകൾ പലതരം തെരുവുകൾ.. ആഭരണകടകൾ, പുരാതന സാധങ്ങൾ വിൽക്കുന്ന കടകൾ, അതൊക്കെ സൗജന്യമായി കാണാനുള്ള അവസരംകൂടി അവർ നമുക്ക് തരും.... പല പല സംസ്കാരത്തിലുള്ളവരെ നമുക്ക് അവിടെ

കാണാൻ സാധിക്കും.. ഓരോ മുഖത്തും സന്തോഷം...

റോഡ് മുഴുവൻ തിരക്കാണ്... ക്രിസ്തുമസ് തലേദിനമായതിനാൽ പോലീസ്കാരൊക്കെയുണ്ട്... രണ്ടുമണിക്കൂർ കൊണ്ട് അവിടെ കടന്നുപോയി.... കൊച്ചിയേലേക്ക് വണ്ടി അടുപ്പിക്കാൻ കഴിയാത്തത് കൊണ്ട് കോളേജിൽ ഉണ്ടായിരുന്ന നിസാമിന്റെ വീട്ടിൽ വണ്ടി വച്ചുകൊണ്ട് ഞങ്ങൾ അങ്ങോട്ടേക്ക് നടന്നു...

തണുപ്പ് ഇങ്ങനെ കൂടി വരുന്നു..അവൾ എന്നോട് ചേർന്നുനടന്നു...

തണുക്കുന്നുണ്ടോ നിനക്ക് ഒത്തിരി?

ഉവ്വ്....എങ്കിലും സന്തോഷമുണ്ട് ഇങ്ങനെ എന്റെ ജീവിതത്തിൽ ഒരിക്കലെങ്കിലും സംഭവിക്കുമെന്ന് കരുതിയതല്ല വിച്ചു... ഒരുപാട് നന്ദി എന്റെ പ്രിയകൂട്ടുകാരാ...

നന്ദി ഒക്കെ നിന്റെ കൈയിൽ തന്നെ വച്ചോ...വാ എങ്കിൽ ഡിജെ അരവിന്ദിന്റെ പ്രോഗ്രാമാണിന്ന് അങ്ങോട്ടേക്ക് പോകാം...

അവളുടെ കൈകളിൽ പിടിച്ചുകൊണ്ട് ഡിജെ നടക്കുന്ന സ്ഥലത്തേക്ക് പോയി...

ആൺ-പെൺ വ്യത്യാസമില്ലാതെ കൂട്ടം കൂട്ടമായി ആളുകൾ ചുവടുകൾ വയ്ക്കുന്നു.. ഒരു തവണ ഇതൊക്കെ വന്നുകണ്ടുനോക്കൂ കൊച്ചിയുടെ ലിംഗ വേർതിരിവില്ലാത്ത മനോഹര കാഴ്ച്ചകൾ കാണാം....

ഗൗരിയും ഞാനും ചുവടുകൾ വച്ചു... അരവിന്ദിന്റെ ഓരോ വാക്കിലും ഞങ്ങൾ കൈകൾ പൊക്കി ആകാശത്തേക്കുയർന്നു... അങ്ങനെ കുറച്ചുസമയം അതൊക്കെ ആസ്വാദിച്ചു....

വിച്ചു നമുക്ക് കടൽ തീരം പോകാം...

എന്താടി ഉറക്കെ പറ കേൾക്കുന്നില്ല....

ആളുകളുടെയും , പ്രോഗ്രാമിന്റെയും സൗണ്ടും കൂടി ആയതിനാൽ ഒന്നും കേൾക്കാനെ പറ്റിയില്ല...അവൾ എന്റെ കാതിലേക്ക് അടുത്തു..

കടൽ തീരത്തുപോകാം...

പിന്നെ എന്താ വാ എങ്കിൽ....

അങ്ങനെ ആ തിരക്കിനിടയിൽ നിന്നും ഞങ്ങൾ കടൽ തീരത്തേക്ക് നടന്നു...

എന്നാൽ രണ്ടുപേർക്കും മൗനം, ആരുതുടങ്ങും... എന്റെ സ്വഭാവം വച്ചുകൊണ്ട് ഞാൻ തന്നെ തുടങ്ങി...

ഗൗരി... നാളെ എപ്പോഴാ അവര് വരുന്നേ....

എടാ അവർ ഒരു പതിനൊന്ന് മണി ആവുമ്പോൾ എത്തും... നീ അതിന് മുൻപ് വരണം കേട്ടോ...

ഞാൻ വരാം...ഞാൻ ഒന്ന് പുഞ്ചിരിച്ചു..

ഞാൻ ചിലപ്പോഴൊക്കെ അങ്ങനെയാണ് ഉള്ളിലുള്ള വേദനകൾ പുറമെ കാട്ടതെ മറ്റുള്ളവരോട് ചിരിച്ചുകൊണ്ട് സംസാരിക്കാൻ ആഗ്രഹിക്കുന്ന ആളാണ്...

എന്റെ സ്നേഹത്തെ കുറിച്ചോ, പ്രണയത്തെ കുറിച്ചോ ഞങ്ങൾ സംസാരിച്ചില്ല.. സൗഹൃദം അതിൽ ഒതുങ്ങിയിരുന്നു എല്ലാം... അങ്ങനെ ചിലതൊക്കെ പറഞ്ഞു... നിസാമിനോട് യാത്രയൊക്കെ പറഞ്ഞുകൊണ്ട് ഞങ്ങൾ ഇറങ്ങി...

തിരിച്ച് അവളുടെ വീട്ടിലേക്ക് പോകും വഴി പരസ്പരം മിണ്ടാൻ സാധിച്ചില്ല.... മനസ്സ് ശൂന്യമായിരുന്നു... അവളുടെ ഫ്ലാറ്റിന്റെ മുന്നിൽ

എത്തി....എന്റെ തോളിൽ പിടിച്ചുകൊണ്ട് അവൾ ഇറങ്ങി...

പോട്ടെടാ .... അവൾ എന്നെ വന്നുകെട്ടിപിടിച്ചു....

ഒരുപാട് സന്തോഷമുണ്ട് വിച്ചു... നിന്നെ ഞാൻ മറക്കില്ല ഒരിക്കലും.... ജീവിച്ചിരുപ്പുണ്ടെങ്കിൽ....

എടി നീ അതികം സെന്റി ഒന്നും ആവണ്ട.. പോയ്ക്കോ... നാളെ പെണ്ണുകാണാൻ വരുന്ന ആൾ നിന്റെ സ്വപ്നങ്ങൾക്ക് ചിറകുകൾ നൽകുന്ന ആളാവൻ ഞാൻ പ്രാർത്ഥിക്കാം... അമ്മയോടും, ആതു നോടും പറയൂ... എങ്കിൽ ശരി...

ബൈ ടാ... സൂക്ഷിച്ചുപോ.....

ഞാൻ വണ്ടി സ്റ്റാർട്ട് ചെയ്തുമുന്നോട്ട് നീങ്ങി... മിററിൽ കൂടി നോക്കുമ്പോൾ അവളുടെ പ്രതിരൂപം അകന്ന് പോയ്കൊണ്ടേയിരുന്നു... ജീവിതത്തിൽ നിന്നും അകലാനും ഇനി താമസമില്ല.. എങ്കിലും സംതൃപ്തി തോന്നുന്നു.. ഈ രാത്രിയോട്... അവളുടെ ചെറിയ ആഗ്രഹം എങ്കിലും സാധിച്ചുകൊടുക്കാൻ കഴിഞ്ഞല്ലോ എന്ന് ഓർത്തുകൊണ്ട്...

എനിക്ക് സ്നേഹം ഉണ്ടായിട്ട് മാത്രം കാര്യമില്ലല്ലോ, നമ്മൾ സ്നേഹിക്കുന്നവർക്ക് അതൊന്നും വേണ്ടെങ്കിൽ പിന്നെ... അതുപോലെ പിടിച്ചുവാങ്ങുന്ന സ്നേഹത്തിലും ആത്മാർത്ഥത ഉണ്ടാവില്ല... അതിലും ഭേദം സൗഹൃദം തന്നെയാണ്.. എന്നും എന്റെ ഗൗരി സന്തോഷത്തോടെ ജീവിച്ചാൽ മാത്രം മതിയെന്നൊര് തോന്നൽ...

ഫോൺ എടുത്ത് ജോസഫ് പങ്കാളി എന്ന നമ്പറിലേക്ക് വിളിച്ചു...

ടാ.. ഞാൻ അങ്ങോട്ട് വരികയാ... ബിയർ വല്ലതും ഉണ്ടോ അവിടെ....

എടാ.. ചട്ടി തലയാ നിന്നോട് ചോദിച്ചില്ലേ വെക്കണോ എന്ന്.. ഉള്ളത് ഒക്കെ ഞങ്ങൾ കമത്തി... ബാറും അടച്ചുകാണും... പിന്നെ ബെക്കാടി ഇരിപ്പുണ്ട്... അത് നീ കഴിക്കില്ലല്ലോ....

ഞാൻ വരുവാ.... അര മണിക്കൂർ... അത് എങ്കിൽ അത്....

ഒക്കെ അളിയാ... വേഗം വാ.... വെയ്റ്റിംഗ്..

എന്തൊ കുടിക്കാൻ തോന്നി ബോധം പോകുന്നത് വരെ.. അങ്ങനെ അവന്റെ വീടെത്തി....

വിച്ചു.. ഇങ്ങോട്ട് പോര്.... ഇവിടെ ഉണ്ട്...

കായൽ തീരത്തിനടുത്തതാണ് വീട് അതുകൊണ്ട് തന്നെ എല്ലാം സെറ്റ് ചെയ്തതും അവിടെ തന്നെ....

ഞാൻ അങ്ങോട്ടേക്ക് നീങ്ങി....

വിച്ചു.. നീ കാര്യമായിട്ട് കഴിക്കാൻ പോകുവാണോ?? തുടങ്ങണോ...

നീ കഥ പറയാതെ ഒഴിക്ക് ഹരി...

ഹരി മുന്നിൽ ഇരുന്ന ഗ്ലാസ്സിലേക്ക് ഒഴിക്കാൻ തുടങ്ങി...

മിക്സ് ചെയ്യുന്നതിന് മുൻപ് അത് എന്റെ വായിൽ എത്തിയിരുന്നു...

അങ്ങനെ നാല് പെഗ്ഗ് അതും ഡ്രൈ....

എടാ മതി മതി... ഇത്രയും മതി... നിനക്ക് എന്തിന്റെ കേടാ... അവൾക്ക് ഇഷ്ടം അല്ലെങ്കിൽ പിന്നെ.. അത് ഓർത്തിട്ട് എന്നാത്തിനാ... വിട്ട് കള...

മറക്കണം എല്ലാം ഇന്നത്തോടെ... ഇനി അവൾ ഒരു സൗഹൃദം മാത്രമായിരിക്കും...

അളിയാ ഇതിന് നല്ല മധുരമാണല്ലോ...

മധുരമോ....? വിച്ചു നിനക്ക് കരയാൻ തോന്നുന്നുണ്ടെങ്കിൽ കരഞ്ഞു തീർക്കാൻ നോക്ക്... വെറുതെ ഭ്രാന്തൻ കോപ്പൊന്നും പറയാതെ....

കരയാനോ.. ഞാനൊ? ഈ ഞാനോ... അതൊന്നും നിങ്ങളുടെ മുന്നിൽ ഇല്ല കേട്ടോ.... ടാ നാളെ മുതൽ പുതിയ ഒരാളായി മാറാൻ ശ്രമിക്കും......

അവൾ... അവൾ ഒരു മാലാഖയല്ലേടാ.. എനിക്ക് സ്വന്തമല്ലാത്ത മാലാഖ, പ്രണയം വേണ്ടടാ... സൗഹൃദം മതി.....

ഇച്ചേച്ചി... ഇങ്ങോട്ട് വന്നില്ലേ....

ഇല്ല മോളെ... അവൻ പോയി... നാളെ രാവിലെ വരും.....അമ്മ എവിടെ?

കിടക്കുവാ ചേച്ചി.... ചേച്ചി ഞാൻ ഒരു കാര്യം ചോദിക്കട്ടെ...? ചേച്ചിക്ക് സങ്കടമാവോ?

എന്റെ കൊച്ച് ചോദിച്ചോ?

ഇച്ചേച്ചിക്ക് ചേട്ടായിയെ ഇഷ്ടം അല്ലെ...? ചേട്ടായി നല്ല ആൾ അല്ലെ....?

പിന്നെ അവൻ നല്ല ആൾ ആണ്...എനിക്ക് ഒത്തിരി ഇഷ്ടമാണ്... അവനോടൊത്തുള്ള ഓരോ നിമിഷവും സന്തോഷം നിറഞ്ഞതാണ്... എന്നാലും എനിക്ക് അവനോട് അതൊന്നും പറയാൻ പറ്റില്ല.. കാരണം ഞാൻ പ്രാണന് തുല്യം സ്നേഹിക്കുന്ന വേറെ ആളുണ്ട്...

അതാരാ ചേച്ചി?

അത്.....

ആത്മഹത്യാ കുറിപ്പ്

വെള്ളമടി കഴിഞ്ഞു ഞാൻ എന്റെ വീട്ടിലേക്ക് ചെന്നു... ഫോൺ വഴി പെങ്ങളെ വിളിച്ച് വാതിൽ തുറപ്പിച്ചു.. നേരെ മുറിയിലേക്ക്.... ചിലപ്പോഴൊക്കെ മദ്യത്തിന്റെ മധുരം നമ്മെ ബോധത്തോടെയല്ലാത്ത പ്രവർത്തിയിലേക്ക് കൊണ്ടുപോകാം.. അങ്ങനെ ഞാനും പ്രതീക്ഷികൾ കൈവിട്ടുപോയി എന്ന തോന്നലിൽ ആത്മഹത്യ ചെയ്യാൻ തീരുമാനിച്ചു.. എല്ലാം മറന്നു എല്ലാവരെയും അവൾക്ക് വേണ്ടി മാത്രം ഒരു മെയിൽ ടൈപ്പ് ചെയ്യാൻ ആരംഭിച്ചു....

എന്റെ മാത്രം ഗൗരിക്ക്..

നിന്റെ സ്വന്തമല്ലാത്ത വിച്ചുവിന് പറയാനുള്ളത്.. എന്റെ മരണശേഷമെങ്കിലും നീ ഇതൊക്കെ അറിയണം എന്ന് എനിക്ക് തോന്നി, അപ്പോഴെങ്കിലും എനിക്ക് വേണ്ടി ഒരു തുള്ളികണ്ണുനീരോ, എന്നോട് ഇത്തിരിയെങ്കിലും സ്നേഹമുണ്ടായിരുന്നു എന്നെങ്കിലും കേൾക്കുന്നത് മുകളിലിരുന്ന് എനിക്ക് കാണണം...

വളരെ അപ്രതീക്ഷിതമായി കണ്ടുമുട്ടിയതാണ് നിന്നെ..നിന്റെ ഓരോ കുസൃതിയും, ദേഷ്യവും എനിക്ക് ഒരുപാടിഷ്ടമാണ്.. നീയെന്നും എനിക്ക് മാലാഖ തന്നെയാണ്.. നിന്റെ ഒരു സ്വപ്നമെങ്കിലും സാധിച്ചുതരാൻ കഴിഞ്ഞതിൽ എനിക്ക് സന്തോഷമേ ഒള്ളൂ.പിന്നെ ഈ ആത്മഹത്യ എന്തിനാണെന്നോ? നിന്റെ ഓർമ്മകളുടെ ഭാരം താങ്ങാൻ എനിക്ക് ആവാതില്ല നീ നാളെ മറ്റൊരാളുടെ സ്വന്തമാകുമ്പോൾ അത് കണ്ടുനിൽക്കാൻ എനിക്ക് കഴിയില്ല പ്രിയേ... എത്രയൊക്കെ സൗഹൃദം എന്ന് പറഞ്ഞാലും എനിക്ക് എന്റെ ഉള്ളിലുള്ള പ്രണയം എങ്ങനെ കരിച്ചുകളയും.. ഇന്നും നീ എന്റെ സ്നേഹം പുറംകാലുകൾ കൊണ്ട് തട്ടികളയുവാണ്..ഒരിക്കൽ എങ്കിലും ഓർത്തുപോവുന്നുണ്ടോ നീ എന്റെ ഇന്നത്തെ ഹൃദയ വേദനയെ കുറിച്ച്... എല്ലാവരും ഉണ്ടായിട്ടും ആരുമില്ലാത്ത

അവസ്ഥയിൽ കൂടി കടന്നുപോകാവേ എനിക്ക് എന്തൊ മുന്നോട്ടുള്ള യാത്ര അവസാനിപ്പിക്കാൻ തോന്നും അവിടെ ആ നിമിഷം എനിക്ക് കിട്ടിയ... എന്നെ ഈ നിമിഷം വരെ ജീവിക്കാൻ തോന്നിപ്പിച്ചത് നിന്റെ സാമിപ്യം മാത്രമായിരുന്നു..

എന്നാൽ ഇന്ന് അതൊക്കെ എനിക്ക് നഷ്ടമായിരിക്കുന്നു.. ഉള്ളിൽ നിനക്ക് സ്നേഹമുണ്ടോ അല്ലെങ്കിൽ ഞാൻ അന്ന് എന്റെ പ്രണയം തുറന്നുപറഞ്ഞപ്പോൾ ഉണ്ടായിരുന്ന വെറുപ്പ് ഇന്നും ഉള്ളിൽ നിലനിൽക്കുന്നുണ്ടോ? അറിയില്ല ഞാൻ നിന്നെ ദേഷ്യം പിടിപ്പിക്കാൻ ചിലതൊക്കെ പറയാറുണ്ടെങ്കിലും അതൊക്കെ നീ എന്നോട് കൂടുതൽ അടുക്കാൻ വേണ്ടിയാണ് ഈ ആരുമില്ലാത്ത, ആരും ചീത്ത പറയാനില്ലാത്ത അവസ്ഥ എന്നെന്നേക്കുമായി കൊഴിഞ്ഞുപോകാനാണ്.. ഇതൊന്നും നിനക്ക് എന്തുകൊണ്ട് മനസ്സിലാകുന്നില്ല, അല്ലെങ്കിൽ മനസ്സിലായിട്ടും ഇല്ലെന്ന് നടിക്കുവാണോ ? എന്നുപോലും എനിക്ക് അറിയില്ല.. നിന്നെ ഇത്രയും ആത്മാർത്ഥമായി സ്നേഹിച്ചിട്ടും നീ തിരിച്ചറിയാതെ പോവുന്നത് എന്റെ മനസ്സിന്റെ താളം തെറ്റിക്കുന്നു...

ഈ രാത്രിയോടെ എല്ലാം അവസാനിക്കും ഞാൻ നാളെ ചിതയിലേക്ക് പോകും.. കൂടെ നിന്നവരും , കുത്തിയവരും എല്ലാം നാളെ എന്നെ പുണ്യാളാൻ ആക്കും എന്റെ ആത്മാവ് ഇതൊക്കെ കാണുമ്പോൾ "എന്തൊര് പ്രഹസനം ആണെന്ന് ഓർക്കും".

ഈ രാത്രിക്കപ്പുറം വിച്ചുവില്ല ഗൗരി... വിച്ചു വില്ല.. പ്രണയിച്ച പെൺകുട്ടി തിരിച്ചുസ്നേഹിക്കാത്തത് കൊണ്ടാണ് അവൻ ആത്മഹത്യ ചെയ്തതെന്ന് നാളെ ചിലരെങ്കിലും പറയും അല്ലെങ്കിലും നാട്ടുകാർക്ക് എന്താ പറയാൻ പാടില്ലാത്തത്...

പല പല കഥകളാകും പിന്നീട് കേൾക്കുക... ആർക്കും വ്യക്തമായ കാരണം കിട്ടില്ല നിനക്ക് വേണ്ടിയാണോ മരണം എന്ന് ചോദിച്ചാൽ അത് മാത്രമല്ല ഞാൻ.. ഞാൻ ഒറ്റയ്ക്കാകുന്നു അങ്ങനെ ആവുമ്പോൾ

ഞാൻ ഓടിയെത്തുന്നത് നിന്നിലേക്കല്ലേ എന്നാൽ ഈ ദിനങ്ങളിൽ നീ അതൊന്നും കാര്യമാക്കുന്നതെ ഇല്ല...

എത്രയൊക്കെ ധൈര്യവും മറ്റും ഉണ്ടെന്ന് പറഞ്ഞാലും മനസ്സിനെ നിയന്ത്രിക്കാൻ കഴിയാതെ വരുമ്പോൾ ഈ ഒരു മാർഗ്ഗം മാത്രമാകും ബാക്കി....

നീ എന്നും സന്തോഷമായിട്ട് ജീവിക്കണം.. ഞാൻ ഒരു നൊമ്പരമാകാം നിനക്ക് എങ്കിലും മറക്കാൻ ശ്രമിക്കണം.. പുതിയ ജീവിതത്തോട് പൊരുത്തപെട്ടുപോകണം..

നാളെ വരുന്ന ആൾ നിന്റെ സ്വപ്നങ്ങൾക്ക് കൂട്ട് നിൽക്കുന്ന, സംരക്ഷണം നൽകുന്ന, പ്രണയിക്കുന്നയാളവാൻ ഞാൻ പ്രാർത്ഥിക്കാം... ഞാൻ നിന്നെ വിട്ട് പോകില്ല ഗൗരി... നിന്റെ ഒപ്പം ഞാനുണ്ടാകും എന്നും എന്റെ പ്രെസെൻസ് ഉണ്ടാകും...

നീ എന്നും എന്റെ വെളിച്ചമായിരുന്നു ഇന്ന് വീണ്ടും അത് നഷ്ടമായിരിക്കുന്നു.. ഇടയ്ക്ക് തമാശയായാൽ പോലും നീ എന്നോട് പറയില്ലേ മരിക്കുമ്പോൾ വെറൈറ്റി വേണമെന്ന് അതും ഞാൻ കണ്ടെത്തി നിനക്ക് വേണ്ടി....

നിനക്കായ് ഞാൻ വീണ്ടും ജനിക്കും,ആ ജന്മത്തിലെങ്കിലും നീ എന്നെ ഒരിക്കൽ എങ്കിലും സ്നേഹിച്ചിരുന്നു എന്ന് കേൾക്കുന്ന നിമിഷത്തിനായ് കാത്തിരിക്കും.....

സ്വന്തമല്ലാത്ത വിച്ചു...

കുറിപ്പ് ടൈം സെറ്റ് ചെയ്ത് അവൾക്ക് അഴച്ചു.... മരണം വ്യത്യസ്തമാക്കാൻ പുതിയ വഴി തേടി ഞാൻ റൂമിനുള്ളിൽ നടന്നുകൊണ്ടിരുന്നു.

അവളുടെ രാവുകൾ ഭാഗം (4)

അതാരാ ചേച്ചി?

മറ്റാരാ....... നമ്മുടെ അമ്മയെ തന്നെയാ ഞാൻ പ്രണാന് തുല്യം സ്നേഹിക്കുന്നത്....

അമ്മയെയോ? ഞാൻ കരുതി വേറെ ആരെങ്കിലും മനസ്സിൽ ഉണ്ടാവുമെന്ന്...

എന്റെ കൊച്ച് അങ്ങനെയൊന്നും കൂടുതൽ വിചാരിക്കണ്ട കേട്ടോ... അതും ഈ പ്രായത്തിൽ.....നിനക്ക് അറിയാലോ അച്ഛൻ പോയ നാൾ മുതൽ അമ്മയുടെ കഷ്ടതകൾ, അമ്മയുടെ ത്യാഗമല്ലേ നമ്മുടെ ഈ ജീവിതം...

ഇച്ചേച്ചിക്ക് അമ്മയോട് ചേട്ടായിയുടെ കാര്യം പറഞ്ഞൂടെ?

അത്...അത് ഒന്നും ശരിയാവില്ല മോളെ.. നീയും കണ്ടതല്ലേ രാവിലെ ഈ വിവരം പറഞ്ഞപ്പോൾ അമ്മയുടെ സന്തോഷം.. അമ്മയ്ക്ക് ഒത്തിരി ഇഷ്ടമായെന്ന് തോന്നുന്നു ആ കുടുംബം...

എങ്കിലും ചേച്ചിയുടെ ഇഷ്ടം കൂടി നോക്കണ്ടേ?

എന്റെ ഇഷ്ടം അങ്ങനെ ഒന്നില്ലടാ... അമ്മയുടെ സന്തോഷം... കുടുംബമാണ് വലുത് എനിക്ക്... ഒരുപക്ഷെ ഈ ഒരു ചുറ്റുപാട് അല്ലായിരുന്നു എങ്കിൽ ഞാൻ കല്യാണം പോലും കഴിക്കില്ല...

ചേട്ടായിക്ക് ഒത്തിരി വിഷമം ആയിക്കാണുമല്ലോ.. ചേച്ചി ഇഷ്ടമല്ലെന്ന് പറഞ്ഞതൊക്കെ...?

ഉവ്വ് ആയി...ഒരിക്കലും നടക്കാത്ത കാര്യം അവൻ പറഞ്ഞപ്പോൾ..നീ ഒരു ഭ്രാന്തനാണ്, ഏതെങ്കിലും മെന്റൽ ഹോസ്പിറ്റലിൽ പോയി

കിടക്കാൻ വരെ പറഞ്ഞിരുന്നു അന്ന്... അവനോട് ഇഷ്ടം അല്ലാത്തത് കൊണ്ട് ഞാൻ പറഞ്ഞതല്ല,, മോൾക്ക് അറിയാലോ എനിക്ക് ദേഷ്യം വന്നാൽ പിന്നെ എന്താ പറയുന്നത് എന്ന് പോലും അറിയില്ല എന്ന്... അങ്ങനെ ഒരു സന്ദർഭത്തിൽ ഒത്തിരി അവനെ വേദനിപ്പിച്ചു.. ഉള്ളിൽ സ്നേഹമുണ്ട്... പിന്നെ എന്റെ പുറകെ ഇങ്ങനെ നടന്ന് ജീവിതം തുലയ്ക്കുന്നതിനേക്കാൾ നല്ലത് ഒരുപാട് വേദന നൽകി അകറ്റുന്നതാണെന്ന് കരുതി... എന്നാൽ എനിക്ക് തെറ്റി അവന് ദേഷ്യം വന്നതേയില്ല.. ഒന്ന് രണ്ട് ദിവസം കഴിഞ്ഞു വീണ്ടും ഞാൻ ചീത്ത പറഞ്ഞതിന് കൂടെ അവനായിട്ട് സോറി പറഞ്ഞു വീണ്ടും വന്നു... എന്തൊ ഇടയ്ക്ക് എന്നെയും വേദനപ്പിക്കുന്ന കാര്യങ്ങൾ പറയും എങ്കിലും അവൻ കാണിക്കുന്ന സ്നേഹം ആത്മാർത്ഥമാണെന്ന് എനിക്ക് തോന്നിയിട്ടുണ്ട്...

ഹലോ ചേച്ചി.. ഇത് എങ്ങോട്ട് പറഞ്ഞു പോവാ... ഇത്രയും ഇഷ്ടമുള്ള ആളെ ഒഴിവാക്കി വേറെ ആരെയെങ്കിലും കല്യാണം കഴിക്കേണ്ടതുണ്ടോ?

കല്യാണം എന്നുള്ളത് എന്നിലും അമ്മയിലും നിന്നിലും ഒതുങ്ങില്ല മോളെ... കുടുംബക്കാരെ നമ്മൾ ചേർക്കേണ്ടി വരും.. നമ്മുടെ ആചാരങ്ങൾ വച്ചുള്ള കല്യാണം ഒക്കെ എന്റെ സ്വപ്നങ്ങളിൽ ഒന്നായിരുന്നു മുന്നേ.. ഓരോ ചടങ്ങും ഇടയ്ക്ക് ഞാൻ മനസ്സിൽ ഇങ്ങനെ ഓർക്കാറുണ്ടായിരുന്നു.. എന്നാൽ ഉള്ളിലെ അന്ന് നടന്ന ആ സംഭവത്തിന്റെ തീ ഇന്നും എന്റെ മനസ്സിനെ കുത്തിനോവിക്കുന്നുണ്ട് അതിനാൽ എനിക്ക് ഒന്നിലും ഉറച്ചുനില്ക്കുക പ്രയാസമാണ് ..

തീ എന്നൊക്കെ കേട്ടതും അതുല്യയ്ക്ക് വല്ലാത്ത അമ്പരപ്പായി...നാവ് പിഴച്ചപ്പോൾ വന്നുപോയത് ആണെങ്കിലും അവൾ ചോദിച്ചുതുടങ്ങി...

ചേച്ചി... ചേച്ചി എന്താ പറഞ്ഞേ? തീ യോ? ഞാൻ, അമ്മ, ചേട്ടായി അറിയാത്ത എന്തെങ്കിലും ചേച്ചിക്ക് സംഭവിച്ചിട്ടുണ്ടോ?

തന്റെ വായിൽ നിന്നും അങ്ങനെ ഒന്ന് വീണുപോയത് അബദ്ധമായിട്ട് അവൾക്ക് തോന്നി.. ആ വിഷയം അവളിൽ മാത്രം ഒതുങ്ങി നിൽക്കാൻ അവൾ ആഗ്രഹിച്ചിരുന്നുള്ളൂ...

അതൊന്നും ഇല്ല മോളെ.. അച്ഛന്റെ നഷ്ടം അത് പിന്നെ അമ്മയുടെ ബുദ്ധിമുട്ട് അതൊക്കെ ഒരു തീ ആയിട്ട് എന്റെ മനസ്സിലുണ്ടെന്നാണ് ഞാൻ പറഞ്ഞത്...

എന്റെ ചേച്ചി.. ഞാൻ അങ്ങോട്ട് പേടിച്ചുപോയി....അല്ല ചേച്ചിക്ക് തോന്നുണ്ടോ അമ്മ ചേട്ടായിടെ കാര്യത്തിൽ എതിര് നിൽക്കുമെന്ന്...?

അമ്മ നിൽക്കുമോ എന്ന് അറിയില്ല മോളെ എന്നാലും വല്യമാമയും ചിറ്റമാരും ഒക്കെ യില്ലേ? ജാതി -മത കാര്യത്തിൽ ഒന്നും എനിക്ക് വലിയ കാര്യം ഇല്ലെങ്കിലും നമ്മുടെ കുടുംബക്കാർ ഇതൊന്നും അംഗീകരിക്കില്ല.. പ്രത്യകിച്ച് വിച്ചുവിനെ... എത്രയൊക്കെ ഉന്നത വിദ്യഭ്യാസം ഉണ്ടെന്ന് പറഞ്ഞാലും കാലിലെ ചെരുപ്പിനെ അവർ ഒരിക്കലും തലയിൽ കൊണ്ട് നടക്കില്ല.. എന്റെ ഇഷ്ടം പരിഗണിച്ചുകൊണ്ട് അമ്മ മാത്രം ഇതിന് സമ്മതിച്ചു എന്ന് ഇരിക്കട്ടെ.. പിന്നീട് കുറ്റം മുഴുവൻ അമ്മ കേൾക്കാൻ നിൽക്കണം..നാളെ നിനക്കൊര് ആലോചന വരുമ്പോൾ എന്റെ ജീവിതം അതിൽ ഒരു ഘടകമായി മാറും.. നമ്മുടെ പാരമ്പര്യം മറന്നുള്ള ഒന്നും ആരും സമ്മതിക്കില്ല... അതോണ്ട് അമ്മയ്ക്ക് ഒരു തരത്തിലും വിഷമം ഉണ്ടാക്കുന്ന കാര്യങ്ങൾ ഒന്നും ഞാൻ ചെയ്യില്ല...

ചേട്ടായി ഇപ്പോൾ എന്താ ഇതിനെ കുറച്ചുപറയുന്നത്?

അവൻ ഒന്നും പറഞ്ഞില്ല ഇന്ന്... സുഹൃത്തുക്കളെ പോലെ മാത്രം ഇന്ന് സംസാരിച്ചൊള്ളൂ.. എന്തൊ ഇന്ന് കൂടുതൽ എന്റെ സന്തോഷമാകും അവൻ ആഗ്രഹിച്ചുകാണുക...

ആ അവസാന വാക്കുകൾ അവളിൽ ഒരു പുഞ്ചിരികൊണ്ട് വന്നിരുന്നു... അവർ പരസ്പരം മുഖത്തോട് മുഖം നോക്കി ചിരിച്ചു...

എന്താണ് ഇവിടെ രണ്ടാളും കൂടി ഒരു ചർച്ച?

ആ അമ്മ ഉറങ്ങിയില്ലേ?

ഒരു മയക്കം കഴിഞ്ഞു...പിന്നെ നിന്റെ ശബ്ദം കേട്ടു... എന്തായി ആഘോഷിച്ചോ ഇന്നത്തെ പരുപാടികൾ? വിച്ചു ഇങ്ങോട്ട് കയറിയില്ലേ?

പിന്നെ നല്ലോണം എൻജോയ് ചെയ്തു.. ജീവിതത്തിൽ ആദ്യമായിട്ടല്ലേ എനിക്ക് ഇങ്ങനെയൊര് യാത്രയൊക്കെ, പിന്നെ അവന്റെ കൂടെ ആയതിൽ എല്ലാം മനോഹരമായി...നാളെ വരും അമ്മാ...

ഉള്ളിൽ വിച്ചുവിന്റെ അവസ്ഥയെക്കുറിച്ചുള്ള വേദനയൊളിപ്പിച്ചുകൊണ്ട് മുഖത്ത് നിറഞ്ഞ ചിരിയുമായി ഗൗരി എല്ലാം പറഞ്ഞൊപ്പിച്ചു... അമ്മയുടെ മുഖത്തും സന്തോഷം കണ്ടത് കൊണ്ട് പെട്ടെന്ന് ആ ഒരു നിമിഷത്തെ അവസരത്തിൽ അതുല്യ പറഞ്ഞു തുടങ്ങി...

അമ്മേ നമുക്ക് വിച്ചു ഏട്ടനെ കൊണ്ട് ഇച്ചേച്ചിയെ കെട്ടിച്ചാലോ? രണ്ട് പേർക്കും പരസ്പരം അറിയാം.. ചേട്ടായി സ്നേഹമുള്ള ആൾ അല്ലെ? ബന്ധങ്ങൾക്ക് വില കൊടുക്കുന്ന ആൾ?

ആതു... നിർത്തൂ നീയ്... ഗൗരി പറഞ്ഞു...

അത്രയും കേട്ടപ്പോൾ തന്നെ അംബികയുടെ മുഖം ചുവന്നിരുന്നു..

നോക്ക് ഗൗരി നിനക്ക് അങ്ങനെ ഒരു ആഗ്രഹം ഉണ്ടെങ്കിൽ അത് മുറിച്ചു കളഞ്ഞേക്ക്... പിന്നെ നാളെ അവനോട് ഇങ്ങോട്ട് വരണ്ട എന്ന് പറഞ്ഞേക്ക്... അന്യ വിഭാഗത്തിൽ പെട്ട നിന്റെ അച്ഛനെ സ്നേഹിച്ച കുറ്റത്തിന് ഞാൻ ഇന്നും എല്ലാവരുടെയും മുൻപിൽ നാണം കെട്ടാണ് ജീവിക്കുന്നത്... ആ മനുഷ്യൻ പോയതിന് ശേഷം

എത്ര കാലം കഴിഞ്ഞാണ് എന്റെ വീട്ടുകാർ ഒന്ന് തിരിഞ്ഞുനോക്കിയത് എന്ന് അറിയോ? എന്റെ മക്കൾക്ക് അങ്ങനെ ഒന്ന് വരുന്നതിനെ കുറച്ച് അമ്മയ്ക്ക് ചിന്തിക്കാനേ പറ്റില്ല...

അമ്മേ ഞാൻ അങ്ങനെയൊന്നും വിചാരിച്ച് പറഞ്ഞതല്ല.. ചേട്ടായി ചേച്ചിക്ക് ശരിയാകും എന്ന് തോന്നി.. അതാണ്... എന്നോട് ക്ഷമിക്കൂ...

മുഖം മുഴുവൻ വാടി കസേരയിൽ ഇരിക്കുന്ന അംബികയുടെ കാലുകളിൽ ഗൗരി പിടിത്തമിട്ടു... അവൾ പറഞ്ഞു...

അമ്മേ എന്നോട് ഒന്നും തോന്നരുത്.. അമ്മയുടെ സന്തോഷമാണ് എനിക്ക് വലുത്.. അവൻ എന്റെ നല്ല സുഹൃത് മാത്രമാണ്... അമ്മയുടെ ആഗ്രഹം പോലെ എല്ലാം നടക്കും...

ആ വാക്കുകൾ കേട്ടതും അംബികയുടെ മുഖം സന്തോഷംകൊണ്ട് നിറഞ്ഞു... അവർ ഗൗരിയെ എഴുനേൽപ്പിച്ചു... രണ്ടു മക്കളെയും ചേർത്തുനിർത്തികൊണ്ട് അവരുടെ തലയിൽ തലോടി...

ഇന്നും കണ്ടുവരുന്ന ഒരു സംഭവമാണ് സ്വന്തം അച്ഛനമ്മാരുടെ അനുവാദത്തിന് കാത്തുനിൽക്കാതെ കുറച്ചുനാളുകളുടെ അടുപ്പത്തിന്റെ പേരിൽ വീട് വിട്ടുപോകുന്ന അല്ലെങ്കിൽ വിളിച്ചിറക്കികൊണ്ട്

പോരുന്ന സമ്പ്രദായം.... ഈ വ്യക്തികളിൽ എന്ത് മാതൃകയാണ് കാണാൻ കഴിയുക? സ്വന്തം കുടുംബത്തിന്റെയും അവരുടെ ത്യാഗത്തിന്റെയും വില മനസ്സിലാക്കുന്ന ആളുകൾ സ്വയം തീരുമാനം എടുക്കാതെ വീട്ടുകാരുടെ കൂടി അഭിപ്രായം നോക്കി ഒരു ധാരണയിൽ എത്തും കാരണം ബന്ധങ്ങൾ എന്നും നമുക്ക് ഒരു മുതൽ കൂട്ടാണ്.. മാതാപിതാക്കളെ സങ്കടത്തിലാക്കി ഒരു നിമിഷത്തിന്റെ കണികയിൽ തോന്നിപോകുന്ന ഇതുപോലെയുള്ള പ്രവർത്തിക്കളിൽ നിന്നും ഗൗരി വ്യത്യസ്തയായിരുന്നു, കാരണം അവൾക്ക് മറ്റെന്തിനെക്കാളും കുടുംബമായിരുന്നു വലുത്.. അതിന് ശേഷമായിരുന്നു

ബാക്കിയെല്ലാം

വികാരങ്ങളുടെ കെട്ടുറപ്പുകൾ നശിച്ചുതുടങ്ങി..

അവൾക്ക് വ്യത്യസ്ത വേണം അല്ലെ മരണത്തിൽ...

ടേബിളിൽ ഇരുന്ന ലാപ്ടോപ് തുറന്ന് ഗൂഗിൾ സെർച്ച് വരെ പോയിരുന്നു ആ നിമിഷങ്ങളിൽ ഞാൻ... അങ്ങനെ കണ്ടെത്തി ആ ഒന്ന്...

കസേരയിൽ നിന്നും എഴുന്നേറ്റുകൊണ്ട് ഞാൻ കണ്ണാടിയിലേക്ക് നോക്കി... പലപ്പോഴും ഒറ്റപ്പെട്ടു എന്ന് തോന്നുന്ന നിമിഷങ്ങളിൽ എന്റെ പ്രതിബിംബം നോക്കികൊണ്ട് എല്ലാം ശരിയാകുമെന്ന് പറയുമായിരുന്നു എന്നാൽ ഈ തവണ എനിക്ക് അതിന് പോലും കഴിഞ്ഞില്ല.. കണ്ണാടിക്ക് മുന്നിൽ നിന്നും നേരെ ചാരു കസേരയിൽ ചെന്നിരുന്നു..

കണ്ണുകൾ അടച്ചു.. ഗൗരിയുടെ മുഖം മനസ്സിൽ ഓർത്തുവെങ്കിലും അതിനൊന്നും എന്റെ മനസ്സിനെ നിയന്ത്രിക്കാൻ കഴിഞ്ഞില്ല...

ഗൗരി ഈ ജന്മം ഇങ്ങനെ കടന്നുപോകും ഞാനും യാത്രയാകും നിനക്ക് എന്നെ അറിയാല്ലോ? നിന്റെ ഓർമ്മകളെ വേരോടെ നശിപ്പിക്കാൻ ഞാൻ എന്തും ചെയ്യുമെന്ന്.. നീ ഒരു വാക്ക് വിച്ചു നിനക്ക് എന്നും ഞാൻ ഉണ്ടെന്ന് പറഞ്ഞിരുന്നു എങ്കിൽ ഒരു പക്ഷെ ഈ ഒരവസ്ഥയിൽ ഞാൻ എത്തില്ലായിരുന്നു...

പത്തുവയസ്സിലെ അമ്മ നഷ്ടപെട്ട എനിക്ക് പിന്നീട് വന്ന രണ്ടാനമ്മ തന്ന സ്നേഹം വളരെ വലുതായതിനാൽ ഉറക്കമില്ലാത്ത രാത്രികൾ മാത്രം കൂട്ടായി.. അച്ഛനും രണ്ടാന്മയ്ക്കും ഒരു കുഞ്ഞുകൂടി ജനിച്ചപ്പോൾ എന്നെ ആർക്കും വേണ്ടാതെ ആയി... ആ ഒരു വേദന കുറെ നാൾ മറ്റൊരാൾ മാറ്റിയെടുത്തുവെങ്കിലും അയാളും എന്നെ വിട്ടുപോയിരുന്നു..

അങ്ങനെ എന്റെ ജീവിതത്തിലേക്ക് കടന്നുവന്നതാണ് ഗൗരി.. സ്നേഹിച്ചിട്ടേ ഒള്ളൂ ഞാൻ അവളെ.... എന്നും അവളോട് അടുക്കാൻ ശ്രമിച്ചിട്ടെ ഒള്ളൂ..

ഇങ്ങനെ താളങ്ങൾ നഷ്ടമായ എന്റെ ജീവിതം അവസാനിപ്പിക്കുന്നതിൽ ആർക്കാണ് നഷ്ടം ഇനി... എനിക്ക് അവിടെ എന്റെ അമ്മയുണ്ടാകും, അമ്മയുടെ സ്നേഹം ഒത്തിരി എനിക്ക് അവിടെ നിന്ന് കിട്ടും..

ഗൗരിയെ ഞാൻ എന്റെ ജീവിതത്തിലേക്ക് ക്ഷണിച്ചത് എന്റെ ഭാര്യ മാത്രമായി ഒതുങ്ങാൻ ആയിരുന്നില്ല എനിക്ക് ഒരു അമ്മയുടെ സ്നേഹം കൂടി നൽകാൻ വേണ്ടിയായിരുന്നു...

ആ മിനിറ്റുകളിൽ ഞാൻ എന്തൊക്കെയോ സ്വയം പറഞ്ഞുപോയി.. അവൾ പറഞ്ഞ വ്യത്യസ്തമായ മരണത്തിലേക്കുള്ള കരുക്കൾ നീക്കാൻ ഞാൻ ആരംഭിച്ചു..

ഫോൺ റിംഗ്

പരിപാലയ രഘുനാഥാ

പരിപാലയ രഘുനാഥാ

....

ലാപ്ടോപിലേക്ക് വീണ്ടും നോക്കിയിരിക്കെ ബെഡ് സൈഡിൽ വച്ചിരുന്ന ഫോൺ അടിക്കുന്നത് എന്റെ ശ്രദ്ധതിരിച്ചു...

ഫോൺ ഡിസ്പ്ലേയിൽ കണ്ട ആ പേര് വായിച്ചപ്പോൾ തന്നെ എന്റെ മനസ്സ് ശാന്തമായി......

ശ്രീപാർവതി....

അവളുടെ രാവുകൾ ഭാഗം (5)

ഹലോ പാർവതി ?

ഒരു നിമിഷത്തെ നിശബ്ദത്തിന് ശേഷം അവളുടെ ശബ്ദം വർഷങ്ങൾക്ക് ശേഷം കേൾക്കാൻ എന്റെ മനസ്സ് തുടിക്കുകയായിരുന്നു..

" दलि ये मेरा तुमसे प्यार करना चाहता है,

अपनी महोब्बत का इजहार करना चाहता है,

देखा है जब से तुम्हे ऐ मेरे सनम,

सरि्फ तुम्हारा ही ददिार करने को दलि चाहता है..."

Happy Propose Day My Dear...

വിക്കി ഓർക്കുന്നോ നീ ഈ പറഞ്ഞ ഡയലോഗ് ഒക്കെ? സുഖമാണോ നിനക്ക്... എന്നെ ഓർക്കാറുണ്ടോ?

എന്റെ ദുഃഖങ്ങൾ എന്റേത് മാത്രമായി ഒതുക്കി നിർത്താൻ പറഞ്ഞുപഠിപ്പിച്ച ഒരാളോട് ഞാൻ വല്ലാത്തൊര് നിയന്ത്രണമില്ലാത്ത മൂഹൂർത്തങ്ങളിലൂടെയാണ് കടന്നുപോകുന്നത് എന്നുപോലും പറഞ്ഞു മനസ്സിലാക്കാൻ സാധിക്കാത്ത അവസ്ഥയായിരുന്നു.

എന്തൊ അവളോടും ഉള്ളിൽ നിറഞ്ഞു നിന്നതൊക്കെ മറന്നുകൊണ്ട് സ്നേഹത്തോടെ പെരുമാറാൻ തോന്നിയ നിമിഷങ്ങൾ, ഒരുകാലത്ത് വിക്കിയുടെ എല്ലാം....എല്ലാം ആയ പാർവതി...

എനിക്ക് സുഖമാണ് പാർവതി.... ഇത്രയും വർഷങ്ങൾക്ക് ശേഷം നീ എന്നെ ഇപ്പോഴാണോ വിളിക്കുന്നത്...? നീ എല്ലാം മതിയാക്കി പോയതിൽ പിന്നെ കുറെ നാളെത്തേക്ക് ശൂന്യത മാത്രമായിരുന്നു

കൂട്ട്...

എനിക്ക് അറിയാം വിക്കി... പക്ഷേ എന്റെ ജീവിതം നിനക്ക് അറിയാമായിരുന്നല്ലോ, കിച്ചനെ കല്യാണം കഴിക്കാതെ ഒരു മാർഗവും ഇല്ലായിരുന്നു അന്ന്... ഇന്ന് ഈ ടക്സസിലെ വീട്ടിൽ ഇരുന്നുകൊണ്ട് ഇപ്പോഴെങ്കിലും നിന്നെ വിളിക്കാനുള്ള സ്വാതന്ത്ര്യവും മനസ്സും ഇന്നാണെനിക്ക് ലഭിക്കുന്നത്...

നീ എന്തൊക്കെയാ പാർവതി പറയുന്നത്...? സ്വാതന്ത്ര്യമോ? ഒരു ഫോൺ ചെയ്യാൻ പോലുമുള്ള ഫ്രീഡം ഒന്നും കിച്ചൻ തരുന്നില്ലേ നിനക്ക്...

കിച്ചൻ... വിക്കി ഞാൻ ഡിവോഴ്സ് ആയി..

പെണ്ണിനെ വെറും സെക്സ് ടോയ് എന്ന രീതിയിൽ മാത്രം കാണാൻ കാഴ്ചയുള്ള ആളായിരുന്നു കിച്ചൻ എന്ന് കല്യാണം കഴിഞ്ഞു അമേരിക്ക എന്നുള്ള ഈ ലോകം പിടുക്കുമ്പോൾ ആദ്യം മനസ്സിലായില്ലെങ്കിലും പിന്നീട് അങ്ങോട്ട് ഇരുണ്ട രാത്രികൾ തന്നെയായിരുന്നു എനിക്ക്... അതിനിടയിൽ മോൻ ജനിക്കുന്നതും.. അവൻ ഉള്ളത് കൊണ്ട് മാത്രം കുറച്ചു നാളത്തേക്ക് കൂടി പിടിച്ചുനിൽക്കാൻ നോക്കിയെങ്കിലും ആയാളിൽ നിന്നും യാതൊര് പരിഗണനയും കിട്ടുന്നില്ല എന്നുകണ്ടപ്പോൾ തിരിച്ചു വരാനുള്ള ശ്രമം തുടങ്ങിയിരുന്നു..

കഴിഞ്ഞ വർഷം നാട്ടിലേക്ക് വന്നിരുന്നു.. എങ്കിലും നിന്നെ എങ്ങനെ ഫേസ് ചെയ്യണം എന്നറിയാതെ ഞാൻ...

എന്താ പാർവതി നീ ഇതൊക്കെ ഒന്ന് പറയാഞ്ഞേ? നാട്ടിൽ വന്നിട്ട്പോലും എന്നെ ഒന്ന് കാണാൻ കൂടി... ഇപ്പൊ എന്താ അവിടെ പരുപാടി....

ഞാൻ ഇവിടെ ഒരു പ്രൈവറ്റ് യൂണിവേഴ്‌സിറ്റിയിൽ ഗസ്റ്റ് ലെക്ചർ ആയി വർക്ക് ചെയ്തുപോരുന്നു.. ഈ വീക്കൊടെ അത് തീരും... നെക്സ്റ്റ് വീക്ക് ഇവിടെ വിട്ട് നാട്ടിലേക്ക് പോരുകയാണ്... ഇപ്പോൾ ആരൊക്കെ എന്തൊക്കെ പറഞ്ഞാലും തന്റേടത്തോടെ നിൽക്കാനുള്ള ധൈര്യം ഞാൻ തന്നെ ഈ കാലയളവിൽ നേടിയെടുത്ത് കഴിഞ്ഞു... അതുകൊണ്ട് വരുന്നു...

അത് നന്നായടൊ... ഇവിടെ ഞങ്ങൾ ഒക്കെയുണ്ടല്ലോ.

പിന്നെ വിക്കി... എന്തായി ഗൗരിയുടെ കാര്യം..? എപ്പോഴാ കല്യാണം ഒക്കെ?

ഇതൊക്കെ നീ എങ്ങനെയറിഞ്ഞു? ഓ കീർത്തി പറഞ്ഞിരുന്നോ? അതൊക്കെ ഒരു തോന്നൽ ആയി മാറി പാർവതി...ഞാൻ സ്നേഹിക്കുന്നതും, പ്രണയിക്കുന്നതുമൊക്കെ എന്റെ സ്വാതന്ത്ര്യം അല്ലെ അതുപോലെ അതിനെ സ്വീകരിക്കാത്തത് അവളുടെ ഇഷ്ടവും..

നിന്നെ അന്ന് സ്വന്തം വീട്ടുകാരുടെ വാക്കുകൾ കേട്ടുകൊണ്ട് ഒഴിവാക്കിയത് പോലും തെറ്റായി പോയെന്ന് തോന്നിയ നിമിഷങ്ങൾ ഉണ്ടായിരുന്നു എനിക്ക്.. മുന്നേ പരിചയം പോലുമില്ലാത്ത കിച്ചനെ പോലെയുള്ളവരെയൊക്കെ സ്വീകരിക്കുമ്പോൾ നിന്നെക്കാൾ നൂറുപടി മുകളിൽ നിൽക്കുന്ന ഒരാൾ, എന്നാൽ എല്ലാം എല്ലാവർക്കും നല്ലത്പോലെ കിട്ടില്ലല്ലോ.. ഇപ്പൊ കുറെ പഠിച്ചു... പിന്നെ ഗൗരിയെന്താ പറയുന്നേ കാരണമൊന്നുമില്ലാതെ ഒരാൾ നിന്നെ ഒഴിവാക്കില്ലല്ലോ നിന്റെ മനസ്സ് വായിച്ചൊരാൾ എന്ന നിലയിൽ എനിക്ക് തോന്നിയതാണ്..

ഒരാളെ പൂർണമായും ആർക്കാണ് പാർവതി മനസ്സിലാക്കാൻ സാധിക്കുന്നത്,ഇതൊക്കെ വെറും അർത്ഥശൂന്യമായ വാക്കുകളുടെ ചങ്ങലകെട്ടുകൾ മാത്രം... ഈ നിമിഷം ഞാൻ തിരിച്ചറിയുന്നുണ്ട്

അവൾ എന്തുകൊണ്ട് എന്നെ സ്വീകരിക്കുന്നില്ല എന്നതിനുത്തരം.. കുടുംബം, അമ്മ ഇതൊക്കെ തന്നെയാണ് കാര്യങ്ങൾ.. പലപ്പോഴും ആത്മാർത്ഥമായി സ്നേഹിക്കുന്ന ഒരാളുടെ കൂടെ ജീവിക്കുന്നത് അല്ലെ നല്ലത്, അതിൽ കുടുംബം എന്തിനാ? സ്വന്തം വ്യക്തിത്വം നോക്കണ്ടേ എന്നൊക്കെ തോന്നിയിരുന്നു എങ്കിലും പിന്നീട് എന്ത് സ്വീകരിക്കണം എന്ത് തീരുമാനം എടുക്കണം എന്നൊക്കെ ഗൗരിയെന്ന എന്റെ പ്രിയപ്പെട്ടവളുടെ സാഹചര്യം കൂടി നോക്കണം എന്നൊക്കെ ഇപ്പോൾ നിന്നോട് സംസാരിക്കുമ്പോൾ തോന്നിപോകുന്നുണ്ട് പാർവതി...

വിക്കി സത്യത്തിൽ നീ ഡൌൺ ആണോ ഇപ്പോഴും ഇതൊക്കെ ആലോചിച്ചുകൊണ്ട്..?

നീ വിളിക്കുന്നതിന് മുന്നേ വരെ അങ്ങനെയായിരുന്നു.. എന്നാൽ നിന്റെ പേര് ഡിസ്‌പ്ലേയിൽ കണ്ട നിമിഷം ഞാൻ എന്നെ തന്നെ മറന്നു... ഈ നിമിഷം മുതൽ ദാ അങ്ങോട്ട് എല്ലാവരെയും അവരുടെ കാഴ്ചപാടിൽ കൂടി നോക്കിക്കാണാനുള്ള ശ്രമം എന്റെ ഭാഗത്തുനിന്ന് ഉണ്ടാവും...

അതാണ് എന്റെ വിക്കി.... ഒരുപാട് സന്തോഷമായാടാ എനിക്ക്... ഓരോ സ്ത്രീകൾക്കും പറയാൻ അല്ലെങ്കിൽ പ്രകടിപ്പിക്കാൻ കഴിയാത്ത പ്രണയം ഉണ്ടാവും അതൊക്കെ അവളുടെ തെറ്റുകൊണ്ട് അല്ല അവളുടെ സാഹചര്യത്തെ മുൻനിർത്തിയാവും എല്ലാം ഒഴിവാക്കുന്നത്... പലപ്പോഴും നിങ്ങൾ പുരുഷൻമ്മാർ തിരിച്ചറിയാതെ പോകുന്നതും ഇതൊക്കെയാണ്..

അതെ പാർവതി എനിക്ക് മനസ്സിലാകുന്നതുണ്ട് എന്റെ ഗൗരിയെ അല്ലെങ്കിൽ അവളുടെ മനസ്സ്... അവളെ കൂടെ ചേർത്തുനിർത്താൻ എന്നും ശ്രമിച്ചിരുന്നുള്ളൂ.. നീ പോയതിൽ പിന്നെ ഇരുണ്ട കാർമേഘങ്ങളാൽ എന്റെ മനസ്സിൽ അന്തകാരം മാത്രം ബാക്കിയുണ്ടായിരുന്നുള്ളൂ.. മാലാതി അമ്മയുടെ ആട്ടും തുപ്പും ഒക്കെ

കേട്ടും, അത് ഏറ്റുപാടുന്ന സ്വന്തം അച്ഛന്റെ ദേഷ്യ പ്രകടനങ്ങളും കൺമുന്നിലൂടെ ഇങ്ങനെ കടന്നുപോയപ്പോൾ ആരെങ്കിലും ഒക്കെ ഒന്ന് താങ്ങി നിർത്താൻ അല്ലെങ്കിൽ മനസ്സിലാക്കാൻ വേണം എന്നൊക്കെ തോന്നി...അങ്ങനെയാണ് ഗൗരിയെ കാണുന്നതും പിന്നീട് പരിചയപെട്ടപ്പോൾ നിന്റെ അതേ കാഴ്ചപ്പാടുകൾ അല്ലെങ്കിൽ മറ്റുള്ളവരെ മനസ്സിലാക്കാൻ കാണിക്കുന്ന, അയാളുടെ സങ്കടങ്ങളിൽ കൂടെ നിൽക്കുന്ന ഒരാളെ അവളിലും ഞാൻ കണ്ടു.. അതുകൊണ്ട് വിട്ടുകൊടുക്കാൻ തോന്നിയില്ല... എന്നാൽ വിധി അവൻ എഴുതിവച്ചതുപോലെ സംഭവിച്ചു എന്നും അങ്ങനെയായിരുന്നല്ലോ? എഴുതി തീർത്ത വിധിക്കെതിരെ ഞാൻ സർവ്വ ശക്തിയുമെടുത്ത് പ്രതികരിച്ചപ്പോൾ കിട്ടിയത് കാലങ്ങൾ എത്ര കഴിഞ്ഞാലും മാറാത്ത മുറിവുകളാണ്...

ഇനിയും നിനക്ക് ഒരുപാട് സമയം ബാക്കിയുണ്ട് നിന്നെ മനസ്സിലാക്കുന്ന, നിന്നെ തിരിച്ചുസ്നേഹിക്കുന്ന ഒരാളെ കിട്ടും അതുവരെ ചെയ്തുതീർക്കാൻ ബാക്കിവച്ചതൊക്കെ നീ ചെയ്ത് തീർക്കൂ...

പാർവതി...? നീ ഈ ഡയലോഗ് മുന്നേ എന്നോട് പറഞ്ഞിട്ടുണ്ട് അവസാനമായി നമ്മൾ കണ്ട ദിനത്തിൽ....24/4/2014 ഷാർപ് 10:19 രാത്രി...?

വാട്ട്.....നിന്റെ ഓർമ്മകൾ? അതും ഇത്രയും കൃത്യമായി എങ്ങനെ...

നിന്നോട് ഞാൻ മുന്നേ പറഞ്ഞിരുന്നു പാർവതി പലതും തുടങ്ങിയത് നിന്നിൽ നിന്നും ആയതുകൊണ്ട് മറക്കാൻ കഴിയാത്ത പലതും ഇന്നും എന്നിൽ തങ്ങിനിൽക്കുന്നുണ്ട്... അതു വിട്ടേക്ക്... നിന്റെ മോൻ അവന്റെ പേര് എന്താ? ഇപ്പൊ എത്ര വയസ്സായി?

പവിഷ് എന്നാണ് പേര്.....3 വയസ്സ് കഴിഞ്ഞു...

പുതുമയുള്ള പേരാണല്ലോ... നന്നായി... എന്നിട്ട് കിച്ചൻ ഇപ്പോൾ അവിടെ തന്നെയാണോ?

ഇല്ലടാ അയാൾ യുറോപ്പിലേക്ക് പോയി ഇവിടെ മറ്റൊര് അഫ്യർ ഉണ്ടായിരുന്നു അതുമായിട്ട്... ഒരു വർഷമാകാറായി ഞങ്ങൾ തമ്മിൽ യാതൊര് കോൺടാക്ട് ഉം ഇല്ല...

എന്നതാടി ഈ പറയുന്നേ? സ്വന്തം മകനെ കാണാൻ പോലും അയാൾ വന്നില്ല അല്ലെങ്കിൽ വിളിച്ചിലെന്നോ? എന്ത് മനുഷ്യനാണ് അയാൾ...

ഞാൻ പറഞ്ഞില്ലേ വിക്കി എനിക്ക് തെറ്റിപ്പോയി... എല്ലാം... ഇനി എന്റെ മോന് വേണ്ടി ജീവിക്കണം ഈ കുഞ്ഞിനെപോലും കളയാൻ നോക്കിയിരുന്നു അയാൾ എങ്കിലും ദൈവം തന്ന അല്ലെങ്കിൽ എനിക്കൊര് കൂട്ടായ് ഇവൻ വേണമെന്ന എന്റെ ഉറച്ച തീരുമാനത്തിന് മുന്നിൽ അയാൾ ആ സമയത്ത് പതറിപോയിരുന്നു...

നാട്ടിൽ അറിയിച്ചില്ലേ നീ വരുന്ന കാര്യം?

പിന്നെ അറിയിക്കാതെ, ഇപ്പോൾ എന്റെ കുടുംബം അച്ചരൻ, അമ്മ, അനിയൻ ഇവർ കൂടെയുണ്ട് അതുകൊണ്ട് മറ്റൊന്നും ചിന്തിക്കുന്നില്ല.... എന്താണ് നിന്റെ പരുപാടി ഇപ്പോൾ ഈ പ്രേതവും, റിസർച്ചും, ആ കുഞ്ഞുജോലിയും കൊണ്ട് ഇനി എങ്ങനെ ഒരു കുടുംബം പോറ്റും? ആലോചിക്കാറുണ്ടോ?

ഇനി എന്ത് കുടുംബം പാർവതി... ഗൗരി അതൊര് സ്വപ്നമായി മാറിയില്ലേ...

നീ ഓർക്കുന്നോ വിക്കി അന്ന് ആദ്യമായി നമ്മൾ തമ്മിൽ കണ്ട ദിനമെന്ന് പറഞ്ഞുകൊണ്ട് നീ എനിക്ക് എഴുതിയ പ്രേമലേഖനം? പ്രണയ സ്വപ്നങ്ങൾ എന്നൊര് ടൈറ്റിലിൽ?

പിന്നെ അതൊക്കെ ഹൃദയത്തിൽ ഇന്നും സൂക്ഷിക്കുന്നുണ്ട്? ആ വരികൾ നിനക്ക് കേൾക്കണോ?

പിന്നെ.... നിന്റെ ശബ്ദത്തിലൂടെ അത് ഒന്നൂടെ കേൾക്കാൻ സാധിക്കുന്നത് തന്നെ എന്റെ ഭാഗ്യമാണ്.... പറഞ്ഞോളൂ?

"എന്റെ ഹൃദയം നിനക്കായ് മന്ത്രികുന്നുണ്ട്, നീ ആരാണെന്നോ? എന്താണെന്നോ എനിക്ക് അറിയില്ല എന്നാലും ഞാൻ നിന്നെ സ്നേഹിക്കുന്നു... നിന്നോട് സംസാരിച്ചുതുടങ്ങിയ നിമിഷം മുതൽ ഇങ്ങോട്ടേക്ക് നീ എന്റെ സ്വന്തമാകുന്ന സ്വപ്നങ്ങൾ അല്ലാതെ മറ്റൊന്നും തന്നെ എന്നെ സ്പർശിക്കുന്നില്ല..ആരോ എന്നോട് ഇടയ്ക്ക് പറയാറുണ്ടായിരുന്നു നിന്റെ കരിഞ്ഞുപോയ ജീവിതം ഈ ഇരുട്ടിൽ ഒരിക്കലും തളിർക്കില്ല അതിനായ് പ്രകാശം ചൊരിയുന്ന പാദയിലേക്ക് നീങ്ങേണ്ടതുണ്ടെന്ന് ഇപ്പോൾ എനിക്ക് തോന്നുന്നതും അത് തന്നെയാകണം പ്രിയേ...

നിന്റെ സ്വപ്നങ്ങൾക്ക് ഒരു കാവലായ്, ഒരിക്കൽപോലും നിന്റെ കണ്ണുനീരുകാരണം ഞാനായ് മാറാതെ നിന്നെ ചേർത്തുനിർത്താൻ ഞാൻ ആഗ്രഹിക്കുന്നു.. ഈ നിമിഷം മുതൽ അതായിരിക്കും എന്റെ ചിന്തയിലും പ്രവർത്തിയിലും നീ എന്നിൽ അലിയുന്ന നിമിഷത്തിനായ് കാത്തിരിക്കുന്നു... "

നിന്നെകുറിച്ചുള്ള എന്റെ ഓർമ്മകൾ നശിക്കണമെങ്കിൽ പാർവതി....ഞാൻ ഒരു തിരിനാളമായ് മാറേണ്ടി വരും....

ഇതൊക്കെ ഇപ്പോഴും ഓർക്കുന്നുണ്ടല്ലേ? എങ്കിലും നീ എഴുതിയ കത്തിലെ ഒന്ന് എന്നും നിലനിർത്തിപോകാൻ നിനക്ക് സാധിച്ചില്ല, എന്നെ സങ്കടത്തിലേക്ക് തള്ളിവിടുന്ന നിന്റെ ചില വാക്കുകൾ...

ശരിയാണ് പാർവതി അതൊര് വേദനയായ് നിന്നും എന്നിൽ അലയടിക്കുന്നുണ്ട്, എന്റെ കാഴ്ചപ്പാടിലൂടെ മാത്രം നിന്നെ കണ്ടതേ ഒള്ളൂ നിന്റെ മനസ്സിന്റെ ആഴവും വേദനകളും എനിക്ക് കാണാൻ

കഴിഞ്ഞില്ല, എല്ലാം ഉള്ളിൽ ഒരു ചില്ലുകൊട്ടാരത്തിൽ പൂട്ടിയിട്ടപ്പോൾ എങ്ങനെ ഞാൻ പ്രതികരിക്കണമായിരുന്നു അന്ന്? ഒരു വാക്ക്കൊണ്ട് പോലും നിന്നെ നോവിക്കാൻ ഉദേശിക്കാത്ത ഞാൻ അന്ന് പറഞ്ഞുപോയത് നിന്റെ മൗനം തുടരുന്നതിനാലാണെന്ന് നീ മനസ്സിലാക്കിയില്ല കൂടാതെ ജീവിതം എന്ത് തന്നെയായാലും ഞാൻ നോക്കിക്കോളാം നീ എന്റെ കൂടെ വേണ്ട എന്നൊര് വാക്കിൽ എല്ലാം ഇട്ടെറിഞ്ഞുപോയപ്പോൾ എന്നെ കുറിച്ചോ എന്റെ പ്രണയത്തെയോ നീ ഓർക്കാൻ മറന്നു.. പിന്നീട് ഞാൻ... ഞാൻ അല്ലാതെയായി മാറിയിരിക്കുന്നു ഒടുവിൽ ഗൗരിയെന്റെ ജീവിതത്തിലേക്ക് കടന്നുവന്ന നിമിഷം മുതൽ ഈ ഏകാന്ത തടവറയിൽ നിന്നും ഒരു മോക്ഷം കിട്ടിയത് പോലെ തോന്നിയിരുന്നു എന്നാൽ ഇന്ന്..?

വിക്കി... ഞാൻ നിന്നെ വിഷമിക്കാൻ ഒന്നും പറഞ്ഞതല്ല... ആ ഒരു നിമിഷത്തിൽ വന്നുപോയതാണ്...

ഇല്ല പെട്ടന്ന് അങ്ങനെ തോന്നിപ്പോയി.. വിട്ടേക്ക് അതൊക്കെ പഴയ കഥ... ഞാൻ ഇവിടെ നിനക്ക് എന്തെങ്കിലും ചെയ്യേണ്ടതായുണ്ടോ?

നീ ഒരു കല്യാണം കഴിച്ചുകണ്ടാൽ മാത്രം മതി വേറെ ഒന്നും വേണ്ട....

അതൊക്കെ അത്ര എളുപ്പമല്ലടോ...

വിക്കി ഞാൻ നാളെ വിളിക്കാം ഒത്തിരി സംസാരിച്ചില്ലേ ഇന്ന്.... നീ പോയികിടന്നുറങ്ങാൻ നോക്ക്.. എന്നിട്ട് ആദ്യം നിന്റെ സ്വപ്നങ്ങൾ നേടിയെടുക്കാൻ പ്രായത്തിക് ബാക്കിയെല്ലാം താനെ നിന്നിൽ വന്നുചേരും... Good night... അതുപോലെ സോറി നാട്ടിൽ വന്നിട്ട് സംസാരിക്കാതെ പോയതിനും, നിന്നെ വേദനിപ്പിച്ചതിനും എല്ലാം...

അതൊന്നും കുഴപ്പമില്ല പാർവതി.. ഒരു പക്ഷേ ഈ ദിവസമായിരിക്കണം മുകളിലുള്ളവൻ വർഷങ്ങൾക്ക് ശേഷം നമ്മെ തമ്മിൽ സംസാരിക്കാൻ അനുവദിച്ചത് അതും എന്നിലെ എന്നെ തിരിച്ചറിയാൻ... നന്ദി.... ബൈ....

ഫോൺ കട്ട് ചെയ്തുകൊണ്ട് ചാരുകസേരയിൽ വന്നിരുന്നു എന്നിലുണ്ടായിരുന്ന ശൂന്യതയിലെ ഇരുണ്ട മുഖം എങ്ങോ മറഞ്ഞിരുക്കുന്നു, ഇനിയും സ്വന്തം സ്വപ്നങ്ങൾക്കായ് ഓടി തുടങ്ങേണ്ടിയിരിക്കുന്നു എന്നൊര് ചിന്ത... ഇതൊക്കെ ആലോചിച്ചിരിക്കുന്ന സമയത്താണ് മറ്റൊര് കാൾ വന്നത്... ഗൗരിയുടെ...

ഹലോ ഗൗരി എന്താ ഈ സമയത്ത് കിടന്നില്ലേ നീയ്...

ഇല്ല നിന്നോട് ചിലത് പറയണം എന്ന് തോന്നി അതും ഇന്ന് തന്നെ... ഞാൻ....

നീ ഒന്നും പറയേണ്ട ഗൗരി എനിക്ക് എല്ലാം മനസ്സിലാകും എന്റെ ചിന്തകൾ കുറെ മുന്നേ വരെ എന്നിൽ തന്നെ ഉടലെടുത്തവയായിരുന്നു നിന്നെ കുറിച്ചോ നിന്റെ ജീവിതത്തെ കുറിച്ചോ ചിന്തിച്ചില്ല, നീ എന്നും എനിക്ക് പ്രിയപ്പെട്ടവളാണ്... പിന്നെ നാളെ ഞാൻ വരണം അല്ലെ.....? ചെക്കന്റെ പേര് എങ്ങനെയാ??

Thank you dear... നീ ഇപ്പോഴെങ്കിലും ഇതൊക്കെ ഒന്ന് മനസ്സിലാക്കിയല്ലോ....നീ വേണം ഇവിടെ.... ചെക്കന്റെ പേര്? ഒരു സെക്കന്റ്....

അമ്മേ ചെക്കന്റെ പേര് എന്താണ്?

ആ ഒകെ....

ടാ ചെക്കന്റെ പേര് SHIVA എന്നാണ്....

ആണോ കൊള്ളാം പേര്.... ഇഷ്ടമായി...

നീ രാവിലെ എത്തില്ലേ വിച്ചു?

പിന്നെ... ഞാൻ വന്നേക്കാം ഗൗരി മാഡം...

നീ പോടാ... അവന്റെ ഒരു മാഡം, എന്തിനാ ഇങ്ങനെ കളിയാക്കുന്നെ...?

വെറുതെ പറഞ്ഞതാടോ.... ഒരു തമാശ പറയാൻ കൂടി പറ്റില്ലേ.. ഇതാണ് ഞാൻ പറയുന്നത് ഇടയ്ക്ക് നിനക്ക് പിള്ളേരുടെ സ്വഭാവം ആണെന്ന്....

എങ്കിൽ ഈ പിള്ളേരുടെ സ്വഭാവം ഉള്ള ആളോട് മിണ്ടാൻ വരണ്ട.. ഞാൻ ഫോൺ വയ്ക്കുകയാണ്.....

അപ്പൊ നാളെ ഞാൻ വരണ്ട എന്നാണോ ഗൗരി ?

ഗൗരി.... കേൾക്കുന്നുണ്ടോ...?

ദേ കട്ട് ആക്കി....

ചിലപ്പോഴൊക്കെ എന്റെ ഗൗരി അങ്ങനെയാണ് എപ്പോഴാ സങ്കടം, സന്തോഷം, ദേഷ്യം ഇതൊക്കെ വരുന്നതെന്ന് പോലും മനസ്സിലാക്കാൻ പറ്റാത്ത ഒരു മുഖം കൂടി അവൾക്കുണ്ട്.. ഒരു ചെറിയ കുട്ടിയുടെ മനസ്സ് കാട്ടുമ്പോൾ ഇത്രയും വയസ്സായിട്ടും കുറച്ചു പക്വത കാട്ടിക്കൂടെ എന്നൊക്കെ ചുമ്മാ പറയും, അപ്പോൾ ആ മുഖം ഒന്ന് വാടും..ആ നുണക്കുഴി കവിളിൽ എന്റെ കൈ വിരലോടിക്കുമ്പോൾ എന്റെ ഗൗരി എന്ന ഇതൾ വീണ്ടും പഴയപോലെ പുഞ്ചിരിക്കും.. അവിടെ തീരും ആ കുഞ്ഞുനോവ്... ഫോണിൽ കൂടിയായതിനാൽ ഇതൊക്കെ വെറും വാക്കുകൾ ആയി ഇപ്പോൾ മാറി..

ലൈറ്റ് ഓഫ് ചെയ്തു ബെഡിലേക്ക് വീണു.. കാതുകളിൽ ഇയർ ഫോൺ വച്ചുകൊണ്ട് പ്ലേലിസ്റ്റിലേക്ക് പോവാതെ റേഡിയോ ഓൺ ചെയ്തു...

പാട്ട് കേൾക്കുന്നിതിനടിയിൽ ഞാൻ ആലോചിച്ചത് നാളെ അവളെ കാണാൻ വരുന്ന ചെക്കനെ കുറിച്ചാണ്.. ഒത്തിരി സ്വപ്നങ്ങൾ ഉള്ള

എന്റെ ഗൗരിയെ എന്നും ചേർത്തുപിടിക്കുന്നയാൾ ആവണം എന്നൊക്കെ തോന്നിയ നിമിഷങ്ങൾ.. ഉള്ളിൽ പ്രണയം ഒരു വേദനയൊ വിരഹമോ ആയി മാറുമ്പോഴും അവളുടെ നന്മ മാത്രം ഞാൻ ആഗ്രഹിച്ചിരുന്നൊള്ളൂ... അങ്ങനെ ആലോചിച്ചു ആലോചിച്ചു ഉറക്കത്തിലേക്ക് ഞാൻ വഴുതി വീണു.. പിറ്റേന്ന് രാവിലെ വച്ച അലാറം അടിക്കുമ്പോഴാണ് എഴുനേൽക്കുന്നത്.. സാധാരണ ദിവസങ്ങളിൽ അലാറം അടിച്ചുകഴിഞ്ഞാൽ വീണ്ടും ബെഡിൽ ചുരുണ്ട്കൂടുന്ന സ്വഭാവം ആയതിനാൽ പോലും ഇന്നത്തെ ദിവസത്തിന്റെ പ്രത്യേകതയിൽ വേഗം തന്നെ എഴുന്നേറ്റു.. റെഡിയായി.. വീട്ടിൽ നിന്നും ഒരു നേരം പോലും സന്തോഷത്തോടെ ഒരു തരിപോലും ആഹാരം കഴിക്കാൻ സാധിക്കാത്ത അവസ്ഥയായതിനാൽ റൂം ലോക്ക് ചെയ്തു ഹാളിലേക്ക് ചെന്നു...

നീ എങ്ങോട്ടാ വിച്ചു രാവിലെ തന്നെ...?അച്ഛന്റെ വക ചോദ്യം...

ഞാൻ ഗൗരിയുടെ അടുത്ത് വരെ പോകുന്നു.. അവളെ പെണ്ണുകാണാൻ ഇന്ന് ഒരു കൂട്ടർ വരുന്നുണ്ട്..

നീ എന്തിനാ അങ്ങോട്ട് പോകുന്നെ അതിന് അവളെ ആരെങ്കിലും വന്നുകണ്ടോട്ടെ...

ആ ചേട്ടാ അങ്ങനെ പറഞ്ഞുകൊടുക്ക് നിങ്ങളുടെ മോന്... നീ ജനിച്ചത് തന്നെ നിന്റെ അമ്മയെ കൊന്നല്ലേ? ഇനി ഒരു ശുഭകാര്യം നടക്കുന്ന സ്ഥലത്ത് പോയി അതൊക്കെ നാശം ആക്കാൻ നിൽക്കണ്ട..

പുച്ഛം കലർന്ന ഭാവങ്ങൾ മാലതി അമ്മയുടെ മുഖത്തെ കൂടുതൽ വികൃതമാക്കി...

എന്തൊ ആ വാക്കുകൾ സ്ഥിരം കേൾക്കുന്നത്കൊണ്ട് എനിക്ക് കൂടുതൽ ഒന്നും തോന്നിയില്ല... ഞാൻ പോകുന്നു എന്ന് പറഞ്ഞു അവിടെ ഇന്നും ഇറങ്ങി...

ചെറിയ ചാറ്റൽ മഴയുടെ കൂടെ എന്റെ ഹൃദയവും നനയാൻ തുടങ്ങി... ബൈക്കിന്റെ ബ്രേക്ക് കുറവായതിനാൽ യാത്ര പതുക്കെയായിരുന്നു...

മോളെ നീ സാരിയിടുത്തുകഴിഞ്ഞില്ലേ...?

ഇപ്പോൾ കഴിയും അമ്മേ....

കാളിങ് ബെൽ....

അതുല്യ ആരെന്ന് പോയി നോക്ക്?

ഹായ് ആതു....

വിച്ചേട്ടൻ ? വാ കയറി വാ.... അമ്മേ.... ചേച്ചി ദേ വിച്ചേട്ടൻ വന്നിരിക്കുന്നു....

ഇരിക്കൂ ചേച്ചി സാരിയുടുക്കയാണ്.....

ആ മോൻ എത്തിയോ... എന്തെങ്കിലും കഴിച്ചോ? ദോശ എടുക്കട്ടെ നിനക്ക്?

അതൊന്നും വേണ്ട അമ്മേ... ഞാൻ കഴിച്ചു....

എങ്കിൽ ഞാൻ അടുക്കളയിൽ ചെല്ലട്ടെ... ഇത്തിരി പണികൂടിയുണ്ട്... നിങ്ങൾ സംസാരിച്ചിരിക്കൂ...

അമ്മ അടുക്കളയിലേക്ക് പോയി.. കുറച്ചു കഴിഞ്ഞതും ദാ ഗൗരി സാരിയുടുത്ത് എന്റെ മുന്നിലേക്ക് വന്നു...

വിച്ചു എങ്ങനെയുണ്ട്...?

ഉം... കൊള്ളാം..... പക്ഷെ ഒരു കുഴപ്പമുണ്ടല്ലോ....?

അത് എന്താ ചെറുക്കാ?

അങ്ങോട്ടും ഇങ്ങോട്ടും തിരിഞ്ഞുകൊണ്ട് അവൾ നോക്കി... അത് കാണാൻ തന്നെ നല്ല ഭംഗിയായിരുന്നു...

ഞാൻ താഴേക്ക് മുട്ടുകുത്തി നിന്നു....

അവളുടെ സാരിയുടെ ഞൊറി ശരിയായിട്ടില്ലായിരുന്നു....

ഗൗരി... ഇതായിരുന്നു പ്രശ്നം... ഇനി കറക്റ്റ് ചെയ്യൂ....

അല്ല വിച്ചേട്ടാ നിങ്ങൾ ആളുകൊള്ളാലോ ഇതൊക്കെ എവിടെ നിന്ന് പഠിച്ചു...?

ഇതൊക്കെ താനേ തോന്നിപോകുന്നതല്ലേ മോളെ......

ആൺ-പെൺ വേർതിരിവ് ഉണ്ടാവുമ്പോൾ അല്ലെങ്കിൽ താനാണ് കുടുംബനാഥൻ എന്നൊക്കെ തോന്നി, അതിന്റെ തലകനത്തിൽ ഇതൊക്കെ എന്തിന് ചെയ്തുകൊടുക്കുന്നു അല്ലെങ്കിൽ അടുക്കളയിൽ ഒന്ന് സഹായിച്ചാൽ ആ തലയിടുപ്പ് നിലച്ചുപോകുമെന്ന് തോന്നുന്ന ആളുകളെ എന്നും പുച്ഛത്തോടെ നോക്കനെ എനിക്ക് അറിയൂ..

നീ സ്വന്തം പാതിയാണ് അവൾ എന്ന് സ്വകാര്യ നിമിഷത്തിൽ പറയുന്നതിനേക്കാൾ അവർ ചിലപ്പോൾ കേൾക്കാൻ അല്ലെങ്കിൽ ഒരു കൈ സഹായത്തിന് അടുക്കളയിലേക്ക് വിളിക്കുമ്പോൾ.. ദാ വരുന്നു എന്ന് പറയുമ്പോൾ എന്റെ ഭർത്താവ്, അല്ലെങ്കിൽ മകൻ, സഹോദരൻ എന്നീലകളിൽ നമ്മോടുള്ള ഇഷ്ടം കൂടുകയേ ഒള്ളൂ.. കുറയില്ല...

ഗൗരി എന്നെ നോക്കിയിട്ട് ഒന്ന് ചിരിച്ചു.. ആ ചിരിയിൽ ഉള്ളിലെ സ്നേഹം എനിക്ക് കാണാനും സാധിച്ചു...

വിച്ചു നീ വല്ലതും കഴിച്ചോ?

പിന്നെ കഴിച്ചു ഗൗരി....

എന്നോട് എന്തിനാ ചെറുക്കാ നീ കള്ളം പറയുന്നേ... നീ ഒന്നും കഴിച്ചുകാണില്ല എന്നെനിക്ക് അറിയാം... ഇവിടെ ഇരിക്കൂ.. ഞാൻ ദോശ എടുക്കാം....

എന്നിട്ടാണോ വിച്ചേട്ടൻ അമ്മയോട് കള്ളം പറഞ്ഞത്...?

അത് മോളെ ഞാൻ....

ഉം... ഈ ആതു പാവം ആയതുകൊണ്ട് ക്ഷമിച്ചിരിക്കുന്നു....

ഞങ്ങൾ മൂന്നുപേരും പരസ്പരം ചിരിച്ചു... ഗൗരി അടുക്കളയിലേക്ക് പോയി... ഞാനും ആതുവും ഗൗരി ആരെയും കാണാതെ വരച്ചുതീർത്ത അവളുടെ ചിത്രരചനകൾ കാണാൻ മുറിയിലേക്കും....

വിച്ചേട്ടാ... ദാ ഇതൊക്കെയാണ് ചേച്ചി വരച്ചിരിക്കുന്നത്.......

കൊള്ളാലോ... ഇവൾ ഇടയ്ക്ക് ഇതിനെ പറ്റിയൊക്കെ പറയാറുണ്ടെങ്കിലും ഒരെണ്ണം പോലും ആരെയും കാട്ടിയിട്ടില്ല... ഇത്രയും മനോഹരമായി അവൾ വരയ്ക്കുന്നുണ്ടെങ്കിൽ ഈ കൊച്ചുകലാകാരിയെ നമുക്ക് ലോകത്തിന് മുന്നിൽ കൊണ്ടുവരണം അല്ലോ മോളെ?

പിന്നല്ലാണ്ട്... ആരെയും കാണിക്കാതെ ഇങ്ങനെ വരച്ചുതീർത്തിട്ട് എന്തിനാ... വിച്ചേട്ടന്റെ ഒപ്പം ഞാനുമുണ്ട്....

ഒരു ദിവസം നമുക്ക് എല്ലാം ശരിയാക്കാം....

വിച്ചു.... വിച്ചു... നിങ്ങൾ എവിടെയാ....?

പുറത്ത് നിന്നും ഗൗരിയുടെ ശബ്ദം... വരച്ച ചിത്രങ്ങളുടെ ബുക്ക് അതുല്യ മാറ്റി വച്ചു...

ഇവിടെ മുറിയിൽ ഉണ്ട്... ഗൗരി....

ദോശയും ചായയുമായി അവൾ എന്റെ അടുത്തേക്ക് വന്നു... തൊട്ടടുത്ത ചെയറിൽ ഞാൻ ഇരുന്നു...ദോശകൾ ഓരോന്നായി ആസ്വദിച്ചുകഴിച്ചു... എന്റെ ദോശ കഴിക്കൽ കണ്ട് അവളുടെ കണ്ണുകൾ നിറഞ്ഞിരുന്നു... പലതിനും ഉത്തരം കണ്ടെത്തുമ്പോഴേക്കും സമയം ഒരുപാട് നഷ്ടപ്പെടും അതുകൊണ്ട് ഞാൻ ഒന്നും പറഞ്ഞില്ല... കഴിച്ചുകഴിഞ്ഞ് പാത്രം ഞാൻ തന്നെ കഴിക്കോളാം എന്ന് പറഞ്ഞുകൊണ്ട് റൂമിന് പുറത്തേക്ക് നടുന്നു.....

ടാ ചെറുക്കാ അത് ഇങ്ങോട്ട് തന്നേക്ക് ഇനി നിന്റെ ഈ പാത്രം ഒന്നും എനിക്ക് കഴുകിവയ്ക്കാൻ പറ്റില്ലല്ലോ... അതോണ്ട് ഇത് ഞാൻ ആയി ചെയ്തോളാം....

അവൾ എന്റെ കൈയിൽ നിന്നും തട്ടിപറിച്ചുവാങ്ങി... ഇത്രയും സ്നേഹം ഉണ്ടോ പെണ്ണെ നിനക്ക് എന്നോട്... അടുത്ത ജന്മം എങ്കിലും എനിക്ക് നിന്നോടൊപ്പം ജീവിതം പങ്കിടാൻ കഴിഞ്ഞിരുന്നെങ്കിൽ.. അങ്ങനെ ആ നിമിഷം ഞാൻ ഓർത്ത്പോയി....

കൈ ഒക്കെ കഴുകി ഹാളിൽ അതുല്യയുമായി സംസാരിച്ചിരിക്കുമ്പോൾ ആയിരുന്നു അമ്മയുടെ ഫോണിലേക്ക് ഒരു കാൾ വരുന്നത്....

കാൾ എടുത്തുസംസാരിച്ചതിന് ശേഷം അമ്മ തൊട്ടടുത്ത ചെയറിൽ പാതി മരിച്ച അവസ്ഥയിൽ ഇരുന്നുപോയി...

ഞാനും,ആതുവും,ഗൗരിയും അമ്മയുടെ അടുത്തേക്ക് ചെന്നു....

എന്നതാ അമ്മേ ആരെയായിരുന്നു വിളിച്ചത്?

വിച്ചേട്ടൻ ചോദിക്കുന്നത് കണ്ടില്ലേ പറ അമ്മാ....?

മക്കളെ അച്ഛനെ യുപിയിലെ വൃന്ദാവന പരിസരത്ത് നമ്മുടെ രാമേട്ടൻ കണ്ടു... അവസ്ഥ അൽപ്പം മോശമാണ്... എന്തൊക്കെ ആയാലും അയാൾ നിങ്ങളുടെ അച്ഛനും എന്റെ ഭർത്താവും അല്ലെ? ഇപ്പൊ എന്താ ചെയ്യാനാ? ഏട്ടനോട് ഒക്കെ പറഞ്ഞാൽ ഒരുപക്ഷെ ഇതൊന്നും അല്ലെങ്കിൽ കൂട്ടികൊണ്ട് വരാൻ ഒന്നും സമ്മതിക്കില്ല...

അമ്മേ അച്ഛൻ ജീവിച്ചിരുപ്പുണ്ടെന്ന് കേട്ടപ്പോൾ തന്നെ എന്റെ സന്തോഷം പറഞ്ഞറിയിക്കാൻ പറ്റാത്തതാണ്, മോളെ ആതു നിനക്കും അച്ഛനെ കാണണം എന്നില്ലേ....?

ഉവ്വ് ചേച്ചി.. ഒരിക്കൽ എങ്കിലും കാണണം എന്ന് ഞാനും ആഗ്രഹിച്ചിരുന്നു....

എന്തൊ മാറ്റാരുടെയും മുഖം എന്റെ മുന്നിൽ തെളിഞ്ഞില്ല, എന്റെ ഗൗരിയുടെ മുഖത്തെ സന്തോഷം എന്നിലേക്കും വന്നു ചേർന്നു..ചില തീരുമാനങ്ങൾ ഞാൻ വിധിക്ക് വിട്ടുകൊടുക്കാറുണ്ട്... എന്നാൽ ഇപ്പോൾ അതിന് സാധിക്കില്ല...

അമ്മേ... ഞാൻ ഒരു കാര്യം പറയട്ടെ...? ഞാൻ പോയി അച്ഛനെ കൊണ്ടുവരാം... മാറ്റാരുടെയും അഭിപ്രായം അമ്മയ്ക്ക് വേണ്ട എങ്കിൽ.... എന്ത് പറയുന്നു....?

അമ്മയുടെ മുഖത്ത് അൽപ്പം വെട്ടം വന്നു... നമ്മെ വിട്ടുപിരിഞ്ഞവരോട് അല്ലെങ്കിൽ ഉപേക്ഷിച്ചുപോയവരോട് നമുക്ക് വെറുപ്പ് തോന്നാം എങ്കിലും സ്നേഹത്തിന്റെ ഒരു കണികയെങ്കിലും ബാക്കിയുണ്ടെങ്കിൽ അവരുടെ തിരിച്ചുവരവ് ആഗ്രഹിക്കുന്നവരാണ് നമ്മൾ എല്ലാവരും...

വിച്ചു എങ്കിൽ ഞാനും വരും നിന്റെ കൂടെ...? എന്താ അമ്മേ ഞാനും പൊയ്ക്കോട്ടേ...?

അത് വേണ്ട ഗൗരി.. ഞാൻ ഒറ്റയ്ക്ക് പൊയ്ക്കോളാം... ചെക്കൻ ഇന്ന് വരില്ലേ...? അതൊക്കെ മാറ്റിവച്ചുകൊണ്ട്...

മോനെ അവരോട് ഞാൻ വിളിച്ചുപറഞ്ഞോളാം... ഗൗരിയും നിന്റെ ഒപ്പം വന്നോട്ടെ... നിന്നെ അവൾ അത്രയും വിശ്വസിക്കുന്നുണ്ട്... പിന്നെ ഞാൻ എന്തിനാ പേടിക്കുന്നെ...... മോളെ നീ പോയി പോവാനുള്ള ഒരുക്കങ്ങൾ ചെയ്യൂ..... ഞാൻ അവരെ ഒന്ന് വിളിക്കട്ടെ....

അമ്മേ എങ്കിൽ ഞാൻ പോയിട്ട് വാരം എന്തെങ്കിലും ഡ്രസ്സ് ഒക്കെ എടുക്കേണ്ടേ? ഗൗരി ഇന്നത്തേക്ക് ട്രെയിൻ ഡൽഹിയിലേക്ക് എപ്പോഴാണെന്ന് നോക്കൂ... ടിക്കറ്റ് ബുക്ക് ചെയ്യൂ.... ഞാൻ പോയിട്ട് വരാം... ഇപ്പോൾ കിട്ടിയില്ലെങ്കിലും രാവിലത്തേക്ക് നോക്കൂ..... സീസൺ ഒന്നും അല്ലല്ലോ....

ശരി വിച്ചു... ഞാൻ ബുക്ക് ചെയ്തിട്ട് നിന്നെ വിളിക്കാം....

വിച്ചേട്ടൻ പോയിട്ട് വരാം മോളെ......

ഉവ്വ്... ബൈ.......

വിച്ചു.....?

എന്നാ ഗൗരി....?

ഇതൊക്കെ ഞാൻ നിന്നോട് എങ്ങനെ വീട്ടും ഈ ജന്മം....?

ഓവർ ആക്കണ്ട.... നിനക്ക് വേണ്ടി എന്റെ ജീവൻ വരെ നൽകാൻ ഞാൻ തയ്യാറാണ്.

അവരോട് യാത്ര പറഞ്ഞുകൊണ്ട് ഞാൻ ഇറങ്ങി.

അവളുടെ രാവുകൾ

അവസാനഭാഗം

വീട്ടിൽ എത്തിയതിന് ശേഷം ഞാൻ പോകാനുള്ള ബാഗ് ഒക്കെ പായ്ക്ക് ചെയ്തു... വീട്ടിൽ എവിടെ പോകുന്നു എന്നുപോലും ചോദിക്കാൻ ഒരാൾ ഇല്ലാതിരുന്നത് എന്റെ ഭാഗ്യമായിരിക്കാം..നിങ്ങൾ അനുഭവിച്ചിട്ടുണ്ടോ അങ്ങനെ ഒരു ഒറ്റപ്പെടൽ? പ്രതീക്ഷകൾ നഷ്ടപ്പെട്ടുവെങ്കിലും ഞാൻ അവൾക്ക് വേണ്ടി എന്തെങ്കിലും ഒക്കെ ചെയ്തുകൊടുത്തില്ലെങ്കിൽ എല്ലാം എല്ലാം വെറുതെയാവും എന്നൊര് തോന്നൽ വീണ്ടും മനസ്സിന്റെ താളം തെറ്റിക്കുന്നുണ്ടായിരുന്നു..

എന്തൊക്കെയൊ ഓർത്ത് നിൽക്കുന്നതിനിടയിലാണ് ഗൗരിയുടെ കാൾ വരുന്നത്...

ഹലോ ഗൗരി ? എന്തായി ടിക്കറ്റ്?

മൗനമായിരുന്നു ആദ്യം പിന്നെ വിങ്ങിക്കൊണ്ട് പറഞ്ഞു...

വിച്ചു അച്ഛൻ അവിടെ നിന്നും മറ്റൊര് സ്ഥലത്തേക്ക് പോകുന്നു എന്ന് പറഞ്ഞു..

എന്താ? എന്നതാ നീ പറയുന്നേ ഗൗരി ?

അച്ഛൻ വിളിച്ചോ ? അതൊ മറ്റെയാൾ വിളിച്ചോ?

അച്ഛൻ വിളിച്ചിരുന്നടാ... ഒത്തിരി സംസാരിച്ചു വിച്ചു... ഞങ്ങൾ.... അച്ഛൻ മറ്റൊരാളായി മാറിയിരുന്നു.. ബന്ധങ്ങൾ പുതുക്കി വരുന്നതിനോട് തന്നെ വിയോജിപ്പ്.. ഒരു യാത്രകൂടിയുണ്ട് അത് കഴിയുമ്പോൾ തിരിച്ചു വന്നു ഞങ്ങളെ കാണുമെന്നും അങ്ങനെ വരുമ്പോൾ എന്റെ കല്യാണം കഴിഞ്ഞിരിക്കണം എന്നും പറഞ്ഞു

അമ്മയോട്... അമ്മയുടെ മാറ്റം അറിയില്ല.. അമ്മ സമ്മതം മൂളി....

നല്ല കാര്യമല്ലേ ഗൗരി... ഓരോ പെണ്മക്കളും കല്യാണം കഴിഞ്ഞുകാണാൻ ഏതൊര് മാതാപിതാക്കളും ആഗ്രഹിക്കില്ലേ... അതുപോലെ അച്ഛൻ തിരിച്ചുവരുമ്പോൾ ഒരുപാട് സന്തോഷമാകും... നീ എന്നിട്ട് എന്നാ പറഞ്ഞു... ചോദിച്ചില്ലേ നിന്റെ സമ്മതം?

ഉവ്വല്ലോ... ചോദിച്ചു... പിന്നെ അമ്മ വിളിച്ചു മറ്റേ പുള്ളിയുടെ ഫാമിലിയോട് നാളെ പെണ്ണുകാണാൻ വരാൻ പറഞ്ഞിട്ടുണ്ട്...

ആണോ ഗൗരി.. ഒരുപാട് സന്തോഷം.... പിന്നെ വേറെ എന്നാ?നാളെ എനിക്ക് വേറെ ഒരു പരുപാടി ഉണ്ട് മുടക്കാൻ പറ്റില്ല... അതുകൊണ്ട് ഞാൻ ഉണ്ടാകില്ല...

അത് കുഴപ്പമില്ല വിച്ചു.. നിന്റെ കാര്യങ്ങൾ നടക്കട്ടെ....

ഫോൺ കട്ട് ചെയ്തു... റൂമിന്റെ ഡോർ ക്ലോസ് ചെയ്തു.... വേറെ ഒന്നും പറയാൻ കിട്ടിയതേയില്ല... അവളുടെ കുടുംബം, പാരമ്പര്യം ഇതൊക്കെ ഞാനും നോക്കണ്ടേ.. എങ്ങോ നിന്ന് വലിഞ്ഞുകയറി വന്നവന് എങ്ങനെ പെണ്ണ് തരും.. സ്വപ്നങ്ങൾ അല്ലേ ഒരുപാട് ഒള്ളൂ.. അതെ അവൾ ജീവിക്കട്ടെ ഒരുപാട് സന്തോഷത്തോട് കൂടി....

പിറ്റേന്ന് വൈകുന്നേരം അവൾ വിളിച്ചിരുന്നു.. ചെക്കനെ ഇഷ്ടമായ് എല്ലാവർക്കും, അവൾക്കും എന്ന്.. എന്നാലും അടുത്ത് അറിയാതെ ഒന്നും തീരുമാനിക്കാൻ പറ്റില്ലല്ലോ എന്നുകൂടി പറഞ്ഞു...എല്ലാം ശരിയാകുകയാണെങ്കിൽ ഈ ചിങ്ങത്തിൽ വിവാഹം നടത്താനാണ് തീരുമാനിച്ചിരിക്കുന്നത് എന്നൊക്കെ കൂടി പറഞ്ഞപ്പോൾ ഉള്ളിലുള്ള വേദനയൊന്നും പുറത്ത് കാട്ടിയില്ല... ചിരി എന്റെ മെയിൻ ആയത്കൊണ്ട് ഒരുപാട് സന്തോഷം എന്ന് പറഞ്ഞു ഫോൺ വച്ചു...

ഗൗരിയെ ഒരു തരത്തിലും വേദനിപ്പിക്കാൻ എനിക്ക് കഴിയില്ലായിരുന്നു..അവളെ ഞാൻ അറിഞ്ഞതിൽ കൂടുതൽ എന്നെ അറിഞ്ഞിരിക്കാം ചിലപ്പോഴൊക്കെ അവളിൽ അമ്മയുടെ സ്നേഹവും വാത്സല്യവും പരിഗണനയും കാണാമായിരുന്നു എങ്കിലും പ്രണയത്തിന്റെ ലോകം അതൊക്കെ കാണിക്കാതെ പോയിരുന്നു.....

പിറ്റേന്ന് രാത്രി ഞാൻ വിളിച്ചിരുന്നു ആദ്യത്തെ ഒരുപാട് ഡയലിന് ശേഷം ആതുവാണ് ഫോൺ എടുത്തത്...

ഹലോ വിച്ചേട്ടാ ?

മോളെ അവൾ എവിടെയാ? എന്നതാ എന്റെ ഗൗരിക്ക് പറ്റിയെ?

അറിയില്ല വിച്ചേട്ടാ ഇന്നലെ മുതൽ ആള് ആകെ മൂഡ്ഓഫ് ആണ്... എന്തൊ ഒരു പ്രശ്നം ഇപ്പോഴും അലട്ടുന്നുണ്ട്.... വിച്ചേട്ടൻ രാവിലെ ഇങ്ങോട്ട് വരാവോ?

പിന്നെ എന്താ ഞാൻ വന്നേക്കാം.. അവളോട് പറയണ്ട തത്കാലം...

ശരി ചേട്ടായി.....

പിറ്റേന്ന് രാവിലെ തന്നെ ഞാൻ ഇറങ്ങി...ഡോർ തുറന്നത് അവളുടെ അമ്മയായിരുന്നു..

ആ വിച്ചു.... കയറി വാ.... എടാ മോനെ നീ ഒന്ന് സംസാരിച്ചുനോക്ക് അവൾ ഇന്നലെ മുതൽ ഭക്ഷണം പോലും കഴിക്കുന്നില്ല.. ഉള്ളിൽ എന്താണെന്ന് പറഞ്ഞാൽ അല്ലേ അറിയാൻ പറ്റൂ.. അവൾ വരുവണേൽ പുറത്തേക്ക് ഒന്ന് വിളിച്ചുകൊണ്ട് പോവൂ....

അമ്മ വിഷമിക്കാതെ... ഞാൻ ചോദിക്കട്ടെ...

മെല്ലെ ചാരിക്കിടക്കുന്ന ഡോർ തുറന്നു... എന്തൊ വരച്ചുകൊണ്ടിരിക്കുകയാണ് കക്ഷി...

കൊച്ചേ...?

വിച്ചു നീ എപ്പോൾ വന്നു...? എന്നോട് പറഞ്ഞില്ല വരുമെന്ന്...

ഞാൻ ഇപ്പോൾ വന്നതേ ഒള്ളൂ... അതുപോട്ടെ നിനക്കിത് എന്നാ പറ്റി...

നെറ്റിയിലേക്ക് ഊർന്നുകിടന്നിരുന്ന അവളുടെ തലമുടി ഞാൻ വിരലുകൾകൊണ്ട് മുകളിലേക്ക് ആക്കി.. നീ വരയ്ക്കാൻ നേരത്തും ഈ കണ്ണട ഉപയോഗിക്കാറുണ്ടോ? അമ്മ പറഞ്ഞു നീ ഒന്നും കഴിക്കുന്നില്ല എന്ന്, എന്താ പ്രശ്നം?

എനിക്ക് കഴിക്കാൻ ഒന്നും തോന്നുന്നില്ലടാ, വിശപ്പില്ല ഇപ്പോൾ...

എടി ഞാൻ ഇനി വല്ലതും പറയും... ഇപ്പോൾ വരാം...

റൂമിന് വെളിയിലേക്ക് ഇറങ്ങി ആതുവിനോട് കഴിക്കാൻ എടുത്തുകൊണ്ട് വരാൻ പറഞ്ഞു... അവൾ പോയി ഒരു പ്ലേറ്റിൽ ദോശയും ചായയും കൊണ്ട് വന്നു..

.....

എടി വാ ഇത് കഴിക്കൂ ഗൗരി.....?

എനിക്ക് വേണ്ട വിച്ചു, വിശപ്പില്ല

വാശി പിടിക്കാതെ കഴിക്കാൻ നോക്ക്, എന്നിട്ട് നമുക്ക് ഒരു റൈഡ് പോവാം.. നിനക്ക് പറയാൻ ഉള്ളത് ഞാൻ കേൾക്കാം..

എന്തൊ അവൾ വാങ്ങി കഴിച്ചു... ഞങ്ങൾ അമ്മയോടും ആതുവിനോടും യാത്രപറഞ്ഞിറങ്ങി...ഫ്ലാറ്റിന്റെ ഗേറ്റ് കടന്നപ്പോൾ ഞാൻ ചോദിച്ചു...

ഗൗരി എങ്ങോട്ടാ പോവണ്ടേ നിനക്ക്...?

ഈ യാത്ര ഇങ്ങനെ അവസാനിക്കാതെ ഇരുന്നെങ്കിൽ എന്ത് രസമായിരിക്കും അല്ലേ?

ഇന്ന് അൽപ്പം കൂടുതൽ ആണല്ലോ പെണ്ണേ?

എന്ത്? എന്താ വിച്ചു....?

നിന്റെ വട്ട്...പിന്നെ അല്ലാതെ എന്ത്...

പോടാ....എനിക്ക് നിന്റെ അത്ര വട്ടൊന്നും ഇല്ല.. നമുക്ക് എന്റെ അച്ഛന്റെ നാട് വരെ പോവാം...

അത് എവിടെയാ....?

നമ്മുടെ നെല്ലിയാമ്പതി ആ റൂട്ടാണ്... അവിടെ പോകുമ്പോഴൊക്കെ ഓർമ്മകളിൽ വാകമരങ്ങളും, പ്രകൃതി വാരധാനമായി നൽകിയ കാഴ്ചകളും എന്നെ മറ്റൊര് ലോകത്തേക്ക് എത്തിക്കും...

ആഹാ.. എന്നാൽ പിന്നെ പോയി കളയാം...

എറണാകുളത്ത് നിന്ന് കുറച്ചു പർച്ചേസ് കഴിഞ്ഞു ഞങ്ങൾ അവളുടെ ഓർമകളുടെ ലോകത്തേക്ക് പോവാനൊരുങ്ങി...

ആലുവ തിരിഞ്ഞു നേരെ പിടിച്ചു.... അവൾ എന്നോട് ചേർന്നിരുന്നു... അങ്കമാലി കഴിഞ്ഞപ്പോഴാണ് വിശപ്പ് ഞങ്ങളെ വീണ്ടും തട്ടി വിളിച്ചത്... പ്രത്യകിച്ച് എന്നെ... വീട്ടിൽ നിന്നും കഴിക്കുന്ന ശീലം ഇല്ലല്ലോ...

ഗൗരി നമുക്ക് ഇവിടെ നിന്നും എന്തെങ്കിലും കഴിക്കാം.. അങ്ങോട്ട് ഹോട്ടൽസ് ഒക്കെ കുറവായിരിക്കും...

അവളൊന്ന് മൂളി, എങ്കിലും ഉള്ളിൽ എന്തൊ കിടന്നുമറിയുന്നുണ്ടെന്ന് എനിക്ക് തോന്നിയിരുന്നു...എന്തായാലും അവിടെ എത്തിയിട്ട് ചോദിക്കാമെന്ന് കരുതി.. ഹോട്ടെലിൽ കയറി ഊണ് കഴിഞ്ഞു ഞങ്ങൾ തിരിച്ചു.. ആ നാട്ടിലേക്ക്...

അതെ ആ നാട് നിങ്ങൾ കാണേണ്ടത് തന്നെയാണ്... അത്രയും മനോഹരം.. ഹൈറേഞ്ച് എന്നൊക്കെ പറയുമെങ്കിലും എന്തുകൊണ്ടും എന്റെ നാടിനെക്കാൾ ഒരുപാട് ഇഷ്ടം തോന്നി അവിടെ കണ്ട കാഴ്ചകളോടും മറ്റും...

ഓർമ്മകൾ മറയുന്നില്ല, അവൾ തന്റെ അച്ഛന്റെ പഴയ തറവാട് മുറ്റത്തേക്ക് നടന്നു.. അവൾ പറഞ്ഞു തുടങ്ങി....

ഈ സ്ഥലം ഇപ്പോൾ എന്റെ പേരിലാണ് ഉള്ളത്, ആൾ താമസം ഇല്ലാത്തതിനാൽ ഇങ്ങനെ കിടക്കുന്നതാണ്.. എന്റെ കല്യാണത്തിന് ശേഷം ഈ വീട് പുതുക്കി പണിത് താമസം ഇങ്ങോട്ടാക്കിയാൽ നന്നായിരിക്കും എന്ന് തോന്നുന്നു....എന്താ വിച്ചു?

പിന്നെ അടിപൊളിയായിരിക്കും....

ഇവൾ ഇടയ്ക്ക് ഇടയ്ക്ക് കല്യാണം കല്യാണം എന്ന് പറയുന്നത് എന്നെ വീണ്ടും വേദനിപ്പിക്കുന്നുണ്ട്... എങ്കിലും എന്തൊ അവളോട് തർക്കിക്കാൻ എനിക്ക് കഴിയില്ല ഒരിക്കലും....

വിച്ചു വാ... നമുക്ക് തൊട്ടടുത്തെ ഗുൽമോഹർ മരങ്ങൾ മാത്രം നിൽക്കുന്ന ഒരു സ്ഥലമുണ്ട് അങ്ങോട്ടേക്ക് പോകാം...

എന്റെ കൈകളിൽ ചേർത്തുപിടിച്ചുകൊണ്ട് അവൾ ഓടാൻ തുടങ്ങി.. ഒരു നിമിഷം ഞാൻ ചിന്തിച്ചിരുന്നു എന്നും ഈ കൈകൾ ഇങ്ങനെ

ചേർത്തുപിടിക്കാൻ സാധിച്ചിരുന്നു എങ്കിലെന്ന്...

എടി പതുക്കെ ഓട്......ഇവള്...

ശരിയാണ് അവൾ പറഞ്ഞത് പോലെ എത്ര മനോഹരമാണ് ഈ കാഴ്ചകൾ... തൊട്ടടുത്ത മരച്ചുവട്ടിൽ ഞങ്ങൾ കുറച്ചു നേരം ഇരുന്നു.. ആരാദ്യം പറഞ്ഞുതുടങ്ങുമെന്ന് ഒരു കൺഫ്യൂഷനുണ്ടായിരുന്നു..പതിവ് തെറ്റിച്ചില്ല ഞാൻ തന്നെ പറഞ്ഞുതുടങ്ങി...

എന്താ എന്റെ ഗൗരിക്ക് പറ്റിയെ? എന്നോട് പറയാൻ പാടില്ലാത്ത കാര്യം എന്തെങ്കിലും ആണോ?

വിച്ചു നീ എന്തിനാ എന്നെ ഇങ്ങനെ സ്നേഹിക്കുന്നെ? ഒരു ഇത്തിരി സ്നേഹം പോലും നിനക്ക് ഞാൻ തന്നിട്ടുണ്ടോ? അല്ലെങ്കിൽ ഇഷ്ടമാണെന്ന് പറഞ്ഞിട്ടുണ്ടോ? പിന്നെ എന്തിനാ ഇങ്ങനെയൊക്കെ? കീർത്തി പറഞ്ഞു എല്ലാം എല്ലാം എനിക്ക് അറിയാം വിച്ചു.. നിന്നെ കുറച്ചു... പക്ഷേ ഈ ഒരു സാഹചര്യത്തിൽ എനിക്ക് ഇങ്ങനെ അല്ലാതെ... വേറൊന്നും...

അവൾ മുഖംപൊത്തി... എന്റെ പുണ്യാളാ ഇതൊക്കെ കാണാൻ എനിക്ക് കഴിയില്ലല്ലോ...ഞാൻ അവളുടെ കൈകളിൽ പിടിച്ചു...

ഗൗരി.. എനിക്ക് അറിയാം നീ എന്നെ സ്നേഹിക്കുന്നുണ്ടെന്ന്, ഒരുപാട് ഒന്നും ഇല്ലെങ്കിലും നിന്റെ മനസ്സ് എനിക്ക് കാണാം.. നമ്മുടെ മനസ്സിൽ ഒരുപാട് ചോദ്യങ്ങളുണ്ടാകും ചെയുന്നത് ശരിയാണോ തെറ്റാണോ എന്നൊക്കെ... എങ്കിലും സമയവും വിധിയും....

ഗൗരി.... എന്തിനാ നീ ഇങ്ങനെ കരയുന്നെ? നോക്കിക്കേ എന്നെ? മുഖത്തേക്ക് നോക്കടി...

പാതി നിറഞ്ഞ കണ്ണുകളാൽ അവളെന്നെ നോക്കി...എന്റെ കൈകൾ അവളുടെ ഇരു കവിളിലും പിടുത്തമിട്ടു... എന്റെ ഗൗരി വിഷമിക്കാതെ എനിക്ക് സന്തോഷം മാത്രമൊള്ളൂ നിന്റെ കല്യാണത്തിലും മറ്റും.. അത് അങ്ങനെ നടക്കാനാകും വിധി.. പിന്നെ നീ പേടിക്കണ്ട മറ്റൊര് തരത്തിലേക്കും ഞാൻ പോവില്ല... സമയമുണ്ടല്ലോ... ഇനിയും.....

എനിക്ക് അവളെ എന്നും സന്തോഷത്തോടെ കാണണമായിരുന്നു, ഒരു വരികൊണ്ട് പോലും അവളെ വേദനിപ്പിക്കാൻ എനിക്ക് കഴിയില്ല.. അങ്ങനെ ഒരുപാട് സംസാരിച്ചു.. അതിൽ നിന്നും മനസ്സിലാക്കിയിരുന്നു വിട്ട് പോയിട്ടും ആ അച്ഛനെ അവൾ എത്രത്തോളം സ്നേഹിക്കുന്നുണ്ട് എന്ന്....

വൈകുന്നേരം 5:30യോടെ ഞങ്ങൾ അവിടെ നിന്നും ഇറങ്ങി... എന്തൊ ഒരുപാട് ഓടിയതൊക്കെ കൊണ്ടാകും.. എന്റെ പുറത്തേക്ക് ചാരിയവൾ കിടന്നു...അങ്ങനെ വണ്ടി അവളുടെ ഫ്ലാറ്റിന് മുന്നിൽ എത്തി....

ഗൗരി.. ഗൗരി... മോളെ..... വീട് എത്തി....

ഉവ്വോ....... അവൾ വണ്ടിയിൽ നിന്നും എഴുനേറ്റു... വാടാ കഴിച്ചിട്ട് പോവാം...

ഇല്ല... ഞാൻ പോകുന്നു.. വിളിക്കൂ...

ഇങ്ങോട്ട് വാടാ... വണ്ടിയുടെ കീ ഊരി അവൾ നടന്നു......

കാളിങ് ബെൽ അടിച്ചു....

അമ്മയാണ് ഡോർ തുറന്നത്.. മക്കൾ എത്തിയോ...? വാ കയറി വാ....

അവൾ ആദ്യം അകത്തേക്ക് കയറി.... പുറകെ ഞാനും... അവിടെ ഞാൻ കണ്ട മുഖം എനിക്ക് വിശ്വാസിക്കാൻ കഴിഞ്ഞില്ല.....

അച്ഛൻ...... നിങ്ങൾ എന്താ ഇവിടെ?

മോനെ ഞങ്ങൾ...... നിന്റെ കല്യാണകാര്യം പറയാൻ വന്നതാ ഇവിടെ....?

എന്റെയൊ ഈ എന്റെയൊ? ഒരു മകനായിട്ട് പോലും ഇതുവരെ എന്നെ കാണാത്ത നിങ്ങളുടെയും മറ്റും വാക്കുകൾ ഞാൻ കേൾക്കണോ ഇനിയും.. എടി എന്നതാടി ഇത്...

ചേട്ടായി സത്യമാണ്... ചേട്ടായി വീട്ടിൽ ഇരുന്ന് എഴുതാറില്ലായിരുന്നോ കുഞ്ഞുനാൾ മുതലുള്ള ഡയറി അതൊക്കെ എനിക്ക് കിട്ടി.. ഇത്രയും ദ്രോഹിച്ചിട്ടും എല്ലാവരെയും സ്നേഹംകൊണ്ട് മൂടാനും അതുപോലെ ഒരു വരിപോലും ആരെയും വേദനിപ്പിക്കാതെ എഴുതിയ വാചകങ്ങൾ ഇല്ലേ അതിൽ അമ്മയും അച്ഛനും കണ്ടു ചേട്ടായി, നിങ്ങളുടെ മനസ്സ്...

ചെറിയമ്മയോട് അല്ല അമ്മയോട് ക്ഷമിക്കണം മോനെ... ഇനിയും എന്റെ കുഞ്ഞിനെ ഞാൻ ഒരിക്കലും നൊമ്പരപ്പെടുത്തില്ല...

അതേടാ മോനെ നീ ആഗ്രഹിക്കുന്നപോലെ ഗൗരി എന്നും വിച്ചുവിന്റെ മാത്രമായിരിക്കും....

ഇതൊക്കെ കേട്ടപ്പോൾ എനിക്ക് സന്തോഷം തോന്നിയെങ്കിലും ഗൗരി അവൾ അംബികാമ്മയെ നോക്കി... അതെ അവരുടെ മുഖത്തും സന്തോഷമാണ്.. പക്ഷേ അവളിൽ വീണ്ടും എന്തൊക്കെയൊ ഉള്ളതായി കണ്ടു....

പുറത്ത് കാളിങ് ബെൽ അടിച്ചു... ആതുപോയി വാതിൽ തുറന്നു...അവൾ എപ്പോഴും ഒരു തടസമായി കണ്ടിരുന്ന വീട്ടുകാർ...

വരൂ.. ചേട്ടാ.... എല്ലാവരും വരൂ... ഇങ്ങോട്ട് ഇരിക്കാം.. പിന്നെ ചേട്ടാ ഇതാണ് വിച്ചു....

ഇതാണോ കക്ഷി.. എന്താടോ ഞങ്ങളുടെ ഗൗരിയെ ഇത്രയും സ്നേഹിക്കുന്നുണ്ടോ താൻ?

ഞാൻ ഉറച്ച ശബ്ദത്തിൽ തന്നെ പറഞ്ഞു..

ഉവ്വ്....

മോളെ ഗൗരി... നീ ഇങ്ങോട്ട് വന്നേ... പറയട്ടെ.....

കുഞ്ഞേ പണ്ട് നിന്റെ അച്ഛനും അമ്മയും വിവാഹം കഴിച്ചപ്പോൾ പ്രശ്നം ഉണ്ടാക്കി എന്നുള്ളതൊക്കെ നേരാണ്.. എങ്കിലും നിന്റെ ഇഷ്ടം എന്താണോ അല്ലെങ്കിൽ എങ്ങനെ ജീവിക്കണം എന്നൊക്കെ നിനക്ക് തീരുമാനിക്കാം... പഴയ കാലം ഒന്നുമല്ലല്ലോ.. ജാതി മതം ഇതിനൊക്കെ ഇന്ന് എനിക്ക് ഒരു പ്രശ്നമല്ല... സ്വന്തം അനുഭവങ്ങളിൽ നിന്നാണ് ഞാൻ ഇത് പഠിച്ചത്... ഗൗരി എന്നും വിച്ചുവിന്റെ ആയിരിക്കും....

അതെ മോളെ.. ആതു പറഞ്ഞു.. നീ എത്ര മാത്രം വിച്ചുവിനെ സ്നേഹിക്കുന്നുണ്ടെന്നും അതുപോലെ എന്തുകൊണ്ടാണ് ഇതൊക്കെയെന്നും.. അമ്മയ്ക്ക് സന്തോഷം മാത്രം... ഇവൻ നല്ല ചെറുക്കൻ തന്നെയല്ലേ.. പിന്നെ എന്തിനാ പേടിക്കുന്നെ...

എങ്കിൽ പിന്നെ നമുക്ക് ഒരു ഡേറ്റ് അങ്ങ് തീരുമാനിക്കാം.. ഇനിയും വച്ചു നീട്ടണോ വിച്ചുവിന്റെ അച്ഛാ....

വേണ്ട ചേട്ടാ... ഈ ചിങ്ങത്തിൽ തന്നെ നടത്താം...

പിന്നെ അംബിക വിഷ്ണുവിന്റെ വീട്ടുകാർ ആയിട്ട് സംസാരിച്ചിരുന്നു.. ആ പയ്യനും ഇതുപോലെ ഏതോ ഒരു

പ്രണയത്തിൽ പെട്ടിരിക്കുകയാണെന്ന് പറഞ്ഞു.. അടുത്ത ദിവസം ഇതൊക്കെ നമ്മളോട് പറയാൻ വരാനിരിക്കുകയായിരുന്നു....

ആണോ ചേട്ടാ... അതൊര് ഭാഗ്യമായ്.. അല്ലെങ്കിൽ നമ്മൾ ചെയ്യുന്ന ഏറ്റവും വലിയ തെറ്റാവില്ലേ ഇതൊക്കെ....

അതെ... അതെ.... എല്ലാവരും ഒരുപാട് സംസാരിച്ചു... ആളുകളെ അടുത്തറിയുമ്പോൾ പലകാര്യങ്ങളും നമ്മുടെ കാഴ്ച്ചയായിരിക്കില്ല ചിലപ്പോഴൊക്കെ....

ആ ദിവസം വന്നെത്തി... ശ്രീ ധർമ്മ ശാസ്ത ക്ഷേത്രത്തിൽ വച്ച് ചിങ്ങം പതിമൂന്നിന് ഞാൻ ഗൗരിയുടെ കഴുത്തിൽ താലി ചാർത്തി... അതിന് മുൻപ് ചില കാര്യങ്ങൾ കൂടി അവളോട് ചോദിച്ചിരുന്നു.........

ഗൗരി ഈ താലി വീഴുന്നതോടെ നീ എന്റെ പാതിയാകും.... നിന്റെ ഏറ്റവും വലിയ ആഗ്രഹങ്ങൾ എനിക്ക് ചിലപ്പോൾ സാധിച്ചു തരാൻ കഴിഞ്ഞെന്ന് വരില്ല..... എങ്കിലും ചിലത് പറയാം.. ഒരിക്കലും നിന്റെ ആഗ്രഹങ്ങൾക്ക്, സ്വപ്നങ്ങൾക്ക് ഞാൻ ഒരു വിലങ്ങുതടിയാവില്ല.. അതുപോലെ ഇങ്ങനെ ചെയ്യണം, ഇത് ധരിക്കണം, അങ്ങോട്ട് നോക്കരുത് അങ്ങനെ ഉണ്ടാവില്ല... എനിക്ക് കുറവുകൾ ഉണ്ട് അത് ഞാൻ അംഗീകരിക്കുന്നു.. വേറെ ഒന്നും...

അവൾ എന്റെ വാ..പൊത്തി... വിച്ചു മതി... എനിക്ക് ഇതുപോലെ എന്നെ സ്നേഹിക്കുന്ന ഒരാൾ മതി.. ഞാനും ഒരു സാധരണ പെണ്ണാണ്, ആഗ്രഹങ്ങൾ ഉണ്ട്, ആർക്കാ ആഗ്രഹങ്ങൾ ഇല്ലാത്തെ...? നമുക്ക് ഒരുമിച്ച് നീങ്ങാം പുതിയ സ്വപ്നങ്ങളുമായി.

END

Thank You

ചില സ്വപ്നങ്ങൾ കണ്ടത് നിന്നിലൂടെയാണ് ആ നിനക്ക് നന്ദി

www.ingramcontent.com/pod-product-compliance
Lightning Source LLC
LaVergne TN
LVHW060217051026
849517LV00005B/1436
* 9 7 9 8 8 8 7 3 3 0 6 2 4 *